ಇದು
ಮೂರು ಮಡಿಕೆಯ
ವಿಧಾನ

ಇವತ್ತಿನ ಪಾಠ 'ಮೂರು ಮಡಿಕೆಯ ವಿಧಾನ' ಎಂದು ಶಾಲೆ ಪ್ರವೇಶಿಸುತ್ತಿದ್ದಂತೆ ಮೇಷ್ಟ್ರು ಹೇಳಿದಾಗ ಕಣ್ಣು ಬಾಯಿ ಬಿಟ್ಟುಕೊಂಡು ಅವರನ್ನೇ ನೋಡಿದ್ದೆ. ನೀರು ಕಲುಷಿತವಾಗಿದ್ದರೆ ಅದಕ್ಕೆ ಮೂರು ಮಡಿಕೆಯ ವಿಧಾನವನ್ನು ಬಳಸಬೇಕು. ಮೊದಲನೇ ಮಡಿಕೆಯಲ್ಲಿ ಇದ್ದಿಲು, ಎರಡನೇ ಮಡಿಕೆಯಲ್ಲಿ ಮರಳು ಇಟ್ಟು ನೀರನ್ನು ಮೇಲಿನಿಂದ ಹಾಕಬೇಕು. ಕಲುಷಿತವಾದ ನೀರು ಮೊದಲನೆಯ ಮಡಿಕೆಯಲ್ಲಿ ಕಲ್ಲಿದ್ದಲನ್ನು ಹಾದು, ಎರಡನೆಯ ಮಡಿಕೆಯಲ್ಲಿರುವ ಮರಳನ್ನು ಹಾದು, ಮೂರನೆಯ ಮಡಿಕೆಯಲ್ಲಿ ಶುದ್ಧ ನೀರಾಗಿ ಸಂಗ್ರಹವಾಗುತ್ತದೆ ಎಂದಿದ್ದರು.

ರಾಜಾರಾಂ ತಲ್ಲೂರು ಅವರ ಈ 'ಪಿಟ್ಕಾಯಣ'ವನ್ನು ಓದಿ ಮುಗಿಸಿದಾಗ ನನಗೆ ಏಕೆ ಈ 'ಮೂರು ಮಡಿಕೆಯ ವಿಧಾನ' ಮತ್ತೆ ಮತ್ತೆ ಮನಸ್ಸಿನಲ್ಲಿ

ಮೂಡುತ್ತಿದೆ ಎಂದು ಯೋಚಿಸುತ್ತಿದ್ದೇನೆ. ಉತ್ತರ ಸ್ಪಷ್ಟ- ರಾಜಾರಾಂ ತಲ್ಲೂರು ಅವರ ಕೃತಿಗಳು ಈ ಸಮಾಜದ ಮೂರು ಮಡಿಕೆಗಳು.

ಇವತ್ತು ಮಾಹಿತಿ ಎನ್ನುವುದಕ್ಕೆ ಮುಕ್ಕಾಸಿನ ಬೆಲೆಯಿಲ್ಲ. ವಾಟ್ಸಪ್ ಗುಂಪುಗಳಲ್ಲಿ ಬರುವ ಹಾರಿಕೆ ಮಾತುಗಳನ್ನೇ ಚರಿತ್ರೆ ಎಂದು ನಂಬುವವರೂ, ಅದನ್ನು ಅಷ್ಟೇ ಮುಟ್ಠಾಳತನದಿಂದ ಬೇರೆಯವರಿಗೆ ಹಂಚುವವರೂ ಇದ್ದಾರೆ ಎಂದು ಇತ್ತೀಚೆಗೆ ಖ್ಯಾತ ಚರಿತ್ರಕಾರರಾದ ರೋಮಿಲಾ ಥಾಪರ್ ಆತಂಕಪಟ್ಟುಕೊಳ್ಳುತ್ತಿದ್ದರು. ಅಂತಹ ಸಾಮಾಜಿಕ ಜಾಲತಾಣಗಳ ಕಾಲದಲ್ಲಿ ನಾವು ಇರುವಾಗ, ಇರುವ ಮುಖ್ಯವಾಹಿನಿ ಮಾಧ್ಯಮಗಳಿಗೂ ಪುಕಾರುಗಳೇ ಇಷ್ಟವಾಗಿರುವಾಗ, ಸರ್ಕಾರಿ ಯಂತ್ರಗಳು ಸುಳ್ಳುಗಳನ್ನ ಫೇಸ್‌ಬುಕ್ ಗೋಡೆಗೂ, ಸರ್ಕಾರದ ಅಧಿಕೃತ ಸಂಸ್ಥೆಗಳ ಮೂಲಕ ನಾಗರಿಕರ ಮಿದುಳಿಗೂ ಅಂಟಿಸುತ್ತಾ ಕುಳಿತಿರುವಾಗ ರಾಜಾರಾಂ ತಲ್ಲೂರು ತೀರಾ ಮುಖ್ಯವಾಗುತ್ತಾರೆ.

ಸುಳ್ಳು ಸುದ್ದಿಗಳನ್ನು ಅಥವಾ ಕಲುಷಿತ ಸುದ್ದಿಗಳನ್ನು ಅಥವಾ ಅಸ್ಪಷ್ಟ ಸುದ್ದಿಗಳನ್ನು ಇಲ್ಲವೇ ಬೇಕೆಂದೇ ದಿಕ್ಕು ತಪ್ಪಿಸುವ ಸುದ್ದಿಗಳನ್ನು ಅಥವಾ ನಿಮ್ಮ ಗಮನಕ್ಕೆ ಬಾರದಂತಿರಲು ಮುಚ್ಚಿ ಹಾಕುತ್ತಿರುವ ಸುದ್ದಿಗಳನ್ನು ರಾಜಾರಾಂ ಈ ಮೂರು ಮಡಿಕೆಯ ವಿಧಾನವನ್ನು ಬಳಸಿ ಸ್ಪಷ್ಟವಾಗಿ ನಮ್ಮ ಮುಂದಿಡುತ್ತಾರೆ.

ಕರಾವಳಿಯ ತೀರದಲ್ಲಿ ಮೊದಲಿನಿಂದಲೂ ಸುದ್ದಿಯ ಬೆನ್ನ ಹಿಂದೆ ಬಿದ್ದ ಹುಡುಗ ನಂತರ ಸುದ್ದಿಯೇ ಉದ್ಯೋಗವಾಗಿ ಮಾಡಿಕೊಂಡು ಅದರ ಎಲ್ಲಾ ಅವತಾರಗಳನ್ನು ನೋಡಿದ ಕಾರಣಕ್ಕಾಗಿಯೇ ಸುದ್ದಿಯ ಹಿಂದಿನ ಸುದ್ದಿಯನ್ನು ತಿಳಿಸಲೇಬೇಕಾದ ಸ್ವಯಂ ಒತ್ತಾಯಕ್ಕೆ ತಮ್ಮನ್ನು ಒಡ್ಡಿಕೊಂಡಿದ್ದಾರೆ. ಇವರ ಕೃತಿಗಳನ್ನೇ ನೋಡಿ- ದುಪ್ಪಟ್ಟು, ಕರಿಡಬ್ಬಿ, ಏನಿದು ಪೌರತ್ವ ತಿದ್ದುಪಡಿ ಕಾಯಿದೆ?, ನುಣ್ಣನ್ನ ಬೆಟ್ಟ, ನಮ್ದೇ ಕಥೆ ಹೀಗೆ..

ಸಮಾಜದ ಸಂಗತಿಗಳನ್ನು ತಮ್ಮ ಕಡೆಗೋಲಿಂದ ಮಥಿಸಿದ ಕೃತಿಗಳೇ.

ಜಾಗತೀಕರಣ ಎಂದರೆ ಏನು ಎನ್ನುವುದು ಈಗ ನಮ್ಮ ಬುಡದವನ್ನು ಸುಡುತ್ತಿರುವ ಎಷ್ಟೋ ಮೊದಲೇ ಅದರ ಅವತಾರಗಳ ಬಗ್ಗೆ ಹೋಂ ವರ್ಕ್ ಮಾಡಿದವರು ರಾಜಾರಾಂ. ಆದ ಕಾರಣದಿಂದಲೇ ಅವರು 'ಅವಧಿ' (avadhimag.in)ಯ ಅಂಕಣದ ಮೂಲಕ 'ವಾರ್ತಾ ಭಾರತಿ'ಯ ಅಂಕಣದ ಮೂಲಕ, ತಮ್ಮ ಫೇಸ್‌ಬುಕ್ ಗೋಡೆ ಬರಹಗಳ ಮೂಲಕ ಇಂದಲ್ಲ, ನಾಳೆಯಾದರೂ ಈ ರೀತಿ ಆಗುತ್ತದೆ ಎಂದು ನುಡಿಯುತ್ತಾ ಹೋದಾಗ ಅವರು 'ಕಾಲಜ್ಞಾನಿ'ಯಂತೆಯೇ ಕಂಡಿದ್ದರು.

ಬ್ರೆಕ್ಸಿಟ್ ಒಪ್ಪಂದಕ್ಕೂ ನಾರಾಯಣ ಮೂರ್ತಿಗೂ ಸಂಪರ್ಕ ಕಲ್ಪಿಸಬೇಕಾದರೆ, ಔಷಧಿ ರಂಗದಲ್ಲಿ ಬಾಲವೇ ನಾಯಿಯನ್ನು ಅಲ್ಲಾಡಿಸುತ್ತಿದೆ ಎಂದು ಹೇಳಬೇಕಾದರೆ, ನೆಟ್ ಜೀರೋ ಎನ್ನುವುದು ಕುಂಟನ ಮೇಲೆ ಕುರುಡ ಕೂತಂತೆ ಎಂದು ತಿಳಿಸಬೇಕಾದರೆ ಮಾಹಿತಿ ಹಕ್ಕು ಕಾಯಿದೆಗೆ ದಯಾಮರಣ ಕಲ್ಪಿಸಲಾಗಿದೆ ಎನ್ನುವುದನ್ನು ಘಟ್ಟಿಸಿ ಹೇಳಬೇಕಾದರೆ ಮೂರನೆಯ ಕಣ್ಣು ಬೇಕು.

ಇವತ್ತು ಸುಳ್ಳಿನ ಫ್ಯಾಕ್ಟರಿಗಳು ಪಂಚೇಂದ್ರಿಯಗಳನ್ನು ಕಲುಷಿತಗೊಳಿಸುವ ಹುನ್ನಾರವನ್ನು ನಡೆಸಿವೆ. ಇದು ಮಾಧ್ಯಮಗಳಿಗೂ, ಅವರು ಓಲೈಸುತ್ತಿರುವ ಆಳರಸರಿಗೂ ತೀರಾ ಅಗತ್ಯ. ಅಂತಹ ಕಾಲದಲ್ಲಿ ಈ ಹುನ್ನಾರವನ್ನು ಗ್ರಹಿಸಲು, ಅದನ್ನು ಬಿಡಿಸಿ ನಮ್ಮ ಮುಂದೆ ಹರಡಲು ಒಂದು ಸರಿಯಾದ ಗ್ರಹಿಕೆಯ ಅಂತರಂಗದ ಕಣ್ಣಿರಬೇಕು. ಅಂತಹ ಗ್ರಹಿಕೆಗಳ ಹೊಸ ಕಟ್ಟು ಈ 'ಪಿಟ್ಕಾಯಣ'.

ಒಂದು ವರ್ಷದ ಕಾಲ ವಾರ್ತಾ ಭಾರತಿಯಲ್ಲಿ ಸಮಕಾಲೀನ ಸಂಗತಿಗಳಿಗೆ ಬರೆದ ಅಂತರಂಗದ ಕಣ್ಣಿನ ವ್ಯಾಖ್ಯಾನ ಇದು. ಒಂದು ಅಜೆಂಡಾ ಹೇಗೆ

ರೂಪಿಸಬೇಕು ಎನ್ನುವುದು ರಾಜಾರಾಂ ತಲ್ಲೂರು ಅವರಿಗೆ ಚೆನ್ನಾಗಿ ಗೊತ್ತಿದೆ. ಅದನ್ನು ರೂಪಿಸಿ ಅವರು ಉಳಿದಿದ್ದನ್ನು ನಮ್ಮ ಅಂಗಳಕ್ಕೆ ಬಿಡುತ್ತಾರೆ. ಅವರು ಹರಡಿದ ಚುಕ್ಕೆಗಳನ್ನು ಸೇರಿಸಿ ಅದನ್ನು ವಿಷಯವಾಗಿಸುವ, ಆ ಮೂಲಕ ಸಮಾಜವನ್ನು ಗ್ರಹಿಸುವ, ಹಕ್ಕೊತ್ತಾಯ ರೂಪಿಸುವ ಕೆಲಸ ನಮ್ಮದೇ.

ಈ ಕೃತಿಯ ಆರಂಭದಲ್ಲಿ ಪಿಟ್ಕಾಯಣದ ಕಥೆ ಹೇಳುತ್ತಾ ರಾಜಾರಾಂ ಆಂಕೆಗೆ ಸಿಗದ ಕಪಿಗಳಿಗೆ ಬಿಗಿಯುವ ಎರಡೇಟಿನ ಕಥೆ ಹೇಳಿದ್ದಾರೆ. ಈ 'ಪಿಟ್ಕಾಯಣ' ಕೃತಿಯೂ ಅಷ್ಟೇ ಅಂಕೆ ಮೀರಿ ಜಿಗಿಯುತ್ತಿರುವ ಎಲ್ಲರಿಗೂ ಕೊಟ್ಟ ಎರಡು ಪೆಟ್ಟು.

–ಜಿ ಎನ್ ಮೋಹನ್

ಪಿಟ್ಕಾಯಣ

ಅಂಕಣ ಬರೆಹಗಳ ಸಂಗ್ರಹ

2023–24

ರಾಜಾರಾಂ ತಲ್ಲೂರು

ಬಹುರೂಪಿ
ಆರ್ ಪಿ ರಿಜೆನ್ಸಿ, ಎಫ್–1, 2ನೇ ಮಹಡಿ,
2ನೇ ಅಡ್ಡರಸ್ತೆ, ಪಿ ಅಂಡ್ ಟಿ ಕಾಲೋನಿ,
ಆರ್ ಟಿ ನಗರ, ಬೆಂಗಳೂರು–560 032
ದೂರವಾಣಿ: 70191 82729

110

PITKAYANA

A collection of analytical Column Writings on current affairs by **RAJARAM TALLUR**

rajaram.tallur@gmail.com | 98455 48478

Published By **Bahuroopi**
R P Regency, F-1, 2nd Floor, 2nd Cross, P&T Colony,
R T Nagar, Bangalore - 560 032

editor@bahuroopi.in

Mobile | WhatsApp Bookstore: **70191 82729**

online book store: **bahuroopi.in**

ISBN: 978-81-977367-1-1
First Edition: December 2024
Pages: 232 | Price: 300
Paper Used: 70 GSM N.S.Maplitho

Cover and Inside Art:
"**RNN** (Recurrent Neural Network)", (2022) By **Tallur LN**
Ink On Marble.
20 X 36 X 18 inches

Cover and Inside Design: **Bahuroopi**
Author's Photo: **Focus Raghu**
Author's Caricature: **Uday Gaonkar**
Cover page photo credit: **Mallikarjun Katakol**

Printed by:
Repro India Ltd, Mumbai

ನನ್ನ ಬದುಕು ಹೀಗೆ

ರೂಪುಗೊಳ್ಳುವಲ್ಲಿ

ದೊಡ್ಡ ಪಾತ್ರ ವಹಿಸಿದ

ನನ್ನ ಮಾವಂದಿರು

ಸುರೇಶ ತಲ್ಲೂರು

ಹಾಗೂ

ಸದಾನಂದ ತಲ್ಲೂರು

ಅವರಿಗೆ

ಈ ಕೃತಿ

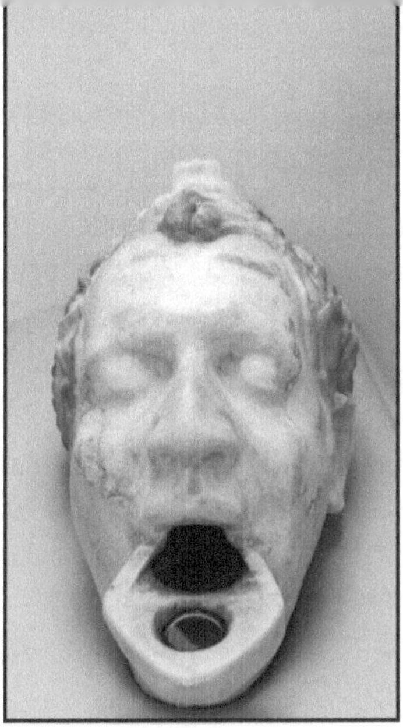

ರಾಮಾಯಣದಲ್ಲಿ ಪಿಟ್ಕಾಯಣ

ಇದೊಂದು ಕಥೆ. ಬಾಲ್ಯದಲ್ಲಿ ಕೇಳಿದ್ದು. ಹಾಗಾಗಿ ಈಗ ಇದು ಒಂದಕ್ಕಿಂತ ಹೆಚ್ಚು ಕಥೆಗಳ ಮಿಶ್ರಣವೂ ಆಗಿರಬಹುದು. ಇರಲಿ, ಓದಿಕೊಳ್ಳಿ.

ಮರ್ಯಾದಾ ಪುರುಷೋತ್ತಮ ಶ್ರೀರಾಮಚಂದ್ರನು ರಾವಣನನ್ನು ಕೊಂದುಕಳೆದು, ತನ್ನ ವಾನರ ಸೇನೆಯೊಂದಿಗೆ ಅಯೋಧ್ಯೆಯಲ್ಲಿ ಚಕ್ರವರ್ತಿಯಾಗಿ ಪ್ರತಿಷ್ಠಾಪನೆಗೊಂಡ ಬಳಿಕ, ತನ್ನ ವಾನರ ಸೇನೆಗೆ ತನ್ನ ಪಟ್ಟಾಭಿಷೇಕದ ಪ್ರಯುಕ್ತ ಔತಣಕೂಟ ಏರ್ಪಡಿಸುತ್ತಾನೆ.

ಔತಣಕೂಟಕ್ಕೆ ಬಂದ ವಾನರ ಪಡೆಯನ್ನು ಸಾಲಾಗಿ ಕುಳ್ಳಿರಿಸಿ, ಬಾಳೆಯೆಲೆ ಹಾಸಿ, ಊಟ ಬಡಿಸಲಾಗುತ್ತದೆ. ಉಪ್ಪು, ಉಪ್ಪಿನಕಾಯಿ, ಕೋಸಂಬರಿ... ಹೀಗೆ (ಹೆಚ್ಚಿನಂಶ ಕಥೆ ಕಟ್ಟಿದವರು ಕರಾವಳಿ ಮೂಲದವರು!). ಈ ಕೋತಿಗಳು ಎಲ್ಲ ಬಡಿಸುವ ತನಕ ಕಾದು, ಪರಿಷೇಚನ ವಿಧಿ ಪೂರೈಸಿ, ಊಟ ಆರಂಭಿಸುವವರಲ್ಲ. ಎಲೆಗೆ ಬಿದ್ದ ಮಾವಿನ ಮಿಡಿ ಉಪ್ಪಿನಕಾಯಿಯನ್ನು ತಕ್ಷಣ ಎತ್ತಿಕೊಂಡು ಪರೀಕ್ಷಿಸಿದ

ಕೋತಿಯೊಂದು ಅದನ್ನು ಮೂಸಿ, ಸಣ್ಣಗೆ ನೆಕ್ಕಿ, ಹಿಂದೆ–ಮುಂದೆ ಎಲ್ಲ ತಿರುಗಿಸಿ ನೋಡಿತು. ಈ ಅಪ್ಪೆಮಿಡಿ ಉಪ್ಪಿನಕಾಯಿಯನ್ನು ಹಿಡಿದು ಸ್ವಲ್ಪ ಒತ್ತಿದಾಗ ಅದರೊಳಗಿದ್ದ ಎಳೆಯ "ಕೋಂಗಿಲು" ತುಂಡು (ಬೆಳೆದ ಮೇಲೆ ಗೊರಟಾಗುವ ಭಾಗ) ಪಿಟ್ಕ್ ಎಂದು ಹೊರ ಹಾರಿ ಅಷ್ಟೆತ್ತರಕ್ಕೆ ಚಿಮ್ಮಿತು.

ಶ್ರೀರಾಮಚಂದ್ರನು ಊಟಕ್ಕೆ ಕುಳಿತ ತನ್ನ ವಾನರ ಸೇನೆಯ ಜೊತೆ, ರಾವಣನನ್ನು ಕೊಂದು ಕಳೆದ ರಾಮಾಯಣವನ್ನೆಲ್ಲ ಮತ್ತೆ ನೆನಪು ಮಾಡಿಕೊಂಡು ಲೋಕಾಭಿರಾಮದಲ್ಲಿ ತೊಡಗಿದ್ದನು. ಈ ನಡುವೆ ಒಂದು "ಕೋಂಗಿಲು" ಪಿಟ್ಕ್ ಎಂದು ಹಾರಿದ್ದೇ ತಡ– ಸಾಲಾಗಿ ಊಟಕ್ಕೆ ಕುಳಿತಿದ್ದ ಕಪಿಸೇನೆ, ತಮ್ಮ ತಮ್ಮ ಎಲೆಗೆ ಬಿದ್ದ ಉಪ್ಪಿನಕಾಯಿಯನ್ನು ಹಿಡಿದು ಒತ್ತಿ, ಅದು "ಪಿಟ್ಕ್" ಎಂದು ಹೊರಚಿಮ್ಮುವುದನ್ನು ಕಂಡು ಸಂತಸದಿಂದ ಕೇಕೆ ಹಾಕುತ್ತಾ, ಅದು ಚಿಮ್ಮುವ ಎತ್ತರಕ್ಕೆ ತಾವೂ ಚಿಮ್ಮಿ ನೆಗೆಯುತ್ತಾ, ಇಡೀ ಊಟದ ಮನೆಯು ರಂಪಾರೂಟಿ ಆಗಿಬಿಟ್ಟಿತು.

ಕಡೆಗೆ ಶ್ರೀರಾಮಚಂದ್ರ, ಎಲ್ಲ ಕಪಿಗಳನ್ನು ಗದರಿ, ಎಲ್ಲಕ್ಕೂ ಎರಡೇಟು ಬಿಗಿದು ಕುಳ್ಳಿರಿಸಬೇಕಾಯಿತಂತೆ. ಆ ಬಳಿಕ ಊಟ ಸುಸೂತ್ರ ಮುಗಿಯಿತು. ಈ ಎರಡೆರಡೇಟು ಕಡೆಕಡೆಗೆ ಕಪಿಸೇನೆಗೆ ಎಷ್ಟು ಅಭ್ಯಾಸ ಆಗಿಬಿಟ್ಟಿತೆಂದರೆ, ಅವು ಊಟಕ್ಕೆ ಬಂದಾಗಲೆಲ್ಲ "ಕೊಡುವ ಮರ್ಯಾದೆ ಕೊಟ್ಟರೆ ಮಾತ್ರ" (ಅಂದರೆ ಎರಡೇಟು ಬಿಗಿದು ಊಟಕ್ಕೆ ಕುಳ್ಳಿರಿಸಿದರೆ ಮಾತ್ರ) ತಾವು ಶಿಸ್ತಿನಿಂದ ಊಟ ಮಾಡುವುದು ಎಂದು ಹೇಳುತ್ತಿದ್ದುವಂತೆ.

ನಾವೆಲ್ಲ ಹುಡುಗರ ಗುಂಪು ಸಣ್ಣವರಿದ್ದಾಗ, ಊಟದ ಮನೆಯಲ್ಲಿ ಗದ್ದಲ ಎಬ್ಬಿಸಿದರೆ, ಆಗೆಲ್ಲ ಈ ಕಪಿಗಳು "ಕೊಡುವ ಮರ್ಯಾದೆ ಕೊಟ್ಟರೆ ಮಾತ್ರ" ಸುಸೂತ್ರ ಊಟ ಮಾಡಿ ಹೊರನಡೆಯುವುದು ಎಂಬ ಮಾತು ಬರುವುದಿತ್ತು.

ಇದು ರಾಮಾಯಣದಲ್ಲಿ ನಾನು ಕೇಳಿರುವ "ಪಿಟ್ಕಾಯಣ"ದ ಕಥೆ.

ಈ "ಪಿಟ್ಕಾಯಣ" ಪದ ನನಗೆ ಬಾಲ್ಯದಿಂದಲೂ ಫ್ಯಾಸಿನೇಟಿಂಗ್ ಪದ. 'ವಾರ್ತಾಭಾರತಿ'ಯಲ್ಲಿ ನನ್ನ ಈ ಅಂಕಣಕ್ಕೆ "ಪಿಟ್ಕಾಯಣ" ಎಂಬ ಹೆಸರಿಟ್ಟಾಗ, ಹಾಗೆಂದರೇನು? ಎಂದು ಕೇಳಿದವರು ಹಲವರು. ಈ ಕಥೆಯನ್ನು ಈಗ ನೆನಪಿಸಿಕೊಳ್ಳಲು, ಇದೂ ಒಂದು ಕಾರಣ.

* * *

ನಾನು ಪತ್ರಿಕೆಗಳನ್ನು ಓದಲು ಪ್ರಾರಂಭಿಸಿದ್ದು ನನ್ನ ಏಳು–ಎಂಟನೇ ವಯಸ್ಸಿಗೇ. ಮೊದಲು 'ನವಭಾರತ' ಮತ್ತು ಆ ಬಳಿಕ 'ಉದಯವಾಣಿ'. ನಿವೃತ್ತ ಅರಣ್ಯಾಧಿಕಾರಿ ಆಗಿದ್ದ ನನ್ನ ಅಜ್ಜನಿಗೆ, ಪತ್ರಿಕೆಯಲ್ಲಿರುವ ಸುದ್ದಿಗಳನ್ನು ಅಕ್ಷರ ಕೂಡಿಸಿ, ಓದಿ ಹೇಳುವ ಮೂಲಕ ಬಾಲಓದು ಕಲಿತವನು ನಾನು. ಹೀಗೆ, ಈ ಪತ್ರಿಕೆಗಳನ್ನು ಓದುವ ಅಭ್ಯಾಸ ನನ್ನೊಂದಿಗೇ ಅನೂಚಾನವಾಗಿ ಬೆಳೆದುಕೊಂಡು ಬಂದಿದೆ. ಈಗಲೂ, ಎಲ್ಲೇ

ಇದ್ದರೂ, ಅಲ್ಲಿನ ಬೆಳಗ್ಗಿನ ಮುದ್ರಿತ ಪತ್ರಿಕೆ ಕೈಯಲ್ಲಿ ಬೇಕು. ಅದು ನನ್ನ ಬೆಳಗ್ಗಿನ ಉಪಹಾರದ ಭಾಗ.

ಪ್ರತಿದಿನ ಪತ್ರಿಕೆಗಳ ಮೇಲೆ ಕಣ್ಣಾಡಿಸುವ, ನನ್ನ ಆಸಕ್ತಿಯ ಸುದ್ದಿಗಳನ್ನು ಓದುವ ಮತ್ತು ಗುರುತು ಮಾಡಿಟ್ಟುಕೊಳ್ಳುವ ಈ ಪರಿಪಾಠ ನನಗೆ ಎಷ್ಟರಮಟ್ಟಿಗೆ ಬಿಡಲಾಗದ ಅಭ್ಯಾಸ ಎಂದರೆ, ಒಂದು ವಾರ ಊರಿನಿಂದ ದೂರ ಇದ್ದರೆ, ಹಿಂದಿರುಗಿದ ಮೇಲೆ, ಅಷ್ಟೂ ದಿನಗಳ ದಿನಪತ್ರಿಕೆಗಳನ್ನು ತಾರೀಕುವಹಿ ಇಟ್ಟು, ಪ್ರತೀದಿನದ್ದನ್ನು ಒಂದಾದ ಮೇಲೆ ಒಂದರಂತೆ ಓದಿ ಮುಗಿಸಬೇಕು.

ಈ ರೀತಿಯ ಓದು, ನನಗೆ ನನ್ನ ಆಸಕ್ತಿಯ ಸಂಗತಿಗಳನ್ನು "ಟ್ರ್ಯಾಕ್" ಮಾಡುವ ಕೌಶಲವನ್ನು ಅಯಾಚಿತವಾಗಿ ಕಲಿಸಿಕೊಟ್ಟಿದೆ. ಈಗಂತೂ, ಪ್ರತಿದಿನ ದೇಶವಿದೇಶಗಳ ಸುಮಾರು 30ರಷ್ಟು ಪತ್ರಿಕೆಗಳು ಮತ್ತೊಂದಿಷ್ಟು ಮ್ಯಾಗಜೀನ್‌ಗಳನ್ನು, ಜರ್ನಲ್‌ಗಳನ್ನು ಡಿಜಿಟಲ್ ರೂಪದಲ್ಲಿ ಓದುವುದು ಅಭ್ಯಾಸ ಆಗಿಬಿಟ್ಟಿದೆ. ಇವೇ ನನ್ನ ಈ ಅಂಕಣ ಬರೆಹಗಳ ಮಾಹಿತಿ ಮೂಲಗಳು.

ಇತ್ತೀಚೆಗೆ ಹಿರಿಯ ಲೇಖಕರೊಬ್ಬರು, ಸೋಷಿಯಲ್ ಮೀಡಿಯಾದಲ್ಲಿ ನನ್ನ ಪ್ರೆಸೆನ್ಸನ್ನು (ಸ್ವಲ್ಪ ಹೆಚ್ಚಿದೆ ಎಂದವರಿಗೆ ಅನ್ನಿಸಿರಬೇಕು!) ಗಮನಿಸಿ, ನೀವು ದಿನಕ್ಕೆ ಎಷ್ಟು ಸಮಯವನ್ನು ಅಲ್ಲಿ ಕಳೆಯುವಿರಿ ಎಂದು ಕೇಳಿದ್ದರು. ನಿಜಕ್ಕೆಂದರೆ, ಆ ಪುಟಗಳು ನನ್ನ ಡೆಸ್ಕ್‌ನಲ್ಲಿ ಅವುಗಳ ಪಾಡಿಗೆ ತೆರೆದಿರುತ್ತವೆ. ನನ್ನ ಆಸಕ್ತಿಯ ಸುದ್ದಿಯೊಂದು ಕಾಣಸಿಕ್ಕಿದರೆ, ಅದನ್ನು ಎತ್ತಿಟ್ಟುಕೊಂಡು, ಆ ಕ್ಷಣಕ್ಕೆ ಅದರ ಕುರಿತು ಅನ್ನಿಸಿದ್ದನ್ನು ದಾಖಲಿಸುವುದಕ್ಕೆ ಸೋಷಿಯಲ್ ಮೀಡಿಯಾ ನನಗೊಂದು ಕರಡು ತಾಣ. ವ್ಯಾವಹಾರಿಕ ಗಡಿಬಿಡಿಗಳ ನಡುವೆಯೂ, ಅಲ್ಲಿ ಕಳೆಯುವುದಕ್ಕಿಂತ ಹೆಚ್ಚು ಸಮಯವನ್ನು ನಾನು ಪತ್ರಿಕೆಗಳನ್ನು ಓದುತ್ತಾ ಕಳೆಯುತ್ತೇನೆ.

ಪಿಟ್ಕಾಯಣದ ಬರೆಹಗಳು ಹೆಚ್ಚಾಗಿ, ಅವು ಪ್ರಕಟಗೊಳ್ಳುವ ಹಿಂದಿನ ವಾರದಲ್ಲಿ ಸಂಭವಿಸಿದ್ದ ಸುದ್ದಿಯೊಂದರ ಬೆನ್ನು ಹತ್ತಿ ಸಂಗ್ರಹಿಸಿದ ಮಾಹಿತಿಗಳು ಹಾಗೂ ಆ ಸುದ್ದಿಯ ಕುರಿತು ನನ್ನ ಮಾಹಿತಿಯುತ ಅಭಿಪ್ರಾಯಗಳ ಸಂಗ್ರಹವೇ ಆಗಿವೆ. ಇದನ್ನು ಸಾಧ್ಯಗೊಳಿಸಿರುವುದು ಬಾಲ್ಯದಿಂದಲೂ ನಾನು ರೂಢಿಸಿಕೊಂಡು ಬಂದಿರುವ ಈ ಟ್ರ್ಯಾಕಿಂಗ್ ಕೌಶಲ.

ಸೋಷಿಯಲ್ ಮೀಡಿಯಾದಲ್ಲಿ ಈ ಕರಡು ಬರೆಹಗಳನ್ನು ಗಮನಿಸಿದ ವಾರ್ತಾಭಾರತಿಯ ಗೆಳೆಯ ಬಿ.ಎಂ. ಬಶೀರ್ ಅವರು, ಅಪರೂಪಕ್ಕೊಮ್ಮೆ ಅಲ್ಲಿ ಬರೆಯುತ್ತಿದ್ದ ನನಗೆ, ಪ್ರತೀವಾರದ ಅಂಕಣದ ರೂಪದಲ್ಲಿ ಅವನ್ನು ಬರೆಯಬೇಕೆಂದು ಸೂಚಿಸಿದಾಗ ಒಪ್ಪಿಕೊಂಡು, ಈಗ ಒಂದು ವರ್ಷ ದಾಟಿದೆ. ನನ್ನ ಪ್ರತೀ ವಾರದ ಕರಡು ಬರೆಹಗಳಲ್ಲಿ ಒಂದಕ್ಕೆ – ಪ್ರಕಟಿಸಬಲ್ಲ ಅಂಕಣ ಬರೆಹದ ರೂಪ ನೀಡುವುದು ನನಗೀಗ ಅನಿವಾರ್ಯ ಆಗಿದೆ. ವೃತ್ತಿ ಬರೆಹಗಾರನಾಗಿ ನನ್ನ ಪತ್ರಿಕಾ ಬರೆಹಗಳ

ಕೌಶಲವನ್ನು ಸಾಣೆ ಹಿಡಿದಿಟ್ಟುಕೊಳ್ಳಲು ಇದೊಂದು ಸದವಕಾಶ ಎಂದುಕೊಂಡಿದ್ದೇನೆ. ಹೀಗೆ ಸಿದ್ಧಗೊಂಡ ಮೊದಲ ಒಂದು ವರ್ಷದ ಪಿಟ್ಕಾಯಣ ಬರೆಹಗಳ ಸಂಗ್ರಹ ಇದು. ಬಶೀರ್ ಅವರ ಈ ಗುಣಗ್ರಾಹಿತನ ಇಂದು ಕನ್ನಡದ ಸುದ್ದಿ ಮನೆಗಳಲ್ಲಿ ಅಳಿವಿನಂಚಿನಲ್ಲಿರುವ ಕೌಶಲ. ಈ ಅವಕಾಶ ತೆಗೆದುಕೊಟ್ಟಿದ್ದಕ್ಕಾಗಿ ಬಿ.ಎಂ. ಬಶೀರ್ ಅವರಿಗೆ ಮತ್ತು ವಾರ್ತಾಭಾರತಿ ಪತ್ರಿಕಾ ಬಳಗಕ್ಕೆ ನಾನು ಋಣಿ.

ಗೆಳೆಯ ಜಿ. ಎನ್. ಮೋಹನ್ ಅವರು, ತಮ್ಮ ಬಹುರೂಪಿ ಪ್ರಕಾಶನದ ಮೂಲಕ ಈ ಪುಸ್ತಕವನ್ನು ಪ್ರಕಟಿಸಲು ಒಪ್ಪಿದ್ದಾರೆ. ಬಹುರೂಪಿಯ ಮೂಲಕ ಬರುತ್ತಿರುವ ನನ್ನ ಮೂರನೇ ಪುಸ್ತಕ ಇದು. ಮೋಹನ್ ಕೂಡ ಇಂತಹದೇ ವಿರಳ ಗುಣಗ್ರಾಹಿತಳಿಗೆ ಸೇರಿದವರು. ಅವರಿಗೂ ನಾನು ಋಣಿ.

ಸ್ನೇಹಿತರಾದ ಪ್ರೊ| ಡೊಮಿನಿಕ್, "ನಾನು ನಿಮ್ಮ ಪಿಟ್ಕಾಯಣದ ಖಾಯಂ ಓದುಗ" ಎಂದು ಹೇಳುತ್ತಾ ಬಂದವರು. ಹಾಗಾಗಿ, ಈ ಪುಸ್ತಕಕ್ಕೆ ಮುಮ್ಮಾತು ಬರೆಯುವ ಹೊರೆಯನ್ನು ಅವರಿಗೇ ವಹಿಸಿಬಿಟ್ಟೆ. ಅವರು ಕೂಡ ಗುಣಗ್ರಾಹಿ ಎಂಬುದನ್ನು ಅವರಿಲ್ಲಿ ದಾಖಲಿಸಿರುವ ಮಾತುಗಳು ತೋರಿಸಿಕೊಟ್ಟಿವೆ.

ಈ ಮೂವರನ್ನು ಗುಣಗ್ರಾಹಿಗಳು ಎಂದಾಕ್ಷಣ ನಾನೇನೋ ಗುಣಮಟ್ಟದಲ್ಲಿ ಭಯಂಕರವಾದುದನ್ನು ಕಡಿದು ಕಟ್ಟೆಹಾಕಿದ್ದೇನೆ ಎಂದರ್ಥ ಅಲ್ಲ. ಗುಣಗ್ರಾಹಿತ್ವ ಅವರ ಸೌಜನ್ಯ. ಪಿಟ್ಕಾಯಣದ ಗುಣಮಟ್ಟವನ್ನು ನಿರ್ಧರಿಸಬೇಕಾಗಿರುವವರು ಓದುಗರಾಗಿ ನೀವು. ಎಂದಿನಂತೆ, ನಿಮ್ಮ ಅಭಿಪ್ರಾಯಗಳನ್ನು ಮುಕ್ತವಾಗಿ ಹಂಚಿಕೊಳ್ಳುತ್ತೀರಿ ಎಂಬ ನಿರೀಕ್ಷೆ ಇಟ್ಟುಕೊಂಡಿದ್ದೇನೆ ಪುಸ್ತಕ ಓದಿದ ಬಳಿಕ ನಿಮ್ಮ ಅನ್ನಿಸಿಕೆಗಳನ್ನು rajaram.tallur@gmail.com ಅಥವಾ 98455 48478ಗೆ ಕಳಿಸಿಕೊಡಿ.

– ರಾಜಾರಾಂ ತಲ್ಲೂರು

ಕೃತಜ್ಞತೆಗಳು

- ಪಿಟ್ಕಾಯಣವನ್ನು ಪ್ರತೀವಾರ ಪ್ರಕಟಿಸುತ್ತಿರುವ ವಾರ್ತಾಭಾರತಿ ಸಂಪಾದಕ ಶ್ರೀ ಅಬ್ದುಸ್ಸಲಾಮ್ ಪುತ್ತಿಗೆ ಮತ್ತು ಸುದ್ದಿ ಸಂಪಾದಕ ಬಿ. ಎಂ. ಬಶೀರ್ ಅವರಿಗೆ.

- ಪುಸ್ತಕಕ್ಕೆ ಮುಮ್ಮಾತು ಬರೆದುಕೊಟ್ಟಿರುವ ಡಾ। ಡೊಮಿನಿಕ್ ಅವರಿಗೆ ಮತ್ತು ಬೆನ್ನುಡಿ ಬರೆದುಕೊಟ್ಟಿರುವ ಬಿ. ಎಂ. ಬಶೀರ್ ಅವರಿಗೆ.

- ಪುಸ್ತಕವನ್ನು ಪ್ರಕಟಿಸುತ್ತಿರುವ ಬಹುರೂಪಿ ಪ್ರಕಾಶನದ ಜಿ. ಎನ್. ಮೋಹನ್ ಹಾಗೂ ಶ್ರೀಜಾ ವಿ. ಎನ್. ಅವರಿಗೆ.

- ಈ ಪುಸ್ತಕದ ಕರಡು ತಿದ್ದುವಲ್ಲಿ ಮತ್ತು ಒಪ್ಪಗೊಳಿಸುವಲ್ಲಿ ಸಹಕರಿಸಿದ ಶ್ರೀಮತಿ ಮಮತಾ, ಶ್ರೀಮತಿ ಶಿಲ್ಪಾ ಹಾಗೂ ಶ್ರೀಮತಿ ಸುಗುಣ ಅವರಿಗೆ.

- ಬರೆಹಗಳನ್ನು–ಬದುಕನ್ನು ಆಗಾಗ ಓದಿ, ಕಾಳಜಿ ತೋರುವ ಆತ್ಮೀಯರಾದ ಪ್ರೊ। ರಾಬರ್ಟ್ ಜೋಸ್–ಸುಮಾ ದಂಪತಿ, ಸಂವರ್ತ, ಸತೀಶ್ ಚಪ್ಪರಿಕೆ ಅವರಿಗೆ.

- ನನ್ನ ಪತ್ನಿ ಮಲ್ಲಿಕಾ, ಮಗಳು ಕೇಕಿ, ಅಮ್ಮ ವಿಶಾಲಾಕ್ಷಿ ತಲ್ಲೂರು, ತಮ್ಮ ತಲ್ಲೂರು ಎಲ್. ಎನ್. ಅವರಿಗೆ.

ಮುಮ್ಮಾತು...

'ಪಿಟ್ಕಾಯಣ' ಎನ್ನುವ ಕೃತಿ 50 ಲೇಖನಗಳ ಗುಚ್ಛವಾಗಿದೆ. ಈ ಕೃತಿಯು ಬಹು ಆಯಾಮಗಳನ್ನು ತನ್ನೊಳಗೆ ಅಡಗಿಸಿಕೊಂಡಿದೆ. ಹಾಗೆಂದು ಅದು ಓದುಗರನ್ನು ಪರೀಕ್ಷಿಸುತ್ತದೆ ಎಂದೇನೂ ಅಲ್ಲ. ಬದಲಾಗಿ ಆಯಾ ವಯಸ್ಕರಿಗೆ ತಕ್ಕಂತೆ ಆಸಕ್ತಿಯಿಂದ ಸಲೀಸಾಗಿ ಓದಿಸಿಕೊಳ್ಳುತ್ತದೆ. ಈ ಕೃತಿಯ ಲೇಖನಗಳ ತಲೆಬರಹ ಓದುಗರನ್ನು ಕುತೂಹಲಿಗರನ್ನಾಗಿಸುವುದಲ್ಲದೆ, ಅವರಲ್ಲಿ ಬೆರಗನ್ನೂ ಉಂಟುಮಾಡುತ್ತವೆ. ಅಂತಹ ಕೆಲವನ್ನು ಇಲ್ಲಿ ಹೆಸರಿಸುವುದು ಸೂಕ್ತ – ಬಿಸಿಲುಗುದುರೆ ಆಗಿಬಿಟ್ಟಿರುವ

ಶ್ರೀ ರಾಜಾರಾಂ ತಲ್ಲೂರು ಸ್ವಂತ ಬಲದಿಂದಲೇ ಸಮಾಜವನ್ನು ತಿಳಿಯುವುದನ್ನೂ ಮತ್ತು ತಿದ್ದುವುದನ್ನೂ ಗುರಿಯಾಗಿಸಿಕೊಂಡವರು. ಅವರ ಆಸಕ್ತಿಯ ಕ್ಷೇತ್ರಗಳು ಬಹುರೂಪಿ. ಬರಹಗಾರರಾಗಿ ಕರಾವಳಿಯ ಪರಿಸರವನ್ನು ಅರೆದು ಅರಗಿಸಿಕೊಂಡವರು. ಸುಮಾರು ವರುಷಗಳ ಹಿಂದೆ ಉಡುಪಿಯ ಅವರ ಮನೆಯಲ್ಲಿ, ರೈತ ಚಳುವಳಿಯನ್ನು ಮತ್ತೆ ಕಟ್ಟುವ ಬಗ್ಗೆ (ಪ್ರಾಮಾಣಿಕ ರಾಜಕಾರಣಿಯೊಬ್ಬರ ಅಣತಿಯ ಮೇರೆಗೆ) ರೋಬರ್ಟ್, ಕೆ.ವೈ.ಎನ್ ಮತ್ತು ನಾನು ಚರ್ಚಿಸಿದ್ದೆವು. ಅಂದಿನಿಂದ ಇಂದಿಗೂ, ಒಮ್ಮೊಮ್ಮೆ ಅವರ ಸಮಾಜಮುಖಿ ಕಾರ್ಯಗಳಲ್ಲಿ ನಾನೂ ಸಹ ಪಾಲ್ಗೊಳ್ಳುತ್ತಿದ್ದೆ. ಪ್ರಸ್ತುತ ಕೃತಿ ಎರಡು ವರುಷಗಳ ಹಿಂದೆ ಅವರು ವಾರ್ತಾಭಾರತಿ ದಿನ ಪತ್ರಿಕೆಯಲ್ಲಿ ಆರಂಭಿಸಿದ ಅಂಕಣ 'ಪಿಟ್ಕಾಯಣ'. ಈ ಅಂಕಣವನ್ನು ನಾನು ಕುತೂಹಲದಿಂದ ಓದಿ, ಮೆಚ್ಚಿಕೊಂಡಿದ್ದೆ. ಈಗ ಅದೇ ಅಂಕಣಕ್ಕೆ 'ಕೆಲವು' ಮುಮ್ಮಾತುಗಳನ್ನು ಬರೆಯಲು ಸಂತಸವಾಗುತ್ತಿದೆ.

"ಹಠಾತ್ ಸಾವು" ಅಧ್ಯಯನ ಫಲಿತಾಂಶ; ವಿದ್ಯುತ್ ಖಾಸಗೀಕರಣಕ್ಕೆ ಗಂಟಲಲ್ಲಿ ಸಿಕ್ಕ ಮುಳ್ಳು; ಹೆದ್ದಾರಿ ಅಭಿವೃದ್ಧಿಯನ್ನು "ಹುಲಿ ಸವಾರಿ" ಮಾಡಿಕೊಂಡಿರುವ ಗಡ್ಕರಿ ಸಾಹೇಬರು; 'ಭಾರತ್‌ನೆಟ್'-ಗೋಲಾಗದಿದ್ದದ್ದಕ್ಕೆ ಗೋಲ್‌ಪೋಸ್ಟ್ ಖಾಸಗೀಕರಣ?!; ಗಾಳಿ ಬಂದತ್ತ ತೂರಿಕೊಳ್ಳುವಾಗಲೂ ವಿಳಂಬ; ಕಳೆದುಕೊಂಡ "ಸೆಮಿಕಂಡಕ್ಟರ್" ಅವಕಾಶಗಳು!; ಔಷಧಿ ರಂಗದಲ್ಲಿ ಬಾಲವೇ ನಾಯಿಯನ್ನು ಅಲ್ಲಾಡಿಸತೊಡಗಿರುವುದು!; "ನೆಟ್ ಝೀರೊ": ಕುಂಟನ ಮೇಲೆ ಕುರುಡ ಕೂತಿದ್ದಾನೆ, ದಾರಿ ಸಾಗುವುದೆಂತೋ ನೋಡಬೇಕು; ಡೇಟಾ ಮಾರುಕಟ್ಟೆಯ ಕೋಳಿ ಜಗಳ; ಮೂಡೀಸ್ v/s ಆಧಾರ್; ಮಾಹಿತಿ ಹಕ್ಕು ಕಾಯಿದೆಗೆ "ದಯಾಮರಣದ" ಭಾಗ್ಯ; ಕರ್ನಾಟಕದ ESCOMಗಳ ಹಲ್ಲುಗಳು ತೋರಿಸೋಕೆ ಬೇರೆ-ತಿನ್ನೋಕೆ ಬೇರೆ ಇವೆಯೆ?; ಪ್ರತೀ ಚುನಾವಣೆಯ ಸಂತೆಗೆ EVM ವಿವಾದದ ಮೂರು ಮೊಳ ಹಾಜರ್!; ಡಿಜಿಟಲ್ ಭಾರತ ಎಂಬುದು ಹಾವನ್ನು ಹೊಡೆದು ಹದ್ದಿಗೆ ಉಣ್ಣಿಸುವ ಆಟ ಆಗದಿರಲಿ; ಅರಸನ ಅದೃಶ್ಯ ಉಡುಪು ಮತ್ತು ಬಡತನ ನಿವಾರಣೆಯ ಸಮೀಕ್ಷೆ!; ಇಂಧನ: ಅಕ್ಕಿಯ ಮೇಲೆ ಆಸೆ, ನೆಂಟರ ಮೇಲೆ ಪ್ರೀತಿ; ಈ ಬಾರಿಯ ಬಜೆಟ್ ಪೂರ್ವ ಆರ್ಥಿಕ ಸಮೀಕ್ಷೆ; ವಿಕೆಟ್ ಇಲ್ಲದ ಕ್ರಿಕೆಟ್ ಆಟ!; ಕರಾವಳಿಯ ಅಗ್ನಿಕುಂಡದಲ್ಲಿನ್ನು ಖಾಸಗಿಯವರ ಮರ್ಜಿ– ISPRL ಕಥೆ; ಟೋ(ಕೋ)ಲು ಕೊಟ್ಟು ಪೆಟ್ಟು ತಿನ್ನಿ!; ದುಡುಕ ಮನ್ನಿಸು ಪ್ರಭುವೆ...; ಸೂರ್ಯಂಗೇ ಟಾರ್ಚ್ ಹಿಡಿದ 'ಡಿಯರ್ ಮೀಡಿಯಾ'...; ಮುಂತಾದುವು.

"ಬಿಸಿಲುಗುದುರೆ ಆಗಿಬಿಟ್ಟಿರುವ 'ಹಠಾತ್ ಸಾವು' ಅಧ್ಯಯನ ಫಲಿತಾಂಶ" ಎನ್ನುವ ಲೇಖನವನ್ನು ಸ್ವಲ್ಪ ಗಮನಿಸೋಣ–ಕೋವಿಡ್ ಜಾಡ್ಯದಿಂದ ದಿಟವಾಗಿಯೂ ನಾವು, ಪಕ್ಕಾ ಸುಧಾರಿಸಿಕೊಂಡಿದ್ದೇವೆಯೇ?! ಇನ್ನೂ ಸಮಯ ಬೇಕಾಗಿದೆ. ಆದರೆ, ಕೋವಿಡ್ ಸನ್ನಿವೇಶದಲ್ಲಿ ಬಚ್ಚಿಟ್ಟ ಸಂಗತಿಗಳು ಮತ್ತಷ್ಟು ಹೊರಬರುತ್ತಲೇ ಇವೆ. ಆದರೆ, ಇದನ್ನು ಲೇಖಕರು 'ಬಿಸಿಲುಗುದುರೆ' ಎಂದಾಗ, ಕೋವಿಡ್ ಸಂದರ್ಭದ 'ಹಠಾತ್ ಸಾವು' ಕುರಿತ ಅಧ್ಯಯನ ಫಲಿತಾಂಶ ಏನನ್ನೂ ಸೂಚಿಸುತ್ತಿಲ್ಲ ಎನ್ನುವ ಸೂಚನೆಯನ್ನು ನೀಡುತ್ತಾರೆ. ಇತರ ಲೇಖನಗಳೂ ಸಹ ಅಂತಹ ಗಂಭೀರ ಸಂಗತಿಗಳ ಆಗರವೇ ಆಗಿವೆ.

ಅಂದರೆ ಒಂದು ಲೇಖನ, ಲೇಖನವಾಗಬೇಕಾದರೆ ಅದಕ್ಕೆ ಅಗತ್ಯವಾದ ಸಂಶೋಧನೆ ಬೇಕಾಗುತ್ತದೆ. ಇಲ್ಲವಾದರೆ ಅದು ಕೇವಲ ಹುಸಿಯಾಗಿಬಿಡುತ್ತದೆ. ಆದ್ದರಿಂದ ಈ 'ಪಿಟ್ಕಾಯಣ' ಪದವೇ ತಮಾಶೆಯಾಗಿದ್ದರೂ ಅದು, ಅಷ್ಟಕ್ಕೆ ನಿಲ್ಲುವುದಿಲ್ಲ; ಅದು ಸಂಶೋಧನೆಯನ್ನು ಅರಗಿಸಿಕೊಂಡು, ಸರಳವಾಗಿ ಓದಿಸಿಕೊಳ್ಳುತ್ತದೆ; ಅಲ್ಲಿ ಅಗತ್ಯವಾದ ಅಂಕಿ-ಅಂಶಗಳನ್ನು ಜತನದಿಂದ ಹೆಕ್ಕಿ ನೀಡುತ್ತದೆ, ಆ ಮೂಲಕ ನಮ್ಮನ್ನು ಮತ್ತಷ್ಟು ಚಿಂತನೆ, ಚರ್ಚೆಗೆ ತೊಡಗಿಸುತ್ತದೆ; ಅಂತಿಮವಾಗಿ ನಾವೇ ಒಂದು ನಿರ್ಣಯವನ್ನು ತೆಗೆದುಕೊಳ್ಳುವಂತೆ ಮಾಡುತ್ತದೆ. ಇದು ದಿಟವಾಗಿಯೂ ಇಲ್ಲಿನ ಬರಹದ ತಾಕತ್ತು!

ಇದರೊಡನೆ, ಜನ ಬಳಕೆಯ ದಿನನಿತ್ಯದ ನಾಣ್ಣುಡಿಗಳನ್ನು ಹೆಕ್ಕಿ, ಅವನ್ನು ಇವತ್ತಿನ ಕಾಲದ ಅತ್ಯಾಧುನಿಕ ಸನ್ನಿವೇಶದಲ್ಲಿ ಬಳಸಿಕೊಂಡು, ಅಲ್ಲೊಂದು ಭಿನ್ನವಾದ ಒಳನೋಟವನ್ನು ಇಲ್ಲಿನ ಬರಹ ನಮಗೆ ನೀಡುತ್ತದೆ; ಅಲ್ಲದೆ, ಅಲ್ಲಿ ನಡೆಯುವಂತಹ ಸಾಂಸ್ಕೃತಿಕ ರಾಜಕಾರಣವನ್ನು ಮತ್ತಷ್ಟು ಬಯಲುಗೊಳಿಸುತ್ತದೆ. ಉದಾಹರಣೆಗೆ, ಮೊದಲ ಲೇಖನದ ಕೊನೆಯಲ್ಲಿ 'ಜನರ ಜೀವದೊಡನೆ ಚೆಲ್ಲಾಟ ನಡೆಯಕೂಡದು' ಎನ್ನುವಾಗ, ಪ್ರಸ್ತುತ ಸರಕಾರ ಕೈಗೊಳ್ಳುವ ಆರೋಗ್ಯ-ನೀತಿಗಳು ಮಾರಕ ಪರಿಣಾಮಗಳನ್ನು ಒಳಗೊಂಡಿವೆ ಎನ್ನುವುದು ಓದುಗರಿಗೆ ಮನದಟ್ಟಾಗುತ್ತದೆ. ಹೀಗೆ ಲೇಖನವು ಪೌರತ್ವದ ನಡೆಯಾಗಿ ನಮ್ಮನ್ನು ಎಚ್ಚರಿಸುತ್ತದೆ. ಎರಡನೇ ಲೇಖನ, ದೇಶದಲ್ಲಿ ಹೆದ್ದಾರಿ ಅಭಿವೃದ್ಧಿ ಎನ್ನುವುದು 'ಉದಾರೀಕರಣದ ಚಡಪಡಿಕೆ'ಯಾಗಿ, ದೇಶದ ಎಲ್ಲ ಹೆದ್ದಾರಿಗಳಿಗೆ ಟೋಲ್ ವಿಧಿಸುವುದನ್ನು ಅನಿವಾರ್ಯ ಮಾಡಿರುವುದು ಹೇಗೆ ಎನ್ನುವುದನ್ನು ಧ್ವನಿಸುತ್ತದೆ. ಹಾಗೆಯೇ, ಭಾರತದಲ್ಲಿ ಇಂಟರ್ನೆಟ್ ಎನ್ನುವುದೂ ಸಹ, ಗೋಲಾಗದಿದ್ದದ್ದಕ್ಕೆ ಗೋಲ್‌ಪೋಸ್ಟ್ ಖಾಸಗೀಕರಣವೇ ಮದ್ದು ಎಂದು ಹೇಳುವ ಮೂಲಕ ಪ್ರಜೆಯ ಒಳಿತನ್ನು ಖಾಸಗೀಕರಣ ಮರೆಮಾಚುವುದರತ್ತ ಬೊಟ್ಟು ಮಾಡುತ್ತದೆ. ಕೃತಿಯ ಮತ್ತೊಂದೆಡೆ 'ಗೂಗಲ್' ತನ್ನ ಏಕ ಸಾಮ್ರಾಜ್ಯವನ್ನು ನಿರೂಪಿಸಿರುವ ಬಗೆಯನ್ನು ಹೀಗೆ ವಿವರಿಸುತ್ತದೆ – "ತನ್ನ ಸರ್ಚ್‌ಇಂಜಿನ್ 'ಗೂಗಲ್' ಅನ್ನು 'ನಾಮಪದ' ಮಾತ್ರವಲ್ಲದೆ, 'ಕ್ರಿಯಾಪದ'ವಾಗಿಯೂ ಮಾಡಿಕೊಂಡು, ಉಳಿದೆಲ್ಲ ಸ್ಪರ್ಧಿಗಳನ್ನು ಮೆಟ್ಟಿ ನಿಂತು ಶಕ್ತಿಶಾಲಿ ಬ್ರಾಂಡ್ ಸ್ಥಾಪಿಸಿದೆ. ಇದು ಇಲ್ಲಿಗೆ ನಿಲ್ಲುವುದಿಲ್ಲ. ಬದಲಾಗಿ, ಗೂಗಲ್‌ನಂತಹ ಕಾರ್ಪೊರೇಟ್ ಕಂಪನಿಗಳು ಸರಕಾರ ವಿಧಿಸುವ ಅಲ್ಪಮಟ್ಟದ ದಂಡವನ್ನು ಕಟ್ಟುತ್ತಾ, ಕೊನೆಗೆ "ದೇಶ ಕಾವಲಿಯಿಂದ ಬೆಂಕಿಗೆ ಬೀಳುವ ಸ್ಥಿತಿಯನ್ನು ತಂದೊಡ್ಡಬಲ್ಲದು" ಎನ್ನುವುದನ್ನು ಇಲ್ಲಿನ ಬರಹ ಸೂಚಿಸುತ್ತದೆ. ಇಂತಹ ಬಹು ಆಯಾಮಗಳ ಒಳನೋಟಗಳನ್ನು ಈ ಲೇಖನಗಳ ತಲೆಬರಹಗಳು ಸೂಸುತ್ತವೆ.

ಈ ಲೇಖನಗಳಲ್ಲಿನ ಪದ ಬಳಕೆ ಸೂಕ್ತವಾಗಿರುವುದರಲ್ಲಿ ಸ್ಥಳೀಯ 'ನುಡಿವಲಯ'ದ ಕಸುವನ್ನು ಗಮನಿಸಬಹುದು. ಭ್ರಷ್ಟಾಚಾರದ ಕುರಿತು ಬರೆಯುವಾಗಲೂ ಲೇಖಕರು ರಾಜ್ಯ ಸರಕಾರಕ್ಕೆ ವಾರ್ನಿಂಗ್ ನೀಡಿರುವ ಮಾತುಗಳನ್ನು ಗಮನಿಸಿ, "ಗ್ಯಾರಂಟಿಗಳ ಪರ-ವಿರುದ್ಧ 'ಉತ್ಪಾದಿತ ನೆರೇಟಿವ್'ಗಳ' ಅಬ್ಬರದಲ್ಲಿ ಸರಕಾರ ಒಂದು ಮಹತ್ವದ 'ಸಹಜ' ಸಂಗತಿಯನ್ನು ಮರೆತೇ ಬಿಟ್ಟಂತಿದೆ. ಸಕಾಲದಲ್ಲಿ ಎಚ್ಚೆತ್ತು ಅದನ್ನು ನೆನಪಿಸಿಕೊಳ್ಳದಿದ್ದರೆ ಮುಂಬರುವ ಲೋಕಸಭಾ ಚುನಾವಣೆಗಳ ವೇಳೆಗೆ ಅದು ಈ ಸರ್ಕಾರಕ್ಕೆ ಕಹಿ ಕಷಾಯವಾಗಿ ಪರಿಣಮಿಸಲಿದೆ". ಇದನ್ನು ಪ್ರಸ್ತುತ ಸಿದ್ಧರಾಮಯ್ಯನವರ ಸರ್ಕಾರ ಅನುಭವಿಸಿದೆ, ಅನುಭವಿಸುತ್ತಿದೆ.

ಹಾಗೆಯೇ ಮತ್ತೊಂದು ಲೇಖನದಲ್ಲಿ, "ಮತದಾರರಲ್ಲಿ ಮೂಡುವ ಆಡಳಿತ ವಿರೋಧಿ" ಅಲೆಗಳನ್ನು (Anti incumbency) ಹತ್ತಿಕ್ಕಲು, ಅವರ ಸಿಟ್ಟನ್ನು ತಣಿಸಲು ಮತ್ತು ಅವರ ಮುಂಗೈಗೆ-ಮತ್ತೊಂದು ಅವಧಿಗೆ-ಬೆಲ್ಲ ಸವರಲು ಪ್ರಯತ್ನಿಸುವುದು! ನೆಲದ ಕಾನೂನು,

ದೇಶದ ಯಾವನೇ ಪ್ರಜೆಗೆ ನಿರ್ದಿಷ್ಟ ಅರ್ಹತೆಗಳಿದ್ದರೆ ಚುನಾವಣೆಗಳಿಗೆ ಸ್ಪರ್ಧಿಸಲು ಅವಕಾಶ ಮಾಡಿಕೊಡುತ್ತದೆ. ಈ ಅವಕಾಶವನ್ನು ಕಾಯಾ, ವಾಚಾ, ಮನಸಾ ಬಳಸುವ ಬದಲು, ಏನಾದರೊಂದು ಕಥನ ಕಟ್ಟುವ ಮೂಲಕ ಚಾಪೆಯಡಿ, ರಂಗೋಲಿಯಡಿ ತೂರಿಯಾದರೂ ಚುನಾವಣೆ ಗೆಲ್ಲುವ "ಟೂಲ್" ಆಗಿ ಬಳಸಿಕೊಳ್ಳುವುದು ಈಗೀಗ ಬಹಳ ಸಲೀಸಾಗಿ ನಡೆಯುತ್ತಿದೆ. ದೇಶದ ಸಾರ್ವಜನಿಕ ಬದುಕಿನ ನೈತಿಕ ಅಧಃಪತನದ ಆಳವನ್ನು ಅಳೆಯಲು ಈಗ ಇದೂ ಒಂದು ಮಾನದಂಡ. 2000ನೇ ಇಸವಿಯ ತನಕ ಎಲ್ಲೋ ಅಪರೂಪಕ್ಕೆ ಬಳಕೆ ಆಗುತ್ತಿದ್ದ ಈ "ಹೊಸಮುಖ್ ಭಾಯಿ" ತಂತ್ರ, ಪರಿಣಾಮಕಾರಿ ಟೂಲ್ ಆಗಬಹುದು ಎಂದು ಖಚಿತವಾದದ್ದು 2002ರ ಗುಜರಾತ್ ಚುನಾವಣೆಗಳ ವೇಳೆ. ಅಂದು ಬಿಜೆಪಿ ಪೂರ್ಣಾವಧಿ ಕಾರ್ಯಕರ್ತರಾಗಿದ್ದ ನರೇಂದ್ರ ಮೋದಿಯವರು ಹಠಾತ್ತಾಗಿ ಆ ರಾಜ್ಯದ ಮುಖ್ಯಮಂತ್ರಿ ಆಗಿ ಆಯ್ಕೆಯಾದರು." ಇಲ್ಲಿರುವ 'ಆ ವಿಚಾರದ' ತೂಕವನ್ನು ತಗ್ಗಿಸುವ ಬದಲು, ಇಲ್ಲಿ ಬಳಸಿರುವ ನುಡಿಗಳು ಪರಿಚಿತ ನುಡಿಗಳೇ ಆದರೂ ಒಂದು ವಿದ್ಯಮಾನವನ್ನು ಕಟ್ಟುವ ಮತ್ತು ಸಮಾಜ ಬದಲಾಗುವ ದಿಕ್ಕನ್ನು ಆ ನುಡಿಗಳು ಹಿಡಿದಿಡುವ ಪರಿಣಾಮವನ್ನು 'ನುಡಿವಲಯ' ಎನ್ನಬಹುದು. ಇಂತಹ ನುಡಿವಲಯ ಇಲ್ಲವಾದರೆ ಬದಲಾವಣೆಯನ್ನು ಜನತಂತ್ರದಲ್ಲಿ ನೆಲೆಯೂರಿಸಲಾಗದು. ಆಗ ಜನರೂ ಸಹ ಬದಲಾವಣೆಯಲ್ಲಿ ಸಕ್ರಿಯವಾಗಿ ತೊಡಗಿಕೊಳ್ಳಲೂ ಆಗದು. ಆದ್ದರಿಂದ ಎಲ್ಲಾ ಲೇಖನಗಳ ಅಂತಹ ವಿಶ್ಲೇಷಣೆಯನ್ನು ಇಲ್ಲಿ ಮಾಡದೆ, ಅದನ್ನು ಓದುಗರು ಮಾಡಲಿ.

ಇನ್ನು, ಈ ಕೃತಿಯ ತಾತ್ವಿಕ ಚಹರೆಯನ್ನು ಚರ್ಚಿಸುವುದಾದರೆ, ನನಗೆ, 'ಅಂಟೋನಿಯೋ ಗ್ರಾಮ್ಷಿ ಮಂಡಿಸುವ ಆರ್ಗಾನಿಕ್ ಬುದ್ಧಿಜೀವಿಯ ನೋಟ ಇಲ್ಲಿ ಕಂಡುಬರುತ್ತದೆ. ಅಂದರೆ, ಎಲ್ಲೂ ಅಬ್ಬರವಿಲ್ಲದೆ, ಹೇಳುವುದನ್ನು ಮರೆಮಾಚದೆ, ಸಲೀಸಾಗಿ ವಿಚಾರಗಳನ್ನು ಲೇಖಕರು ಮಂಡಿಸುತ್ತಾರೆ. ಇಲ್ಲಿ ಯಾರಿಗೂ ಅವಮಾನಿಸದೆ, ಬದಲಾವಣೆಯಲ್ಲಿ ಪಾಲ್ಗೊಳ್ಳುವ ಮಾದರಿಯೊಂದು ಕಂಡುಬರುತ್ತದೆ. ಈ ಮಾದರಿಯನ್ನು ಆಂಟೋನಿಯೋ ಗ್ರಾಮ್ಷಿ 'ಮಂದಕ್ರಾಂತಿ' ಎಂದು ಕರೆಯುತ್ತಾನೆ. ಅಂತಹ ಪಲ್ಲಟಗಳನ್ನು ಈ ಕೃತಿಯೂ ಸಹ ಪ್ರಚೋದಿಸುತ್ತದೆ. ಅಂದರೆ, ಪ್ರಜಾತಂತ್ರ ವ್ಯವಸ್ಥೆಯನ್ನು ನಂಬಿಸುವ ಸರ್ಕಾರಗಳು, ಆಡಳಿತದಲ್ಲಿರುವ ಹುಳುಕುಗಳ ಬಗ್ಗೆ ಜನತಂತ್ರವನ್ನು ಎಚ್ಚರಿಸುವ ಮತ್ತು ದುಡಿಮೆಯ ಪ್ರತಿಫಲ ಕುರಿತ ಚರ್ಚೆಗಳು ಇಲ್ಲಿ ಮನನೀಯವಾದುವು.

ಆದ್ದರಿಂದಲೇ, ಈ ಪ್ರಕ್ರಿಯೆಯೇ 'ಆರ್ಗಾನಿಕ್ ಬುದ್ಧಿಜೀವಿಯ ನೋಟ' ಎಂದು ಗುರುತಿಸಿದ್ದು. ಇಂತಹ ಅಪ್ಪಟ ಮೆಲುಕುಗಳ ಚಿತ್ರಣವೇ ಈ ಪಿಟ್ಕಾಯಣ.

ಇದಕ್ಕಾಗಿ ಲೇಖಕರಿಗೆ ಅಭಿನಂದಿಸುತ್ತಾ, ಇಂತಹ ಮತ್ತಷ್ಟು ಬರಹಗಳು ಅವರಿಂದ ಬರಲಿ ಎಂದು ನಿರೀಕ್ಷಿಸುತ್ತೇನೆ.

–ಡಾ. ಡಿ. ಡೊಮಿನಿಕ್

ಪರಿವಿಡಿ

ಬಿಸಿಲುಗುದುರೆ ಆಗಿಬಿಟ್ಟಿರುವ "ಹಠಾತ್ ಸಾವು" ಅಧ್ಯಯನ ಫಲಿತಾಂಶ

ಜಗತ್ತಿನಾದ್ಯಂತ ಪ್ರತೀವರ್ಷ ಹೃದಯದ ರಕ್ತನಾಳಗಳ ತೊಂದರೆಯ ಕಾರಣಕ್ಕೆ 1.79ಕೋಟಿ ಜನ "ಹಠಾತ್ ಸಾವು" ಕಾಣುತ್ತಿದ್ದಾರೆ. ಅವರಲ್ಲಿ ಐದನೇ ಒಂದು ಭಾಗ ಭಾರತೀಯರು. ಅಂದರೆ, ವರ್ಷಕ್ಕೆ ಸುಮಾರು 35ಲಕ್ಷ ಭಾರತೀಯರು ಹೃದಯಾಘಾತದಂತಹ ಕಾರಣಗಳಿಂದ ಹಠಾತ್ ಸಾವಿಗೀಡಾಗುತ್ತಿದ್ದಾರೆ ಎಂದು ಅಧ್ಯಯನಗಳು ಹೇಳುತ್ತವೆ. 2019ರ ಕೊನೆಯಲ್ಲಿ ಕೋವಿಡ್ ಜಗನ್ಮಾರಿ ಕಾಣಿಸಿಕೊಂಡ ಬಳಿಕ, ಜಗತ್ತಿನಾದ್ಯಂತ ಹಠಾತ್ ಸಾವಿನ ಪ್ರಕರಣಗಳು ಏಕಾಏಕಿ ಎಲ್ಲೆಡೆ ಹೆಚ್ಚಳಗೊಂಡು ಕಾಣಿಸಿಕೊಳ್ಳತೊಡಗಿವೆ. ಜಿಮ್‌ನಲ್ಲಿ ವ್ಯಾಯಾಮ ಮಾಡುತ್ತಿರುವಾಗ, ಮದುವೆಯಂತಹ ಖಾಸಗಿ ಸಮಾರಂಭಗಳಲ್ಲಿ ನೃತ್ಯ ಮಾಡುತ್ತಿರುವಾಗ, ಕೆಲಸ ಮಾಡುತ್ತಿರುವಾಗಲೇ, ಮಲಗಿದಲ್ಲಿಯೇ, ಹೀಗೆ. ದೈನಂದಿನ ಸಾಮಾನ್ಯ ಚಟುವಟಿಕೆಗಳಲ್ಲಿ ತೊಡಗಿಸಿಕೊಂಡಿರುವಾಗಲೇ ಜನ

ಥಟ್ಟೆಂದು ಸಾಯುತ್ತಿರುವುದನ್ನು ಬಹುತೇಕ ನಾವೆಲ್ಲರೂ ಕಳೆದ ಮೂರು ವರ್ಷಗಳಲ್ಲಿ ನೋಡಿದ್ದೇವೆ, ಕೇಳಿದ್ದೇವೆ ಅಥವಾ ಓದಿದ್ದೇವೆ. ಹಲವಾರು ಮಂದಿ ಸೆಲೆಬ್ರಿಟಿಗಳೂ ಇದೇರೀತಿ ಹಠಾತ್ ಸಾವಿಗೀಡಾದಾಗಲೆಲ್ಲ ಒಂದೆರಡು ದಿನಗಳ ಕಾಲ ಈ ಬಗ್ಗೆ ಚರ್ಚೆ ನಡೆದು, ಎಲ್ಲವೂ ತಣ್ಣಗಾಗುತ್ತಾ ಬರುತ್ತಿತ್ತು.

ಜಗತ್ತಿನಾದ್ಯಂತ ಈ ರೀತಿಯ ಘಟನೆಗಳು ನಡೆಯುತ್ತಿದ್ದು, ಈ ಹಠಾತ್ ಸಾವುಗಳಿಗೂ ಕೋವಿಡ್‌ಗೂ ಸಂಬಂಧ ಇರಬಹುದು ಎಂಬ ಶಂಕೆ ಏಳುತ್ತಿದೆ. ಈ ಕುರಿತು ದೇಶದಿಂದ ಹೊರಗೆ ನಡೆದ ಅಧ್ಯಯನಗಳಲ್ಲಿ, ಹಠಾತ್ ಸಾವುಗಳಿಗೆ ಕೋವಿಡ್ ಕಾರಣ ಇರಬಹುದೆಂದು ಖಚಿತವಾಗಿ ಹೇಳಲಾಗಿದೆ. ಆದರೆ, ಕೋವಿಡ್ ಸೋಂಕು ತಗುಲದವರಲ್ಲೂ ಈ ಸಾವಿನ ಪ್ರಕರಣಗಳು ಕಾಣಿಸಿಕೊಂಡಿರುವುದಕ್ಕೆ ಕೋವಿಡ್ ಲಸಿಕೆಗಳು ಕಾರಣವಾಗಿರಬಹುದೆ? ಎಂಬಂತಹ ನಿರ್ದಿಷ್ಟ ಪ್ರಶ್ನೆಗಳಿಗೆ, ರಾಜಕೀಯ–ಸಾಮಾಜಿಕ–ಆರ್ಥಿಕ ಕಾರಣಗಳಿಗಾಗಿ ಸ್ಪಷ್ಟ ಉತ್ತರಗಳು ಸಿಗುತ್ತಿಲ್ಲ.

ಭಾರತದಲ್ಲೂ ಈ ಕೋವಿಡೋತ್ತರ ಹೃದಯಾಘಾತಗಳ, ಹಠಾತ್ ಕುಸಿದು ಸಾವುಗಳ ಪ್ರಕರಣಗಳು ಕಣ್ಣಿಗೆ ಎದ್ದು ತೋರುವಷ್ಟು ಹೆಚ್ಚಾಗತೊಡಗಿದಾಗ, 2022ರ ಆಗಸ್ಟ್ ತಿಂಗಳಲ್ಲಿ ಈ ಲೇಖಕ, ಭಾರತೀಯ ವೈದ್ಯಕೀಯ ಸಂಶೋಧನಾ ಮಂಡಳಿಗೆ (ICMR) ಪತ್ರ ಬರೆದು, ಈ ಬಗ್ಗೆ ಅಧ್ಯಯನ ನಡೆಸುವಂತೆ ಮತ್ತು ಜನರಲ್ಲಿ ಮೂಡಿರುವ ಸಂಶಯಗಳನ್ನು ನಿವಾರಿಸುವಂತೆ ಕೇಳಿದ್ದರು. ಇಂತಹ ಹಲವು ಕೋರಿಕೆಗಳು ICMR ತಲುಪಿದ್ದರೂ, ಭಾರತ ಸರ್ಕಾರ ಈ ಹಠಾತ್ ಸಾವುಗಳ ಬಗ್ಗೆ ತಲೆಕೆಡಿಸಿಕೊಂಡಿರಲಿಲ್ಲ. ಕೋವಿಡ್ ಲಸಿಕೆಗಳು ಈ ಹಠಾತ್ ಸಾವುಗಳಿಗೆ ಕಾರಣ ಇರಬಹುದೆಂಬ ಗುಲ್ಲು ಎದ್ದು, ಆ ಬಗ್ಗೆ ಲೋಕಸಭೆಯಲ್ಲಿ 2023ರ ಮಾರ್ಚ್ 18ರಂದು ರಾಜೀವ್ ರಂಜನ್ ಸಿಂಗ್ ಅವರ ಪ್ರಶ್ನೆಗೆ ಉತ್ತರಿಸಿದ್ದ ಆರೋಗ್ಯ ಖಾತೆಯ ಸಹಾಯಕ ಸಚಿವೆ ಭಾರತೀ ಪ್ರವೀಣ್ ಪವಾರ್ ಅವರು, ಹಠಾತ್ ಸಾವುಗಳಿಗೂ ಕೋವಿಡ್ ಲಸಿಕೆಗೂ ಸಂಬಂಧ ಇಲ್ಲ ಎಂದಿದ್ದರು.

ಜನಸಾಮಾನ್ಯರಲ್ಲಿ ಈ ವಿಚಾರದ ಕುರಿತು ಸಂಶಯ ಹೆಚ್ಚಾಗತೊಡಗಿದಾಗ, ಸರ್ಕಾರದ ಮೇಲೆ ಈ ಕುರಿತು ಅಧ್ಯಯನ ನಡೆಸಲು ಸಾಂಸ್ಥಿಕ ಒತ್ತಡಗಳು ಹೆಚ್ಚತೊಡಗಿದವು. 2022ರ ಡಿಸೆಂಬರ್ 10ರಂದು ದಿಲ್ಲಿ ಮಹಿಳಾ ಆಯೋಗದ ಅಧ್ಯಕ್ಷೆ ಸ್ವಾತಿ ಮಾಲಿವಾಲ್ ಅವರು ICMR, ಆರೋಗ್ಯ ಸೇವೆಗಳ ಮಹಾನಿರ್ದೇಶಕರು ಹಾಗೂ ಕೇಂದ್ರ ಸರ್ಕಾರಕ್ಕೆ ನೋಟೀಸು ನೀಡಿ, ಈ ಹಠಾತ್ ಸಾವುಗಳ ಕಾರಣ ಪತ್ತೆ ಮಾಡುವಂತೆ ಸೂಚಿಸಿದ್ದರು. ಇದಾದ ಬಳಿಕ, 2023ರ ಮಾರ್ಚ್ 23ರಂದು ಸಂಸತ್ತಿನ ಆರೋಗ್ಯ ಮತ್ತು ಕುಟುಂಬ ಕಲ್ಯಾಣ ಸ್ಥಾಯೀ ಸಮಿತಿಯು ಈ ಹಠಾತ್ ಸಾವು, ಹೃದಯಾಘಾತಗಳ ಕುರಿತು ಸಾಕ್ಷಿ ಆಧಾರಿತ ವಿವರಣೆ ನೀಡಲು ICMRಗೆ ನಿರ್ದೇಶಿಸಿದೆ. ಸ್ಥಾಯೀ ಸಮಿತಿಯ ಅಧ್ಯಕ್ಷರಾದ, ರಾಜ್ಯಸಭಾ ಸದಸ್ಯ ಭುವನೇಶ್ವರ್ ಖಾಲಿತಾ ಈ ಆದೇಶ ನೀಡಿದ್ದರು.

ರಾಜಾರಾಂ ತಲ್ಲೂರು

ಹೊರಗೆ ಇಷ್ಟೆಲ್ಲಾ ಆಗುತ್ತಿದ್ದರೂ, ಭಾರತ ಸರ್ಕಾರ ಮಾತ್ರ ಈ ಹಠಾತ್ ಸಾವಿನ ಅಧ್ಯಯನದ ಬಗ್ಗೆ ಮೊಗಂ ಆಗಿತ್ತು. ಸರ್ಕಾರದ ಕಡೆಯಿಂದ ಈ ಬಗ್ಗೆ ಮೊದಲ ಬಾರಿಗೆ ಧ್ವನಿ ಹೊರಟದ್ದು, ಈ ವರ್ಷ ಮಾರ್ಚ್ ಕೊನೆಯ ಹೊತ್ತಿಗೆ. ಆರೋಗ್ಯ ಸಚಿವ ಮನ್‌ಸುಖ್ ಮಾಂಡವ್ಯ ಅವರು, ಹಠಾತ್ ಸಾವುಗಳ ಬಗ್ಗೆ ICMR ಈಗಾಗಲೇ ಅಧ್ಯಯನ ನಡೆಸುತ್ತಿದೆ. ಆರು ತಿಂಗಳ ಈ ಅಧ್ಯಯನದ ಮೂರು-ನಾಲ್ಕು ತಿಂಗಳುಗಳು ಈಗಾಗಲೇ ಕಳೆದಿವೆ. ಇನ್ನೆರಡು ತಿಂಗಳಲ್ಲಿ ಫಲಿತಾಂಶ ಸಾರ್ವಜನಿಕವಾಗಿ ಲಭ್ಯವಾಗಲಿದೆ ಎಂದಿದ್ದರು. ಅವರ ಮಾತಿನ ಪ್ರಕಾರ, ಮೇ 2023ರ ಹೊತ್ತಿಗೆ ಈ ಫಲಿತಾಂಶಗಳು ಬಹಿರಂಗಗೊಳ್ಳಬೇಕಿತ್ತು. ಆದರೆ ಆಗಿಲ್ಲ.

ಕಳೆದ ತಿಂಗಳು (ಜೂನ್ 21) ಈ ವಿಚಾರದಲ್ಲಿ ಮೊದಲ ಬಾರಿಗೆ ಬಾಯಿ ತೆರೆದ ICMR ಮಹಾನಿರ್ದೇಶಕ ರಾಜೀವ್ ಬೆಹ್ಲ್ ಅವರು, ಹಠಾತ್ ಸಾವುಗಳಿಗೆ ಸಂಬಂಧಿಸಿದಂತೆ ತಮ್ಮ ಸಂಸ್ಥೆ ನಾಲ್ಕು ಅಧ್ಯಯನಗಳನ್ನು ಪೂರ್ಣಗೊಳಿಸಿದೆ, ಅದರ ಫಲಿತಾಂಶಗಳ ಪೀರ್ ರಿವ್ಯೂ (ಅರ್ಥಾತ್ ಅಡ್ಡ ಪರಿಶೀಲನೆ) ನಡೆಯುತ್ತಿದೆ. ಅದಾದ ಬಳಿಕ ಫಲಿತಾಂಶವನ್ನು ಸಾರ್ವಜನಿಕವಾಗಿ ಪ್ರಕಟಸಲಾಗುವುದು ಎಂದು ಹೇಳಿದ್ದಾರೆ. ಸಾಮಾನ್ಯವಾಗಿ ತಿಂಗಳೊಪ್ಪತ್ತಿನಲ್ಲಿ ಮುಗಿಯಬೇಕಾಗಿದ್ದ ಈ ಪ್ರಕ್ರಿಯೆ ಇನ್ನೂ ಮುಗಿದಂತೆ ಕಾಣಿಸುತ್ತಿಲ್ಲ ಅಥವಾ ಫಲಿತಾಂಶವನ್ನು ಉದ್ದೇಶಪೂರ್ವಕವಾಗಿ ಬಹಿರಂಗಪಡಿಸುತ್ತಿಲ್ಲ.

ICMR ಮಹಾನಿರ್ದೇಶಕರು ಕಳೆದ ತಿಂಗಳು ಮಾತನಾಡುವಾಗ, ತಮ್ಮ ಸಂಸ್ಥೆ ನಡೆಸಿರುವ ನಾಲ್ಕು ಅಧ್ಯಯನಗಳ ಬಗ್ಗೆ ಕೆಲವು ವಿವರಗಳನ್ನು ನೀಡಿದ್ದರು. ಈ ಅಧ್ಯಯನಗಳಲ್ಲಿ ಒಂದು ಅಧ್ಯಯನವು ಗಂಭೀರ ಸ್ವರೂಪದ ಕೋವಿಡ್ ಸೋಂಕು ಬಂದವರಲ್ಲಿ ಒಂದು ವರ್ಷದಲ್ಲಿ ಎಷ್ಟು ಸಾವು ಸಂಭವಿಸಿದೆ ಎಂದು ಪರಿಶೀಲಿಸಿದೆ. ಅಂತಹ 14,000 ಮಂದಿಯಲ್ಲಿ 600 ಮಂದಿಯಷ್ಟು ಸಾವಿಗೀಡಾಗಿದ್ದಾರೆ. ಅವರ ಸಾವಿನ ಕುರಿತು ಹೆಚ್ಚಿನ ಮಾಹಿತಿ ಕಲೆಹಾಕಲಾಗಿದೆ. ಎರಡನೇ ಅಧ್ಯಯನ ಹಠಾತ್ ಸಾವುಗಳ ಕುರಿತಾದುದು. ಮೂರನೇ ಅಧ್ಯಯನ ಸಾವಿಗೀಡಾಗದೇ ಇದ್ದರೂ ಕೋವಿಡ್ ಬಳಿಕ ಹೃದಯದ ರಕ್ತನಾಳಗಳ ತೊಂದರೆ (ಕಾರ್ಡಿಯೊ ವ್ಯಾಸ್ಕ್ಯುಲರ್ ಈವೆಂಟ್ಸ್) ಮತ್ತು ರಕ್ತನಾಳಗಳಲ್ಲಿ ರಕ್ತ ಹೆಪ್ಪುಗಟ್ಟುವ ತೊಂದರೆ (ತ್ರಾಂಬೊಎಂಬೋಲಿಕ್ ಈವೆಂಟ್ಸ್) ಕಾಣಿಸಿಕೊಂಡಿರುವವರದು ಮತ್ತು ನಾಲ್ಕನೇ ಅಧ್ಯಯನ ಹಠಾತ್ ಸಾವುಗಳ ಕಾರಣ ಮತ್ತು ಪ್ರಮಾಣಗಳಲ್ಲಿ ಕೋವಿಡ್ ಕಾಣಿಸಿಕೊಳ್ಳುವ ಮನ್ನ ಮತ್ತು ಈಗ ಏನಾದರೂ ವ್ಯತ್ಯಾಸಗಳಿವೆಯೇ ಎಂಬ ಕುರಿತಾದದ್ದು.

ಈ ಅಧ್ಯಯನಗಳ ಫಲಿತಾಂಶವನ್ನು ಸಾರ್ವಜನಿಕರ ಗಮನಕ್ಕೆ ತರದೆ ನೆನೆಗುದಿಗೆ ಹಾಕುವ ಕೆಲಸ ಆಗದಿರಲಿ ಮತ್ತು ಅಧ್ಯಯನದ ಫಲಿತಾಂಶಕ್ಕೆ ಅನುಗುಣವಾಗಿ ಪರಿಹಾರ ಕ್ರಮಗಳನ್ನೇನಾದರೂ ತೆಗೆದುಕೊಳ್ಳಬೇಕಿದ್ದರೆ, ದೇಶದ ಆರೋಗ್ಯ ವ್ಯವಸ್ಥೆ ಅದಕ್ಕೆ ಯಾವುದೇ ಕಾರಣಕ್ಕೂ ಹಿಂಜರಿಯದಿರಲಿ. ಇನ್ನು ಹತ್ತು ತಿಂಗಳಲ್ಲಿ ಸಾರ್ವತ್ರಿಕ

ಚುನಾವಣೆಗಳಿರುವುದರಿಂದ, ಸಹಜವಾಗಿಯೇ ಸರ್ಕಾರ ತನಗೆ ಮುಜುಗರ ಆಗಬಲ್ಲ ಯಾವುದನ್ನೂ ಬಹಿರಂಗಗೊಳ್ಳಲು ಅವಕಾಶ ನೀಡದಿರುವ ಸಾಧ್ಯತೆಗಳೇ ಹೆಚ್ಚು. ಜನರ ಜೀವಕ್ಕೆ ಸಂಬಂಧಿಸಿ ಅಂತಹ ಚೆಲ್ಲಾಟ ನಡೆಯದಿರಲಿ.

ಹಠಾತ್ ಸಾವುಗಳ ಕುರಿತ ತನ್ನ ಅಧ್ಯಯನ ಫಲಿತಾಂಶಗಳನ್ನು ICMR ತಕ್ಷಣ ಪ್ರಕಟಿಸಲಿ.

ಜುಲೈ 22, 2023ಕ್ಕೆ ಪ್ರಕಟಿತ

ರಾಜಾರಾಂ ತಲ್ಲೂರು

ವಿದ್ಯುತ್ ಖಾಸಗೀಕರಣಕ್ಕೆ ಗಂಟಲಲ್ಲಿ ಸಿಕ್ಕ ಮುಳ್ಳು

ಕರ್ನಾಟಕದಲ್ಲಿ ಉಚಿತ ವಿದ್ಯುತ್ "ಗ್ಯಾರಂಟಿ" ಗದ್ದಲದ ನಡುವೆ, ಭಾರತ ಸರ್ಕಾರ ವಿದ್ಯುತ್ ವಿತರಣೆಗೆ ಸಂಬಂಧಿಸಿದಂತೆ ಕಳೆದ ತಿಂಗಳು ತಂದಿರುವ ಹಲವು ಮಹತ್ವದ ಬದಲಾವಣೆಗಳು ಸಾರ್ವಜನಿಕರ ಗಮನಕ್ಕೆ ಬರಬೇಕಾದಷ್ಟು ಮಟ್ಟದಲ್ಲಿ ಬಂದಂತಿಲ್ಲ. ಒಂದು ಕೋನದಿಂದ ನೋಡಿದರೆ, ಕರ್ನಾಟಕದ ಉಚಿತ ವಿದ್ಯುತ್ ಗ್ಯಾರಂಟಿಯು ಮುಂದೊಂದು ದಿನ, ವಿದ್ಯುತ್ ರಂಗವನ್ನು ಖಾಸಗೀಕರಣ ಮಾಡುವ ಭಾರತ ಸರ್ಕಾರದ ಹುನ್ನಾರಕ್ಕೆ ಗಂಟಲ ಮುಳ್ಳಾಗಿ ನಿಂತರೂ ಅಚ್ಚರಿ ಇಲ್ಲ.

ವಿದ್ಯುತ್ ಕ್ಷೇತ್ರ ಸುಧಾರಣೆಯ ಹೆಸರಿನಲ್ಲಿ ಹಾಲೀ ಭಾರತ ಸರ್ಕಾರ ತೆಗೆದುಕೊಳ್ಳಲು ತೀರ್ಮಾನಿಸಿರುವ ಮಹತ್ವದ ಹೆಜ್ಜೆಗಳೆಂದರೆ: ದೇಶದಲ್ಲಿ 100% ಸ್ಮಾರ್ಟ್ ಮೀಟರ್ ಬಳಕೆ; ವಿದ್ಯುತ್ ಉತ್ಪಾದಕರಿಂದ ಸ್ಪರ್ಧಾತ್ಮಕ ಬಿಡ್ಡಿಂಗ್ ಮೂಲಕ

ವಿದ್ಯುತ್ ಖರೀದಿ ವ್ಯವಸ್ಥೆ; ಡಿಸ್ಕಾಂಗಳ ಬೇಡಿಕೆ ಅನುಸರಿಸಿ ವಿದ್ಯುತ್ ಉತ್ಪಾದಕರಿಂದ ಮಾರಾಟ ದರ ನಿಗದಿ; ವಿದ್ಯುತ್ ವಿತರಣಾ ಕಂಪನಿಗಳ (ಡಿಸ್ಕಾಂ) ಖಾಸಗೀಕರಣ; ವಿದ್ಯುತ್ ಕ್ಷೇತ್ರಕ್ಕೆ ನಿಯಂತ್ರಣ ಪ್ರಾಧಿಕಾರ; ಕೃಷಿಗೆ ಉಚಿತ ವಿದ್ಯುತ್ ನೀಡುವ ಬದಲು ವಿದ್ಯುತ್, ರಸಗೊಬ್ಬರ, ಬೆಳೆ ವಿಮೆ ಸೇರಿದಂತೆ ಎಲ್ಲ ಸಬ್ಸಿಡಿಗಳಿಗೆ ಒಟ್ಟಾಗಿ ಎಕರೆಗೆ ಇಂತಿಷ್ಟು ಹಣವೆಂದು ನಿಗದಿ ಮಾಡಿ, ಅದನ್ನು ನೇರವಾಗಿ ರೈತರ ಖಾತೆಗೆ ವರ್ಗಾಯಿಸುವುದು; ಸೋಲಾರ್ ಕೃಷಿ ಪಂಪ್‌ಸೆಟ್‌ಗಳ ಬಳಕೆಗೆ ಪ್ರೋತ್ಸಾಹ; ಲೋಡ್ ಶೆಡ್ಡಿಂಗ್ ಮಾಡಿದರೆ ಡಿಸ್ಕಾಂಗಳಿಗೆ ದಂಡ; ಕ್ರಾಸ್ ಸಬ್ಸಿಡಿಗಳಿಗೆ ಅಂತ್ಯ; ದಿನದ ಸಮಯ ಆಧರಿಸಿ ವಿದ್ಯುತ್ ಬೆಲೆ ನಿಗದಿ; ಮತ್ತು ವಿದ್ಯುತ್ ರಫ್ತು ಮಾಡಲು ಪ್ರೋತ್ಸಾಹ. 2018ರಲ್ಲಿ ಸಿದ್ಧಗೊಂಡಿದ್ದ ಈ ರೋಡ್‌ಮ್ಯಾಪ್, ಎಲ್ಲವೂ ಸರಿಯಾಗಿ ಕೆಲಸ ಮಾಡಿದ್ದಿದ್ದರೆ, ಭಾರತ ಸ್ವತಂತ್ರಗೊಂಡು 75 ವರ್ಷ ಪೂರೈಸುವ ಹೊತ್ತಿಗೆ, ಅಂದರೆ 2022ರ ಹೊತ್ತಿಗೆ ಅನುಷ್ಠಾನಗೊಂಡಿರಬೇಕಿತ್ತು. ಅದೃಷ್ಟವಶಾತ್ ಹಾಗಾಗಿಲ್ಲ.

ದೇಶದಾದ್ಯಂತ ಖಾಸಗೀಕರಣಕ್ಕೆ ಪ್ರಬಲ ವಿರೋಧದ ಹೊರತಾಗಿಯೂ, ದೇಶದ ವಿದ್ಯುತ್ ವ್ಯವಸ್ಥೆಯನ್ನು ಉತ್ಪಾದನೆ–ವಿತರಣೆ ಸೇರದಂತೆ ಸಮಗ್ರವಾಗಿ ಖಾಸಗಿಯವರ ಪದತಲದಲ್ಲಿ ಇರಿಸುವ ಹಾದಿಯಲ್ಲಿ ಹಲವಾರು ಗಟ್ಟಿ ಹೆಜ್ಜೆಗಳನ್ನು ಈಗಾಗಲೇ ಇರಿಸಲಾಗಿದೆ. ಅವುಗಳಲ್ಲಿ ಹಲವು ಹಿಂದಿರುಗಿ ಬರಲು ಸಾಧ್ಯವಾಗದ ಹೆಜ್ಜೆಗಳು. ಹಾಲೀ ಸರ್ಕಾರ ಸಂಸತ್ತಿನಿಂದ ಹೊರಗಡೆ, ಅಧಿಕಾರಶಾಹಿಯನ್ನು ಮುಂದಿಟ್ಟುಕೊಂಡು ದೇಶವನ್ನಾಳುವ ಒಂದು “ಬಹುಮತದ ಸರ್ವಾಧಿಕಾರಿ” ವ್ಯವಸ್ಥೆಯನ್ನು ಹಂತಹಂತವಾಗಿ ರೂಪಿಸುತ್ತಾ ಬರುತ್ತಿದೆ. “ಕಾಯಿದೆ”ಗಳ (Acts) ಬದಲು “ನಿಯಮ”ಗಳ (Rules) ಮೂಲಕ ಆಳುವ ವ್ಯವಸ್ಥೆ ಇದು. CAA-NRC ಕಾಲದಲ್ಲಿ ಚಾಲ್ತಿಗೆ ಬರತೊಡಗಿದ ಈ ವ್ಯವಸ್ಥೆ, ಕೋವಿಡ್ ಸಾಂಕ್ರಾಮಿಕದ ಅವಧಿಯ ಹೊತ್ತಿಗೆ ಸಾಕಷ್ಟು ನಯ–ನಾಜೂಕು ಅಳವಡಿಸಿಕೊಂಡಿದೆ. ಅದನ್ನೀಗ ವಿದ್ಯುತ್ ಕ್ಷೇತ್ರದ ಖಾಸಗೀಕರಣಕ್ಕೆ ಬಳಸಲಾಗುತ್ತಿದೆ.

ವಿದ್ಯುಚ್ಛಕ್ತಿ ಕಾಯಿದೆ 2003, ದೇಶದಲ್ಲಿ ಉದಾರೀಕರಣದ ಚಟುವಟಿಕೆಗಳಿಗೆ ಗರಿಮೂಡುತ್ತಿದ್ದಾಗ ರೂಪುಗೊಂಡ ಸ್ಥೂಲ ಸ್ವರೂಪದ ಕಾಯಿದೆ. ಈಗ ಅದರ ಅಡಿಯಲ್ಲಿಯೇ, ಯಾವುದೇ ಚರ್ಚೆ ಇಲ್ಲದೆ, “ನಿಯಮಗಳ ರೂಪದಲ್ಲಿ” ವಿದ್ಯುತ್ ಕ್ಷೇತ್ರದ ಪರಾಭಾರೆ ಕೆಲಸ ನಡೆಯುತ್ತಿದೆ. ಅಂತಹ ಒಂದು ನಿಯಮವೆಂದರೆ “ವಿದ್ಯುತ್ (ಗ್ರಾಹಕರ ಹಕ್ಕುಗಳು) ನಿಯಮ–2020”. ಆ ನಿಯಮದ ಮೂಲಕ, ಸ್ಮಾರ್ಟ್ ಮೀಟರುಗಳು ಅಥವಾ ಪೂರ್ವಪಾವತಿ ಮೀಟರುಗಳನ್ನು ಅಳವಡಿಸುವುದನ್ನು ಕಡ್ಡಾಯಗೊಳಿಸಲಾಯಿತು. ಕೃಷಿ ಬಳಕೆಯ ವಿದ್ಯುತ್ ಹೊರತುಪಡಿಸಿ, ಬೇರೆಲ್ಲ ಗ್ರಾಹಕರಿಗೆ 24x7 ವಿದ್ಯುತ್ ನೀಡಿಕೆ ಕಡ್ಡಾಯ ಎಂದು ಹೇಳಲಾಯಿತು.

2022ರ ಏಪ್ರಿಲ್ 20ರಂದು ಈ ನಿಯಮಕ್ಕೆ ತಿದ್ದುಪಡಿ ತಂದು, ಒಂದು ಲಕ್ಷಕ್ಕಿಂತ ಹೆಚ್ಚಿನ ಜನಸಂಖ್ಯೆ ಇರುವ ನಗರಗಳಲ್ಲಿ, ಡೀಸೆಲ್ ಜನರೇಟರ್‌ಗಳ

ಬಳಕೆ ಕಡಿಮೆಗಳಿಸುವ ನಿಟ್ಟಿನಲ್ಲಿ 24x7 ವಿದ್ಯುತ್ ನೀಡಬೇಕು ಮತ್ತು ಡೀಸೆಲ್ ಜನರೇಟರ್‌ಗಳಿರುವವರು ಪರಿಸರ ಸಹ್ಯ ಪರ್ಯಾಯಗಳನ್ನು ಐದು ವರ್ಷಗಳಲ್ಲಿ ಹುಡುಕಿಕೊಳ್ಳಬೇಕೆಂದು ಸೂಚಿಸಲಾಯಿತು.

ಈಗ, 2023ರ ಜೂನ್ 14ರಂದು ಮತ್ತೊಂದು ಮಹತ್ವದ ತಿದ್ದುಪಡಿಯ ಮೂಲಕ, 2024ರ ಎಪ್ರಿಲ್ ಒಂದರಿಂದ, 10ಕಿಲೊವಾಟ್‌ಗಿಂತ ಹೆಚ್ಚಿನ ವಿದ್ಯುತ್ ಬಳಸುವವರಿಗೆ, ಮತ್ತು 2025ರ ಎಪ್ರಿಲ್ ಒಂದರಿಂದ ಕೃಷಿ ಬಳಕೆ ಹೊರತುಪಡಿಸಿ ಬೇರೆಲ್ಲರಿಗೂ ದಿನದ ಅವಧಿಯನ್ನು ಆಧರಿಸಿ ವಿದ್ಯುತ್ ದರ ನಿಗದಿ ಮಾಡಲು ತೀರ್ಮಾನಿಸಲಾಗಿದೆ. ಸೂರ್ಯನ ಬಿಸಿಲಿರುವ ಅವಧಿಯಲ್ಲಿ (ಹಗಲಿನ ಎಂಟುಗಂಟೆಗಳ ಕಾಲ), ಸಾಮಾನ್ಯ ದರಕ್ಕಿಂತ ಕನಿಷ್ಠ 20% ಕಡಿಮೆ ದರ ಮತ್ತು ಪೀಕ್ ಅವಧಿಯಲ್ಲಿ (ಪೀಕ್ ಅವಧಿ ಸೋಲಾರ್ ಅವಧಿಗಿಂತ ಹೆಚ್ಚಿರುವಂತಿಲ್ಲ) ಪೀಕ್ ದರವು ವಾಣಿಜ್ಯ ಮತ್ತು ಕೈಗಾರಿಕಾ ಬಳಕೆದಾರರಿಗೆ ಸಾಮಾನ್ಯ ದರಕ್ಕಿಂತ 1.20 ಪಟ್ಟು ಹೆಚ್ಚು, ಮತ್ತು ಇತರರಿಗೆ 1.10 ಪಟ್ಟಿಗಿಂತ ಹೆಚ್ಚಿರಬೇಕು ಎಂದು ವಿಧಿಸಲಾಗಿದೆ.

ಜನರಿಗೆ ಮತ್ತು ಕೈಗಾರಿಕೆಗಳಿಗೆ ಈ ಬದಲಾವಣೆಗಳು ವಿನ್-ವಿನ್ ಸ್ಥಿತಿ ಎಂದು ವಿವರಿಸಿರುವ ಭಾರತ ಸರ್ಕಾರದ ಇಂಧನ ಸಚಿವ ಆರ್. ಕೆ. ಸಿಂಗ್ ಅವರು, ಜನರು ಮತ್ತು ಕೈಗಾರಿಕೆಗಳು ಈ ವ್ಯವಸ್ಥೆಗೆ ಹೊಂದಿಕೊಂಡರೆ, ಅವರ ವಿದ್ಯುತ್ ವೆಚ್ಚಗಳು ತಗ್ಗಲಿವೆ ಎಂದಿದ್ದಾರೆ. 2005ರ ರಾಷ್ಟ್ರೀಯ ವಿದ್ಯುತ್ ನೀತಿ ಮತ್ತು 2016ರ ವಿದ್ಯುತ್ ದರ ನೀತಿಗಳಿಗೆ ಅನುಗುಣವಾಗಿ ಈ ಬದಲಾವಣೆಗಳನ್ನು ಮಾಡಲಾಗಿದೆ ಎಂದೂ ಅವರು ಹೇಳಿದ್ದಾರೆ (PIB Release ID: 1934673).

ಈ ಹೊಸ ತಿದ್ದುಪಡಿಯೊಂದಿಗೆ, ವಿದ್ಯುತ್ ವಿತರಣೆ ಖಾಸಗೀಕರಣಕ್ಕೆ ತಳಮಟ್ಟದಲ್ಲಿ ಈಗ ಸಂಪೂರ್ಣವಾಗಿ ರಂಗ ಸಜ್ಜಾದಂತಾಗಿದೆ. ಇನ್ನೊಂದೆಡೆ ಮೇಲು ಹಂತದಲ್ಲಿ, ಜನರ ತೆರಿಗೆ ದುಡ್ಡಿನ ಖರ್ಚಿನಲ್ಲಿ ಡಿಸ್ಕಾಂಗಳ ನಷ್ಟ ಭರ್ತಿ ಮಾಡುವ ಮತ್ತು ಅವುಗಳನ್ನು ಸಾಧ್ಯವಾದಷ್ಟೂ ನಷ್ಟರಹಿತ ಸ್ಥಿತಿಯಲ್ಲಿ, ಹರಿವಾಣದಲ್ಲಿರಿಸಿ ಖಾಸಗಿಯವರಿಗೆ ಹಸ್ತಾಂತರಿಸಲು ಸಿದ್ಧಪಡಿಸುವ ಪ್ರಕ್ರಿಯೆ ಕೂಡ ನಡೆಯುತ್ತಿದೆ. ಉದ್ಯಮಿಗಳಿಗೆ-ಕೈಗಾರಿಕೆಗಳಿಗೆ ಹೆಚ್ಚಿನ ದರ ವಿಧಿಸಿ, ಅದನ್ನು ಬಡವರ ವಿದ್ಯುತ್ ಬಳಕೆಯಲ್ಲಾಗುವ ಖರ್ಚಿಗೆ ಹೊಂದಾಣಿಕೆ ಮಾಡಲು ಅವಕಾಶ ಮಾಡಿಕೊಡುತ್ತಿದ್ದ ಕ್ರಾಸ್ ಸಬ್ಸಿಡಿಗಳನ್ನು ಹಂತಹಂತವಾಗಿ ನಿವಾರಿಸಿ, ಉಳ್ಳವರಿಗೆ ಅನುಕೂಲ ಮಾಡಿಕೊಡಲಾಗುತ್ತಿದೆ.

ಜನರಿಂದ ಮತ್ತು ಜನಪ್ರತಿನಿಧಿಗಳಿಂದ ದೂರವಾಗಿ, ಯಾವುದೇ ಪ್ರಜಾತಾಂತ್ರಿಕ ಚರ್ಚೆಗಳಿಲ್ಲದೆ, ಸಂಸತ್ತಿನ ಹೊರಗೆ ನಡೆಯುತ್ತಿರುವ ಈ ಎಲ್ಲ ಬದಲಾವಣೆಗಳ ಕುರಿತು ದೇಶದಾದ್ಯಂತ ಅಸಮಾಧಾನ ಇದೆ. ಆದರೆ ಅದನ್ನು ಸಾಂವಿಧಾನಿಕ ವೇದಿಕೆಗಳಲ್ಲಿ ವ್ಯಕ್ತಪಡಿಸಲಾಗದ ಅಸಹಾಯಕತೆ ಕಾಡುತ್ತಿದೆ. ಆ ಹಿನ್ನೆಲೆಯಲ್ಲಿ, ಕರ್ನಾಟಕದ 200 ಯೂನಿಟ್ ವಿದ್ಯುತ್ ಉಚಿತ ಎಂಬ "ಗ್ಯಾರಂಟಿ", ಬಹಳ ಜನಪರ

ನಿಲುವು ಅನ್ನಿಸುತ್ತದೆ. ತೀರಾ ತಳವರ್ಗದ ಗೃಹಜ್ಯೋತಿಯಂತಹ ವಿದ್ಯುತ್ ಸಬ್ಸಿಡಿ ಫಲಾನುಭವಿಗಳಿಗೆ ಮತ್ತು ಬಡವರ್ಗದ ವಿದ್ಯುತ್ ಗ್ರಾಹಕರಿಗೆ ಈ ಯೋಜನೆಯಿಂದ ಸದ್ಯಕ್ಕೆ, ಖಾಸಗೀಕರಣದ ಹೊರತಾಗಿಯೂ, ವಿದ್ಯುತ್ ಉಚಿತವಾಗಿ ಸಿಗಲಿದೆ. ವಿದ್ಯುತ್ ಖಾಸಗೀಕರಣದ ಸಲೀಸು ಹಾದಿಗೆ ಬಂದೊದಗಿರುವ ಈ ಅನಿರೀಕ್ಷಿತ ಅಡ್ಡಿಯನ್ನು ಭಾರತ ಸರ್ಕಾರ ಹೇಗೆ ನಿವಾರಿಸಿಕೊಳ್ಳಲಿದೆ ಎಂಬುದನ್ನು ಕಾದು ನೋಡೋಣ.

ಜುಲೈ 29, 2023ಕ್ಕೆ ಪ್ರಕಟಿತ

ರಾಜಾರಾಂ ತಲ್ಲೂರು

ಹೆದ್ದಾರಿ ಅಭಿವೃದ್ಧಿಯನ್ನು "ಹುಲಿ ಸವಾರಿ" ಮಾಡಿಕೊಂಡಿರುವ ಗಡ್ಕರಿ ಸಾಹೇಬರು

ದೇಶದಲ್ಲಿ ಹೆದ್ದಾರಿಗಳ ಅಭಿವೃದ್ಧಿಯ ಹೊಣೆ ಹೊತ್ತಿರುವ ಭಾರತದ ರಾಷ್ಟ್ರೀಯ ಹೆದ್ದಾರಿ ಪ್ರಾಧಿಕಾರ (NHAI) ತನ್ನ ಹೆದ್ದಾರಿ ಅಭಿವೃದ್ಧಿ ಚಟುವಟಿಕೆಗಳಿಗೆ ಮಾಡಿಕೊಂಡಿರುವ ಸಾಲದ ಗಾತ್ರ, 2022 ಮಾರ್ಚ್ ಅಂತ್ಯಕ್ಕೆ 3.48ಲಕ್ಷ ಕೋಟಿ ರೂಪಾಯಿಗಳು. ಈ ಭೂಮಗಾತ್ರದ ಸಾಲ ಮರುಪಾವತಿಗೆ, 2028ರ ಹೊತ್ತಿಗೆ, ಸುಮಾರು 50,000ಕೋಟಿ ರೂ.ಗಳಿಗೂ ಮಿಕ್ಕಿ ಹಣ ಪ್ರತೀವರ್ಷ ಬೇಕಾಗುವ ಹಿನ್ನೆಲೆಯಲ್ಲಿ, ಸರ್ಕಾರ ಕಳೆದ ಹಣಕಾಸು ವರ್ಷದಲ್ಲಿ NHAI ಇನ್ನಷ್ಟು ವಾಣಿಜ್ಯ ಸಾಲಗಳಿಗೆ ಕೈಚಾಚದಂತೆ ತಡೆ ಒಡ್ಡಿದೆ!

NDA ಸರ್ಕಾರದಲ್ಲಿ ಪ್ರಧಾನಮಂತ್ರಿಯವರನ್ನು ಬಿಟ್ಟರೆ ಜನಸಾಮಾನ್ಯರು ಗುರುತಿಸಬಲ್ಲ ಮೂರು ನಾಲ್ಕು ಮಂದಿ ಸಚಿವರಲ್ಲಿ ರಸ್ತೆ ಸಾರಿಗೆ ಮತ್ತು ಹೆದ್ದಾರಿ ಇಲಾಖೆಗಳ ಸಚಿವ ನಿತಿನ್ ಜೆ. ಗಡ್ಕರಿ ಒಬ್ಬರು. ಒಂದು ಹಂತದಲ್ಲಿ ಅವರು

ಪ್ರಧಾನಿ ಹುದ್ದೆಗೆ ಪರ್ಯಾಯ ಆಯ್ಕೆ ಎಂಬ ಮಾತುಗಳೂ ಬಂದದ್ದಿದೆ. ಕಳೆದ 9 ವರ್ಷಗಳಲ್ಲಿ ತನ್ನ ಚಟುವಟಿಕೆಗಳಿಗೆ ಬಹುತೇಕ ಮಕ್ತ ಅವಕಾಶ ಪಡೆದ ಇಲಾಖೆ ಒಂದಿದ್ದರೆ, ಅದು ಹೆದ್ದಾರಿ ಇಲಾಖೆ. ಬಾಂಡ್‌ಗಳ ಮೂಲಕ 112 ಕಂತುಗಳಲ್ಲಿ ಮಾರುಕಟ್ಟೆಯಿಂದ ದೊಡ್ಡ ಮೊತ್ತದ ವಾಣಿಜ್ಯ ಸಾಲ ಎತ್ತಿರುವ NHAI, ಈಗ ಆ ಸಾಲದ ಸುಳಿಯಲ್ಲಿ ಸಿಲುಕಿ ಏದುಸಿರು ಬಿಡತೊಡಗಿದೆ. ಹೆದ್ದಾರಿ ನಿರ್ಮಾಣಕ್ಕೆ ತಾನೇ ಹಾಕಿಕೊಂಡ ಮಹತ್ವಾಕಾಂಕ್ಷೆಯ ಗುರಿಗಳ ಸಾಧನೆಯಲ್ಲಿ ಹಿಂದೆಬೀಳತೊಡಗಿದೆ. ಈ ಹುಲಿ ಸವಾರಿ ತಪ್ಪಿಸಿಕೊಳ್ಳಲು ಅವರಿಗೆ ಈಗ ಕಾಣಿಸಿರುವ ಏಕೈಕ ಹಾದಿ ಎಂದರೆ, ದೇಶದ ಎಲ್ಲ ಹೆದ್ದಾರಿಗಳಿಗೆ ಟೋಲ್ ವಿಧಿಸುವುದು!

ಉದಾರೀಕರಣದ ಚಡಪಡಿಕೆಗಳು

ದೇಶದ ಮೂಲ ಸೌಕರ್ಯಗಳ ಅಭಿವೃದ್ಧಿಯಲ್ಲಿ ಉದಾರೀಕರಣ ಆರಂಭಗೊಂಡಾಗ, ಭಾರತ ಸರ್ಕಾರಕ್ಕೆ ಮೊದಲ ಸವಾಲು ಎದುರಾದದ್ದೇ ರಸ್ತೆಗಳ ವಿಚಾರದಲ್ಲಿ. BOT ತತ್ವದಡಿ ಆರಂಭಗೊಂಡ ಈ ಖಾಸಗಿ ಪಾಲುದಾರಿಕೆ, ಹಲವು ಕಾರಣಗಳಿಗೆ ಅತ್ತ ಸರ್ಕಾರಕ್ಕೂ ಇತ್ತ ಖಾಸಗಿಯವರಿಗೂ ನಷ್ಟದ ಬಾಬ್ತೇ ಆಗುತ್ತಾ ಬಂದಿತ್ತು. ಹಾಗಾಗಿ, 2014ರ ತನಕ ಹಾಗೂ ಹೀಗೂ ಏದುಸಿರು ಬಿಡುತ್ತಾ ಸಾಗಿದ ಈ ಹೆದ್ದಾರಿ ಯೋಜನೆಗಳು, ಅಲ್ಲಿಂದಾಚೆಗೆ ಪಾವತಿ ವಿಳಂಬಗಳು, ಕಾನೂನಿನ ವಿವಾದಗಳು, ನಷ್ಟಗಳ ಕಾರಣಕ್ಕೆ ಖಾಸಗಿಯವರಿಗೆ ಆಸಕ್ತಿಯ ಕ್ಷೇತ್ರವಾಗಿ ಉಳಿಯಲಿಲ್ಲ.

ಈ ಹಿನ್ನೆಲೆಯಲ್ಲಿ, ಸರ್ಕಾರ ಖಾಸಗಿ ಸಹಕಾರದಲ್ಲಿ ರಸ್ತೆ ನಿರ್ಮಾಣಕ್ಕೆ ಹೈಬ್ರಿಡ್ ಆನ್ಯುಯಿಟಿ ಮೋಡ್ (HAM) ಅನುಸರಿಸತೊಡಗಿತು. ಈ ವಿಧಾನದಲ್ಲಿ, NHAI ತನ್ನ ಗುತ್ತಿಗೆದಾರರಿಗೆ (ಕನ್ಸೆಷನರ್) ಅವರ ಬಿಡ್ ಮೊತ್ತದ 40%ನ್ನು 10 ಕಂತುಗಳಲ್ಲಿ ನೀಡುತ್ತದೆ. ಉಳಿದ 60%ನ್ನು ಬಿಡ್ದುದಾರರೇ ಭರಿಸಿ, ಕೆಲಸ ಪೂರೈಸಬೇಕು, ಕೆಲಸ ಆದ ಬಳಿಕ, ಉಳಿದ ಹಣವನ್ನು ಸರ್ಕಾರ 30 ಅರೆವಾರ್ಷಿಕ ಕಂತುಗಳಲ್ಲಿ ಗುತ್ತಿಗೆದಾರರಿಗೆ ಪಾವತಿಸಬೇಕಾಗುತ್ತದೆ. ಈ ವಿಧಾನದಲ್ಲಿ, ಸರ್ಕಾರ ದೊಡ್ಡ ಪ್ರಮಾಣದಲ್ಲಿ ಬಂಡವಾಳ ಹೂಡಿಕೆ ಮಾಡಬೇಕಾಗುತ್ತದೆ. ಕೈಯಿಂದ ಕಾಸು ಹಾಕಿ ಹೆದ್ದಾರಿ ಮಾಡಲು ಕಷ್ಟ ಎಂಬ ಕಾರಣ ಮುಂದೊಡ್ಡಿ ಉದಾರೀಕರಣದ ಮೂಲಕ ರಸ್ತೆ ನಿರ್ಮಾಣವನ್ನು ಖಾಸಗಿಯವರ ಕೈಗೆ ಒಪ್ಪಿಸಿದ್ದ ಸರ್ಕಾರ, ಖಾಸಗಿಯವರ ನಿರಾಸಕ್ತಿಯ ಕಾರಣಕ್ಕೆ, ಈಗ ತಾನು ಕೈಯಿಂದ ಹಣ ತೊಡಗಿಸಬೇಕಾದ ಅನಿವಾರ್ಯ ಸ್ಥಿತಿಗೆ ತಲುಪಿದೆ. ಅದರ ಫಲವಾಗಿ, 2014ರಲ್ಲಿ 23,797ಕೋಟಿ ರೂ. ಇದ್ದ NHAI ಸಾಲದ ಪ್ರಮಾಣ, 2022ಕ್ಕೆ 3.48ಲಕ್ಷ ಕೋಟಿಗಳಿಗೆ ತಲುಪಿದೆ. ಈ ಸಾಲದಲ್ಲಿ 2017–2022ರ ನಡುವೆ, ಕೇವಲ ಐದು ವರ್ಷಗಳಲ್ಲಿ 3.27ಲಕ್ಷ ಕೋಟಿ ರೂ.ಗಳ ಸಾಲ ಮಾಡಲಾಗಿದೆ. ಇಷ್ಟೇ ಅಲ್ಲ. ಹೆದ್ದಾರಿ ಗುತ್ತಿಗೆದಾರರು ಮತ್ತು ಡೆವಲಪರ್‌ಗಳಿಗೆ 2020 ಮಾರ್ಚ್ ಅಂತ್ಯಕ್ಕೆ

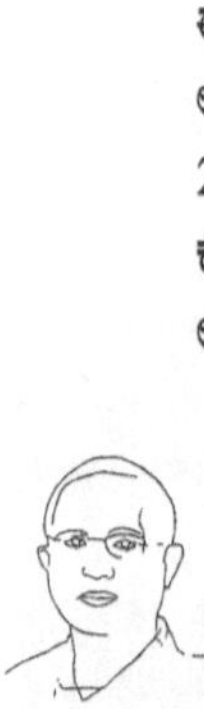

71,765ಕೋಟಿ ರೂ.ಗಳ ಪಾವತಿ ಬಾಕಿ ಇತ್ತು. ಇದರ ಮೇಲೆ ರಸ್ತೆಗಳ ನಿರ್ವಹಣೆಗೆ 4424.65ಕೋಟಿ ರೂ. (22–23ನೇ ಸಾಲಿಗೆ) ತೆಗೆದಿರಿಸಬೇಕು.

ಸರ್ಕಾರ ತನ್ನ ಸಾಮರ್ಥ್ಯ ಮೀರಿ, ಹಠಕ್ಕೆ ಬಿದ್ದಂತೆ ರಸ್ತೆಗಳ ನಿರ್ಮಾಣಕ್ಕೆ ಇಳಿದಿರುವುದರ ಫಲ ಇದು. ಸಚಿವ ಗಡ್ಕರಿ ಅವರಂತೂ, ರಸ್ತೆಗಳು ಈವತ್ತಲ್ಲ ನಾಳೆ ಸಂಪನ್ಮೂಲಕ್ಕೆ "ಚಿನ್ನದ ಗಣಿ" ಎಂದೇ ವಾದಿಸುತ್ತಾ ಬಂದಿದ್ದಾರೆ. ಈ ಹಠ ಈಗ ಯಾವ ಮಟ್ಟಿಗೆ ಉಸಿರು ಕಟ್ಟಿಸತೊಡಗಿದೆ ಎಂದರೆ, ಜುಲೈ 27ರಂದು ಲೋಕಸಭೆಯಲ್ಲಿ ಪ್ರಶ್ನೆಯೊಂದಕ್ಕೆ ಉತ್ತರಿಸಿದ ಗಡ್ಕರಿ ಅವರು, 2023–24ನೇ ಸಾಲಿಗೆ 13,814ಕಿಮೀ ರಸ್ತೆ ನಿರ್ಮಾಣದ ಗುರಿ ಹೊಂದಲಾಗಿದೆಯಾದರೂ, ನಾಲ್ಕು ತಿಂಗಳು ಪೂರೈಸುವಾಗ 2250ಕಿಮೀಯಷ್ಟು ಮಾತ್ರ ರಸ್ತೆ ನಿರ್ಮಾಣ ಸಾಧ್ಯವಾಗಿದೆ ಎಂದು ಉತ್ತರಿಸಿದ್ದರು. (ಚುಕ್ಕಿರಹಿತ ಪ್ರಶ್ನೆ 1373) ಈ ಸಾಧನೆಯ ವೇಗ, ಅವರ ಉದ್ದೇಶಿತ ಗುರಿಗಿಂತ ಬಹಳ ಹಿಂದಿದೆ.

2014–15ರಲ್ಲಿ ದಿನಕ್ಕೆ 12ಕಿಮೀ ರಸ್ತೆ ಆಗುತ್ತಿದ್ದರೆ, 2022–23ರಲ್ಲಿ ದಿನಕ್ಕೆ 50 ಕಿಮೀ ರಸ್ತೆ ನಿರ್ಮಾಣದ ಹಠ ಹಿಡಿದು ಹೊರಟಿರುವುದು, ಈಗೀಗ ಸರ್ಕಾರಕ್ಕೆ ಹುಲಿಸವಾರಿ ಆಗತೊಡಗಿದೆ. ಇದಕ್ಕೆ ಹಣ ಪೂರೈಸುವುದಕ್ಕಾಗಿ ದೇಶದ 26,700 ಕಿಮೀ ಉದ್ದದ ರಸ್ತೆಗಳನ್ನು ಟೋಲ್ ಸಂಗ್ರಹಕ್ಕಾಗಿ ಖಾಸಗಿ ವಶಕ್ಕೆ ಕೊಟ್ಟು, 2022–25ರ ನಡುವೆ ನಾಲ್ಕು ವರ್ಷಗಳಲ್ಲಿ 1.60ಲಕ್ಷ ಕೋಟಿ ಹಣ ಸಂಗ್ರಹಿಸುವ ಗುರಿ ಹೊಂದಲಾಗಿದೆ. ಆ ಹಣ ರಸ್ತೆಗೆ ಬಳಕೆ ಆದರೆ, ಇನ್ಫ್ರಾಸ್ಟ್ರಕ್ಚರ್ ಇನ್ವೆಸ್ಟ್‌ಮೆಂಟ್ ಟ್ರಸ್ಟ್ ಮೂಲಕ (InvIT) ಸಾರ್ವಜನಿಕವಾಗಿ ಸಂಗ್ರಹಿಸಿದ ಹಣವನ್ನು ಈಗಾಗಲೇ NHAI ಮಾಡಿರುವ ಸಾಲ ಮರುಪಾವತಿಗೆ ಬಳಸುವ ಉದ್ದೇಶ ಸರ್ಕಾರಕ್ಕೆ ಇದ್ದಂತಿದೆ. ಒಟ್ಟಿನಲ್ಲಿ, ಉದಾರೀಕರಣಗೊಳ್ಳಬೇಕಾಗಿದ್ದ NHAI ವ್ಯವಸ್ಥೆ ಈಗ ಸರ್ಕಾರದ ಬಂಡವಾಳ ಮರು ಹೂಡಿಕೆಯನ್ನು ಅವಲಂಬಿಸಬೇಕಾಗಿ ಬಂದಿದೆ. ರಸ್ತೆ ನಿರ್ಮಾಣದಲ್ಲಿ ಅತ್ಯುತ್ಸಾಹದ ಕಾರಣದಿಂದಾಗಿ, ನಿರ್ಮಾಣ, ಗುಣಮಟ್ಟ, ನಿರ್ವಹಣೆಗಳೆಲ್ಲ ಅಡಿಬಿದ್ದು, NHAI ಸಾಲದ ಮೊತ್ತವನ್ನು 2023–24ರ ಅಂತ್ಯಕ್ಕೆ 1.62ಲಕ್ಷ ಕೋಟಿಗಳಿಗೆ ಇಳಿಸಿಕೊಳ್ಳುವುದೇ ಸರ್ಕಾರಕ್ಕೆ ಈಗ ದೊಡ್ಡ ಸವಾಲಾಗಿಬಿಟ್ಟಿದೆ!

ಬಜೆಟ್ ಹಣದ ಜತೆ ಟೋಲ್ ದುಡ್ಡು, ರಸ್ತೆ ಮೂಲ ಸೌಕರ್ಯ ಸೆಸ್, InvITಯ ಮೂಲಕ ಸಂಗ್ರಹಿಸಿರುವ ಹಣ ಇವನ್ನೆಲ್ಲ ಸುರಿದರೂ (23–24ನೇ ಸಾಲಿಗೆ ಒಟ್ಟು 2.70ಲಕ್ಷ ಕೋಟಿ ಮೊತ್ತವನ್ನು ಹೆದ್ದಾರಿಗಳಿಗೆಂದು ಭಾರತ ಸರ್ಕಾರ ಹಂಚಿಕೆ ಮಾಡಿದೆ), ಕೆಲಸದಲ್ಲಿ ವಿಳಂಬಗಳು, ಭೂಸ್ವಾಧೀನದಲ್ಲಿ ಸಮಸ್ಯೆಗಳು, ಬೇರೆಬೇರೆ ಪ್ರಾಧಿಕಾರಗಳ ಅನುಮತಿಗಳು, ಯುಟಿಲಿಟಿಗಳ ಸ್ಥಳಾಂತರ, ಕನ್ಸೆಷನರ್‌ಗಳಲ್ಲಿ ಹಣಕಾಸಿನ ಸಮಸ್ಯೆಗಳ ಕಾರಣದಿಂದಾಗಿ ರಸ್ತೆಗಳು ಉದ್ದೇಶಿತ ವೇಗ ಪಡೆಯುತ್ತಿಲ್ಲ. ಅತ್ತ ಖಾಸಗಿಗೂ ಲಾಭದಾಯಕವೆನ್ನಿಸದೆ, ಇತ್ತ ಸರ್ಕಾರಕ್ಕೂ "ವ್ಯವಹಾರ ಮಾಡುವುದು ಸರ್ಕಾರದ ಕೆಲಸ ಅಲ್ಲ" ಎಂಬ ತನ್ನ ನಿಲುವನ್ನು ಸಮರ್ಥಿಸಿಕೊಳ್ಳಲು

ಅವಕಾಶ ಕೊಡದೆ, ರಸ್ತೆಗಳಲ್ಲಿ ಮಾತ್ರವಲ್ಲದೇ ತನ್ನ ಹಣಕಾಸು ವ್ಯವಸ್ಥೆಯಲ್ಲೂ ಗುಂಡಿಗಳನ್ನು ತೋಡಿಕೊಂಡಿರುವ ದೇಶದ ಹೆದ್ದಾರಿ ಅಭಿವೃದ್ಧಿ ಯೋಜನೆಗಳು, ಅಂತಿಮವಾಗಿ, ರಸ್ತೆಗಿಳಿಯುವ ನಾಗರಿಕರ ಕಿಸೆಗಳನ್ನು "ಟೋಲ್" ಹೆಸರಲ್ಲಿ ಕತ್ತರಿಸುವ ಯೋಜನೆಗಳಾಗಿ ರೂಪುಗೊಳ್ಳುತ್ತಿವೆ.

ಆಗಸ್ಟ್ 05, 2023ಕ್ಕೆ ಪ್ರಕಟಿತ

ರಾಜಾರಾಂ ತಲ್ಲೂರು

ಗಾಳಿ ಬಂದತ್ತ ತೂರಿಕೊಳ್ಳುವಾಗಲೂ ವಿಳಂಬ: ಕಳೆದುಕೊಂಡ "ಸೆಮಿಕಂಡಕ್ಟರ್" ಅವಕಾಶಗಳು!

ಕೃತಕ ಬುದ್ಧಿಮತ್ತೆ (AI) ಮತ್ತು ಇಂಟರ್ನೆಟ್ ಆಫ್ ಥಿಂಗ್ಸ್ (IoT) ತಂತ್ರಜ್ಞಾನಗಳು ವೇಗ ಪಡೆದುಕೊಳ್ಳುತ್ತಿರುವಂತೆಯೇ, ಜಗತ್ತು ಇಂಡಸ್ಟ್ರಿ 5.0 ಆವೃತ್ತಿಗೆ ಸನ್ನದ್ಧವಾಗುತ್ತಿದೆ. ಸರಳವಾಗಿ ಹೇಳಬೇಕೆಂದರೆ, ಮನುಷ್ಯ ಮತ್ತು ಯಂತ್ರಗಳ ನಡುವೆ ಸಹಕಾರದ ಹೊಸ ಶಕೆ ಇದು. ಕೈಗಾರಿಕಾ ಉತ್ಪಾದಕತೆಯಲ್ಲಿ ಎಲ್ಲರಿಗೂ ಹೊಂದಿಕೊಳ್ಳಬಲ್ಲ ಪರಿಕರಗಳನ್ನು ದೊಡ್ಡ ಪ್ರಮಾಣದಲ್ಲಿ ಉತ್ಪಾದಿಸುವ ಬದಲು, ಎಲ್ಲರಿಗೂ ಅವರವರ ಆವಶ್ಯಕತೆಗಳಿಗೆ ತಕ್ಕ "ಟೇಲರ್ ಮೇಡ್" ಉತ್ಪನ್ನಗಳನ್ನು ಉತ್ಪಾದಿಸಬಲ್ಲ ವ್ಯವಸ್ಥೆಯೊಂದನ್ನು ತಂತ್ರಜ್ಞಾನ ಜಗತ್ತು ಎದುರುನೋಡುತ್ತಿದೆ. ಮೊಬೈಲ್ ಫೋನ್, ಕಂಪ್ಯೂಟರ್, ವೈದ್ಯಕೀಯ ಪರಿಕರಗಳು, ಮನೆಬಳಕೆಯ ಇಲೆಕ್ಟ್ರಾನಿಕ್ ವಸ್ತುಗಳಲ್ಲಿ ಈಗಾಗಲೇ ವ್ಯಾಪಕವಾಗಿ ಬಳಕೆಯಲ್ಲಿರುವ ಸೆಮಿಕಂಡಕ್ಟರ್ ಚಿಪ್‌ಗಳ ಪಾತ್ರ, ಈ ಇಂಡಸ್ಟ್ರಿ 5.0 ಮತ್ತು 5G ತಂತ್ರಜ್ಞಾನದ ಸನ್ನಿವೇಶದಲ್ಲಿ ಮಹತ್ವದ್ದು.

ಆರಂಭದಿಂದಲೂ ಸಾಫ್ಟ್‌ವೇರ್ ರಂಗದ "ಬಾಡಿ ಶಾಪಿಂಗ್"ಗಳಲ್ಲೇ ಸುಖವಾಗಿದ್ದ ಭಾರತಕ್ಕೆ, ಈ ರೀತಿಯ ಹಾರ್ಡ್‌ವೇರ್ "ಉತ್ಪಾದನೆ"ಯ ಸಾಧ್ಯತೆಗಳತ್ತ ದೃಷ್ಟಿ ಹರಿದದ್ದು ತೀರಾ ವಿಳಂಬವಾಗಿ. ಈ ನೀತ್ಯಾತ್ಮಕ ವಿಳಂಬದ ಕಾರಣಕ್ಕೆ ಏನೇನೆಲ್ಲ ನಡೆಯುತ್ತಿದೆ ಎಂಬುವುದನ್ನೂ ಮತ್ತು ಈ ವಿಳಂಬವನ್ನೂ ದೊಡ್ಡದೊಂದು ಸಾಧನೆ ಎಂದು ಬಿಂಬಿಸುವ "ಮಾರ್ಕೆಟಿಂಗ್" ಆಟವನ್ನೂ ಅರ್ಥಮಾಡಿಕೊಳ್ಳುವ ಪ್ರಯತ್ನ ಇದು.

ಗ್ಲೋಬಲ್ ವ್ಯಾಲ್ಯೂ ಚೈನ್ (GVC) ಎಂದರೆ: ಒಂದು ಉತ್ಪನ್ನದ ವಿನ್ಯಾಸ, ಉತ್ಪಾದನೆ, ಮಾರ್ಕೆಟಿಂಗ್, ವಿತರಣೆ, ಮಾರಾಟದಂತಹ ಹಲವು ಚಟುವಟಿಕೆಗಳು ಈಗ ಒಂದೆಡೆ ನಡೆಯುವುದಿಲ್ಲ. ಬದಲಾಗಿ ಜಾಗತಿಕ ಮಟ್ಟದಲ್ಲಿ ಹಲವು ದೇಶಗಳ ಹಲವು ಕೈಗಾರಿಕೆಗಳು ಅದರಲ್ಲಿ ಪಾಲ್ಗೊಂಡಿರುತ್ತವೆ. ಈ GVCಯಲ್ಲಿ ಭಾರತದ ಪಾತ್ರ ತೀರಾ ತೀರಾ ಸಣ್ಣದು. 90ರ ದಶಕದಲ್ಲಷ್ಟೇ ಉದಾರೀಕರಣಕ್ಕೆ ತೆರೆದುಕೊಂಡ ಭಾರತದ GVC ಪಾಲು 1990ರಲ್ಲಿ 0.5% ಇತ್ತು. ಅದು 2018ರ ಹೊತ್ತಿಗೆ 1.7%ಗೆ ಏರಿದ್ದರೆ, ಈಗ 2022 ಹೊತ್ತಿಗೆ 2.1% ತಲುಪಿದೆ. ಮುಂದುವರಿದ ದೇಶಗಳ GVC ಪಾಲು 78% ಇದ್ದರೆ, ವಿಕಾಸಶೀಲ ದೇಶಗಳ ಪಾಲು 21%. ಅಮೆರಿಕ, ಚೀನಾ, ಜಪಾನ್, ದ. ಕೊರಿಯಾ, ಮಲೇಷ್ಯಾ, ಸಿಂಗಾಪುರ ಹೀಗೆ ಬಹುತೇಕ ಎಲ್ಲ ದೇಶಗಳೂ GVCಯಲ್ಲಿ ಭಾರತಕ್ಕಿಂತ ಬಹಳ ಮೇಲಿವೆ. (ಆಧಾರ: ಇಂಡಿಯಾ ಬ್ರೀಫಿಂಗ್)

ಭಾರತದ GVC ಪಾತ್ರ ಇನ್ನೂ ಕಚ್ಚಾ ವಸ್ತುಗಳು ಮತ್ತು ಮಧ್ಯಂತರ/ಬಿಡಿಭಾಗಗಳ ರಫ್ತಿಗೆ ಸೀಮಿತವಾಗಿದೆಯೇ ಹೊರತು, ಆಮದಿತ ವಸ್ತುಗಳನ್ನು ಸಿದ್ಧ ಉತ್ಪನ್ನಗಳನ್ನಾಗಿಸಿ ರಫ್ತು ಮಾಡುವ ಸಾಮರ್ಥ್ಯ ನಮಗೆ ಒದಗಿಬಂದಿಲ್ಲ. ನಮ್ಮಲ್ಲಿ ಸಂಪನ್ಮೂಲಗಳು, ಬೃಹತ್ ಗ್ರಾಹಕ ಮಾರುಕಟ್ಟೆ, ಕಾರ್ಮಿಕ ಶಕ್ತಿ ಇದ್ದರೂ, ಅದನ್ನು ಸದ್ಬಳಕೆ ಮಾಡಿಕೊಳ್ಳಬಲ್ಲ ನೀತ್ಯಾತ್ಮಕ ವ್ಯವಸ್ಥೆ ಇಲ್ಲ ಎಂಬುದು ಸಾಮಾನ್ಯ ದೂರು.

ಕೋವಿಡ್ ಕೊಟ್ಟ ವರ!

ಕೋವಿಡ್ ಕಾಲದಲ್ಲಿ ಜಗತ್ತಿನಾದ್ಯಂತ ಸರಬರಾಜು ಸರಪಣಿಗಳಲ್ಲಿ ಅಡಚಣೆಗಳು ಉಂಟಾಗುವುದರ ಜೊತೆಜೊತೆಗೇ, ಬೃಹತ್ ಉತ್ಪಾದಕ ಶಕ್ತಿಗಳಾಗಿರುವ ಅಮೆರಿಕ ಮತ್ತು ಚೀನಾಗಳ ನಡುವಿನ ಜಿಯೊಪೊಲಿಟಿಕಲ್ ಹಗ್ಗಜಗ್ಗಾಟದ ಕಾರಣಕ್ಕೆ, ಒಂದು ಮಹತ್ವದ ಬೆಳವಣಿಗೆ ನಡೆಯಿತು. ಉತ್ಪಾದನೆ ಮತ್ತು ಸರಬರಾಜು ಸಾಮರ್ಥ್ಯಗಳಲ್ಲಿ ಭೀಮನಾಗಿರುವ ಚೀನಾದ ಮೇಲೆ ಅವಲಂಬನೆ ನಂಬಲರ್ಹವಲ್ಲ ಎಂಬ ಕಾರಣಕ್ಕೆ, ಬಹುರಾಷ್ಟ್ರೀಯ ಕಂಪನಿಗಳು, ಮೊದಲ ಬಾರಿಗೆ, ತಮ್ಮ ಉತ್ಪಾದನಾ ಸರಬರಾಜು ಸರಪಣಿಗೆ "ಚೀನಾ ಪ್ಲಸ್ ವನ್" ಸೂತ್ರವನ್ನು ಅಳವಡಿಸಿಕೊಳ್ಳತೊಡಗಿದವು. ಏಷ್ಯಾದಲ್ಲಿ ಕಡಿಮೆ ಖರ್ಚಿನ ಲೇಬರ್ ಮತ್ತು ಸರ್ಕಾರಗಳ ಕಡೆಯಿಂದ ಆಕರ್ಷಕ ಹೂಡಿಕೆ ಇನ್ಸೆಂಟಿವ್‌ಗಳಿರುವ ಭಾರತ, ವಿಯೆಟ್ನಾಂ, ಥೈಲಾಂಡ್, ಮಲೇಷ್ಯಾ, ಇಂಡೊನೇಷ್ಯಾ ಮುಂತಾದ ದೇಶಗಳೆಲ್ಲ ಈ ಪಟ್ಟಿಯಲ್ಲಿ ಜಾಗ ಪಡೆದವು.

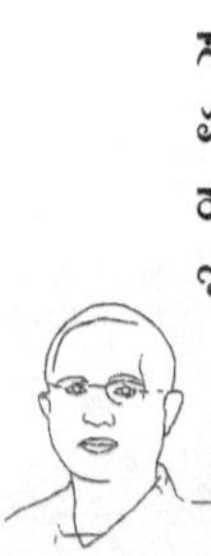

ರಾಜಾರಾಂ ತಲ್ಲೂರು

ಜಗತ್ತಿನ ಸೆಮಿಕಂಡಕ್ಟರ್ ವಿನ್ಯಾಸ ಕ್ಷೇತ್ರದಲ್ಲಿ 20%ನಷ್ಟು ಎಂಜನಿಯರ್‌ಗಳು ಭಾರತೀಯರು. ಸುಮಾರು ಒಂದು ಲಕ್ಷಕ್ಕೂ ಮಿಕ್ಕಿಮಂದಿ VLSI (ಅಂದರೆ ಪುಟ್ಟ ಚಿಪ್ ಒಂದರಲ್ಲಿ ಲಕ್ಷಾಂತರ ಟ್ರಾನ್ಸಿಸ್ಟರ್‌ಗಳನ್ನು ಅಳವಡಿಸುವ ಮೂಲಕ ಇಂಟೆಗ್ರೇಟೆಡ್ ಸರ್ಕ್ಯೂಟ್‌ಗಳನ್ನು ಉತ್ಪಾದಿಸುವ ತಂತ್ರ) ಡಿಸೈನ್ ಎಂಜಿನಿಯರ್‌ಗಳಾಗಿ ಜಗತ್ತಿನ ವಿವಿಧ ಸೆಮಿಕಂಡಕ್ಟರ್ ಕಂಪನಿಗಳಲ್ಲಿ ಕೆಲಸ ಮಾಡುತ್ತಿದ್ದಾರೆ. ಆದರೂ, ತೀರಾ ಇತ್ತೀಚೆಗಿನ ತನಕವೂ, ಭಾರತ ಸೆಮಿಕಂಡಕ್ಟರ್ ರಂಗದತ್ತ ಗಂಭೀರವಾಗಿ ಗಮನ ಹಾಯಿಸಿರಲಿಲ್ಲ. ಈಗ ಚೀನಾ ಪ್ಲಸ್ ವನ್ ಸೂತ್ರದಡಿ ಭಾರತಕ್ಕೆ ಅವಕಾಶ ಇದೆ ಎಂದು ಅನ್ನಿಸತೊಡಗಿದಾಗಲೂ, ಭಾರತ ರಂಗಕ್ಕೆ ಧುಮುಕಲು ವಿಳಂಬ ಮಾಡಿತು. 2021 ಡಿಸೆಂಬರ್ ವೇಳೆಗೆ ಭಾರತ ಸರ್ಕಾರ ತನ್ನ Semicon India ಯೋಜನೆಯನ್ನು ಪ್ರಕಟಿಸಿತು. 76,000ಕೋಟಿ ರೂ.ಗಳ ಅಗಾಧ ಮೊತ್ತವನ್ನು ಪ್ರೋತ್ಸಾಹಧನ ರೂಪದಲ್ಲಿ (PLI) ಕೊಡುವ ಯೋಜನೆ ಅದು. 2022ರ ಫೆಬ್ರವರಿ ಹೊತ್ತಿಗೆ ಭಾರತ ಜಾಗತಿಕವಾಗಿ ಆಸಕ್ತರ ಅರ್ಜಿಗಳನ್ನು ಕರೆದಾಗ, ಸುಮಾರು 1.54ಲಕ್ಷ ಕೋಟಿ ಹೂಡಿಕೆ ಮಾಡುವ 5 ಪ್ರಸ್ತಾವಗಳು ಬಂದಿದ್ದವಂತೆ (PIB Release ID: 1799621).

ಆಗಸ್ಟ್ 19, 2023ಕ್ಕೆ ಪ್ರಕಟಿತ

“ರಿಪೀಲ್” ಎಂಬುದು ಈಗ ಸಂಸದೀಯ “ಸಗಟು” ವ್ಯವಹಾರ

“*Corruptissima re publica plurimae leges*” (ಕಾನೂನುಗಳ ಸಂಖ್ಯೆ ಹೆಚ್ಚಿದ್ದಷ್ಟೂ ಪ್ರಭುತ್ವ ಹೆಚ್ಚು ಭ್ರಷ್ಟವಾಗಿರುತ್ತದೆ.) ಎಂಬುದು ರೋಮನ್ ಚರಿತ್ರಕಾರ ಟಾಸಿಟಸ್‌ನ ಪ್ರಸಿದ್ಧ ಮಾತು. ಭಾರತದಲ್ಲಿ 1834ರಿಂದಲೂ ಚಾಲ್ತಿಯಲ್ಲಿರುವ ಹಲವು ಕಾನೂನುಗಳು ತೀರಾ ಇತ್ತೀಚೆಗಿನ ತನಕವೂ ಜಾರಿಯಲ್ಲಿದ್ದವು. 90ರ ದಶಕದ ಆರಂಭದಲ್ಲಿ ಉದಾರೀಕರಣದ ಯುಗ ಆರಂಭ ಆದ ಬಳಿಕ, ಇವೆಲ್ಲ ಅಪ್ರಸ್ತುತ ಎನ್ನಿಸತೊಡಗಿದ ಕೂಡಲೆ, ಅವನ್ನೆಲ್ಲ ಕಿತ್ತೆಸೆಯುವ ಚಟುವಟಿಕೆ ವೇಗ ಪಡೆದುಕೊಳ್ಳತೊಡಗಿತು. ಮೊನ್ನೆ ಸಂಸತ್ ಅಧಿವೇಶನದಲ್ಲಿ “ಜನವಿಶ್ವಾಸ ಕಾಯಿದೆ, 2023” ಅಂಗೀಕಾರಗೊಳ್ಳುವುದರೊಂದಿಗೆ, ಸುಮಾರು 26 ಕಾಯಿದೆಗಳನ್ನು ರಿಪೀಲ್ ಮಾಡುವ (ರದ್ದುಪಡಿಸುವ)

ರಾಜಾರಾಂ ತಲ್ಲೂರು

ಮತ್ತು 16 ಕಾಯಿದೆಗಳಲ್ಲಿ ಶಿಕ್ಷಾರ್ಹ ಅಪರಾಧಗಳೆಂದು ಹೇಳಲಾಗಿರುವವುಗಳನ್ನು ಜೈಲು ಶಿಕ್ಷೆಯಿಂದ ಮುಕ್ತಗೊಳಿಸಿ ಕೇವಲ "ಪೆನಾಲ್ಟಿ" ವಿಧಿಸುವ ಶಿಕ್ಷೆಗಳಾಗಿ ಪರಿವರ್ತಿಸಲಾಗಿದೆ.

ಈ ಅಪ್ರಸ್ತುತ ಕಾನೂನುಗಳನ್ನು ತೆಗೆದುಹಾಕುವ ಕುರಿತು ಗಂಭೀರವಾದ ಚಿಂತನೆ ಆರಂಭಗೊಂಡದ್ದು ಅಟಲ್ ಬಿಹಾರಿ ವಾಜಪೇಯಿ ಅವರ ಕಾಲದಲ್ಲಿ. ಅದಕ್ಕಿಂತ ಮೊದಲು, ಸಮಸ್ಯೆ ಎದುರಾದಾಗ ಮಾತ್ರ ಅದನ್ನು ನಿವಾರಿಸಿಕೊಳ್ಳಲಾಗುತ್ತಿತ್ತು. ಈ "ರಿಪೀಲ್" ಕಾರ್ಯ ವೇಗ ಪಡೆದುಕೊಂಡದ್ದು 2014ರಿಂದ ಈಚೆಗೆ. ನರೇಂದ್ರ ಮೋದಿಯವರು 2014ರಲ್ಲಿ, ತಮ್ಮ ಸರ್ಕಾರ ಎಲ್ಲ ಅಪ್ರಸ್ತುತ ಕಾನೂನುಗಳನ್ನು ಕಿತ್ತುಹಾಕಲಿದೆ. ನಾವು ರಚಿಸುವ ಪ್ರತೀ ಹೊಸ ಕಾನೂನಿಗೆ 10 ಹಳೆ ಕಾನೂನುಗಳು ರದ್ದುಗೊಳ್ಳಲಿವೆ ಎಂದು ಘೋಷಿಸಿದ್ದರು. ಅದು ಹಾಗೆಯೇ ನಡೆಯಿತು ಕೂಡ. ಈ ವೇಗಕ್ಕೆ ಸಣ್ಣದೊಂದು ಹೋಲಿಕೆ ನೀಡಬೇಕೆಂದರೆ, 1947ರಿಂದ 2014ರ ನಡುವೆ ದೇಶದಲ್ಲಿ 1301 ಅಪ್ರಸ್ತುತ ಕಾಯಿದೆಗಳನ್ನು ರದ್ದು ಮಾಡಲಾಗಿದ್ದರೆ, ಆ ಬಳಿಕದ ಕೇವಲ ಮೂರು ವರ್ಷಗಳಲ್ಲಿ ಅಂದಾಜು 1500 ಕಾಯಿದೆಗಳನ್ನು ರದ್ದುಪಡಿಸಲಾಗಿದೆ!

ವಾಜಪೇಯಿ ಅವರು ಅಪ್ರಸ್ತುತ ಕಾಯಿದೆಗಳ ಪರಿಶೀಲನೆಗಾಗಿ 1998ರಲ್ಲಿ ಸಮಿತಿಯೊಂದನ್ನು ರೂಪಿಸಿದ್ದರು. ಆ ಸಮಿತಿ 1382 ಅಪ್ರಸ್ತುತ ಕಾನೂನುಗಳನ್ನು ಪತ್ತೆ ಹಚ್ಚಿತ್ತು. ಆದರೆ 2014ರ ತನಕ ಅವುಗಳಲ್ಲಿ ಕೇವಲ 415 ಮಾತ್ರ ರದ್ದಾಗಿದ್ದವು. ಈ ವರದಿಗಳನ್ನು ಮತ್ತೊಮ್ಮೆ ಪರಿಶೀಲಿಸಲು, 2014 ಆಗಸ್ಟ್ ತಿಂಗಳಿನಲ್ಲಿ ಪ್ರಧಾನಮಂತ್ರಿಗಳ ಕಾರ್ಯದರ್ಶಿ ಆರ್. ರಾಮಾನುಜಂ ಮತ್ತು ಮಾಜಿ ಕಾನೂನು ಕಾರ್ಯದರ್ಶಿ ವಿ.ಕೆ. ಭಾಸೀನ್ ಅವರ ನೇತೃತ್ವದ ಸಮಿತಿಯೊಂದನ್ನು ನೇಮಿಸಲಾಯಿತು. ಆ ಸಮಿತಿಯು 2014 ಅಕ್ಟೋಬರಿನಲ್ಲಿ ತನ್ನ ವರದಿ ಸಲ್ಲಿಸಿ, ದೇಶದಲ್ಲಿ ಈಗ 2781 ಕೇಂದ್ರ ಸರ್ಕಾರಿ ಕಾಯಿದೆಗಳಿದ್ದು, ಅವುಗಳಲ್ಲಿ 1741 ಕಾಯಿದೆಗಳನ್ನು ರದ್ದುಪಡಿಸಬಹುದು ಎಂದು ಶಿಫಾರಸು ಮಾಡಿತ್ತು. ಅವುಗಳಲ್ಲಿ 340 ಕಾಯಿದೆಗಳು ರಾಜ್ಯಪಟ್ಟಿಗೆ ಸಂಬಂಧಿಸಿದ ಕೇಂದ್ರ ಕಾಯಿದೆಗಳು. ಅವನ್ನು ರಾಜ್ಯಗಳೂ ರದ್ದುಪಡಿಸಬೇಕೆಂದು ಸಮಿತಿ ಹೇಳಿತ್ತು.

ಅದರಂತೆ, 2014 ಮೇ ಮತ್ತು 2016 ಆಗಸ್ಟ್ ನಡುವೆ ನಾಲ್ಕು ಕಾಯಿದೆಗಳನ್ನು ಸಂಸತ್ತಿನಲ್ಲಿ ಅಂಗೀಕರಿಸುವ ಮೂಲಕ, ದೇಶದಲ್ಲಿನ 1175 ಕಾಯಿದೆಗಳನ್ನು ಸಗಟಾಗಿ ರದ್ದುಪಡಿಸಲಾಗಿತ್ತು. ಆ ನಾಲ್ಕು ಕಾಯಿದೆಗಳು ಯಾವುವೆಂದರೆ ರದ್ದತಿ ಮತ್ತು ತಿದ್ದುಪಡಿ ಕಾಯಿದೆ, 2015 (ಇದರನ್ವಯ 35 ಕಾಯಿದೆಗಳು); ರದ್ದತಿ ಮತ್ತು ತಿದ್ದುಪಡಿ (ಎರಡನೇ) ಕಾಯಿದೆ, 2015 (ಇದರನ್ವಯ 90 ಕಾಯಿದೆಗಳು); ಅಪ್ರಾಪ್ರಿಯೇಷನ್ಸ್ ಕಾಯಿದೆ, 2016 (ಇದರನ್ವಯ 756 ಕಾಯಿದೆಗಳು); ರದ್ದತಿ ಮತ್ತು ತಿದ್ದುಪಡಿ ಕಾಯಿದೆ, 2016 (ಇದರನ್ವಯ 294 ಕಾಯಿದೆಗಳು).

ಆ ಬಳಿಕ ರದ್ದತಿ ಮತ್ತು ತಿದ್ದುಪಡಿ ಕಾಯಿದೆ, 2017 (ಇದರನ್ವಯ 104 ಕಾಯಿದೆಗಳು); ರದ್ದತಿ ಮತ್ತು ತಿದ್ದುಪಡಿ ಕಾಯಿದೆ, 2019 (ಇದರನ್ವಯ 68 ಕಾಯಿದೆಗಳು); ರದ್ದತಿ ಮತ್ತು ತಿದ್ದುಪಡಿ ಕಾಯಿದೆ, 2022 (ಇದರನ್ವಯ 65 ಕಾಯಿದೆಗಳು); ಮತ್ತು ಮೊನ್ನೆ ಜನವಿಶ್ವಾಸ ಕಾಯಿದೆ, 2023 – ಹೀಗೆ, ಮತ್ತೆ 279 ಕಾಯಿದೆಗಳು ರಿಪೀಲ್ ಆಗಿವೆ. ಅಂದರೆ ಒಟ್ಟು ಸುಮಾರು 1454 ಕಾಯಿದೆಗಳು, ನರೇಂದ್ರ ಮೋದಿ ಅವರ ಸರ್ಕಾರದ ಅವಧಿಯಲ್ಲಿ ಇಲ್ಲಿಯ ತನಕ ರದ್ದಾಗಿವೆ.

ಸಾಮಾನ್ಯವಾಗಿ ರದ್ದಾದ ಕಾಯಿದೆಗಳು, ಅಪ್ರಸ್ತುತ ಎಂಬ ಪರಿಣತರ ಶಿಫಾರಸುಗಳ ಮೇಲೆ ಆಗಿರುವಂತಹವು. ಇಂತಹ ಪ್ರತಿಯೊಂದು ಸಗಟು ರದ್ದತಿ ಕಾಯಿದೆ ಬಂದಾಗಲೂ, ಆ ಪಟ್ಟಿಯಲ್ಲಿರುವ, ಮೇಲ್ನೋಟಕ್ಕೇ ತೀರಾ ಅಪ್ರಸ್ತುತ ಅನ್ನಿಸುವ ಕಾಯಿದೆಗಳನ್ನು ಎತ್ತಿ ತೋರಿಸಲಾಗುತ್ತದೆ. ಗಮನಿಸಬೇಕಾದ ಸಂಗತಿ ಎಂದರೆ, ಇದರ ಜೊತೆಗೆ ಹಲವು ಕಾಯಿದೆಗಳನ್ನು "ಜೈಲು ಶಿಕ್ಷೆ" ದಂಡನೆಯಿಂದ ಮುಕ್ತಗೊಳಿಸಲಾಗಿದೆ. ಈ ರೀತಿಯ ತಿದ್ದುಪಡಿಗಳು ಎಷ್ಟು ಚರ್ಚೆಯಾಗಿವೆ ಮತ್ತು ಇವು ಯಾರ ಹಿತಾಸಕ್ತಿಗಳ ಪರವಾಗಿದ್ದವು ಎಂಬುದು ಸಂಸತ್ತಿನಲ್ಲಾಗಲೀ, ಅಥವಾ ಹೊರಗೆ ಸಾರ್ವಜನಿಕವಾಗಿಯಾಗಲೀ ಚರ್ಚೆ ಆದಂತಿಲ್ಲ. ಭಾರತದಲ್ಲಿ ಸಾಮಾನ್ಯವಾಗಿ ಮರ್ಯಾದಸ್ಥರು ಒಳಗೊಳ್ಳುವ ಹಲವು ಅಪರಾಧಗಳು, ಅದಕ್ಕೆ "ಜೈಲು ಶಿಕ್ಷೆ" ಎಂಬ ಕಾರಣಕ್ಕೇ ಸಂಭವಿಸುವುದಿಲ್ಲ (ಹಲವೆಡೆ ಅನಗತ್ಯ ಜೈಲು ಶಿಕ್ಷೆ ಇದೆ ಎಂಬುದನ್ನೂ ಒಪ್ಪಿಕೊಂಡೇ ಈ ಮಾತು ಹೇಳುತ್ತಿರುವುದು)! ಈಗ ಮೊದಲ ಬಾರಿಗೆ "ರಿಪೀಲ್/ತಿದ್ದುಪಡಿ" ಸಾರ್ವಜನಿಕವಾಗಿ ದೊಡ್ಡ ಪ್ರಮಾಣದಲ್ಲಿ ಚರ್ಚೆ ಆಗುತ್ತಿರುವುದು, ಮೊನ್ನೆ IPC, CrPC ಮತ್ತು ಎವಿಡೆನ್ಸ್ ಕಾಯಿದೆಗಳ ತಿದ್ದುಪಡಿ ಸುದ್ದಿ ಬಂದಾಗ. ಇದು ನಮ್ಮ ದೇಶದ "ಲಾ ಮೇಕರ್"ಗಳ ಪರಿಸ್ಥಿತಿ.

ಸ್ಯಾಂಪಲ್ಲಿಗೆ, ಮೊನ್ನೆ ಜನವಿಶ್ವಾಸ ಕಾಯಿದೆಯಡಿ ರದ್ದಾದ, ಒಂದು ಕಾಯಿದೆಯ ಉದಾಹರಣೆ ಕೊಟ್ಟು ಈ ಬರಹ ಮುಗಿಸುತ್ತೇನೆ. ಭಾರತ ಅರಣ್ಯ ಕಾಯಿದೆ, 1927ನ್ನು ಜನವಿಶ್ವಾಸ ಕಾಯಿದೆ, 2023ರ ಅಡಿ ಬೇರೆ ಕಾಯಿದೆಗಳೊಂದಿಗೆ "ಸಗಟಾಗಿ" ತಿದ್ದುಪಡಿ ಮಾಡಲಾಗಿದೆ. ಮೂಲ ಕಾಯಿದೆಯಲ್ಲಿ ಅರಣ್ಯಕ್ಕೆ ಅಕ್ರಮ ಪ್ರವೇಶ, ಮರ ಕಡಿಯುವಾಗ ನಿರ್ಲಕ್ಷ್ಯದಿಂದ ಕಾಡಿಗೆ ಹಾನಿ, ನಿರ್ಲಕ್ಷ್ಯದಿಂದ ಕಾಡಿನಲ್ಲಿ ಬೆಂಕಿ ಉಳಿಸಿಬರುವುದು (ಕಾಡ್ಗಿಚ್ಚಿಗೆ ಕಾರಣವಾಗುವುದು) ಇತ್ಯಾದಿ ಅಪರಾಧಗಳಿಗೆ ಆರು ತಿಂಗಳ ಜೈಲು ಶಿಕ್ಷೆ ಮತ್ತು 500ರೂ. ದಂಡ ವಿಧಿಸಲು ಅವಕಾಶ ಇತ್ತು. ಈಗ ತಿದ್ದುಪಡಿ ಆದ ಬಳಿಕ, ಈ ಅಪರಾಧಕ್ಕೆ ಶಿಕ್ಷೆ ಕೇವಲ 500ರೂ.ಗಳ ದಂಡ!

ಈ ತಿದ್ದುಪಡಿ ಆಗಿರುವ ಕಾಯಿದೆಯನ್ನು ಹೊಸದಾಗಿ ಜಾರಿಗೆ ಬಂದಿರುವ ಬಹುಚರ್ಚಿತ ಅರಣ್ಯ (ಸಂರಕ್ಷಣೆ) ತಿದ್ದುಪಡಿ ಕಾಯಿದೆ, 2023ರ ಜೊತೆಗಿಟ್ಟು

ನೋಡಿದಾಗ, ಇವೆಲ್ಲ ಅಂತಿಮವಾಗಿ ಯಾರ ಹಿತಾಸಕ್ತಿಗಳ ರಕ್ಷಣೆ ಎಂಬುದು ಸ್ಪಷ್ಟವಾಗುತ್ತಾ ಹೋಗುತ್ತದೆ. ಈ ರೀತಿಯ ಬದಲಾವಣೆಗಳೆಲ್ಲ ಅಂತರ್ ಕಾನೂನು ಸಂಬಂಧಗಳ ಪರಿಶೀಲನೆಗೆ ಒಳಪಟ್ಟಿರುವಂತೆ ಅನ್ನಿಸುವುದಿಲ್ಲ.

ಸಂವಿಧಾನವನ್ನು ಬದಲಿಸುವುದು ಎಂದರೆ, ಅದು ಸಂವಿಧಾನದಡಿಯಲ್ಲಿರುವ ಕಾಯಿದೆಗಳಲ್ಲಿ ಇಂಚಿಂಚಾಗಿ ತಿದ್ದುಪಡಿಗಳ ಮೂಲಕ ತಮ್ಮ ಹಿತಾಸಕ್ತಿಗಳನ್ನು ಕಾಪಾಡಿಕೊಳ್ಳುತ್ತಾ ಹೋಗುವುದೂ ಆಗಿರಬಹುದಲ್ಲವೆ?

ಆಗಸ್ಟ್ 26, 2023ಕ್ಕೆ ಪ್ರಕಟಿತ

ಔಷಧಿ ರಂಗದಲ್ಲಿ ಬಾಲವೇ ನಾಯಿಯನ್ನು ಅಲ್ಲಾಡಿಸತೊಡಗಿರುವುದು!

ಉದಾರೀಕರಣದ ಹೆಸರಲ್ಲಿ ಹಿಡಿದಿರುವ ತಪ್ಪು ಹಾದಿಯ ಒಂದೊಂದೇ ಫಲಿತಾಂಶಗಳು ಈಗ 35 ವರ್ಷಗಳ ಬಳಿಕ ಹೊರಬರತೊಡಗಿವೆ. ಶಿಕ್ಷಣ, ಆರೋಗ್ಯ, ಕೃಷಿ, ಆಹಾರ, ವಸತಿ, ಮೂಲಸೌಕರ್ಯ... ಹೀಗೆ, ಬದುಕಿನ ಪ್ರತಿದಿನದ ಮುಖ್ಯ ಅಂಗಗಳೇ ಈ ರೀತಿ ಹದತಪ್ಪಿ ಜನಸಾಮಾನ್ಯರ ಬದುಕನ್ನು ದುಸ್ತರಗೊಳಿಸತೊಡಗಿದಾಗ, ಒಮ್ಮೆ ನಿಂತು, ಇಲ್ಲಿಯ ತನಕ ಹಾದುಬಂದ ಹಾದಿಯನ್ನು ಹಿಂದಿರುಗಿ ನೋಡುವುದು ಅನಿವಾರ್ಯ. ಅಂತಹ ಸ್ಥಿತಿಯನ್ನು ನಾವೀಗ ತಲುಪಿದ್ದೇವೆ. ಔಷಧಿ ರಂಗದಲ್ಲಿ ಹೇಗೆ ಉದ್ಯಮಗಳು ಸರ್ಕಾರವನ್ನು ಅಲುಗಾಡಿಸತೊಡಗಿವೆ ಎಂಬುದಕ್ಕೆ ಒಂದು ಲೇಟೆಸ್ಟ್ ಉದಾಹರಣೆ ಇಲ್ಲಿದೆ.

ರಾಜಾರಾಂ ತಲ್ಲೂರು

ಆಗಿರುವುದು ಇಷ್ಟು:

ರಾಷ್ಟ್ರೀಯ ವೈದ್ಯಕೀಯ ಆಯೋಗವು (NMC) ಇದೇ ಆಗಸ್ಟ್ 02ರಂದು ತಾನು ಹೊರಡಿಸಿದ್ದ ನೋಂದಾಯಿತ ವೈದ್ಯರ (ವೃತ್ತಿಪರ ವರ್ತನೆಗಳು) ನಿಯಮ, 2023ನ್ನು, ಆಗಸ್ಟ್ 23ರಂದು ಏಕಾಏಕಿ ಮುಂದಿನ ಸೂಚನೆಗಳ ತನಕ ತಡೆಹಿಡಿಯಿತು (No. R-12013/01/2022/Ethics) ಮತ್ತು ಹಳೆಯ ನಿಯಮಗಳೇ ಮುಂದುವರಿಯಲಿವೆ ಎಂದು ಹೇಳಿತು.

ಹೊಸ ನಿಯಮದಲ್ಲಿ ವಿಶೇಷ ಏನಿತ್ತೆಂದರೆ, ವೈದ್ಯರು ತಮ್ಮ ರೋಗಿಗಳಿಗೆ ವೈದ್ಯಚೀಟಿಗಳನ್ನು ಬರೆಯುವಾಗ ಹೊಸ ನಿಯಮಗಳನ್ವಯ, ಕಡ್ಡಾಯವಾಗಿ ಜನರಿಕ್ ಔಷಧಿಗಳನ್ನೇ ಬರೆಯಬೇಕು ಎಂದು ವಿಧಿಸಲಾಗಿತ್ತು. ಈ ನಿಯಮಕ್ಕೆ ಭಾರತೀಯ ವೈದ್ಯಕೀಯ ಸಂಘ (IMA), ಭಾರತೀಯ ಔಷಧಿ ಉತ್ಪಾದಕರ ಒಕ್ಕೂಟ (IPA) ಮತ್ತು ಕೇಂದ್ರೀಯ ಔಷಧಿ ಗುಣಮಟ್ಟ ಮತ್ತು ಔಷಧಿ ನಿಯಂತ್ರಣ ಸಂಸ್ಥೆ (CDSCO)ಗಳು ಆಕ್ಷೇಪ ವ್ಯಕ್ತಪಡಿಸಿದ ಹಿನ್ನೆಲೆಯಲ್ಲಿ, ಭಾರತ ಸರ್ಕಾರದ ಆರೋಗ್ಯ ಇಲಾಖೆ ಹಸ್ತಕ್ಷೇಪ ಮಾಡಬೇಕಾಯಿತು; NMC ತನ್ನ ನಿರ್ಧಾರದಿಂದ ಹಿಂದೆ ಸರಿಯಬೇಕಾಯಿತು.

ಇದೇನೆಂದು ಜನಸಾಮಾನ್ಯರಿಗೆ ಅರ್ಥ ಆಗುವ ಭಾಷೆಯಲ್ಲಿ ಹೇಳಬೇಕೆಂದರೆ: ಉದಾಹರಣೆಗೆ, ಜ್ವರಕ್ಕೆ ಸಾಮಾನ್ಯವಾಗಿ ವೈದ್ಯರು ಶಿಫಾರಸು ಮಾಡುವ ಡೋಲೊ, ಕ್ರೋಸಿನ್, ಪನಡಾಲ್, ಮೆಟಾಸಿನ್, ಕ್ಯಾಲ್‌ಪಾಲ್, ಫೆಪಾನಿಲ್ ಇತ್ಯಾದಿ ಪ್ರಸಿದ್ಧ ಬ್ರ್ಯಾಂಡ್ ಹೆಸರುಗಳನ್ನು ವೈದ್ಯಚೀಟಿಯಲ್ಲಿ ಬರೆಯುವ ಬದಲಾಗಿ, ವೈದ್ಯರು ಹೊಸ ನಿಯಮದನ್ವಯ, ಕಡ್ಡಾಯವಾಗಿ ಅದರ ಜನರಿಕ್ ಹೆಸರು "ಪಾರಾಸೆಟಮಾಲ್" ಎಂದು ಬರೆಯಬೇಕಾಗಿತ್ತು. ಔಷಧಿ ಅಂಗಡಿಯವರು ಈ ವೈದ್ಯಚೀಟಿ ನೋಡಿ, ರೋಗಿಗೆ ಯಾವ ಬ್ರ್ಯಾಂಡಿನ ಪಾರಾಸೆಟಮಾಲ್ ಕೊಡಬೇಕೆಂದು ತಾವು ನಿರ್ಧರಿಸಬೇಕಾಗುತ್ತಿತ್ತು.

ಸದ್ಯದ ವ್ಯವಸ್ಥೆಯಲ್ಲಿ NMCಯ ಈ ಹೊಸ ನಿಯಮ ತೀರಾ ಅವಾಸ್ತವಿಕ ಮತ್ತು ಕಾರ್ಯಸಾಧುವಲ್ಲ ಎಂಬ ನಿರ್ಧಾರವನ್ನು ಔಷಧಿ ಉದ್ದಿಮೆ, ವೈದ್ಯರು, ಔಷಧಿ ವ್ಯಾಪಾರಸ್ಥರು ತಳೆದದ್ದರಿಂದ, NMC ತನ್ನ ತೀರ್ಮಾನದಿಂದ ಹಿಂದೆ ಸರಿಯಬೇಕಾಯಿತು. ಮೇಲುನೋಟಕ್ಕೆ ಇದು ನಿಜ ಕೂಡ. ಉದಾರೀಕೃತ ಸನ್ನಿವೇಶದಲ್ಲಿ, ನೀತಿ ನಿರೂಪಕರು ವ್ಯವಸ್ಥೆಯನ್ನು ರೂಪಿಸುವ ನಿಯಮಗಳಿಗೆ ಸಂಬಂಧಿಸಿ ತೀರಾ ಸಡಿಲಾಗಿ, ಮೇಲ್ಪದರದಲ್ಲಿ ವ್ಯವಹರಿಸಿದಾಗ, ಆ ವ್ಯವಸ್ಥೆಯು ಬಲಿಷ್ಠರ ಪರವಾಗಿ ವರ್ತಿಸತೊಡಗುತ್ತದೆ ಎಂಬುದಕ್ಕೆ ಈಗ ಸಿಗುತ್ತಿರುವ ನೂರಾರು ಉದಾಹರಣೆಗಳಿಗೆ, ಇದು ಹೊಸ ಸೇರ್ಪಡೆ.

ಏನು ಕಾರಣ?

ಔಷಧಿ ರಂಗದಲ್ಲಿ 1970ರಿಂದ 2018ರ ನಡುವೆ ಸಂಭವಿಸಿದ ಹಲವು ನೀತ್ಯಾತ್ಮಕ ಬದಲಾವಣೆಗಳ ಕಾರಣದಿಂದಾಗಿ ಭಾರತದಲ್ಲಿ ಖಾಸಗಿ ಔಷಧಿ ಕಂಪನಿಗಳು ಚಿಗುರಿಕೊಂಡವು. ಅದರ ವಿವರಗಳಿಗೆ ಇಲ್ಲಿ ಹೋಗುವುದಿಲ್ಲ. ಆದರೆ, 1970ರ ಹೊತ್ತಿಗೆ ದೇಶದಲ್ಲಿ ಔಷಧಿ ವ್ಯಾಪಾರ ಅಂದಾಜು 2500 ಕೋಟಿ ರೂ.ಗಳದಾಗಿದ್ದರೆ, ಇಂದು ಭಾರತವು ಜಗತ್ತಿನ 13ನೇ ಅತಿದೊಡ್ಡ ಔಷಧಿ ಉತ್ಪಾದಕ ದೇಶವಾಗಿದ್ದು, 4 ಲಕ್ಷ ಕೋಟಿ ರೂ.ಗಳ ವ್ಯವಹಾರ ನಡೆಸುತ್ತಿದೆ, ಅದು 2030ರ ಹೊತ್ತಿಗೆ 10.5ಲಕ್ಷ ಕೋಟಿಗಳ ಬೃಹತ್ ಗಾತ್ರಕ್ಕೆ ಬೆಳೆಯಲಿದೆಯಂತೆ.

2008ರಲ್ಲಿ ಆರಂಭಗೊಂಡ ಸರ್ಕಾರಿ "ಜನ ಔಷಧಿ ಕೇಂದ್ರ"ಗಳು, 2015ರಲ್ಲಿ ಫಾರ್ಮಾ ಕಂಪನಿಗಳ ಗುಣಮಟ್ಟ ನಿಯಂತ್ರಣಕ್ಕಾಗಿ, ಔಷಧಿ ಮಾರಾಟಕ್ಕೆ ಸಮಾನ ಸಂಹಿತೆಯ (UCPMP) ಸಹಿತ ಮರುಲಾಂಚ್ ಆಗಿ, ಊರೂರುಗಳಲ್ಲಿ ಇಂದು ಜನರಿಕ್ ಔಷಧಿಗಳು ಲಭ್ಯವಿವೆ. ದೇಶದೆಲ್ಲೆಡೆ ಜನರಿಕ್ ಔಷಧಿ ಕ್ರಾಂತಿ ಸಂಭವಿಸಿದೆ ಎಂದು ಬಿಂಬಿಸಲಾಗುತ್ತಿದೆ. ಹಾಗಿರುವಾಗ, NMCಯ ಹೊಸ ನಿಯಮಕ್ಕೆ ಔಷಧಿ ಉದ್ದಿಮೆಗಳು ಈಗ ಏಕೆ ವಿರೋಧ ವ್ಯಕ್ತಪಡಿಸಿದವು? ಅವರ ವಿರೋಧಕ್ಕೆ ಸರ್ಕಾರ ಮತ್ತು NMC ಹೇಗೆ ಇಷ್ಟು ಸುಲಭವಾಗಿ ಬಗ್ಗಿದವು?

ಈ ಪ್ರಶ್ನೆಗಳಿಗೆ ಉತ್ತರ ಹುಡುಕಿದರೆ, ಭಾರತ ಸರ್ಕಾರದ ಈ ಸುಧಾರಣಾ ಕ್ರಮಗಳು ಎಷ್ಟು ಮೇಲ್ಪದರದ್ದಾಗಿದ್ದವು ಎಂಬುದು ಬಯಲಿಗೆ ಬರುತ್ತದೆ. ಭಾರತದಲ್ಲಿ ಔಷಧಿಗಳಿಗೆ ಬಯೊ ಈಕ್ವಿವಲೆನ್ಸ್ ತಪಾಸಣೆ ಕಡ್ಡಾಯವಾದದ್ದು ತೀರಾ ಇತ್ತೀಚೆಗೆ. ಅಂದರೆ, 2017ರಲ್ಲಿ. ಅದು ಪೂರ್ವಾನ್ವಯ ಆಗಿರದಿರುವುದರಿಂದ, ಭಾರತದಲ್ಲಿ 2017ಕ್ಕಿಂತ ಹಿಂದಿನ ಜನರಿಕ್ ಔಷಧಿಗಳು ಬಯೋ ಈಕ್ವಿವಲೆನ್ಸ್ ತಪಾಸಣೆಗಳಿಗೆ ಒಳಗಾಗಿರದಿರಬಹುದು. ಭಾರತದಲ್ಲಿ ಗುಣಮಟ್ಟ ತಪಾಸಣೆಗೆ ಒಳಗಾಗಿರುವ ಜನರಿಕ್ ಔಷಧಿಗಳ ಪ್ರಮಾಣ ಇನ್ನೂ 1%ನ್ನು ಮೀರಿಲ್ಲ ಎಂದು IMAಯು ದೇಶದ ಆರೋಗ್ಯ ಸಚಿವರಿಗೆ ಬರೆದಿರುವ ತನ್ನ ಆಕ್ಷೇಪ ಪತ್ರದಲ್ಲಿ ಹೇಳಿರುವುದಾಗಿ ಪತ್ರಿಕೆಗಳು ವರದಿ ಮಾಡಿವೆ. [ಅಂದಹಾಗೆ ಬಯೋ ಈಕ್ವಿವಲೆನ್ಸ್ ಎಂದರೆ, ಒಂದು ಔಷಧಿ ಅದನ್ನು ಸೇವಿಸಿದ ವ್ಯಕ್ತಿಯ ದೇಹದಲ್ಲಿ ಹೀರಿಕೆಯಾಗುವ ಮತ್ತು ಅರಗುವ ದರವು, ಮೂಲ ಸಂಶೋಧಿತ ಔಷಧಿಯ ಹೀರಿಕೆ-ಅರಗುವಿಕೆಗಳ ಸ್ವರೂಪದಲ್ಲೇ ಇದೆಯೆ ಎಂದು ಪರಿಶೀಲಿಸುವ ಅಧ್ಯಯನ.]

ಈ ಹಿನ್ನೆಲೆಯಲ್ಲಿ, ಸರ್ಕಾರದ ನಿಯಮವನ್ನು ವಿರೋಧಿಸಿದವರು ತಮ್ಮ ವಾದವನ್ನು ಸರ್ಕಾರದೆದುರು ಬಲವಾಗಿ ಮಂಡಿಸಿದ್ದಾರೆ. ಅವರ ವಾದಸರಣಿ ಹೀಗಿದೆ: ಔಷಧಿ ಮಾರಾಟಗಾರರು ಸಹಜವಾಗಿಯೇ ತಮಗೆ ಹೆಚ್ಚು ಲಾಭ ತಂದುಕೊಡುವ ಮತ್ತು ಕಡಿಮೆ ದರದ ಔಷಧಿಗಳನ್ನು ಮಾರಿದರೆ, ದೊಡ್ಡ ಬ್ರ್ಯಾಂಡಿನ ಕಂಪನಿಗಳಿಗೆ

ನಷ್ಟವಾಗುತ್ತದೆ. ಯಾಕೆಂದರೆ, ಹೆಚ್ಚಿನ ದೊಡ್ಡ ಬ್ರ್ಯಾಂಡ್‌ಗಳು ಅಮೆರಿಕದ USFDA ಮಾನದಂಡದ ಗುಣಮಟ್ಟ ಕಾಪಾಡುತ್ತವೆ. ಅದು ದುಬಾರಿ ಪ್ರಕ್ರಿಯೆ. ಸಣ್ಣ ಉತ್ಪಾದಕರು ಕೆಲವೊಮ್ಮೆ ಷೆಡ್ಯೂಲ್ M ನಿಯಮಗಳನ್ನೂ (ಉತ್ಪಾದನಾ ಮಾನದಂಡಗಳು) ಪಾಲಿಸುವುದಿಲ್ಲ. ಅಂತಹ ಔಷಧಿಗಳನ್ನು ಸ್ವೀಕರಿಸಿದ ರೋಗಿಯಲ್ಲಿ, ಎಲ್ಲ ಬ್ರ್ಯಾಂಡ್‌ಗಳೂ ಒಂದೇ ಪರಿಣಾಮ ಬೀರುವುದು ಖಚಿತವಿಲ್ಲ. ಇಂತಹ ಹೊಸ ನಿಯಮ ಜಾರಿಗೆ ಬಂದರೆ, ಔಷಧಿ ಉದ್ದಿಮೆಗೆ ಸಮಸ್ಯೆ ಇಲ್ಲ. ಬದಲಾಗಿ, ವೈದ್ಯರ ಕರ್ತವ್ಯ ನಿರ್ವಹಣೆಗೆ ಅದು ಕಡಿವಾಣ ಹಾಕುತ್ತದೆ. ಔಷಧಿ ಸಮರ್ಪಕವಾಗಿ ಕೆಲಸ ಮಾಡದಿದ್ದಾಗಲೂ, ದೂರು ವೈದ್ಯರ ಮೇಲೆ ಬೀಳುತ್ತದೆ. ಒಟ್ಟು ವ್ಯವಸ್ಥೆಯಲ್ಲಿ ವೈದ್ಯರು ಬಲಿಪಶುಗಳಾಗುತ್ತಾರೆ. ಜೊತೆಗೆ, ಭಾರತದಲ್ಲಿ ಔಷಧಿ ನಿಯಂತ್ರಣ, ಫಾರ್ಮಕೋವಿಜಿಲೆನ್ಸ್, ಫಾರ್ಮಕೊಪಿಯಾ ವ್ಯವಸ್ಥೆಗಳೂ ಸಮರ್ಪಕವಾಗಿಲ್ಲ ಎಂದೆಲ್ಲ ಅವರುಗಳು ಸರ್ಕಾರದೆದುರು ತಮ್ಮ ಅಹವಾಲುಗಳನ್ನು ಮುಂದಿಟ್ಟಿದ್ದಾರೆ.

ಈ ಮೂಲ ವ್ಯವಸ್ಥೆಗಳನ್ನು ಸರಿಪಡಿಸುವ ಹೊಣೆ ಹೊತ್ತಿರುವ ಸರ್ಕಾರ, ತನ್ನ ಜವಾಬ್ದಾರಿಗಳನ್ನು ಸಕಾಲದಲ್ಲಿ, ಸಮರ್ಪಕವಾಗಿ ನಿರ್ವಹಿಸದಿರುವುದರಿಂದ, ಈಗ ಜಾರಿಗೊಳಿಸಿರುವ ಹೊಸ ನಿಯಮವನ್ನು ಹಿಂದೆಗೆದುಕೊಳ್ಳಬೇಕಾದ ಸ್ಥಿತಿಗೆ ತಲುಪಿದೆ. ಇದಲ್ಲವೇ ಬಾಲವೇ ನಾಯಿಯನ್ನು ಅಲ್ಲಾಡಿಸುವ ಸ್ಥಿತಿ?!

ಸೆಪ್ಟೆಂಬರ್ 02, 2023ಕ್ಕೆ ಪ್ರಕಟಿತ

ಒಂದು ದೇಶ; ಒಂದು ಚುನಾವಣೆ- ಸುತ್ತುಬಳಸಿ ಇದು ಸಾಗುವುದು ಸಂವಿಧಾನದತ್ತಲೇ

"ಒಂದು ದೇಶ; ಒಂದು ಚುನಾವಣೆ" ಎಂಬ ಕಲ್ಪನೆ ಮೇಲುನೋಟಕ್ಕೆ ರಮ್ಯವಾಗಿ ಕಾಣಿಸುತ್ತದೆ. ಇದೇನೂ ಹೊಸ ಕಲ್ಪನೆ ಅಲ್ಲ. ಸಂವಿಧಾನದಲ್ಲಿ ಮೂಗು ತೂರಿಸದೇ ಈ ಕಲ್ಪನೆಯನ್ನು ಕಾರ್ಯರೂಪಕ್ಕೆ ತರುವುದು ಸಾಧ್ಯವೇ? ಒಂದು ವೇಳೆ ಸಂವಿಧಾನದಲ್ಲಿ ಮೂಗು ತೂರಿಸುವ ಉದ್ದೇಶವಿದ್ದರೆ, ಅದರ ಸ್ವರೂಪ ಹೇಗಿರಬಹುದು ಎಂಬುದನ್ನು ಅರ್ಥಮಾಡಿಕೊಳ್ಳಲು ಪ್ರಯತ್ನಿಸೋಣ.

ಇದೇ ಸೆಪ್ಟಂಬರ್ 02ರಂದು ಮಾಜಿ ರಾಷ್ಟ್ರಪತಿ ರಾಮನಾಥ್ ಕೋವಿಂದ್ ಅವರ ನೇತೃತ್ವದಲ್ಲಿ ರಚಿಸಲಾಗಿರುವ 'ಒಂದು ದೇಶ ಒಂದು ಚುನಾವಣೆ' ಕುರಿತಾದ ಉನ್ನತ ಮಟ್ಟದ ಸಮಿತಿಯ ಕಾರ್ಯವ್ಯಾಪ್ತಿಯಲ್ಲಿ, ಈ ವಿಚಾರಕ್ಕೆ ಸಂಬಂಧಿಸಿದಂತೆ ಸಂವಿಧಾನ, ಜನಪ್ರಾತಿನಿಧ್ಯ ಕಾಯಿದೆ 1950, 1951 ಹಾಗೂ

ರಾಜಾರಾಂ ತಲ್ಲೂರು

ಅವುಗಳ ಅಡಿಯಲ್ಲಿ ಬರುವ ನಿಯಮಗಳ ಪರಿಶೀಲನೆ ಮತ್ತು ರಾಜ್ಯಸರ್ಕಾರಗಳು ತಮ್ಮಲ್ಲಿ ಮಾಡಿಕೊಳ್ಳಬೇಕಾದ ತಿದ್ದುಪಡಿಗಳಿಗೆ ಸಂಬಂಧಿಸಿದಂತೆ ಸಂವಿಧಾನದಲ್ಲಿ ಆಗಬೇಕಾಗಿರುವ ಬದಲಾವಣೆಗಳ ಪರಿಶೀಲನೆ ಮತ್ತು ಅವಕ್ಕೆಲ್ಲವಕ್ಕೂ ತಿದ್ದುಪಡಿ ಶಿಫಾರಸುಗಳನ್ನು ಮಾಡುವುದನ್ನು ಸೇರಿಸಲಾಗಿದೆ. (https://egazette.gov.in/WriteReadData/2023/248519.pdf) ಇದು ನಮ್ಮ ಸಂವಿಧಾನದ ಮೂಲ ಚೌಕಟ್ಟಿನಲ್ಲಿ ಮಹತ್ವದ ಬದಲಾವಣೆಗಳಿಗೆ ಕಾರಣ ಆಗಬಹುದು. ಆ ಹಿನ್ನೆಲೆಯಲ್ಲಿ, ಏನೇನು ಸಾಧ್ಯತೆಗಳಿವೆ ಎಂಬುದನ್ನು ಅರ್ಥಮಾಡಿಕೊಳ್ಳುವುದು ಅಗತ್ಯ ಇದೆ. ಸಂವಿಧಾನದ ಯಾವೆಲ್ಲ ಭಾಗಗಳು ಈ ಬದಲಾವಣೆಯಿಂದ ಪ್ರಭಾವಿತಗೊಳ್ಳಬಹುದು ಎಂಬುದನ್ನು ಒಮ್ಮೆ ಪರಿಶೀಲಿಸೋಣ.

1 ಸಂವಿಧಾನದ 83ನೇ ವಿಧಿಯಲ್ಲಿ ಸಂಸತ್ತಿನ ಸದನಗಳ ಕಾರ್ಯಾವಧಿಯ ಬಗ್ಗೆ ಹೇಳಲಾಗಿದ್ದು, ವಿಧಿ 83(2)ರಲ್ಲಿ, ಅವಧಿ ಪೂರ್ವ ಲೋಕಸಭೆ ವಿಸರ್ಜನೆಯ ಸಂದರ್ಭ ಬರದಿದ್ದಲ್ಲಿ, ಲೋಕಸಭಾ ಸದಸ್ಯರ ಅವಧಿ 5 ವರ್ಷಗಳು ಎಂದು ಹೇಳಲಾಗಿದೆ. ಜೊತೆಗೆ, ತುರ್ತುಪರಿಸ್ಥಿತಿಯ ಅವಧಿಯಲ್ಲಿ ಕಾನೂನಿನ ಮೂಲಕ, ಸದನದ ಸದಸ್ಯರ ಅವಧಿಯನ್ನು ಒಂದು ವರ್ಷಕ್ಕೆ ಮೀರದಂತೆ ವಿಸ್ತರಿಸಬಹುದು ಎಂದೂ ಹೇಳಲಾಗಿದೆ. ಮಾತ್ರವಲ್ಲದೇ, ಲೋಕಸಭೆಯ ಅವಧಿಯನ್ನು ಯಾವುದೇ ಕಾರಣಕ್ಕೂ ಹೆಚ್ಚುವರಿ ಅವಧಿಯ ಬಳಿಕ ಆರು ತಿಂಗಳಿಗಿಂತ ಹೆಚ್ಚು ಕಾಲಕ್ಕೆ ಮುಂದುವರಿಸುವಂತಿಲ್ಲ ಎಂದು ವಿಧಿಸಲಾಗಿದೆ. ರಾಜ್ಯಗಳಿಗೆ ಸಂವಿಧಾನದ 172(1) ವಿಧಿಯ ಅನ್ವಯ ಇದೇ ರೀತಿಯ ಅಧಿಕಾರವನ್ನು ನೀಡಲಾಗಿದೆ.

2 ಸಂವಿಧಾನದ 85(2)(ಬಿ) ವಿಧಿಯ ಅನ್ವಯ, ರಾಷ್ಟ್ರಪತಿಗಳಿಗೆ ಸಂಸತ್ತನ್ನು ವಿಸರ್ಜಿಸುವ ಅಧಿಕಾರ ಇದೆ. [ರಾಜ್ಯಗಳಲ್ಲಿ ರಾಜ್ಯಪಾಲರಿಗೆ ಸಂವಿಧಾನದ 174(2)(ಬಿ) ವಿಧಿಯನ್ವಯ ವಿಧಾನಸಭೆಯನ್ನು ವಿಸರ್ಜಿಸಲು ಶಿಫಾರಸು ಮಾಡುವ ಅಧಿಕಾರ ಇದೆ.]

3 ಸಂವಿಧಾನದ 356ನೇ ವಿಧಿಯನ್ವಯ, ರಾಜ್ಯಗಳಲ್ಲಿ ರಾಷ್ಟ್ರಪತಿ ಆಳ್ವಿಕೆ ಇರುವಾಗ, ಆ ವಿಧಾನಸಭೆಯನ್ನು ಅವಧಿ ಪೂರ್ವ ವಿಸರ್ಜಿಸುವ ಅಧಿಕಾರ ರಾಷ್ಟ್ರಪತಿಗಳಿಗೆ ಇದೆ. ಆದರೆ, ಪಕ್ಷಾಂತರ ನಿಷೇಧ ಕಾಯಿದೆ – 1985 ಮತ್ತು ಆ ಬಳಿಕ ಎಸ್. ಆರ್. ಬೊಮ್ಮಾಯಿ ವರ್ಸಸ್ ಭಾರತ ಸರ್ಕಾರ ಪ್ರಕರಣದಲ್ಲಿ ಸುಪ್ರೀಂಕೋರ್ಟಿನ ಸಾಂವಿಧಾನಿಕ ಪೀಠ ನೀಡಿದ ತೀರ್ಪಿನ ಹಿನ್ನೆಲೆಯಲ್ಲಿ, ಹೀಗೆ ರಾಷ್ಟ್ರಪತಿ ಆಡಳಿತ ಹೇರುವುದಕ್ಕೆ ಕೆಲವು ಷರತ್ತುಗಳನ್ನು ವಿಧಿಸಲಾಗಿದೆ. ಅವುಗಳಲ್ಲಿ ಮುಖ್ಯವಾದವು ಯಾವುವೆಂದರೆ – ರಾಜ್ಯ ವಿಧಾನಸಭೆಯ ವಿಸರ್ಜನೆಗೆ ಸಂಸತ್ತಿನ ಉಭಯ ಸದನಗಳ ಒಪ್ಪಿಗೆ ಬೇಕಿರುತ್ತದೆ ಹಾಗೂ ರಾಷ್ಟ್ರಪತಿಗಳ ಆಳ್ವಿಕೆ ಘೋಷಣೆಯು ನ್ಯಾಯಾಂಗದ ಪರಿಶೀಲನೆಗೆ ಒಳಪಡಬಹುದಾಗಿದೆ. ವಿಚಾರಣೆಯ ವೇಳೆ, ಹೇರಲಾಗಿರುವ ರಾಷ್ಟ್ರಪತಿ ಆಳ್ವಿಕೆ ಅನ್ಯಾಯದ್ದೆಂದು ಕಂಡುಕೊಂಡಾಗ, ಸುಪ್ರೀಂಕೋರ್ಟು ಅದನ್ನು ರದ್ದುಪಡಿಸಿ ವಿಧಾನಸಭೆಯನ್ನು ಮರುಸ್ಥಾಪಿಸುವ ಅಧಿಕಾರವನ್ನು ಹೊಂದಿದೆ.

4 ಸಂವಿಧಾನದ 75(3)ನೇವಿಧಿಯು, ಸಚಿವ ಸಂಪುಟವು ಸದನಕ್ಕೆ ಸಂಗ್ರಾಹ್ಯವಾಗಿ ಉತ್ತರದಾಯಿ ಎನ್ನುತ್ತದೆ. ರಾಜ್ಯ ಸರ್ಕಾರಗಳಿಗೂ ಸಂವಿಧಾನದ 164(2)ನೇ ವಿಧಿ ಇಂತಹದೇ ಅಧಿಕಾರ ನೀಡಿದೆ. ಈ ವಿಧಿಗಳ ಅನ್ವಯ, ಸದನದ ವಿಶ್ವಾಸ ಹೊಂದಿರದ ಸರ್ಕಾರ ಅವಿಶ್ವಾಸ ಮತದ ಮೂಲಕ ಉರುಳಬಹುದು. ಇದು ಯಾವಾಗ ಸಂಭವಿಸಬಹುದೆಂಬುದನ್ನು ಕಾನೂನು ಊಹಿಸುವುದು ಕಷ್ಟ.

ಉನ್ನತ ಮಟ್ಟದ ಸಮಿತಿಯ ವಿಶ್ಲೇಷಣೆಗೆ ಒಳಪಡಬೇಕಾಗಿರುವ ಸಂವಿಧಾನದ ಬೇರೆ ಅಂಶಗಳು ಮತ್ತು ಜನಪ್ರಾತಿನಿಧ್ಯ ಕಾಯಿದೆ ಇತ್ಯಾದಿಗಳನ್ನೆಲ್ಲ ಬದಿಗಿಟ್ಟು ನೋಡಿದರೂ, ಮೇಲೆ ಹೇಳಲಾಗಿರುವ ಮೂರು ಸಾಂವಿಧಾನಿಕ ವಿಧಿಗಳಲ್ಲಿ ಬದಲಾವಣೆ ಮಾಡದೇ, "ಒಂದು ದೇಶ; ಒಂದು ಚುನಾವಣೆ" ಅಸಾಧ್ಯ.

ಏನೇನು ಅಪಾಯಗಳು?

ಐವತ್ತು ವರ್ಷಗಳ ಹಿಂದಿನ ಕೇಶವಾನಂದ ಭಾರತಿ ವರ್ಸಸ್ ಸ್ಟೇಟ್ ಆಫ್ ಕೇರಳ ಪ್ರಕರಣದಲ್ಲಿ, 24 ಎಪ್ರಿಲ್, 1973ರಂದು ತೀರ್ಪು ನೀಡಿದ ಸುಪ್ರೀಂಕೋರ್ಟು, ಸಂವಿಧಾನದ ಮೂಲ ಸ್ವರೂಪಕ್ಕೆ ಧಕ್ಕೆ ತರುವ ಹಕ್ಕು ಸಂಸತ್ತಿಗೆ ಇಲ್ಲ ಎಂದು ಖಚಿತವಾಗಿ ಹೇಳಿರುವುದನ್ನು ಗಮನದಲ್ಲಿ ಇಟ್ಟುಕೊಂಡು ಹಾಲೀ ಸರ್ಕಾರದ "ಒಂದು ದೇಶ; ಒಂದು ಚುನಾವಣೆ" ಪ್ರಯತ್ನಗಳನ್ನು ಒಮ್ಮೆ ನೋಡಿದಲ್ಲಿ, ಅದರಿಂದ ಏನೆಲ್ಲ ಅಪಾಯದಲ್ಲಿವೆ ಎಂಬದು ಸ್ಪಷ್ಟವಾಗತೊಡಗುತ್ತದೆ.

ಐದು ವರ್ಷಕ್ಕೆ ಒಂದೇ ಚುನಾವಣೆ ವ್ಯವಸ್ಥೆ ಜಾರಿಗೆ ಬಂದು ಉಳಿಯಬೇಕಾದರೆ, ಕೆಲವು ರಾಜ್ಯಸರ್ಕಾರಗಳು ಅವಧಿಪೂರ್ವ ವಿಸರ್ಜನೆಯಾಗಬೇಕಾದೀತು ಮತ್ತು ಇನ್ನು ಕೆಲವು ಅವಧಿ ದಾಟಿ ಮುಂದುವರಿಯಬೇಕಾದೀತು. ಒಂದು ವೇಳೆ ಆ ಹಾದಿ ಬಿಟ್ಟು ಎರಡು ಮೂರು ಹಂತಗಳಲ್ಲಿ ಇದನ್ನು ಸಾಧಿಸಲಾಯಿತು ಎಂದಿಟ್ಟುಕೊಂಡರೂ (ಈ ಬಗ್ಗೆ ಹಿಂದೊಮ್ಮೆ ನೀತಿ ಆಯೋಗವು ತಂತ್ರಗಾರಿಕೆಯ ಮಾದರಿಯೊಂದನ್ನು ಸಿದ್ಧಪಡಿಸಿತ್ತು), ಒಮ್ಮೆ ಚುನಾವಣೆ ಆದ ಬಳಿಕ ಆ ಸರ್ಕಾರ ಯಾವಾಗ ಮತ್ತೆ ರಾಷ್ಟ್ರಪತಿ ಆಳ್ವಿಕೆಗೆ ತುತ್ತಾಗಬಹುದು? ಯಾವಾಗ ಅವಿಶ್ವಾಸ ಮತದ ಕಾರಣಕ್ಕೆ ಸರ್ಕಾರ ಉರುಳಬಹುದು? ಎಂಬುದನ್ನು ಪೂರ್ವಾನುಮಾನ ಮಾಡುವುದು ಸಾಧ್ಯವಿಲ್ಲ.

ಹೀಗಿರುವಾಗ, "ಒಂದು ದೇಶ; ಒಂದು ಚುನಾವಣೆ" ಎಂದರೆ, ಅದರ ಗುಟ್ಟಾದ ಅರ್ಥ, ಸಂವಿಧಾನದ 75(3)ನೇ ವಿಧಿಗೆ ತಿದ್ದುಪಡಿ ಮಾಡುವ ಮೂಲಕ, ಅವಿಶ್ವಾಸ ಮತದ ಪರಿಕಲ್ಪನೆಯನ್ನು ಬದಲಾಯಿಸುವುದೇ ಆಗಿದೆ. ಇದು ಸಂಸತ್ತಿನ, ರಾಜ್ಯ ವಿಧಾನಸಭೆಗಳ ಚುನಾಯಿತ ಜನಪ್ರತಿನಿಧಿಗಳ ಅಧಿಕಾರದ ಮೇಲಿನ ಸವಾರಿ ಅಲ್ಲದೇ ಮತ್ತೇನು?

ಇನ್ನೊಂದು ಸಾಧ್ಯತೆ: ಲೋಕಸಭೆ ಮತ್ತು ವಿಧಾನಸಭೆಗಳ ಕಾರ್ಯಾವಧಿಯನ್ನು 5ವರ್ಷ ಮತ್ತು ಹೆಚ್ಚುವರಿ ಒಂದೂವರೆ ವರ್ಷದ ಆಚೆಗೂ ಹಿಗ್ಗಿಸುವ ಅಥವಾ

ಕುಗ್ಗಿಸುವ ಅಧಿಕಾರವನ್ನು ಸಂಸತ್ತು/ರಾಷ್ಟ್ರಪತಿ ಹೊಂದುವುದು. ಇದು ಕೂಡ ಸಂವಿಧಾನದ ಆಶಯಗಳಿಗೆ ತದ್ವಿರುದ್ಧವಾದುದು.

ಸರ್ಕಾರವು "ಒಂದು ದೇಶ; ಒಂದು ಚುನಾವಣೆ"ಯ ತನ್ನ ಆಶಯವನ್ನು ಮೊದಲು ಮಂಡಿಸಿ, ಆ ಬಳಿಕ ಉನ್ನತಮಟ್ಟದ ಸಮಿತಿ ರಚಿಸಿರುವುದರಿಂದ, ಆ ಸಮಿತಿಗೆ ಮುಕ್ತ ಚಿಂತನೆಯ ಅವಕಾಶ ಇಲ್ಲದಾಗಿದೆ. ಸಾಂವಿಧಾನಿಕ ಸಂರಚನೆಯಲ್ಲಿ ಮೇಲೆ ವಿವರಿಸಲಾಗಿರುವ ಕನಿಷ್ಠ ಎರಡು ಹಸ್ತಕ್ಷೇಪಗಳನ್ನು ಮಾಡದೇ, "ಒಂದು ದೇಶ; ಒಂದು ಚುನಾವಣೆ" ಜಾರಿ ಅಸಾಧ್ಯ. ಇದು ಸರ್ಕಾರದಲ್ಲಿರುವ ಕಾನೂನು ಪರಿಣತರಿಗೆ ಗೊತ್ತಿಲ್ಲದ್ದೇನಲ್ಲ. ಹಾಗಾಗಿ, ಈ ಪರಿಕಲ್ಪನೆಯ ಉದ್ದೇಶವೇ ಸಂವಿಧಾನದ ಸಂರಚನೆಯಲ್ಲಿ ತಮಗೆ ಬೇಕಾದಂತೆ ಬದಲಾವಣೆಗಳನ್ನು ಮಾಡಿಕೊಳ್ಳುವತ್ತ ಒಂದು ಹೆಜ್ಜೆ ಮುಂದಿಡುವುದು ಅನ್ನಿಸುತ್ತದೆ.

ಸೆಪ್ಟೆಂಬರ್ 09, 2023ಕ್ಕೆ ಪ್ರಕಟಿತ

“ನೆಟ್ ಝೀರೊ”; ಕುಂಟನ ಮೇಲೆ ಕುರುಡ ಕೂತಿದ್ದಾನೆ ದಾರಿ ಸಾಗುವುದೆಂತೊ ನೋಡಬೇಕು

ಏರುತ್ತಿರುವ ಉಷ್ಣತೆಯಿಂದ ಭೂಮಿಯನ್ನು ರಕ್ಷಿಸಿ ಈ ಜಗತ್ತನ್ನು ವಾಸಯೋಗ್ಯವಾಗಿ ಉಳಿಯುವಂತೆ ಮಾಡುವುದಕ್ಕಾಗಿ, 2070ರ ಹೊತ್ತಿಗೆ ಜಗತ್ತಿನಲ್ಲಿ ಕಾರ್ಬನ್ ಡಯಾಕ್ಸೈಡ್ ಹೊರಸೂಸುವಿಕೆಯನ್ನು ಶೂನ್ಯಗೊಳಿಸಿಕೊಳ್ಳಬೇಕೆಂದು (ನೆಟ್ ಝೀರೊ) ವಿಶ್ವ ಸಂಸ್ಥೆಯ ಪರಿಸರ ಬದಲಾವಣೆ ಒಪ್ಪಂದದ ಚೌಕಟ್ಟು (COP-26) 2021ರಲ್ಲಿ ತೀರ್ಮಾನಿಸಿತ್ತು. ಅದರ ಪಾಲುದಾರ ದೇಶವಾಗಿ ಭಾರತ ಕೂಡ “ನೆಟ್ ಝೀರೊ” ಸಾಧಿಸಬೇಕಿದೆ.

ಈ ಪರಿವರ್ತನೆ ಸಾಧಿಸಿಕೊಳ್ಳುವುದು ಬಹಳ ದುಬಾರಿ. ಅಂತಾರಾಷ್ಟ್ರೀಯ ಇಂಧನ ಸಂಸ್ಥೆ (IEA) ಅಂದಾಜಿಸಿರುವಂತೆ, ಜಗತ್ತಿನ ದೇಶಗಳು ಪ್ರತೀವರ್ಷ ಜಾಗತಿಕ GDPಯ 2.5%ನಷ್ಟು ಅಂದರೆ, ಸುಮಾರು 5 ಲಕ್ಷ

ರಾಜಾರಾಂ ತಲ್ಲೂರು

ಕೋಟಿ ಅಮೆರಿಕನ್ ಡಾಲರ್ ಖರ್ಚು ಮಾಡಬೇಕಿದೆ. ಇದಕ್ಕಾಗಿ ಅಭಿವೃದ್ಧಿಹೊಂದಿದ ದೇಶಗಳು ಅಭಿವೃದ್ಧಿಶೀಲ ಮತ್ತು ಬಡ ದೇಶಗಳಿಗೆ 10,000 ಕೋಟಿ ಡಾಲರ್‌ಗಳ ನೆರವಿನ ವಾಗ್ದಾನ ಮಾಡಿದ್ದವು. ಅದರಲ್ಲಿ ಎಲ್ಲೋ ಅಲ್ಪಸ್ವಲ್ಪ ಮಾತ್ರ ಇಲ್ಲಿಯ ತನಕ ಬಡ – ಅಭಿವೃದ್ಧಿಶೀಲ ದೇಶಗಳಿಗೆ ಹರಿದುಬಂದಿದೆ.

ಮೊನ್ನೆ ಮುಗಿದ G20 ಶೃಂಗಸಭೆಯಲ್ಲಿ, ಈ ನಿಟ್ಟಿನಲ್ಲಿ ದೊಡ್ಡ ಯಶಸ್ಸನ್ನು ಸಾಧಿಸಲಾಗಿದೆ ಎಂದು ಇದೇ ಸೆ.10ರಂದು ನಡೆದ ಪತ್ರಿಕಾಗೋಷ್ಠಿಯಲ್ಲಿ, ಶೃಂಗದ ಅಧ್ಯಕ್ಷೀಯ ದೇಶದ ಶೆರ್ಪಾ (ನಿರ್ಣಯ ಸಂಧಾನಕಾರ) ಅಮಿತಾಬ್ ಕಾಂತ್ ಮತ್ತು ಭಾರತದ ಹಣಕಾಸು ಸಚಿವೆ ನಿರ್ಮಲಾ ಸೀತಾರಾಮನ್ ಹೇಳಿದ್ದರು. ಆ ಯಶಸ್ಸು ಏನೆಂದು ಮಾಧ್ಯಮದವರು ವಿವರವಾಗಿ ಕೇಳಿದರೆ, ಸ್ಪಷ್ಟ ಉತ್ತರ ಸಿಗಲಿಲ್ಲ. ಬದಲಾಗಿ, ನೆರವು ಕೊಡುತ್ತಾರೆಂದು ಶ್ರೀಮಂತ ದೇಶಗಳ ಮುಖ ನೋಡುವ ಬದಲು ನಾವೇ ಹೊಸ ದಾರಿ ಕಂಡುಕೊಳ್ಳಬೇಕು, ಖಾಸಗಿ ಪಾಲುದಾರಿಕೆ, ದಾನಿಗಳು ಎಲ್ಲರನ್ನೂ ಒಳಗೊಂಡು ಮುಂದೆ ಹೋಗುವುದನ್ನು ನೋಡಬೇಕು ಎಂಬ ಉತ್ತರ ಬಂತು (https://mea.gov.in/media-briefings.htm?dtl/37093/Transcript+of+Press+briefing+by+G20+Presidency+September+09+2023).

ಈ ಯಶಸ್ಸಿನ ಪ್ರಕಟಣೆ ನಿಜಕ್ಕೂ ಏನು?

ತಂತ್ರಜ್ಞಾನದಲ್ಲಿ ಪೂರಕ ಬದಲಾವಣೆ ಮಾಡಿಕೊಳ್ಳುತ್ತಾ, ಕಲ್ಲಿದ್ದಲಿನಂತಹ ಮಾಲಿನ್ಯಕಾರಕಗಳ ಬಳಕೆ ತಗ್ಗಿಸಿಕೊಳ್ಳುತ್ತಾ, ಪರ್ಯಾಯ ಇಂಧನ ಮೂಲಗಳನ್ನು ಹುಡುಕಿಕೊಂಡು ನೆಟ್‌ಝೀರೊ ಕಡೆ ಸಾಗುತ್ತಾ, ಜೊತೆಗೆ ಆರ್ಥಿಕವಾಗಿ ಕೂಡಾ ಸದೃಢಗೊಳ್ಳಲು ಯಾವುದೇ ದೇಶಕ್ಕೆ ದೊಡ್ಡ ಪ್ರಮಾಣದಲ್ಲಿ ಹಣ ಖರ್ಚು ಮಾಡುವುದು ಅನಿವಾರ್ಯ. ಅಗತ್ಯ ಇರುವ ಈ ಹಣ ಬರುವ ಹಾದಿ ಯಾವುದು ಎಂದು ಗೊತ್ತಿಲ್ಲದೇ 2070ರ "ನೆಟ್ ಝೀರೋ" ಗುರಿ ತಲುಪುವುದು ಹೇಗೆ? ಬೇರೆ ದೇಶಗಳನ್ನು ಬಿಡಿ. ಹಾಲೀ G20 ಅಧ್ಯಕ್ಷತೆಯನ್ನು ಹೊಂದಿರುವ ಭಾರತದ ಪರಿಸ್ಥಿತಿ ಹೇಗಿದೆ? ಎಂಬುದನ್ನು ಒಮ್ಮೆ ನೋಡಿಕೊಂಡು ಬಂದರೆ, ಈ ವಾಗಾಡಂಬರಗಳು ಸರಳವಾಗಿ ಅರ್ಥವಾಗತೊಡಗುತ್ತವೆ.

ಭಾರತ 2070ರ ಹೊತ್ತಿಗೆ ತನ್ನ ಉದ್ದೇಶಿತ ಗುರಿ ತಲುಪಲು ಏನೆಲ್ಲ ಆಗಬೇಕೆಂಬ ಬಗ್ಗೆ ಇಂಧನ, ಪರಿಸರ ಮತ್ತು ಜಲ ಮಂಡಳಿ (CEEW) ಎಂಬ ಏಷ್ಯನ್ ಸಂಶೋಧನಾ ಸಂಸ್ಥೆ 2021 ಅಕ್ಟೋಬರಿನಲ್ಲಿ ಐದು ಗುರಿಗಳನ್ನು ಮುಂದಿಟ್ಟಿದೆ ಮತ್ತು ಮೂರು ಸಲಹೆಗಳನ್ನು ನೀಡಿದೆ.

ಗುರಿಗಳು:

- 2065ರ ಹೊತ್ತಿಗೆ ಕೈಗಾರಿಕೆಗಳಲ್ಲಿ ಕಲ್ಲಿದ್ದಲು ಬಳಕೆ ಸಂಪೂರ್ಣ ಸ್ಥಗಿತ
- 2060ರ ಹೊತ್ತಿಗೆ ಎಲ್ಲ ವಿಧದ ಕಲ್ಲಿದ್ದಲು ಬಳಕೆ ಸಂಪೂರ್ಣ ಸ್ಥಗಿತ

- 2050ರ ಹೊತ್ತಿಗೆ 1700GW (ಗಿಗಾವಾಟ್) ಸೌರ ವಿದ್ಯುತ್ ಉತ್ಪಾದನೆ
- 2050ರ ಹೊತ್ತಿಗೆ 557GW ವಾಯುಮೂಲದ ವಿದ್ಯುತ್ ಉತ್ಪಾದನೆ; ಮತ್ತು
- 2050ರ ಹೊತ್ತಿಗೆ 68GW ಅಣು ವಿದ್ಯುತ್ ಉತ್ಪಾದನೆ.

ಸಲಹೆಗಳು:

- 2070ರ ಹೊತ್ತಿಗೆ, ದೇಶದಲ್ಲಿ ಮಾರಾಟವಾಗುವ ಕಾರುಗಳಲ್ಲಿ 84% ವಿದ್ಯುತ್ ಚಾಲಿತ ಕಾರುಗಳಾಗಿರಬೇಕು.
- 2070ರ ಹೊತ್ತಿಗೆ, ದೇಶದಲ್ಲಿ ಇರುವ ಟ್ರಕ್‌ಗಳಲ್ಲಿ 79% ವಿದ್ಯುತ್ ಚಾಲಿತವಾಗಬೇಕು ಮತ್ತು ಉಳಿದವು ಹೈಡ್ರೋಜನ್ ಚಾಲಿತವಾಗಬೇಕು.
- 2070ರ ಹೊತ್ತಿಗೆ, ಉಳಿದಿರುವ ಪೆಟ್ರೋಲ್ ಚಾಲಿತ ಕಾರು, ಟ್ರಕ್, ವಿಮಾನಗಳಲ್ಲಿ ಬಳಕೆಯಾಗುವ ಇಂಧನಗಳಲ್ಲಿ, 84%ದಷ್ಟರಲ್ಲಿ ಜೈವಿಕ ಇಂಧನಗಳು ಬ್ಲೆಂಡ್ ಆಗಿರಬೇಕು.

ನಾವೆಲ್ಲಿದ್ದೇವೆ?

ಜನವರಿ 22ರ ಹೊತ್ತಿಗೆ ಭಾರತದ ಸ್ಥಾಪಿತ ವಿದ್ಯುತ್ ಉತ್ಪಾದನಾ ಸಾಮರ್ಥ್ಯ 395.1 GW. ಅದರಲ್ಲಿ 60% ಕಲ್ಲಿದ್ದಲು ಆಧರಿತ. ಉಳಿದ 11.8% ಜಲಮೂಲದ್ದು, 28.5% ಸೌರ ಮತ್ತಿತರ ನವೀಕರಿಸಬಹುದಾದ ಮೂಲಗಳದ್ದು ಮತ್ತು 1.7% ಅಣುಶಕ್ತಿ ಮೂಲದ್ದು. ಮೇಲೆ ಹೇಳಲಾಗಿರುವ ಗುರಿಗಳನ್ನು ತಲುಪಬೇಕಿದ್ದರೆ ಭಾರತ ಖರ್ಚು ಮಾಡಬೇಕಿರುವುದು, ಕನಿಷ್ಠ ಸುಮಾರು 12 ಲಕ್ಷ ಕೋಟಿ ಡಾಲರ್‌ಗಳನ್ನು! ನವೀಕರಿಸಬಲ್ಲ ಇಂಧನ ಬಳಸಿ ಒಂದು ಗಿಗಾವಾಟ್ ವಿದ್ಯುತ್ ತಯಾರಿಸಲು ಅಂದಾಜು 6ಕೋಟಿ ರೂ.ಗಳ ವೆಚ್ಚ ಬರುತ್ತದಂತೆ!!

140ಕೋಟಿ ಜನಸಂಖ್ಯೆ ಇದ್ದರೂ, ಭಾರತದ ಕಾರ್ಬನ್ ಡಯಾಕ್ಸೈಡ್ ಹೊರಸೂಸುವ ಪ್ರಮಾಣ ಜಗತ್ತಿನ ಕೇವಲ 17%ದಷ್ಟು ಮಾತ್ರ. ಜೊತೆಗೆ 1850ರಿಂದ 2019ರ ನಡುವೆ ಜಗತ್ತಿಗೆ ಬಿಡುಗಡೆ ಆಗಿರುವ ಇಂಗಾಲದ ಮಾಲಿನ್ಯದಲ್ಲಿ ಭಾರತದ ಪಾಲು ಕೇವಲ 4% ಮಾತ್ರ. ಅಂದರೆ, ನೈತಿಕವಾಗಿ ನಾವು ಮುಂಚೂಣಿಯಲ್ಲೇ ಇದ್ದೇವೆ. ಆದರೆ ನಮ್ಮ ಗುರಿಗಳನ್ನು ಮುಂದಿಟ್ಟುಕೊಂಡು, ನಮ್ಮ ಅಳವಿಗೆ ಮೀರಿದ ವಾಗಾಡಂಬರಗಳಲ್ಲೇ ಕಳೆದುಹೋದರೆ, ಅದಕ್ಕೆ ತೂಕ ಇರದು. ಆಡದೇ ಮಾಡಿ ತೋರಿಸಿದ ಬಳಿಕ ಮಾತ್ರ ಯಶಸ್ಸಿಗೊಂದು ಮರ್ಯಾದೆ ಎಂಬುದನ್ನು ದೇಶದ ನೀತಿ ನಿರೂಪಕರು ಅರ್ಥ ಮಾಡಿಕೊಳ್ಳಬೇಕು.

ಭಾರತದಲ್ಲಿನ್ನೂ ಕಲ್ಲಿದ್ದಲು ಗಣಿಗಾರಿಕೆ, ಸಾಗಾಟ, ಆಮದಿನ ಅಬ್ಬರ ಇಳಿದಿಲ್ಲ; ಪರ್ಯಾಯದತ್ತ ನೋಡೋಣವೆಂದರೆ ಸಸ್ತಾ ಸಿಗುವ ವಿದ್ಯುತ್ ವಾಹನಗಳು ಅಗ್ನಿ

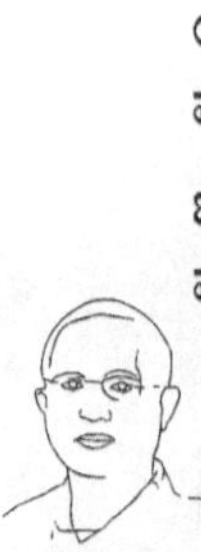

ಅವಘಡದಂತಹ ಹತ್ತಾರು ಕಾರಣಗಳಿಂದಾಗಿ ರೂಢಿ ಆಗಲು ಕೇಳುತ್ತಿಲ್ಲ; ದುಬಾರಿ ವಿದ್ಯುತ್ ಚಾಲಿತ ವಾಹನಗಳು ಕೈಗೆ ಎಟುಕುತ್ತಿಲ್ಲ; ಬ್ಯಾಟರಿ ಉದ್ದಿಮೆ, ವಿದ್ಯುತ್ ರೀಚಾರ್ಜ್ ವ್ಯವಸ್ಥೆಗೆ ನೀತಿ, ವಿದ್ಯುತ್ ರೀಚಾರ್ಜ್ ಜಾಲ... ಯಾವುದೂ ಸ್ಪಷ್ಟ ರೂಪ ತಳೆದಿಲ್ಲ; ಸೌರ ವಿದ್ಯುತ್ತಿಗೆ ಅಗತ್ಯವಿರುವಷ್ಟು ನೀರು ಇದೆಯೆ? ಕುಡಿಯುವ ನೀರಿಗೆ ಹಾಹಾಕಾರ ಏಳುತ್ತಿರುವಾಗ ಸೌರ ವಿದ್ಯುತ್ ಉತ್ಪಾದನೆಯಲ್ಲಿ ಬಳಕೆಗೆ ನೀರಿನ ಕಥೆಯೇನು? ಎಂಬುದೂ ಗೊತ್ತಿಲ್ಲ; ಕಟ್ಟಕಡೆಗೆ ಈ ಎಲ್ಲದಕ್ಕೂ ಪಿಪಿಪಿ ಎನ್ನುತ್ತಾ, ಆನಿ ಕಂಪನಿಗಳತ್ತ ಮತ್ತೆ ಮತ್ತೆ ದೃಷ್ಟಿ ಬೀರಲಾಗುತ್ತಿದೆ–ತಳ ಮಟ್ಟದಲ್ಲಿ ಪರಿಸ್ಥಿತಿ ಹೀಗಿದ್ದರೂ ಯಶಸ್ಸಿನ ಪ್ರಕಟಣೆಯಲ್ಲಿ ಮಾತ್ರ ನಾವು ಎಲ್ಲರಿಗಿಂತ ಮುಂದೆ!

ಭಾರತ ಸದ್ಯಕ್ಕೆ ಏಳು ಗುರಿಗಳೊಂದಿಗೆ ಈ "ನೆಟ್ ಝೀರೊ" ಹಾದಿಯಲ್ಲಿ ಪಯಣ ಆರಂಭಿಸಿದೆ. ಕ್ರಮಿಸಿರುವುದು ಅತ್ಯಲ್ಪ. ಕುಂಟನ ಮೇಲೆ ಕುರುಡ ಕೂತಿದ್ದಾನೆ, ದಾರಿ ಸಾಗುವುದೆಂತೊ ನೋಡಬೇಕು. ಆ ಏಳು ಗುರಿಗಳು ಯಾವುದೆಂದು ನೋಡಿಕೊಳ್ಳಿ (ಆಧಾರ: PIB Release ID: 1945472). ಮುಂದಿನ ದಿನಗಳಲ್ಲಿ ಅದಕ್ಕೆ ಸಂಬಂಧಿಸಿದ ಬೆಳವಣಿಗೆಗಳ ಮೇಲೆ ಕಣ್ಣಿಟ್ಟುಕೊಳ್ಳಿ:

1. ಕಾರ್ಬನ್ ಅಂಶ ಕಡಿಮೆ ಹೊರಸೂಸುವ ಮತ್ತು ಅಭಿವೃದ್ಧಿಗೆ ಪೂರಕವಾಗಿರುವ ವಿದ್ಯುತ್ ವ್ಯವಸ್ಥೆ.
2. ಸಂಯೋಜಿತ, ಪರಿಣಾಮಕಾರಿ, ಒಳಗೊಳ್ಳುವ ಸಾರಿಗೆ ವ್ಯವಸ್ಥೆ.
3. ಸುಸ್ಥಿರ, ಇಂಧನ ಸ್ನೇಹಿ ನಗರ–ಕಟ್ಟಡ ವಿನ್ಯಾಸಕ್ಕೆ ಪ್ರೋತ್ಸಾಹ.
4. ಕಡಿಮೆ ಮಾಲಿನ್ಯದ ಉದ್ಯಮಗಳಿಗೆ ಪ್ರೋತ್ಸಾಹ; ವಿಕಾಸಕ್ಕೂ ಮಾಲಿನ್ಯಕ್ಕೂ ಇರುವ ಸಂಬಂಧ ಕಳಚುವುದು.
5. ಕಾರ್ಬನ್ ಡಯಾಕ್ಸೈಡ್ ತೆಗೆದುಹಾಕಬಲ್ಲ ತಂತ್ರಜ್ಞಾನ ಅಭಿವೃದ್ಧಿ.
6. ಸಾಮಾಜಿಕ–ಆರ್ಥಿಕ ಪರಿಗಣನೆಗಳನ್ನು ಗಮನದಲ್ಲಿರಿಸಿಕೊಂಡು ಅರಣ್ಯೀಕರಣ.
7. ಕಡಿಮೆ ಕಾರ್ಬನ್ ಸಹಿತ ಅಭಿವೃದ್ಧಿಗೆ, ಆರ್ಥಿಕ ಆವಶ್ಯಕತೆಗಳ ಪೂರೈಕೆ.

ಸೆಪ್ಟೆಂಬರ್ 16, 2023ಕ್ಕೆ ಪ್ರಕಟಿತ

PLI ಎಂಬುದು ಎಷ್ಟು “ಆತ್ಮನಿರ್ಭರ”?

ಭಾರತದಲ್ಲಿ ಉದಾರೀಕರಣ ಆದ ಬಳಿಕ ಸೇವಾಕ್ಷೇತ್ರದ್ದೇ ಅಬ್ಬರ. ಕೈಗಾರಿಕಾ ಉತ್ಪಾದನೆಗಳು ಚಿಗುರಿಕೊಳ್ಳಲಿಲ್ಲ. ಈಗ ಭಾರತದ ಆರ್ಥಿಕತೆಯಲ್ಲಿ ಸೇವಾ ಕ್ಷೇತ್ರದ ಪಾಲು ಅಂದಾಜು 53% ಆದರೆ, ಕೃಷಿ ಇತ್ಯಾದಿ ಚಟುವಟಿಕೆಗಳ ಪಾಲು 21% ಮತ್ತು ಕೈಗಾರಿಕೋದ್ಯಮಗಳ ಪಾಲು 26%. ಕೈಗಾರಿಕೆಗಳಲ್ಲಿ ವೃದ್ಧಿ ಆಗದೇ ಉದ್ಯೋಗ ಸೃಷ್ಟಿ ಆಗುವುದಿಲ್ಲ ಎಂಬುದು ಸಾಮಾನ್ಯವಾಗಿ ಇರುವ ಕಲ್ಪನೆ. ಹಾಲೀ ಭಾರತ ಸರ್ಕಾರ ಕೂಡ ಇದನ್ನು ಗಂಭೀರವಾಗಿ ಪರಿಗಣಿಸಿ, ದೇಶದ ಒಳಗೆ ಉತ್ಪಾದನೆ ಹೆಚ್ಚಿಸಬೇಕು ಹಾಗೂ ಉದ್ಯೋಗ ಸೃಷ್ಟಿಸಬೇಕು ಎಂಬ ಉದ್ದೇಶದಿಂದ 2021–22ರ ಬಜೆಟ್‌ನಲ್ಲಿ 13 (ಈಗ 14) ಪ್ರಮುಖ ಕ್ಷೇತ್ರಗಳಲ್ಲಿ ಉತ್ಪಾದನೆಗಳಿಗೆ ಲಿಂಕ್ ಮಾಡಲಾಗಿರುವ ಪ್ರೋತ್ಸಾಹಧನ (Production Linked Incentives- PLI) ನೀಡಲು 1.97 ಲಕ್ಷ ಕೋಟಿ ರೂ.ಗಳ ಬೃಹತ್ ಬಜೆಟರಿ ಅನುದಾನವನ್ನು ಪ್ರಕಟಿಸಿತ್ತು.

ರಾಜಾರಾಂ ತಲ್ಲೂರು

ಆಟೊ ಬಿಡಿಭಾಗಗಳು, ವಾಹನಗಳು, ಡ್ರೋನ್‌ಗಳು, ಸ್ಟೋರೇಜ್ ಬ್ಯಾಟರಿ, ಇಲೆಕ್ಟ್ರಾನಿಕ್ ಹಾರ್ಡ್‌ವೇರ್, ವೈದ್ಯಕೀಯ ಪರಿಕರಗಳು, ಉಕ್ಕು, ಔಷಧಿ ಮೂಲವಸ್ತುಗಳು, ಸೌರ ಪ್ಯಾನಲ್‌ಗಳು, ಟೆಲಿಕಾಂ ಮತ್ತು ನೆಟ್‌ವರ್ಕಿಂಗ್ ಉತ್ಪನ್ನಗಳು, ಕೈಗಾರಿಕಾ ಬಳಕೆಯ ಟೆಕ್ಸ್‌ಟೈಲ್, ಏರ್‌ಕಂಡೀಷನರ್ ಇತ್ಯಾದಿ ವೈಟ್‌ಗೂಡ್ಸ್ ಹಾಗೂ ಸಿರಿಧಾನ್ಯಗಳು ಈ 14 ಕ್ಷೇತ್ರಗಳಲ್ಲಿ ಸೇರಿವೆ. ಇವು ಮುಂದಿನ ಐದು ವರ್ಷಗಳಲ್ಲಿ 30ಲಕ್ಷ ಕೋಟಿ ರೂ. ಮೌಲ್ಯದ ಹೆಚ್ಚುವರಿ ಕೈಗಾರಿಕಾ ಉತ್ಪಾದನೆ ಮತ್ತು 60 ಲಕ್ಷ ಹೊಸ ಉದ್ಯೋಗಗಳ ಸೃಷ್ಟಿಗೆ ಕಾರಣ ಆಗಬೇಕೆಂಬುದು ಸರ್ಕಾರದ ಉದ್ದೇಶ. ಈ PLI ಯೋಜನೆಯಡಿ ಬರುವ ಕೈಗಾರಿಕೆಗಳಲ್ಲಿ, ಭಾರತದ ಒಳಗೆ ಉತ್ಪಾದನೆ ಆದ ಸರಕುಗಳಿಗೆ 4–6%ದಷ್ಟು ಪ್ರೋತ್ಸಾಹಧನವನ್ನು ಸಬ್ಸಿಡಿ ರೂಪದಲ್ಲಿ ನೀಡಲಾಗುತ್ತದೆ. ಇದರಿಂದ ಭಾರತ "ಆತ್ಮನಿರ್ಭರ"ಗೊಳ್ಳಲು ಸಹಾಯವಾಗಲಿದೆ ಎಂಬುದು ಸರ್ಕಾರದ ನಂಬಿಕೆ. (https://www.investindia.gov.in/production-linked-incentives-schemes-india) ಮತ್ತು (PIB Release ID: 1884181)

ಮೇಲಿನ ಕೈಗಾರಿಕಾ ವಲಯಗಳ ಪಟ್ಟಿಯನ್ನು ಮತ್ತು ಅದಕ್ಕಾಗಿ ಉತ್ಪಾದನೆಗೆಂದು ಮುಂದೆ ಬಂದಿರುವ ಕಂಪನಿಗಳನ್ನು ಗಮನಿಸಿದರೆ, ಒಂದು ವಿಷಯ ಸ್ಪಷ್ಟ. ಅದೇನೆಂದರೆ ಇವೆಲ್ಲವೂ ಪರಿಪೂರ್ಣ ಉತ್ಪಾದನಾ ವಲಯಗಳಲ್ಲ. ಬದಲಾಗಿ, ಪಟ್ಟಿಯಲ್ಲಿರುವ ಹೆಚ್ಚಿನವು ಜಗತ್ತಿನ ವಿವಿಧ ಕಡೆಗಳಲ್ಲಿ ಉತ್ಪಾದನೆ ಆಗಿರುವ ಬಿಡಿ ಭಾಗಗಳನ್ನು ಆಮದು ಮಾಡಿಕೊಂಡು, ಪುರಾತನ "ಸ್ಕ್ರೂಡ್ರೈವರ್" ತಂತ್ರಜ್ಞಾನ ಬಳಸಿ, ಜೋಡಿಸಿ ಮಾರುಕಟ್ಟೆಗೆ ಒದಗಿಸುವ "ಅಸೆಂಬ್ಲಿ" ಉದ್ಯಮಗಳು. 80ರ ದಶಕದಿಂದಲೂ ಕಂಪ್ಯೂಟರ್ ಹಾರ್ಡ್‌ವೇರ್‌ಗಳನ್ನು ಈ ಹಾದಿಯಲ್ಲಿ ಅಸೆಂಬ್ಲಿ ಮಾಡುವ ಉದ್ಯೋಗ ಭಾರತದಲ್ಲಿ ಸಕ್ರಿಯವಾಗಿದೆ. ಈ ಅನುಭವದ ಆಧಾರದಲ್ಲಿ ಹೇಳಬೇಕೆಂದರೆ, ಇದು ತಳಮಟ್ಟದ ಅರೆಕುಶಲ ಕೆಲಸಗಾರರಿಗೆ ಹೊಟ್ಟೆಪಾಡು ಒದಗಿಸುವ ವ್ಯವಸ್ಥೆಯೇ ಹೊರತು, ದೇಶದ ಒಳಗೆ ಭದ್ರವಾದ ಕೈಗಾರಿಕಾ ಉತ್ಪಾದನೆ ವಲಯವನ್ನು ಕಟ್ಟುವ ಮತ್ತು ದೀರ್ಘಕಾಲಿಕ ನೆಲೆಯಲ್ಲಿ ಉದ್ಯೋಗ ಒದಗಿಸುವ ಅಥವಾ ಕೌಶಲಗಳನ್ನು ವೃದ್ಧಿಸುವ ಸಮಗ್ರ ವ್ಯವಸ್ಥೆ ಅಲ್ಲವೇ ಅಲ್ಲ.

ಇತ್ತೀಚೆಗೆ ಪತ್ರಕರ್ತ ಕರಣ್ ಥಾಪರ್ ಅವರಿಗೆ ನೀಡಿದ ಸಂದರ್ಶನವೊಂದರಲ್ಲಿ, ಈ PLI ಪೊಳ್ಳುತನವನ್ನು ಎಳೆ ಎಳೆಯಾಗಿ ಬಿಚ್ಚಿಟ್ಟಿರುವ ಹಿರಿಯ ಅರ್ಥಶಾಸ್ತ್ರಜ್ಞ ರಘುರಾಂ ರಾಜನ್ ಅವರು, ಇದು ಹೇಗೆ ವಿದೇಶೀ ಕೈಗಾರಿಕೆಗಳನ್ನು ದುಡ್ಡುಕೊಟ್ಟು ಕರೆದು ನಮ್ಮಲ್ಲಿ ಉತ್ಪಾದನೆ ಮಾಡಲು ಹೇಳುವ ವಿವೇಚನಾರಹಿತ ಕ್ರಮ ಎಂದು ವಿವರಿಸಿದ್ದಾರೆ. ಥೈವಾನ್ ಮೂಲದ ಫಾಕ್ಸ್‌ಕಾನ್ ಸಂಸ್ಥೆಯು ಐಫೋನ್‌ಗಳ ಪ್ರಮುಖ ಉತ್ಪಾದಕ ಕಂಪನಿಯಾಗಿದ್ದು, ಅದು ಭಾರತದಲ್ಲಿ ಐಫೋನ್‌ಗಳ ಉತ್ಪಾದನೆ (ಅಸೆಂಬ್ಲಿ ಎಂದು ಓದಿಕೊಳ್ಳಿ) ಸಾಮರ್ಥ್ಯವನ್ನು ಹೆಚ್ಚಿಸಿಕೊಳ್ಳುವ ಪ್ರಯತ್ನದಲ್ಲಿರುವ ಸುದ್ದಿ ಇತ್ತೀಚೆಗೆ ಬಹಳ ಚಾಲ್ತಿಯಲ್ಲಿದೆ. ತಮಿಳುನಾಡಿನಲ್ಲಿ ಬೃಹತ್ ಐಫೋನ್

ಕಾರ್ಖಾನೆಯ ಬಳಿಕ, ಕರ್ನಾಟಕದಲ್ಲೂ ಅಂದಾಜು 4500 ಕೋಟಿ ರೂ. ವೆಚ್ಚದಲ್ಲಿ ಎರಡು ಐಫೋನ್ ಅಸೆಂಬ್ಲಿ ಸ್ಥಾವರಗಳನ್ನು ನಿರ್ಮಿಸುವ ಬಗ್ಗೆ ಆ ಸಂಸ್ಥೆ ಹೇಳಿರುವುದು, ಮತ್ತು ಕರ್ನಾಟಕ ಸರ್ಕಾರ ಅದಕ್ಕೆ ರತ್ನಗಂಬಳಿ ಹಾಸುತ್ತಿರುವ ಸುದ್ದಿಗಳ ಹಿನ್ನೆಲೆಯಲ್ಲಿ ರಘು ಅವರ ಈ ಸಂದರ್ಶನ ಮಹತ್ವದ್ದೆನ್ನಿಸುತ್ತದೆ. ರಘು ಅವರು ಐಫೋನ್ ಉತ್ಪಾದನೆಯ ಬಗ್ಗೆಯೇ ಉದಾಹರಣೆ ನೀಡುತ್ತಾ, PLI ಯೋಜನೆಗಳು ಮುಂದೆ ನಮ್ಮನ್ನು ಎಲ್ಲಿಗೆ ತಲುಪಿಸಲಿವೆ ಎಂದು ಊಹಿಸಿದ್ದಾರೆ. ಒಂದು ಐಫೋನಿನ ಅಂತಿಮ ಬೆಲೆಯ ಪ್ರತೀ ನೂರು ರೂಪಾಯಿಗಳಲ್ಲಿ, ಅದರ ಮೂಲ ಉತ್ಪಾದನಾ ವೆಚ್ಚ 30–40ರೂ.ಗಳು ಮತ್ತು ಅದರ ವಿನ್ಯಾಸ, ಅದರ ಸಾಫ್ಟ್‌ವೇರ್ ಹಾಗೂ ಇತ್ಯಾದಿಗಳ ಇಂಟಲೆಕ್ಚುವಲ್ ಪ್ರಾಪರ್ಟಿ, ಮಾರುಕಟ್ಟೆ, ಪ್ರಚಾರ ಇತ್ಯಾದಿಗಳ ವೆಚ್ಚ 60–65ರೂ. ಆಗುತ್ತದೆ. ಅದರ ಅಸೆಂಬ್ಲಿಗೆ ತಗಲುವ ವೆಚ್ಚ ಕೇವಲ 4ರೂ. ಈ ಕಾರಣಕ್ಕಾಗಿಯೇ ಐಫೋನ್ ಕಂಪನಿಯ ಮಾರುಕಟ್ಟೆ ಮೌಲ್ಯ ಮೂರು ಲಕ್ಷ ಕೋಟಿ ಡಾಲರ್‌ಗಳಾದರೆ, ಅದರ ನೈಜ ಉತ್ಪಾದಕ ಫಾಕ್ಸ್‌ಕಾನ್‌ನ ಮಾರುಕಟ್ಟೆ ಮೌಲ್ಯ 500ಕೋಟಿ ಡಾಲರ್‌ಗಳು! (ಸಂದರ್ಶನದ ಪೂರ್ಣ ಪಾಠ ಇಲ್ಲಿದೆ: https://www.youtube.com/watch?v=t4pd7BVJ5Vw)

ಈಗ ಭಾರತದ PLI ಯೋಜನೆಯನ್ನು ಗಮನಿಸಿ. ಇಲ್ಲಿ "ಉತ್ಪಾದನೆ" ನಡೆಸುವ ಕಂಪನಿಗಳಿಗೆ ನೂರಕ್ಕೆ 4ರಿಂದ 6ರೂ.ಗಳ PLI ಸಬ್ಸಿಡಿ ಒದಗಿಸಲಾಗುತ್ತಿದೆ. ಅಂದರೆ, ಕಂಪನಿಗೆ 4ರೂ.ಗಳ ವೆಚ್ಚ ಬೀಳುವ ಐಫೋನ್ ಬಿಡಿಭಾಗಗಳ ಅಸೆಂಬ್ಲಿ ಕೆಲಸವನ್ನು ಭಾರತದಲ್ಲಿ ಮಾಡಿಸಿದರೆ, ಆ ಕಂಪನಿಗೆ 6ರೂ.ಗಳ ಸಬ್ಸಿಡಿ ಸಿಗುತ್ತದೆ!! ಇಂತಹ ಆಫರ್‌ಗೆ ಯಾರು ತಾನೇ ಸಿದ್ಧರಿರುವುದಿಲ್ಲ? ಹಾಗಾಗಿಯೇ ಕಂಪನಿಗಳು ನಾಮುಂದು ತಾಮುಂದು ಎಂದು PLI ಯೋಜನೆಗೆ ಬರುತ್ತಿವೆ. ಆರಂಭದಲ್ಲಿ ಇವು ಸ್ವಲ್ಪ ಉದ್ಯೋಗ ಸೃಷ್ಟಿ ಮಾಡಬಹುದು. ಆದರೆ, ಅವು ಆ ಉದ್ಯೋಗಿಗಳಲ್ಲಿ ಕೌಶಲ ವೃದ್ಧಿ ಮಾಡುವುದಿಲ್ಲ. ಇನ್ನು ಐದು ವರ್ಷಗಳ ಬಳಿಕ, ಒಂದು ವೇಳೆ PLI ಸಬ್ಸಿಡಿ ನಿಲ್ಲಿಸಿದರೆ, ಆ ಕಂಪನಿಗಳು ಇಲ್ಲಿ ಮುಂದುವರಿಯುವ ಗ್ಯಾರಂಟಿಯೂ ಇಲ್ಲ. ಇದು ಸಮಸ್ಯೆಯ ಒಂದು ಮುಖ. ಇನ್ನೊಂದೆಡೆ, ಈ ಅಸೆಂಬ್ಲಿ ಮಾಡಬೇಕಾದ ಬಿಡಿಭಾಗಗಳ ಆಮದು ದೊಡ್ಡ ಪ್ರಮಾಣದಲ್ಲಿ ಹೆಚ್ಚಲಿದೆ. ಆ ಗಾತ್ರಕ್ಕೆ ಅನುಗುಣವಾಗಿ ಅಂತಿಮ ಉತ್ಪನ್ನದ ರಫ್ತು ಹೆಚ್ಚುವುದಿಲ್ಲ. ಅದರ ಫಲಿತಾಂಶಗಳು ಈಗಾಗಲೇ ಕಾಣಿಸತೊಡಗಿದ್ದು, ವಾಣಿಜ್ಯ ಕೊರತೆ (trade deficit) ಈಗ ವರ್ಷದಿಂದ ವರ್ಷಕ್ಕೆ ಹೆಚ್ಚುತ್ತಿದೆ.

ಇಂತಹದೊಂದು ಅಪಾಯಕಾರಿ ಸುಳಿಯಲ್ಲಿ ಸಿಲುಕಿಕೊಂಡು, ಅದರ ಕೊನೆಯಲ್ಲಿ ದೇಶ ಆರ್ಥಿಕವಾಗಿ ಹೊರೆಯನ್ನು ಅನುಭವಿಸುವ ಜೊತೆಗೆ, ದೇಶದ ಒಳಗಿನ ದುಡಿಮೆಗಾರರ ಕೌಶಲಗಳಲ್ಲೂ ವೃದ್ಧಿ ಆಗದಿರುವ ಸನ್ನಿವೇಶ ಎದುರಾಗಬಹುದು ಎಂದು ರಘುರಾಂ ರಾಜನ್ ಈ ಸಂದರ್ಶನದಲ್ಲಿ ಎಚ್ಚರಿಸಿದ್ದಾರೆ. ಬಡತನ ದೊಡ್ಡ

ಪ್ರಮಾಣದಲ್ಲಿರುವ ದೇಶದಲ್ಲಿ ಕೃಷಿಗೆ ಮತ್ತು ಆಹಾರಕ್ಕೆ ಸಬ್ಸಿಡಿ ನೀಡುವುದು ತಪ್ಪು ಎಂಬ ವಾದ ಹುಟ್ಟುತ್ತಿರುವಾಗ, ಉದ್ಯೋಗಸೃಷ್ಟಿಯ ಹೆಸರಲ್ಲಿ ಕೈಗಾರಿಕೆಗಳಿಗೆ ಈ ಪ್ರಮಾಣದ ಅನಗತ್ಯ ಸಬ್ಸಿಡಿ ನೀಡುವುದು ಎಷ್ಟು ನೈತಿಕ? ಈ ಹಿನ್ನೆಲೆಯಲ್ಲಿ, ಕನಿಷ್ಠ ಕರ್ನಾಟಕ ಸರ್ಕಾರವಾದರೂ ತನ್ನ ಕೈಗಾರಿಕಾ ನೀತಿಯಲ್ಲಿ ದೀರ್ಘಕಾಲಿಕ ದೃಷ್ಟಿಕೋನವನ್ನು ಇರಿಸಿಕೊಂಡು ಮುಂದುವರಿಯುವುದು ಹೆಚ್ಚು ಸುರಕ್ಷಿತವಾದ ಹಾದಿ ಅನ್ನಿಸುತ್ತದೆ.

ಸೆಪ್ಟೆಂಬರ್ 23, 2023ಕ್ಕೆ ಪ್ರಕಟಿತ

ಡೇಟಾ ಮಾರುಕಟ್ಟೆಯ ಕೋಳಿ ಜಗಳ: ಮೂಡೀಸ್ v/s ಆಧಾರ್

ಅಮೆರಿಕ ಮೂಲದ ಹೂಡಿಕೆದಾರರ ಸೇವಾಸಂಸ್ಥೆ ಮೂಡೀಸ್ (ಅದು ಜಗತ್ತಿನ ಕಂಪನಿಗಳ, ಸರ್ಕಾರಗಳ ಮತ್ತು ಅವು ಬಿಡುಗಡೆ ಮಾಡುವ ಸೆಕ್ಯುರಿಟಿಗಳ ರೇಟಿಂಗ್‌ಅನ್ನು ಹೂಡಿಕೆದಾರರಿಗೆ ಒದಗಿಸುವ ಸೇವೆ ನೀಡುತ್ತದೆ) ಕಳೆದ ವಾರ, ಭಾರತದಲ್ಲಿ "ಆಧಾರ್" ಅನನ್ಯ ಗುರುತು ಸಂಖ್ಯೆಯ ಮೂಲಕ ವ್ಯಕ್ತಿಯ ಗುರುತನ್ನು ದೃಢೀಕರಿಸುವ ವ್ಯವಸ್ಥೆಯಲ್ಲಿ ಲೋಪಗಳಿವೆ. ಭಾರತದಂತಹ ಉಷ್ಣವಲಯದ, ತೇವಾಂಶ ಅಧಿಕ ಇರುವ ಭೂಭಾಗಗಳಲ್ಲಿ ಬಯೋಮೆಟ್ರಿಕ್ ದೃಢೀಕರಣ ವಿಫಲಗೊಳ್ಳುವ ಸಾಧ್ಯತೆಗಳೇ ಹೆಚ್ಚು ಎಂದು ಅಭಿಪ್ರಾಯ ವ್ಯಕ್ತಪಡಿಸುವ ವರದಿಯೊಂದನ್ನು ಅದು ಬಿಡುಗಡೆ ಮಾಡಿತ್ತು.

ಇದಕ್ಕೆ ಪ್ರತಿಕ್ರಿಯಿಸಿರುವ ಭಾರತ ಸರ್ಕಾರದ ಇಲೆಕ್ಟ್ರಾನಿಕ್ಸ್ ಮತ್ತು ಮಾಹಿತಿ ತಂತ್ರಜ್ಞಾನ ಸಚಿವರು, ಆ ರೀತಿಯ ಆರೋಪ ನಿರಾಧಾರ ಮತ್ತು ಅದು ಯಾವುದೇ ಸಂಶೋಧನಾ

ರಾಜಾರಾಂ ತಲ್ಲೂರು

ದತ್ತಾಂಶಗಳನ್ನು ಆಧರಿಸಿದಂತಹ ವರದಿ ಅಲ್ಲ; ಬರೇ ಬೀಸು ಹೇಳಿಕೆ. ಅದಕ್ಕೆ ಹೆಚ್ಚಿನ ಮಹತ್ವ ನೀಡಬೇಕಾಗಿಲ್ಲ ಎಂದು ಹೇಳಿದ್ದಾರೆ. ಮಾತ್ರವಲ್ಲದೆ ದೇಶದ 135 ಕೋಟಿಗೂ ಮಿಕ್ಕಿ ಜನರು ಆಧಾರ್ ಬಳಸುತ್ತಿದ್ದು, ಇಲ್ಲಿಯ ತನಕ 10,000 ಕೋಟಿಗೂ ಹೆಚ್ಚು ಬಾರಿ ಬಯೋಮೆಟ್ರಿಕ್ ದೃಢೀಕರಣ ಪ್ರಕ್ರಿಯೆಗಳು ಯಶಸ್ವಿಯಾಗಿ ನಡೆದಿವೆ ಎಂದು ಹೇಳಿ, ಮೂಡೀಸ್ ವರದಿಯನ್ನು ಅವರು ತಳ್ಳಿಹಾಕಿದ್ದಾರೆ.

***

ಡೇಟಾ ಎಂಬ ಎರಡನೇ ಚಿನ್ನ ಮಾರುಕಟ್ಟೆಯನ್ನು ಆವರಿಸಿಕೊಳ್ಳುತ್ತಿರುವಂತೆಯೇ, ಅದರ ವ್ಯವಹಾರ ಸಾಧ್ಯತೆಗಳು ಮತ್ತು ಲಾಭ ಚಿಂತನೆಗಳು ವೇಗ ಪಡೆದುಕೊಳ್ಳತೊಡಗಿವೆ. ಮೇಲೆ ನಾನು ವಿವರಿಸಿರುವ ಮೂಡೀಸ್ ವರ್ಸಸ್ ಆಧಾರ್ ಬೆಳವಣಿಗೆಯನ್ನು ಆ ಹಿನ್ನೆಲೆಯಲ್ಲಿ ಅರ್ಥಮಾಡಿಕೊಳ್ಳಬೇಕು.

ಜಗತ್ತಿನಾದ್ಯಂತ ಸರ್ಕಾರಗಳು ತಮ್ಮ ಪ್ರಜೆಗಳಿಗೆ ಸವಲತ್ತುಗಳನ್ನು ಒದಗಿಸುವ ತಮ್ಮ ಕರ್ತವ್ಯಗಳನ್ನು ಕೃತಕ ಬುದ್ಧಿಮತ್ತೆ, ಡೇಟಾ ತಂತ್ರಜ್ಞಾನ, ಇಲೆಕ್ಟ್ರಾನಿಕ್ ಹಣ ವರ್ಗಾವಣೆ, ಚಹರೆ ಗುರುತಿಸುವಿಕೆ ಮತ್ತಿತರ ಆಧುನಿಕ ತಂತ್ರಜ್ಞಾನಗಳನ್ನು ಬಳಸಿ ಸುಲಭಗೊಳಿಸಿಕೊಳ್ಳುವ ಹಾದಿಯಲ್ಲಿವೆ. ಮೂಲತಃ ತಂತ್ರಜ್ಞಾನಗಳೆಲ್ಲ ಸರ್ಕಾರದ ಸೌಲಭ್ಯಗಳು ಅರ್ಹರಾದ, ಉದ್ದೇಶಿತ ಜನರನ್ನು ತಲುಪುತ್ತಿವೆ ಎಂಬುದನ್ನು ಖಚಿತಪಡಿಸಿಕೊಳ್ಳುವ ತಂತ್ರಜ್ಞಾನ ಸಲಕರಣೆಗಳು.

ಭಾರತದಲ್ಲಿ ಆಧಾರ್ ವ್ಯವಸ್ಥೆ ಜಾರಿಗೆ ಬಂದದ್ದು 2009ರಲ್ಲಿ. 12 ಅಂಕಿಗಳ ಈ ಅನನ್ಯ ಗುರುತು ಸಂಖ್ಯೆಯನ್ನು ಪ್ರತಿಯೊಬ್ಬ ಪ್ರಜೆಗೆ ನೀಡಲಾಗಿದ್ದು, ಆ ಸಂಖ್ಯೆಗೆ ಆ ವ್ಯಕ್ತಿಯ ಬೆರಳಚ್ಚು, ಕಣ್ಣುಪಾಪೆಯ ಸ್ಕ್ಯಾನ್, ಭಾವಚಿತ್ರಗಳು ಲಿಂಕ್ ಆಗಿರುತ್ತವೆ. ಅದನ್ನು ಪ್ರತಿಯೊಬ್ಬ ಭಾರತೀಯ ಪ್ರಜೆ ತನ್ನ ಗುರುತು, ವಿಳಾಸದ ಹಾಗೂ ಜನ್ಮದಿನದ ದಾಖಲೆ ಆಗಿ ಬಳಸಬಹುದಾಗಿದೆ. ಆರಂಭದಲ್ಲಿ ಆಧಾರ್ ಜಾರಿಗೆ ಬಂದಾಗ ಅದನ್ನು ಕಟುವಾಗಿ ವಿರೋಧಿಸಿದ್ದ NDA ಸರ್ಕಾರ, ಈಗ ಜನಧನ್–ಆಧಾರ್–ಮೊಬೈಲ್ ಸಂಪರ್ಕ ಎಂಬ "JAM ಟ್ರಿನಿಟಿ" ತನ್ನ ಪ್ರಜೆಗಳನ್ನು ತಲುಪುವ ಪರಿಣಾಮಕಾರಿ ವಿಧಾನ ಎಂದು ಅರಿತಿರುವುದಲ್ಲದೆ, ಜಾಗತಿಕ ಮಾರುಕಟ್ಟೆಯಲ್ಲೂ ಈ ಬೃಹತ್ ವ್ಯವಸ್ಥೆಯ ಪರವಾಗಿ ಭರ್ಜರಿ ಬ್ಯಾಟಿಂಗ್ ಮಾಡುತ್ತಿದೆ. ಸರ್ಕಾರದ ಸವಲತ್ತುಗಳನ್ನು ಅದರ ಫಲಾನುಭವಿಗಳ ಬ್ಯಾಂಕ್ ಖಾತೆಗೆ ನೇರವಾಗಿ ವರ್ಗಾಯಿಸಲು ಈ ವ್ಯವಸ್ಥೆಯನ್ನು ಅದು ಬಳಸುತ್ತಿದೆ. ಆಧಾರ್‌ನ ಸಾಧಕ–ಬಾಧಕಗಳು ಈ ಬರೆಹದ ವ್ಯಾಪ್ತಿ ಅಲ್ಲ. ಇಲ್ಲಿ ಹೇಳಹೊರಟಿರುವುದು ಹೊಸದೊಂದು ಬೆಳವಣಿಗೆಯ ಬಗ್ಗೆ.

ಈ ವರ್ಷ ಆಗಸ್ಟ್ ಕೊನೆಯ ವಾರದಲ್ಲಿ, ಭಾರತದಲ್ಲಿ G20 ಶೃಂಗ ಸಭೆಯ ಸಿದ್ಧತೆಗಳು ಭರದಿಂದ ಸಾಗಿದ್ದಾಗ, ಆಧಾರ್ ಪಿತಾಮಹ ನಂದನ್ ನಿಲೇಕಣಿ ಅವರು G20 ಸಿದ್ಧತೆಯ ಭಾಗವಾಗಿ ನಡೆದ B20 (ಬ್ಯುಸಿನೆಸ್ 20) ಶೃಂಗ ಸಭೆಯಲ್ಲಿ

ಮಾತನಾಡಿ, ಭಾರತ ಸರ್ಕಾರವು ವಿಶ್ವ ಬ್ಯಾಂಕ್ ಹಾಗೂ IMFನ ಸಹಕಾರದೊಂದಿಗೆ, ಭಾರತದ 'ಜನಧನ್-ಆಧಾರ್-ಮೊಬೈಲ್ ಸಂಪರ್ಕ (JAM)' ಎಂಬ ಟ್ರಿನಿಟಿ ವ್ಯವಸ್ಥೆಯನ್ನು ಒಳಗೊಂಡ ಡಿಜಿಟಲ್ ಪಬ್ಲಿಕ್ ಇನ್ಫ್ರಾಸ್ಟ್ರಕ್ಚರ್ (DPI) ಮಾದರಿಯನ್ನು ಮುಂದಿನ 5 ವರ್ಷಗಳಲ್ಲಿ ಜಗತ್ತಿನ 50ಕ್ಕೂ ಮಿಕ್ಕಿ ದೇಶಗಳಿಗೆ ಕೊಂಡೊಯ್ಯಲಿದೆ ಎಂಬ ಮಹತ್ವಾಕಾಂಕ್ಷಿ "ಬಿಗ್ ಪಿಕ್ಚರ್" ಅನ್ನು ಬಿಚ್ಚಿಟ್ಟಿದ್ದರು.

ಡಿಜಿಟಲ್ ಸೇವಾ ಕ್ಷೇತ್ರದಲ್ಲಿ ಈಗಾಗಲೇ ಮುಂಚೂಣಿಯಲ್ಲಿರುವ ಭಾರತಕ್ಕೆ ಇದೊಂದು ಒಳ್ಳೆಯ ವ್ಯಾವಹಾರಿಕ ಅವಕಾಶ ಕೂಡ. ಆದರೆ ಈ ಮಾರುಕಟ್ಟೆಯಲ್ಲಿ ಭಾರತ 'ಏಕಸ್ವಾಮ್ಯದ' ವ್ಯಾಪಾರಿ ಅಲ್ಲ ಎಂಬದು ಕೂಡ ಸತ್ಯ.

ವಿಕೇಂದ್ರೀಕೃತ ಅನನ್ಯ ಗುರುತು (Decentralised Identity – DID) ಎಂಬ ಬ್ಲಾಕ್ ಚೈನ್ ಆಧರಿತ ಹೊಸ ತಂತ್ರಜ್ಞಾನವೊಂದು ಮಾರುಕಟ್ಟೆಗೆ ಇಳಿದಿದೆ. ಇದು ಒಂದು ನಿರ್ದಿಷ್ಟ ಸಂಸ್ಥೆ/ಪ್ರಾಧಿಕಾರ/ಸರ್ಕಾರಕ್ಕೆ ಪ್ರಜೆಗಳ ಗುರುತುಗಳನ್ನು ನಿಭಾಯಿಸಲು ಬಿಡುವ ಬದಲು, ಸ್ವತಃ ಪ್ರಜೆಯೇ ಅದನ್ನು ನಿಯಂತ್ರಿಸುವ ಅವಕಾಶ ಮಾಡಿಕೊಡುತ್ತದೆಯಂತೆ. ಅಮೆರಿಕದಲ್ಲಿ ಮೈಕ್ರೋಸಾಫ್ಟ್‌ನಂತಹ ಗಜಗಾತ್ರದ ಖಾಸಗಿ ಕಂಪನಿಗಳೂ ಕೂಡ ಆಧಾರ್ ವ್ಯವಸ್ಥೆಯ ಸುಧಾರಿತ ರೂಪವಾಗಿರುವ ಈ DID ತಂತ್ರಜ್ಞಾನದ ಗುರುತು ಪತ್ತೆ ವ್ಯವಸ್ಥೆಯ ಉತ್ಪನ್ನಗಳೊಂದಿಗೆ ಮಾರುಕಟ್ಟೆಯಲ್ಲಿ ಸನ್ನದ್ಧವಾಗಿವೆ. ವ್ಯಾಪಾರದ ವಿಪುಲ ಅವಕಾಶಗಳು ಎದುರಾದಾಗಲೆಲ್ಲ ಅಮೆರಿಕದಂತಹ ದೇಶಗಳು ತಮ್ಮ ಹಿತಾಸಕ್ತಿಗಳನ್ನು ಕಾಪಾಡಿಕೊಳ್ಳಲು ಸರ್ವತ್ರ ಪ್ರಯತ್ನಿಸುತ್ತವೆ. ಈ ಮೂಡೀಸ್ ವರ್ಸಸ್ ಆಧಾರ್ ವಾದ-ಪ್ರತಿವಾದಗಳನ್ನು ಆ ಹಿನ್ನೆಲೆಯಲ್ಲಿ ಅರ್ಥ ಮಾಡಿಕೊಂಡರೆ, ಮಾರುಕಟ್ಟೆಯಲ್ಲಿ ಏನು ನಡೆಯುತ್ತಿರಬಹುದು ಎಂಬುದರ ಬಗ್ಗೆ ಹೊಳಹುಗಳು ಸಿಗತೊಡಗುತ್ತವೆ.

ಸರ್ಕಾರವೊಂದು ತನ್ನ ಪ್ರಜೆಗಳ ಬದುಕಿನ ಮೇಲೆ ಎಷ್ಟು ಪ್ರಮಾಣದ ಹಿಡಿತ ಹೊಂದಿರಬೇಕು? ವ್ಯಕ್ತಿಯ ಖಾಸಗಿತನದ ಮೇಲೆ ವ್ಯವಸ್ಥೆಯ ನೆರಳು ಎಷ್ಟಿರಬೇಕು? ಡಿಜಿಟಲ್ ಯುಗದಲ್ಲಿ ವ್ಯಕ್ತಿಯ ಹಕ್ಕುಗಳೇನು? ತನ್ನ ಗುರುತಿನ ತಂತ್ರಜ್ಞಾನವನ್ನು ಪ್ರಜೆ ತಾನೇ ನಿಯಂತ್ರಿಸಿಕೊಳ್ಳುವುದು ಎಲ್ಲ ಸಂದರ್ಭಗಳಲ್ಲಿ ಸಾಧ್ಯವೇ? ಎಂಬುದೆಲ್ಲ ಜಾಗತಿಕವಾಗಿ ಒಪ್ಪಿತವಾಗುವ ಮೊದಲೇ, ವ್ಯವಹಾರಸ್ಥರು ಈ ಎರಡನೇ ಚಿನ್ನದ ತರಹೇವಾರಿ ಆಭರಣಗಳ ವ್ಯಾಪಾರಕ್ಕೆ ಧುಮುಕಿ ಬಿಟ್ಟಿದ್ದಾರೆ. ಮುಂದಿನ 10 ವರ್ಷಗಳಲ್ಲಿ ಈ ಹೊಸ ಮಾರುಕಟ್ಟೆ ಗಿಜಿಗುಡಲಿರುವ ಎಲ್ಲ ಲಕ್ಷಣಗಳು ಢಾಳಾಗಿ ಕಾಣಿಸುತ್ತಿವೆ. ಇಷ್ಟೇ ಅಲ್ಲ; ಜಗತ್ತಿನ ಸಾರ್ವಭೌಮ ದೇಶಗಳಲ್ಲಿನ ಪ್ರಜೆಗಳ ಬಗ್ಗೆ ಮಹತ್ವದ ಡೇಟಾಗಳನ್ನು ಆ ದೇಶದಿಂದ ಹೊರಗಿನ ಖಾಸಗಿ/ಸರ್ಕಾರಿ ವ್ಯವಸ್ಥೆಯೊಂದು ನಿಭಾಯಿಸುವ, ನಿಯಂತ್ರಿಸುವ ಹೊಸ ಸನ್ನಿವೇಶವೊಂದು ಎದುರಾಗುವ ದಿನಗಳೂ ಹತ್ತಿರದಲ್ಲೇ ಇವೆ. ಇದು ನೈತಿಕವಾಗಿ ನಡೆಯಬಲ್ಲ ಅಂತಾರಾಷ್ಟ್ರೀಯ ಕಾನೂನುಗಳೂ ಬೇಕಾಗುವ ದಿನಗಳು ದೂರವಿಲ್ಲ.

ಸೆಪ್ಟೆಂಬರ್ 30, 2023ಕ್ಕೆ ಪ್ರಕಟಿತ

ರಾಜಾರಾಂ ತಲ್ಲೂರು

ಔಷಧಿ ಸಿಗುತ್ತಿಲ್ಲ ಎಂದರೆ ಅದು ದುಷ್ಪ್ರೇರಣೆ ಆಗುವುದು ಹೇಗೆ?!

ಕೋವಿಡ್ ಜಗನ್ಮಾರಿ ಸಾಮಾಜಿಕವಾಗಿ ಬೀರಿರುವ ದೀರ್ಘಕಾಲಿಕ ಅಡ್ಡಪರಿಣಾಮಗಳಲ್ಲಿ ಕ್ಷಯ ರೋಗದ ಹತೋಟಿ ತಪ್ಪಿರುವುದು ಕೂಡ ಒಂದು. ಅದರ ಪರಿಣಾಮಗಳು ಈಗ ಕಾಣಿಸತೊಡಗಿವೆ. ಜೊತೆಗೆ ಆಡಳಿತಾತ್ಮಕ ನಿರ್ಲಕ್ಷ್ಯದ ಕಾರಣದಿಂದಾಗಿ ಕ್ಷಯದ ಔಷಧಿಗಳು ಮಾರುಕಟ್ಟೆಯಲ್ಲಿ ಸಿಗುತ್ತಿಲ್ಲ ಎಂಬ ದೂರು ಎದ್ದಿದೆ. ಆ ದೂರನ್ನು ಸಹಾನುಭೂತಿಯಿಂದ ಪರಿಶೀಲಿಸಿ, ಅಗತ್ಯ ಕ್ರಮಗಳನ್ನು ತುರ್ತಾಗಿ ಕೈಗೊಳ್ಳುವ ಬದಲು, ಆ ಅಪವಾದ ಸುಳ್ಳು, ಅದು ತಪ್ಪು ಹಾದಿಗೆ ಎಳೆಯುವಂತಹದು ಮತ್ತು ದುಷ್ಪ್ರೇರಣೆಯಿಂದ ಹುಟ್ಟಿದ್ದು ಎಂದು ಸ್ವತಃ ಭಾರತ ಸರ್ಕಾರದ ಆರೋಗ್ಯ ಮತ್ತು ಕುಟುಂಬ ಕಲ್ಯಾಣ ಇಲಾಖೆ ಆಪಾದಿಸಿದೆ.

ಜಗತ್ತಿನ ಒಟ್ಟು ಕ್ಷಯ ರೋಗಿಗಳಲ್ಲಿ ನಾಲ್ಕನೇ ಒಂದು ಭಾಗ ಭಾರತದಲ್ಲೇ ಇದ್ದಾರೆ. 2022ನೇ ವರ್ಷದ ಅಂತ್ಯಕ್ಕೆ ಭಾರತದಲ್ಲಿ

24.2 ಲಕ್ಷ ಕ್ಷಯ ರೋಗಿಗಳನ್ನು ಗುರುತಿಸಲಾಗಿದೆ. ಇದು 2021ಕ್ಕೆ ಹೋಲಿಸಿದರೆ 13% ಹೆಚ್ಚಳ ಎಂದು ಸ್ವತಃ ಸರ್ಕಾರದ ದಾಖಲೆಗಳು ಹೇಳುತ್ತವೆ. ಅಂದರೆ, ಪ್ರತೀ ಒಂದು ಲಕ್ಷ ಜನಸಂಖ್ಯೆಗೆ ಅಂದಾಜು 172 ಕ್ಷಯ ಪ್ರಕರಣಗಳು. ಆರು ತಿಂಗಳಿನಿಂದ ಎರಡು ವರ್ಷಗಳ ತನಕದ ಸುದೀರ್ಘ ಚಿಕಿತ್ಸೆ ಬೇಡುವ ಈ ಒಂದು ಕಾಲದ ಮಾರಕ ರೋಗಕ್ಕೆ ಈಗ ಇರುವ ಹೊಸ ಸವಾಲು ಎಂದರೆ, ಈ ಸುದೀರ್ಘ ಚಿಕಿತ್ಸೆಯನ್ನು ಅರ್ಧದಲ್ಲಿ ಕೈಬಿಡುವ ಮತ್ತಿತರ ಹಲವು ಕಾರಣಗಳಿಂದಾಗಿ ಸಾಮಾನ್ಯ ಔಷಧಿಗಳಿಗೆ ಬಗ್ಗದ ಕ್ಷಯರೋಗ (DRTB)ದ ಪ್ರಮಾಣ ಏರುತ್ತಿರುವುದು.

ಕೋವಿಡ್ ಕಾಲದಲ್ಲಿ ಲಾಕ್‌ಡೌನ್ ನಿರ್ಬಂಧ ಹಾಗೂ ಆ ಬಳಿಕ ಆಸ್ಪತ್ರೆಗಳಲ್ಲಿ ಕೋವಿಡ್ ಚಿಕಿತ್ಸೆಯ ಕಡೆಗೆ ಹೆಚ್ಚಿನ ಗಮನ ಹರಿದ ಕಾರಣದಿಂದಾಗಿ, ಸರ್ಕಾರಿ ದಾಖಲೆಗಳಲ್ಲಿ ಕ್ಷಯ ರೋಗಿಗಳ ಪ್ರಮಾಣ ಗಮನಾರ್ಹವಾಗಿ ಕಡಿಮೆ ದಾಖಲಾಗಿತ್ತು. ಆದರೆ ಈಗ ಈ ಪ್ರಮಾಣ ಅಸಹಜವಾಗಿ ಏರಿ ಕಾಣಿಸಿಕೊಳ್ಳತೊಡಗಿದೆ. ಜಗತ್ತು 2030ರ ಒಳಗೆ ಕ್ಷಯ ರೋಗದಿಂದ ಮುಕ್ತವಾಗಬೇಕೆಂದು ಬಯಸಿದ್ದರೆ, ಭಾರತವು 2025ರ ಒಳಗೇ ಕ್ಷಯ ಮುಕ್ತ ಆಗಬೇಕೆಂದು, ಈ ವರ್ಷ ಮಾರ್ಚ್ ತಿಂಗಳಿನಲ್ಲಿ ಪ್ರಧಾನ ಮಂತ್ರಿ ವಾರಾಣಸಿಯಲ್ಲಿ ಕರೆಕೊಟ್ಟಿದ್ದರು.

ಕ್ಷಯ ಮುಕ್ತವಾಗಲು, ಈಗಾಗಲೇ ಇರುವ ರೋಗಿಗಳಲ್ಲಿ ಕ್ಷಯ ರೋಗ ಗುಣವಾಗಬೇಕು ತಾನೆ? ಅದಕ್ಕೆ ಔಷಧಿಗಳು ಸಕಾಲಿಕವಾಗಿ ಸಿಗಬೇಕು. ದುರದೃಷ್ಟವಶಾತ್ ಹಾಗೆ ಆಗುತ್ತಿಲ್ಲ. ಈ ಬಗ್ಗೆ ಇತ್ತೀಚೆಗೆ Survivors Against TB (SATB) ಎಂಬ ಸ್ವಯಂಸೇವಾ ಸಂಸ್ಥೆಯು ಭಾರತ ಸರ್ಕಾರದ ಆರೋಗ್ಯ ಮತ್ತು ಕುಟುಂಬ ಕಲ್ಯಾಣ ಇಲಾಖೆಯ ಸಚಿವ ಶ್ರೀ ಮನ್‌ಸುಖ್ ಮಾಂಡವ್ಯ ಅವರಿಗೆ ಪತ್ರ ಬರೆದಿತ್ತು. ಆ ಪತ್ರದಲ್ಲಿ, ಕ್ಷಯಕ್ಕೆ ಅಗತ್ಯ ಔಷಧಿಗಳಾಗಿರುವ ಲಿನೆಜೋಲಿಡ್ (Linezolid), ಕ್ಲೋಫಾಜಿಮೈನ್ (Clofazimine), ಸೈಕ್ಲೊಸೆರೈನ್ (Cycloserine) ಇತ್ಯಾದಿಗಳು ಸರ್ಕಾರಿ ಆಸ್ಪತ್ರೆಗಳಲ್ಲಾಗಲೀ, ಖಾಸಗಿ ಔಷಧಿ ಅಂಗಡಿಗಳಲ್ಲಾಗಲೀ, ಅಗತ್ಯಕ್ಕೆ ತಕ್ಕಂತೆ ಸಿಗುತ್ತಿಲ್ಲ ಎಂದು ದೂರಲಾಗಿತ್ತು. ಮಹಾರಾಷ್ಟ್ರ, ಉತ್ತರ ಪ್ರದೇಶ ಸೇರಿದಂತೆ ಹಲವು ರಾಜ್ಯಗಳಲ್ಲಿ ಈ ಸಮಸ್ಯೆ ಇದೆ ಎಂದು ಈ ವರ್ಷ ಆಗಸ್ಟ್ ಕೊನೆಯ ವಾರದಲ್ಲಿ ಬರೆಯಲಾಗಿದ್ದ ಈ ಪತ್ರದಲ್ಲಿ ವಿವರಿಸಲಾಗಿತ್ತು.

ಕರ್ನಾಟಕದಲ್ಲಿ ಕೂಡ ಇಂತಹದೇ ಸ್ಥಿತಿ ಇದೆ ಎಂದು ಮಾಧ್ಯಮಗಳಲ್ಲಿ ವರದಿ ಆಗಿತ್ತು. ರಾಜ್ಯದಲ್ಲಿ 1870 ಮಂದಿ DRTB ರೋಗಿಗಳಿದ್ದು, ಅವರಿಗೆ ಸರ್ಕಾರದ DOTS ಮತ್ತು DOTS ಪ್ಲಸ್ ಚಿಕಿತ್ಸಾ ಕೇಂದ್ರಗಳಲ್ಲಿ ಸೈಕ್ಲೊಸೆರೈನ್ ಮತ್ತು ಲಿನೆಜೋಲಿಡ್ ಔಷಧಿಗಳ ಕೊರತೆ ಇದೆ ಎಂದು ವರದಿ ಆಗಿತ್ತಲ್ಲದೇ, ಹಿಂದೆ ಕೇಂದ್ರ ಸರ್ಕಾರದ ಕೇಂದ್ರೀಯ ಟಿಬಿ ವಿಭಾಗದಿಂದಲೇ ಈ ಔಷಧಿಗಳು ಸರಬರಾಜಾಗುತ್ತಿದ್ದವು ಆದರೆ ಕೇಂದ್ರ ಸರ್ಕಾರ ವರ್ಷದ ಹಿಂದೆ ಅದನ್ನು ನಿಲ್ಲಿಸಿದ್ದರಿಂದ, ಈಗ ಜಿಲ್ಲಾಮಟ್ಟದಲ್ಲೇ ಕೆಲವು

ಔಷಧಿಗಳನ್ನು ಖರೀದಿಸಬೇಕಾಗುತ್ತಿದೆ ಎಂದು ಮಾಧ್ಯಮ ವರದಿಗಳಲ್ಲಿ ಹೇಳಲಾಗಿತ್ತು. ಕರ್ನಾಟಕದಲ್ಲಿ ಬೆಂಗಳೂರು ಮಹಾನಗರ ಪಾಲಿಕೆ ವ್ಯಾಪ್ತಿಯಲ್ಲಿ (14,325) ಮತ್ತು ಬೆಳಗಾವಿ (4,050) ಗುಲ್ಬರ್ಗಾ (3,900) ರಾಯಚೂರು (3,900)ಗಳಲ್ಲಿ ಸಾಮಾನ್ಯ ಕ್ಷಯ ರೋಗಿಗಳಿದ್ದು, ಔಷಧಿಗಳು ಪೂರ್ಣ ಪ್ರಮಾಣದಲ್ಲಿ ಲಭ್ಯವಿಲ್ಲ. ಆರು ತಿಂಗಳಿಗೆ ಅಲ್ಲದಿದ್ದರೂ, ಎರಡು ತಿಂಗಳ ಸ್ಟಾಕ್ ಆದರೂ ಒದಗಿಸುವಂತೆ ಕೇಂದ್ರ ಸರ್ಕಾರವನ್ನು ಕೋರಿರುವುದಾಗಿ ರಾಜ್ಯದ ಕ್ಷಯ ನಿಯಂತ್ರಣ ಅಧಿಕಾರಿಗಳು ಹೇಳಿರುವುದು ಪತ್ರಿಕೆಗಳಲ್ಲಿ ವರದಿಯಾಗಿತ್ತು.

ಆದರೆ ಕೇಂದ್ರ ಸರ್ಕಾರವು ಮೊನ್ನೆ ಅಕ್ಟೋಬರ್ ಒಂದರಂದು ಒಂದು ಪ್ರಕಟಣೆಯ ಮೂಲಕ (PIB Release ID - 1962655), ಈ ಕ್ಷಯರೋಗ ಔಷಧಿ ಕೊರತೆಯ ಸುದ್ದಿಗಳು ಸಾರಾಸಗಟು ಸುಳ್ಳು, ತಪ್ಪು ಹಾದಿಗೆ ಎಳೆಯುವಂತಹದು ಮತ್ತು ದುಷ್ಪ್ರೇರಣೆಯವು ಎಂದು ಟೀಕಿಸಿದೆ. ಅದು ತನ್ನ ಪ್ರಕಟಣೆಯಲ್ಲಿ, ಸದ್ಯ ಲಭ್ಯವಿರುವ ಔಷಧಿಗಳ ಪ್ರಮಾಣ ಮತ್ತು ತಾನು ಹೊಸದಾಗಿ ಖರೀದಿಸಲು ಮಾಡಿರುವ ಏರ್ಪಾಡುಗಳ ಬಗ್ಗೆ ವಿವರಿಸಿದೆ. ಆ ಪ್ರಕಟಣೆಯಲ್ಲಿಯೇ ಸರ್ಕಾರವು ಕ್ಷಯ ರೋಗದ ಔಷಧಿಗಳ ಖರೀದಿ, ಸಂಗ್ರಹ, ದಾಸ್ತಾನು ನಿರ್ವಹಣೆ ಮತ್ತು ಸಕಾಲಿಕ ವಿತರಣೆಯು ರಾಷ್ಟ್ರೀಯ ಕ್ಷಯ ನಿವಾರಣಾ ಕಾರ್ಯಕ್ರಮದ (NTEP) ಅಡಿಯಲ್ಲಿ ಕೇಂದ್ರ ಸರ್ಕಾರದ ನಿಗಾದಲ್ಲೇ ನಡೆಯುತ್ತಿದೆ ಎಂದು ಹೇಳುತ್ತಲೇ, ಅಪರೂಪಕ್ಕೆ ಕೆಲವೊಮ್ಮೆ ಸಣ್ಣ ಅವಧಿಗೆ NHM ನಿಧಿ ಬಳಸಿ ರಾಜ್ಯಗಳಲ್ಲೇ ಔಷಧಿಗಳನ್ನು ಖರೀದಿಸಲು ಸೂಚಿಸುವುದಿದೆ ಎಂದು ಒಪ್ಪಿಕೊಂಡಿದೆ.

ಈಗ ಕ್ಷಯ ಔಷಧಿಗಳು ದಾಸ್ತಾನಿದ್ದರೂ ದೇಶದ ಎಲ್ಲೆಡೆ ಕ್ಷಯ ರೋಗಿಗಳಿಗೆ ಸಕಾಲದಲ್ಲಿ ಲಭ್ಯವಾಗದಿರುವುದಕ್ಕೆ, ಯೋಜನೆಯ 'ಲಾಜಿಸ್ಟಿಕ್ಸ್' ಲೋಪಗಳು ಕಾರಣ ಆಗಿರಬಹುದು. ಇದನ್ನು ಒಪ್ಪಿಕೊಂಡು ತಪ್ಪು ತಿದ್ದುಕೊಳ್ಳುವ ಬದಲು, ಔಷಧಿಗಳು ಲಭ್ಯವಿಲ್ಲ ಎಂಬ ಅಳಲು ವ್ಯಕ್ತಪಡಿಸಿದ ಕ್ಷಯ ರೋಗಿಗಳನ್ನೇ ದೂರಲು ಹೊರಡುವುದು ಅನಪೇಕ್ಷಿತವಾಗಿತ್ತು. ಏಕೆಂದರೆ 24 ಲಕ್ಷ ರೋಗಿಗಳಿಗೆ ದೀರ್ಘಕಾಲಿಕ ಚಿಕಿತ್ಸೆಗೆ ಅಗತ್ಯ ಇರುವಷ್ಟು ಔಷಧಿ ಮತ್ತು ಆರು ತಿಂಗಳ ಹೆಚ್ಚುವರಿ ದಾಸ್ತಾನು ಸರ್ಕಾರದಲ್ಲಿ ತಕ್ಷಣಕ್ಕೆ ಲಭ್ಯವಿಲ್ಲ ಎಂಬುದು ಸರ್ಕಾರ ನೀಡಿರುವ ಅಂಕಿಅಂಶಗಳಿಂದಲೇ, ಮೇಲ್ನೋಟಕ್ಕೇ ಸಾಬೀತಾಗುತ್ತದೆ.

ಅಕ್ಟೋಬರ್ 07, 2023ಕ್ಕೆ ಪ್ರಕಟಿತ

ಸಿದ್ದರಾಮಯ್ಯನವರ ಮೊದಲ ಕ್ವಾರ್ಟರ್

ಮೇಲುನೋಟಕ್ಕೆ ಕರ್ನಾಟಕ ಸರ್ಕಾರ ಗ್ಯಾರಂಟಿ ಗದ್ದಲದಲ್ಲಿ ಮುಳುಗಿಬಿಟ್ಟಿದೆ, ಇನ್ನೇನು ಆರ್ಥಿಕವಾಗಿ ಮುಳುಗಿಯೇ ಹೋದೀತು ಎಂಬ ಮಟ್ಟಕ್ಕೆ ಮಾಧ್ಯಮಗಳಲ್ಲಿ ಪ್ರಚಾರಸತ್ರ ನಡೆದಿದೆ. ಕೆಲವೇ ತಿಂಗಳುಗಳಲ್ಲಿ ಈ ಗ್ಯಾರಂಟಿಗಳೆಲ್ಲ ಕೈಸಾಲದೇ ಸ್ಥಗಿತಗೊಂಡರೂ ಅಚ್ಚರಿ ಇಲ್ಲ ಎಂದು ಪುಕಾರು ಎಬ್ಬಿಸಿದವರೂ ಇದ್ದಾರೆ. ಆದರೆ, ಬೆಳೆಯುವ ಸಿರಿ ಮೊಳಕೆಯಲ್ಲಿ ಕಾಣಸಿಗುತ್ತದೆ. ಆ ಹಿನ್ನೆಲೆಯಲ್ಲಿ ಸಿದ್ಧರಾಮಯ್ಯನವರ ಮೊದಲ ನಾಲ್ಕು ತಿಂಗಳುಗಳ ಆರ್ಥಿಕ ನಿರ್ವಹಣೆಯನ್ನು ಪರಿಶೀಲಿಸುವ ಪ್ರಯತ್ನ ಇದು.

ಸಿದ್ಧರಾಮಯ್ಯ ಅವರ ಸರ್ಕಾರ ಅಧಿಕಾರಕ್ಕೆ ಬಂದದ್ದು ಮೇ 20ರಂದು. ಅವರ ಬಜೆಟ್ ಮಂಡನೆ ಆದದ್ದು ಜುಲೈ 7ರಂದು. 3,27,747 ಕೋಟಿ ರೂ. ಗಾತ್ರದ ಬಜೆಟ್ ಅದು. ಅದರಲ್ಲಿ ಗ್ಯಾರಂಟಿಗಳ ನಿಗದಿತ ಪಾಲು 35,410 ಕೋಟಿ ರೂ. ಸರ್ಕಾರದ

ರಾಜಾರಾಂ ತಲ್ಲೂರು

ಹೊರಗಿನ ಅಂದಾಜುಗಳೂ ಹೇಳುತ್ತಿರುವುದು, ಈ ಗ್ಯಾರಂಟಿಗಳಿಗೆ ವರ್ಷಕ್ಕೆ 52–60 ಸಾವಿರ ಕೋಟಿ ರೂ.ಗಳು ಸಾಕು ಎಂದು. ವಾಸ್ತವ ಹೀಗಿರುವಾಗ ಒಂದೆಡೆ ಗ್ಯಾರಂಟಿ ಕಾರಣಕ್ಕೆ ಎಲ್ಲವೂ ಇನ್ನೇನು ಮಳುಗಿಯೇ ಹೋಗಲಿದೆ ಎಂಬ ಅಬ್ಬರದ ಪ್ರಚಾರ ಮತ್ತು ಇನ್ನೊಂದೆಡೆ ಸರ್ಕಾರದ ಪಾವತಿಗಳು, ಅಭಿವೃದ್ಧಿ ಕೆಲಸಗಳಿಗೆ ಹಣ ಬಿಡುಗಡೆಗಳು ವಿಳಂಬವಾಗುತ್ತಿರುವ ದೂರುಗಳು ಕೇಳಿಬರುತ್ತಿವೆ. ಇದಕ್ಕೆಲ್ಲ "ಗ್ಯಾರಂಟಿಯೇ ಕಾರಣ" ಎಂಬ ಜಪವನ್ನು ಬ್ಯುರಾಕ್ರಸಿ ಮತ್ತು ಜನಪ್ರತಿನಿಧಿಗಳು ಮಾಡುತ್ತಿರುವ ಹಿನ್ನೆಲೆಯಲ್ಲಿ ಸರ್ಕಾರದ ಮೊದಲ ಕ್ವಾರ್ಟರ್‌ನ ಆರ್ಥಿಕ ನಿರ್ವಹಣೆ ಹೇಗಿದೆ ಎಂದು ನೋಡಿದರೆ, ಅಲ್ಲಿ ಅಂತಹ ಆತಂಕಗಳೇನೂ ಮೇಲ್ನೋಟಕ್ಕೆ ಕಾಣಿಸುತ್ತಿಲ್ಲ. ಸರ್ಕಾರ ಅತಿ ಎಚ್ಚರಕ್ಕೆ ಹೊರಟು, ಬಂಡವಾಳ ಹೂಡಿಕೆಗಳಲ್ಲಿ ಗಮನಾರ್ಹ ತಗ್ಗಿಸಿಕೊಳ್ಳುವಿಕೆ (48%) ಮತ್ತು ತೆರಿಗೆ ಸಂಗ್ರಹದಲ್ಲಿ ಬಿಗಿ ತೋರಿಸುವ ಮೂಲಕ "ಗ್ಯಾರಂಟಿಗೆ ಗ್ಯಾರಂಟಿ" ನಿಂತಂತಿದೆ.

ಗ್ಯಾರಂಟಿಗಳಿಗೆ ಮೊದಲ 4 ತಿಂಗಳಲ್ಲಿ ಖರ್ಚಾಗಿರುವುದು 6392 ಕೋಟಿ ರೂ. ಇದರಲ್ಲಿ ಭಾಗ್ಯಜ್ಯೋತಿ ಮತ್ತು ಅನ್ನಭಾಗ್ಯದಂತಹ ಹಿಂದೆಯೇ ಇದ್ದ ಸಬ್ಸಿಡಿಗಳು ಓವರ್‌ಲ್ಯಾಪ್ ಆಗಿರುವುದರಿಂದ ಈ ಹೊಸ ಹೊರೆ ಏನೂ ತೀರಾ ದೊಡ್ಡದೆನ್ನಿಸುತ್ತಿಲ್ಲ. ಜೊತೆಗೆ, ನೆಲಮಟ್ಟದಲ್ಲಿ ಗ್ಯಾರಂಟಿಗಳ ಫಲಾನುಭವಿಗಳು ಸಂತುಷ್ಟರಾಗಿರುವುದು ಸ್ಪಷ್ಟವಾಗಿ ಗೋಚರಕ್ಕೆ ಬರುತ್ತಿದೆ. ಒಟ್ಟಿನಲ್ಲಿ ನೋಡಿದರೆ, ಸರ್ಕಾರದ ಒಳಗೆ ಮತ್ತು ಆರ್ಥಿಕ ಇಲಾಖೆಯ ಒಳಗಿನ ತಳಮಳಗಳಿಗಿಂತ ಮಾಧ್ಯಮಗಳ ಅಬ್ಬರದ ಅಪಪ್ರಚಾರ ಮತ್ತು ಆ ಅಲೆಯ ಬೆನ್ನೇರಿ ಲೋಕಸಭಾ ಚುನಾವಣೆಯತ್ತ ಸಾಗುವ ಪ್ರತಿಪಕ್ಷಗಳ ಉತ್ಸಾಹ ಎದ್ದು ಕಾಣಿಸುತ್ತಿದೆ. ಹಾಗಾಗಿ ಇಂತಹ ಅಸಂಗತ ಕೊಲ್ಯಾಟರಲ್ ಡ್ಯಾಮೇಜ್‌ಗಳನ್ನು ಸರ್ಕಾರ ಆರಂಭದಲ್ಲೇ ನಿಭಾಯಿಸಿಕೊಳ್ಳದಿದ್ದರೆ, ಇದೇ ಮುಂದೆ ಸರ್ಕಾರಕ್ಕೆ ಮುಳುವಾಗುವ ಸಾಧ್ಯತೆಗಳು ಹೆಚ್ಚು.

ಹೊಸ ಸರ್ಕಾರ ಅಧಿಕಾರ ಸ್ವೀಕರಿಸಿದಾಗ ಅದರ ಒಟ್ಟು ಜಮೆಗಳು ಮೇ ಅಂತ್ಯಕ್ಕೆ 32,099.42 ಕೋಟಿ ರೂ. ಆಗಿದ್ದವು. ಅಲ್ಲಿಂದೀಚೆಗೆ ನಾಲ್ಕು ತಿಂಗಳಲ್ಲಿ ಒಟ್ಟು 86,300.55 ಕೋಟಿ ರೂ.ಗಳ ಆದಾಯವನ್ನು ಸರ್ಕಾರ ಸಂಗ್ರಹಿಸಿದೆ; ಒಟ್ಟು 85,790.67 ಕೋಟಿ ರೂ.ಗಳ ಒಟ್ಟು ವೆಚ್ಚವನ್ನು ತೋರಿಸಿದೆ. ಮೇ ಅಂತ್ಯಕ್ಕಾಗಲೇ ರಾಜಸ್ವ ಕೊರತೆ 6325.40 ಕೋಟಿ ರೂ. ಇದ್ದದ್ದು, ಈಗ ಮತ್ತೆ 4000ಕೋಟಿಗಳಷ್ಟು ಏರಿ, 10,295.67 ಕೋಟಿಗಳಷ್ಟಾಗಿದೆ. (ವಿವರಗಳಿಗೆ ಕೋಷ್ಟಕ 1 ನೋಡಿ). ಬಜೆಟ್‌ನಲ್ಲಿ ಆದಾಯ ಕೊರತೆಯನ್ನು GSDPಯ 0.5%ಗೆ ಮಿತಗೊಳಿಸಿಕೊಳ್ಳಲು ತೀರ್ಮಾನಿಸಲಾಗಿತ್ತು, ಅದು ಆಗಸ್ಟ್ ಅಂತ್ಯಕ್ಕೆ 0.74%ನಷ್ಟಿದೆ.

ಸರ್ಕಾರದ ಆದಾಯದಲ್ಲಿ ಮುದ್ರಾಂಕ ಮತ್ತು ನೋಂದಣಿ ಬಾಬ್ತು ಹೊರತುಪಡಿಸಿ (ಸಕಾರಣವಾಗಿಯೇ) ಬೇರೆಲ್ಲ ವಿಷಯಗಳಲ್ಲಿ ಗುರಿ ಮೀರಿ ಸಾಧನೆ ಕಾಣಿಸುತ್ತಿದೆ. ಕೇಂದ್ರ ಸರ್ಕಾರದ ಸಹಾಯಾನುದಾನ ನಿರೀಕ್ಷೆಗಿಂತ ಕಡಿಮೆ ಬಂದಿದೆ. ಕೇಂದ್ರ ಸರ್ಕಾರದ ಕಡೆಯಿಂದ ಕೇಂದ್ರೀಯ ತೆರಿಗೆಗಳಲ್ಲಿ ರಾಜ್ಯದ ಪಾಲೆಂದು 37,252

ಕೋಟಿ ರೂ. ಮತ್ತು ಸಹಾಯಾನುದಾನವೆಂದು 15,355 ಕೋಟಿ ರೂ. ಬರುವುದಿದೆ. ಅದರಲ್ಲಿ ಆಗಸ್ಟ್ ಅಂತ್ಯಕ್ಕೆ ಬಂದಿರುವುದು, ಕೇಂದ್ರೀಯ ತೆರಿಗೆಗಳಲ್ಲಿ ರಾಜ್ಯದ ಪಾಲೆಂದು 13,949.10 ಕೋಟಿ ರೂ. ಮತ್ತು ಸಹಾಯಾನುದಾನವೆಂದು 3108.90 ಕೋಟಿ ರೂ. ಮಾತ್ರ. (ಜಮೆ ವಿವರಗಳಿಗೆ ಕೋಷ್ಟಕ 2 ನೋಡಿ).

ಸರ್ಕಾರದ ಆದಾಯ ಮತ್ತು ವೆಚ್ಚಗಳನ್ನು ನಾಲ್ಕು ಕ್ವಾರ್ಟರ್‌ಗಳಿಗೆ ಹಂಚಿ ನೋಡಿದರೆ, ಕನಿಷ್ಠ ಲೆಕ್ಕಪತ್ರಗಳ ಮಟ್ಟಿಗಾದರೂ ಸರ್ಕಾರ, ಬಹುತೇಕ ಬಜೆಟ್ ಶಿಸ್ತಿನ ಚೌಕಟ್ಟಿನ ಒಳಗೇ ವ್ಯವಹರಿಸುತ್ತಿರುವಂತಿದೆ. ಆದರೆ, ಹಿಂದಿನಿಂದಲೂ ಸರ್ಕಾರಗಳು ಬಜೆಟ್ ಪರಿಧಿ ದಾಟಿ ವರರೂಪದಲ್ಲಿ ಅನುಗ್ರಹಿಸಿರುವ ಜಲ ಸಂಪನ್ಮೂಲ, ಕಿರು ನೀರಾವರಿ, ಮತ್ತು ಪಿಡಬ್ಲೂಡಿ ಕಾಮಗಾರಿಗಳು, 1.12 ಲಕ್ಷ ಕೋಟಿ ರೂಪಾಯಿಗಳ ಗಾತ್ರದ್ದು ಅರೆಬರೆ ಆಗಿ ಬಾಕಿ ಇವೆ ಎಂಬ ಪತ್ರಿಕಾ ವರದಿಗಳಿವೆ. ಇಂತಹ ಅಶಿಸ್ತನ್ನು ಕುರಿತು ಹಾಲೀ ಸರ್ಕಾರ ಆರಂಭದಲ್ಲೇ ಶ್ವೇತಪತ್ರ ಹೊರಡಿಸಿ, ಅವಕ್ಕೊಂದು ಗತಿಕಾಣಿಸುವ ಹಾದಿ ಹುಡುಕಿಕೊಂಡರೆ, ಮುಂದೆ ಎಲ್ಲವೂ ಸುಗಮವಾಗಿ ಉಳಿದೀತು.

ಕೋಷ್ಟಕ 1

ಮೇ–ಆಗಸ್ಟ್ 2023ರ ನಡುವಿನ ತ್ರೈಮಾಸಿಕದ ಜಮೆ ಮತ್ತು ವೆಚ್ಚಗಳ ಪಕ್ಷಿನೋಟ (ಕೋಟಿ ರೂ.ಗಳಲ್ಲಿ)

ವಿಷಯ	23–24 ಬಜೆಟ್ ಅಂದಾಜು	23–24 ಮೇ ತನಕದ ಜಮೆ–ವೆಚ್ಚ	23–24 ಆಗಸ್ಟ್ ಅಂತ್ಯದ ತನಕದ ಜಮೆ–ವೆಚ್ಚ	ಬಜೆಟ್ ಅಂದಾಜಿನ ಶೇಕಡಾವಾರು	ಹಿಂದಿನ ವರ್ಷಕ್ಕೆ ಹೋಲಿಸಿದರೆ ಏರಿಕೆ/ಇಳಿಕೆ
ಸ್ವಂತ ತೆರಿಗೆ ರಾಜಸ್ವ	173302.60	25631.18	64207.93	37.05%	15.35%
ತೆರಿಗೆಯೇತರ ರಾಜಸ್ವ	12500.00	1749.42	4989.34	39.91%	0.02%
ಕೇಂದ್ರ ಸರ್ಕಾರದ ತೆರಿಗೆ ಹಂಚಿಕೆ	37252.21	4313.66	13949.10	37.45%	20.36%
ಕೇಂದ್ರ ಸರ್ಕಾರದ ಸಹಾಯಾನುದಾನ	15355.00	388.28	3108.90	20.25%	–75.09%
ಸಾರ್ವಜನಿಕ ಸಾಲ	85818.00	443.82	871.04	1.01%	–70.19%
ಒಟ್ಟು ಜಮೆ	324477.81	32543.24	87171.60	26.87%	–0.68%
ರಾಜಸ್ವ ವೆಚ್ಚ	250932.50	25757.13	75959.59	30.27%	2.82%
ಬಂಡವಾಳ ವೆಚ್ಚ	54373.53	1914.27	6426.32	11.82%	–48.00%
ಒಟ್ಟು ವೆಚ್ಚ	305306.03	27671.40	85790.67	26.18%	–3.86%
ವಿತ್ತೀಯ ಕೊರತೆ	66646.22	–4428.02	–3914.6		
ರಾಜಸ್ವ ಕೊರತೆ	12522.69	–6325.40	–10295.67		

ರಾಜಾರಾಂ ತಲ್ಲೂರು

ಕೋಷ್ಟಕ 2

ಮೇ–ಆಗಸ್ಟ್ 2023ರ ನಡುವಿನ ಪ್ರಮುಖ ಜಮೆಗಳ ವಿವರ (ಕೋಟಿ ರೂ.ಗಳಲ್ಲಿ)					
ವಿಷಯ	23–24 ಬಜೆಟ್ ಜಮೆ ಅಂದಾಜು	23–24 ಮೇ ತನಕದ ಜಮೆ	23–24 ಆಗಸ್ಟ್ ಅಂತ್ಯದ ತನಕದ ಜಮೆ	ಬಜೆಟ್ ಅಂದಾಜಿನ ಶೇಕಡಾವಾರು	ಹಿಂದಿನ ವರ್ಷಕ್ಕೆ ಹೋಲಿಸಿದರೆ ಏರಿಕೆ/ಇಳಿಕೆ
ಸ್ವಂತ ತೆರಿಗೆ ರಾಜಸ್ವ	173302.60	25631.18	64207.93	37.05%	15.35%
ತೆರಿಗೆಯೇತರ ರಾಜಸ್ವ	12500.00	1749.42	4989.34	39.91%	0.02%
ಕೇಂದ್ರ ಸರ್ಕಾರದ ತೆರಿಗೆ ಹಂಚಿಕೆ	37252.21	4313.66	13949.10	37.45%	20.36%
ಕೇಂದ್ರ ಸರ್ಕಾರದ ಸಹಾಯಾನುದಾನ	15355.00	388.28	3108.90	20.25%	–75.09%
ವಾಣಿಜ್ಯ ತೆರಿಗೆ	98650.00	15954.24	37755.49	38.27%	15.54%
ಅಬ್ಕಾರಿ	36000.00	4915.59	14011.39	38.92%	13.73%
ಮೋಟಾರು ವಾಹನ ತೆರಿಗೆ	11500.00	1617.06	4345.35	37.79%	19.09%
ಮುದ್ರಾಂಕ ಮತ್ತು ನೋಂದಣಿ	25000.00	2607.28	7301.50	29.21%	8.92%
ಇತರೆ	2152.60	537.01	794.19	36.89%	152.64%

(ಆಧಾರ : ರಾಜ್ಯ ಸರ್ಕಾರದ ಹಣಕಾಸು ಇಲಾಖೆಯ ದಾಖಲೆಗಳು)

ಅಕ್ಟೋಬರ್ 14, 2023ಕ್ಕೆ ಪ್ರಕಟಿತ

ಇವರ ಟ್ರಸ್ಟು ಮತ್ತು ಅವರ ಆ್ಯಂಟಿಟ್ರಸ್ಟು: ಇದಕ್ಕೆಲ್ಲ "ಗೂಗಲ್" ಮಾಡಿದ್ದೇ ಕಾರಣ!

ಮೊನ್ನೆ ಅಕ್ಟೋಬರ್ 16ರಂದು ಭಾರತದ ಪ್ರಧಾನಮಂತ್ರಿಗಳು ಗೂಗಲ್ ಹಾಗೂ ಅದರ ಹೋಲ್ಡಿಂಗ್ ಕಂಪನಿ ಆಲ್ಫಾಬೆಟ್‌ನ CEO, ಭಾರತೀಯ ಮೂಲದ ಸುಂದರ್ ಪಿಚ್ಚೈ ಅವರ ಜೊತೆ ಆನ್‌ಲೈನ್ ಮಾತುಕತೆ ನಡೆಸಿದ್ದು ದೊಡ್ಡ ಸುದ್ದಿ ಆಗುವಂತೆ ಸರ್ಕಾರ ಮತ್ತದರ ಪರ ಮಾಧ್ಯಮಗಳು ಎಚ್ಚರದಿಂದ ನೋಡಿಕೊಂಡವು. ಆ ಮಾತುಕತೆಯ ವೇಳೆ, ಭಾರತದಲ್ಲಿ ಇಲೆಕ್ಟ್ರಾನಿಕ್ ಉತ್ಪನ್ನಗಳ ಉತ್ಪಾದನೆಯಲ್ಲಿ ಗೂಗಲ್ ಪಾತ್ರವನ್ನು ಪ್ರಧಾನಿ ಶ್ಲಾಘಿಸಿದರೆ, ಭಾರತದಲ್ಲಿ ತಮ್ಮ ವ್ಯವಹಾರಗಳನ್ನು ಇನ್ನಷ್ಟು ವಿಸ್ತರಿಸುವ ಭರವಸೆಯನ್ನು ಸುಂದರ್ ನೀಡಿದರು. ಕೊನೆಯಲ್ಲಿ, ಈ ವರ್ಷ ಡಿಸೆಂಬರಿನಲ್ಲಿ, ಭಾರತದ ಅಧ್ಯಕ್ಷತೆಯಲ್ಲಿ ನಡೆಯಲಿರುವ ಕೃತಕ ಬುದ್ಧಿಮತ್ತೆಯ ಜಾಗತಿಕ ಪಾಲುದಾರಿಕೆ ಶೃಂಗಸಭೆಯಲ್ಲಿ (GPAI) ಭಾಗವಹಿಸುವಂತೆ ಸುಂದರ್ ಅವರನ್ನು ಮೋದಿ ವಿನಂತಿಸಿಕೊಂಡರು.

ರಾಜಾರಾಂ ತಲ್ಲೂರು

ಜಾಗತೀಕರಣಗೊಂಡ ಮಾರುಕಟ್ಟೆಯಲ್ಲಿ ಕಂಪನಿಗಳ ಮುಖ್ಯಸ್ಥರು ತಮ್ಮ ವ್ಯವಹಾರ ಹಿತಾಸಕ್ತಿಗಳ ರಕ್ಷಣೆಗಾಗಿ ದೇಶಗಳ ಮುಖ್ಯಸ್ಥರನ್ನು ಭೇಟಿ ಮಾಡುವುದು ತೀರಾ ಸಾಮಾನ್ಯ. ಇಂತಹ ಕೆಲವು "ಜಯಂಟ್" ಕಂಪನಿಗಳು ಈಗ ಹಲವು ದೇಶಗಳ ಆರ್ಥಿಕತೆಯ ಗಾತ್ರವನ್ನೂ ಮೀರಿ ಬೆಳೆದಿರುವುದರಿಂದ, ಅವರ ಕಾರ್ಪೋರೇಟ್ ಹಿತಾಸಕ್ತಿಗಳು ಮತ್ತು ಬೇರೆ ದೇಶಗಳ ಜತೆ ಅವರ ಸಂಬಂಧಗಳು ಆಗಾಗ ಸುದ್ದಿ ಆಗುವುದಿದೆ.

ಪ್ರಧಾನಿ ನರೇಂದ್ರ ಮೋದಿಯವರು ಈ ಹಿಂದೆ ಮೆಟಾ ಸಂಸ್ಥೆಯ ಮುಖ್ಯಸ್ಥ ಮಾರ್ಕ್ ಝುಕರ್‌ಬರ್ಗ್ ಅವರೊಂದಿಗೆ ನಡೆಸಿದ್ದ ಭೇಟಿಗಳು ಮತ್ತು 2014 ಹಾಗೂ 2019ರ ಚುನಾವಣೆಗಳಲ್ಲಿ ಮೆಟಾ ಉತ್ಪನ್ನಗಳಾದ "ಫೇಸ್‌ಬುಕ್" ಹಾಗೂ "ವಾಟ್ಸಾಪ್"ಗಳ ಪಾತ್ರ ಈಗಾಗಲೇ ಬಹುಚರ್ಚಿತ. ಈ ಬಾರಿ ಚುನಾವಣೆಗೆ ಇನ್ನು ಆರು ತಿಂಗಳಿದೆ ಎನ್ನುವಾಗ ಈ ಅಂತಹದೇ ಹೈಪ್ರೊಫೈಲ್ ಮಾತುಕತೆ ಕುತೂಹಲಕ್ಕೆ ಕಾರಣವಾಗಿರುವುದು ಅಸಹಜವೇನಲ್ಲ. ಮೇಲೆ ಹೇಳಿರುವ GPAI ಶೃಂಗಸಭೆ (ಇದು ನಡೆಯುತ್ತಿರುವುದು ಜಾಗತಿಕ ಆರ್ಥಿಕ ಸಹಕಾರ ಮತ್ತು ಅಭಿವೃದ್ಧಿ ಸಂಸ್ಥೆ–OECDಯ ಅಡಿಯಲ್ಲಿ) ಒಂದು ಸಾಮಾನ್ಯ ಸಮ್ಮೇಳನವಾಗಿದ್ದು, ಈ ಬಾರಿ ಅದರ ಅಧ್ಯಕ್ಷರು ಭಾರತದ ಇಲೆಕ್ಟ್ರಾನಿಕ್ಸ್ ಮತ್ತು ಮಾಹಿತಿ ತಂತ್ರಜ್ಞಾನ ಸಚಿವ ಅಶ್ವಿನಿ ವೈಷ್ಣವ್. ಇಂತಹದೊಂದು ಯಾವತ್ತೂ ಕಾರ್ಯಕ್ರಮದಲ್ಲಿ ಪಾಲ್ಗೊಳ್ಳಲು ಆಲ್ಫಾಬೆಟ್ ಮುಖ್ಯಸ್ಥರಿಗೆ ಸ್ವತಃ ದೇಶದ ಪ್ರಧಾನಮಂತ್ರಿಗಳೇ ಆಹ್ವಾನ ನೀಡುವುದು ಸ್ವಲ್ಪ ಅಸಹಜವೇ. ಏಕೆಂದರೆ ಭಾರತ ಇನ್ನೂ OECDಯ ಅಧಿಕೃತ ಸದಸ್ಯ ದೇಶವೂ ಅಲ್ಲ!

ಏಕಸ್ವಾಮ್ಯದ ಸಾಮ್ರಾಜ್ಯ

ಗೂಗಲ್ ಮತ್ತದರ ಹೋಲ್ಡಿಂಗ್ ಸಂಸ್ಥೆ ಆಲ್ಫಾಬೆಟ್, ಮಾರುಕಟ್ಟೆಯಲ್ಲಿ ತಮ್ಮ ಏಕಸ್ವಾಮ್ಯ ಸಾಧಿಸಿಕೊಳ್ಳುವ ಹತಕ್ಕೆ ಬಿದ್ದು, ಈಗಾಗಲೇ ಹಲವಾರು ದೇಶಗಳಲ್ಲಿ ಕಾನೂನು ಸಮರ ಎದುರಿಸುತ್ತಿವೆ. ತನ್ನ ಸರ್ಚ್ ಎಂಜಿನ್ "ಗೂಗಲ್" ಅನ್ನು "ನಾಮಪದ" ಮಾತ್ರವಲ್ಲದೇ "ಕ್ರಿಯಾಪದ"ವಾಗಿಯೂ ಮಾಡಿಕೊಂಡ ಶಕ್ತಿಶಾಲಿ ಬ್ರ್ಯಾಂಡ್ ಗೂಗಲ್, ಸರ್ಚ್ ಎಂಜಿನ್ ಮಾರುಕಟ್ಟೆಯಲ್ಲಿ ಬೇರೆ ಸ್ಪರ್ಧಿಗಳಿಗೆ ಅವಕಾಶ ಕೊಡದಿರುವುದು, ಮೊಬೈಲ್ ಫೋನುಗಳಲ್ಲಿ ಆಂಡ್ರಾಯ್ಡ್ ಆಪರೇಟಿಂಗ್ ಸಿಸ್ಟಮ್ ಮೂಲಕ ಏಕಸ್ವಾಮ್ಯ ಹಾಗೂ ಅದರ ಮೂಲಕ ತಮ್ಮ ಕ್ರೋಮ್, ಯುಟ್ಯೂಬ್ ಮತ್ತಿತರ ಉತ್ಪನ್ನಗಳ ಒತ್ತಾಯಪೂರ್ವಕ ತುರುಕುವಿಕೆ, ಆನ್‌ಲೈನ್ ಜಾಹೀರಾತುಗಳಲ್ಲಿ ಏಕಸ್ವಾಮ್ಯ... ಹೀಗೆ ಹಲವಾರು ಕಾರಣಗಳಿಂದಾಗಿ ಪ್ರತಿರೋಧ ಎದುರಿಸುತ್ತಿದೆ. ಯುರೋಪಿಯನ್ ಯುನಿಯನ್ (EU) ಹಾಗೂ ಅಮೇರಿಕಗಳು ಗೂಗಲ್ ಮೇಲೆ ಆ್ಯಂಟಿಟ್ರಸ್ಟ್ ಕೇಸುಗಳನ್ನು ದಾಖಲಿಸಿದ್ದು, EU ಈಗಾಗಲೇ ಅವರಿಗೆ 240ಕೋಟಿ ಯುರೋಗಳ ದಂಡ ವಿಧಿಸಿದೆ (2017). ಅಮೇರಿಕದಲ್ಲಿ

ಕೂಡಾ ಗೂಗಲ್ ಸರ್ಚ್ ಎಂಜಿನ್ ಏಕಸ್ವಾಮ್ಯದ ವಿರುದ್ಧ ಆ್ಯಂಟಿಟ್ರಸ್ಟ್ ದಾವೆ ವಿಚಾರಣೆ ನಡೆಯುತ್ತಿದೆ.

ಅಮೆರಿಕದ ಆ್ಯಂಟಿಟ್ರಸ್ಟ್ ಕಾಯಿದೆಯು ಯಾವುದೇ ಒಂದು ಕಂಪನಿಗೆ ಒಂದು ನಿರ್ದಿಷ್ಟ ಉತ್ಪನ್ನದ ಮಾರುಕಟ್ಟೆಯ ಮೇಲೆ ಏಕಸ್ವಾಮ್ಯ ಹೊಂದಲು ಅವಕಾಶ ಕೊಡುವುದಿಲ್ಲ. ಅಮೆರಿಕ, EU ಮಾತ್ರವಲ್ಲದೇ ಆಪಲ್, ಮೈಕ್ರೊಸಾಫ್ಟ್‌ನಂತಹ ಕಂಪನಿಗಳೂ ಗೂಗಲ್ ಏಕಸ್ವಾಮ್ಯದ ವಿರುದ್ಧ ಕಾನೂನು ತಕರಾರು ಎತ್ತಿದ್ದಿದೆ.

ಭಾರತದಲ್ಲೂ ದಂಡ ವಿಧಿಸಿದ್ದರು

ಬೇರೆ ದೇಶಗಳು ಬಿಡಿ. ಸ್ವತಃ ಭಾರತದಲ್ಲೂ ಗೂಗಲ್‌ನ ಆನ್‌ಲೈನ್ ಜಾಹೀರಾತು ಮತ್ತು ಸರ್ಚ್ ಎಂಜಿನ್‌ಗಳ ಏಕಸ್ವಾಮ್ಯದ ಸ್ವರೂಪದ ಬಗ್ಗೆ ತನಿಖೆ ನಡೆದಿದೆ; ಆಂಡ್ರಾಯ್ಡ್ ಆಪರೇಟಿಂಗ್ ಸಿಸ್ಟಮ್‌ನಲ್ಲಿ ಏಕಸ್ವಾಮ್ಯದ ಉಡಾಫೆ ತೋರಿಸಿದ್ದಕ್ಕಾಗಿ ಭಾರತದ ಕಾಂಪಿಟಿಷನ್ ಕಮಿಷನ್ (CCI) ಗೂಗಲ್‌ಗೆ 1338ಕೋಟಿ ರೂ.ಗಳ ದಂಡ ವಿಧಿಸಿತ್ತು (2022) ಮತ್ತು ಈ ಬಗ್ಗೆ ಗೂಗಲ್ ಸಲ್ಲಿಸಿದ ಮೇಲ್ಮನವಿಯನ್ನು ಭಾರತದ ಕಂಪನಿ ವ್ಯವಹಾರ ಕಾನೂನುಗಳ ಮೇಲ್ಮನವಿ ಮಂಡಳಿಯು (NCLAT) ತಿರಸ್ಕರಿಸಿ, ಈ ದಂಡ ವಿಧಿಸಿದ್ದು ಸರಿ ಎಂದು ತೀರ್ಮಾನಿಸಿತ್ತು (2023 ಮಾರ್ಚ್).

ಹೇಗೆ ನಿಭಾಯಿಸಬೇಕು?

ಈ “ಜಯಂಟ್” ಬಹುರಾಷ್ಟ್ರೀಯ ಕಾರ್ಪೊರೇಷನ್‌ಗಳು ತಮಗೆ ವಿಧಿಸಲಾದ ದಂಡದ ಮೊತ್ತವನ್ನು ಸುಲಭವಾಗಿ ವಿಧಿಸಿದವರ ಮುಖಕ್ಕೆ ಎಸೆದು, ಮತ್ತದೇ ಹಪಾಹಪಿಯೊಂದಿಗೆ ಮಾರುಕಟ್ಟೆಯಲ್ಲಿ ಮುನ್ನುಗ್ಗುವ “ಉಡಾಫೆ” ತೋರಿಸುವಾಗ, ಅವುಗಳ ಜೊತೆ ಸರ್ಕಾರಗಳು ಎಚ್ಚರಿಕೆಯಿಂದ ವ್ಯವಹರಿಸಬೇಕಾದುದು ಅಪೇಕ್ಷಣೀಯ. ಚೀನಾದ ಉಡಾಫೆಯನ್ನು ಹಣಿಯಲು ಅಂತಹದೇ ಇನ್ನೊಂದು ಉಡಾಫೆಯನ್ನು ಒಳಬಿಟ್ಟುಕೊಂಡು, ಅದು ನಮ್ಮ ಮಟ್ಟಿಗೆ ಕಾವಲಿಯಿಂದ ಬೆಂಕಿಗೆ ಬಿದ್ದ ಸ್ಥಿತಿ ಆಗಬಾರದು.

ಈಗ ಸಾರ್ವತ್ರಿಕ ಚುನಾವಣೆಗಳಿಗೆ ಆರು ತಿಂಗಳಿರುವಾಗ ಗುಜರಾತಿನ ಗಾಂಧೀನಗರದ GIFT ಸಿಟಿಯಲ್ಲಿ (ಗುಜರಾತ್ ಇಂಟರ್‌ನ್ಯಾಷನಲ್ ಫಿನ್‌ಟೆಕ್ ಸಿಟಿ) ಗೂಗಲ್‌ನ ಜಾಗತಿಕ ಫಿನ್‌ಟೆಕ್ ಕಾರ್ಯಾಚರಣೆಗಳ ಕೇಂದ್ರವನ್ನು ಸ್ಥಾಪಿಸುವಂತೆ ರತ್ನಗಂಬಳಿ ಹಾಸಲಾಗುತ್ತಿದೆ. ಈಗಾಗಲೇ ತನ್ನ GPay ಮೂಲಕ UPI ಪಾವತಿ ಸೇವಾದಾತ ಸಂಸ್ಥೆ ಆಗಿ, ಆ ಮಾರುಕಟ್ಟೆಯಲ್ಲಿ ಅಂದಾಜು 35% ಭಾಗವನ್ನು ಆವರಿಸಿಕೊಂಡಿರುವ ಗೂಗಲ್, ಭಾರತದಲ್ಲಿ ತನ್ನ GPayಗೆ 56ಲಕ್ಷ ಬಳಕೆದಾರರನ್ನು ಹೊಂದಿದೆ.

ರಾಜಾರಾಂ ತಲ್ಲೂರು

ಇಂತಹ ಆಯಕಟ್ಟಿನ ಜಾಗಗಳಲ್ಲಿ ಏಕಸ್ವಾಮ್ಯವನ್ನು "ವ್ಯಸನ" ಮಾಡಿಕೊಂಡಿರುವ ಹಿನ್ನೆಲೆ ಇರುವ ಸಂಸ್ಥೆಗಳಿಗೆ ಪ್ರೋತ್ಸಾಹ ಸಹಿತ ಅವಕಾಶ ತೆರೆಯುವುದು ಜಾಣತನ ಅಲ್ಲ. ಚುನಾವಣೆಗಳ ಆಸುಪಾಸಿನಲ್ಲಿ ಕ್ರಿಪ್ಟೋ ಕರೆನ್ಸಿಗಳು, ಬೇನಾಮಿ ಡಿಜಿಟಲ್ ಪಾವತಿಗಳು ಕಳ್ಳವ್ಯವಹಾರದ ಸದ್ದು ಮಾಡುತ್ತಿರುವ ಹಿನ್ನೆಲೆಯಲ್ಲಿ, ಇಂತಹ ಬೆಳವಣಿಗೆಗಳನ್ನು ಎಚ್ಚರಿಕೆಯಿಂದ ಗಮನಿಸುವುದು ಪ್ರಜಾತಂತ್ರದ ಆರೋಗ್ಯದ ದೃಷ್ಟಿಯಿಂದ ಅಗತ್ಯವಿದೆ. ಕನಿಷ್ಠಪಕ್ಷ ಇಂತಹ ಆಧುನಿಕ ಆರ್ಥಿಕ ಟೂಲ್‌ಗಳಿಗೆ ಸಂಬಂಧಿಸಿ ಕಟ್ಟುನಿಟ್ಟಾದ ಡಿಜಿಟಲ್ ಕಾನೂನಿನ ಚೌಕಟ್ಟನ್ನಾದರೂ ದೇಶ ಹೊಂದುವ ಕೆಲಸ ತುರ್ತಾಗಿ ಆಗಬೇಕಿದೆ. ಅದಿಲ್ಲದಿದ್ದರೆ ಮೊದಲು ನೀರಿಗೆ ಬಿದ್ದು, ಆ ಬಳಿಕ ಈಜು ಕಲಿಯಬೇಕಾದ ದುರ್ದೆಸೆ ನಮ್ಮದಾಗಲಿದೆ.

ಅಕ್ಟೋಬರ್ 21, 2023ಕ್ಕೆ ಪ್ರಕಟಿತ

ಅವರಿಗೆ-ಬಂದರೂ ಅಭಿವೃದ್ಧಿ; ಹೋದರೂ ಅಭಿವೃದ್ಧಿ

ಇಸ್ರೇಲ್–ಗಾಜಾಪಟ್ಟಿಯಲ್ಲಿ ಯುದ್ಧದ ಸನ್ನಿವೇಶ ಇರುವಂತೆಯೇ, ಭಾರತ–ಮಧ್ಯಪ್ರಾಚ್ಯ–ಯುರೋಪ್ ಎಕನಾಮಿಕ್ ಕಾರಿಡಾರ್ (IMEEC) ಯೋಜನೆಗೆ ತಯಾರಿ ಭಾರತದಲ್ಲಿ ಆರಂಭಗೊಳ್ಳುತ್ತಿದ್ದು, ಅದರ ಮೊದಲ ಹಂತವಾಗಿ, ದೇಶದ ಪಶ್ಚಿಮ ಕರಾವಳಿಯ ಎಂಟು ಬಂದರುಗಳನ್ನು ರೈಲು ಹಾದಿಯ ಮೂಲಕ ಸುಲಭವಾಗಿ ಸಂಪರ್ಕಿಸಬಹುದಾದ ಮೂಲಸೌಕರ್ಯವನ್ನು ಕಲ್ಪಿಸಲು 3.5 ಲಕ್ಷ ಕೋಟಿ ರೂ.ಗಳ ಯೋಜನೆ ಸಿದ್ಧಗೊಂಡಿರುವುದಾಗಿ ಭಾರತ ಸರ್ಕಾರ ಹೇಳಿರುವುದು ವರದಿಯಾಗಿದೆ. ಕರ್ನಾಟಕದಲ್ಲಿ ಕಾರವಾರ (ಕೇಣಿ/ಬೇಲೆಕೇರಿ), ಮಹಾರಾಷ್ಟ್ರದ ವಾಧ್ವಾನ್ ಬಂದರುಗಳು ಈ ಪಟ್ಟಿಯಲ್ಲಿ ಸೇರಿವೆ ಎಂದು ಪತ್ರಿಕಾವರದಿಗಳು ಹೇಳಿವೆ.

ಸುಯೇಜ್ ಕಾಲುವೆ ಮೂಲಕ ಏಷ್ಯಾದಿಂದ ಯುರೋಪು–ಅಮೆರಿಕಗಳತ್ತ ಸರಕುಗಳನ್ನು ಸಾಗಿಸುವ ಹಾಲೀ ವ್ಯವಸ್ಥೆಗಿಂತಲೂ

ರಾಜಾರಾಂ ತಲ್ಲೂರು

ಹೆಚ್ಚು ಪರಿಣಾಮಕಾರಿಯಾದ ವ್ಯವಸ್ಥೆ ಈ IMEEC ಯೋಜನೆಯಿಂದ ಸಿಗಲಿದೆ ಎಂದು ಮೊನ್ನೆ G20 ಶೃಂಗಸಭೆಯ ವೇಳೆ (ಸೆಪ್ಟಂಬರ್ 09) ಅಂತಿಮಗೊಂಡಿರುವ ಈ ಕುರಿತ MoU ಹೇಳುತ್ತದೆ. ಈ ಒಪ್ಪಂದಕ್ಕೆ ಭಾರತ ಮಾತ್ರವಲ್ಲದೇ, ಅಮೆರಿಕ, ಯುರೋಪಿಯನ್ ಒಕ್ಕೂಟ, ಫ್ರಾನ್ಸ್, ಜರ್ಮನಿ, ಇಟಲಿ, ಸೌದಿ ಅರೇಬಿಯಾ ಮತ್ತು UAEಗಳು ಸಹಿ ಮಾಡಿದ್ದವು.

ಸುಮಾರು 150 ದೇಶಗಳ ನಡುವೆ ವ್ಯಾಪಾರಕ್ಕಾಗಿ ಸಂಪರ್ಕ ಏರ್ಪಡಿಸುವ ಚೀನಾದ ಮಹತ್ವಾಕಾಂಕ್ಷೆಯ "ಬೆಲ್ಟ್ ಅಂಡ್ ರೋಡ್ ಯೋಜನೆ"ಗೆ ಪ್ರತಿಯಾಗಿ ದೊಡ್ಡಣ್ಣ ಅಮೆರಿಕ ಸಿದ್ಧಪಡಿಸಿರುವ ಹೊಸ ತಂತ್ರ ಎಂದು ಹೊರನೋಟಕ್ಕೆ ಕಾಣಿಸುವ ಈ IMEEC ಯೋಜನೆಯು ಕಾರ್ಯರೂಪಕ್ಕೆ ಬರಲು ಹಲವು ಸಂಕೀರ್ಣ ಸಮಸ್ಯೆಗಳನ್ನು ನಿಭಾಯಿಸಿಕೊಂಡು ಮುಂದುವರಿಯಬೇಕಿದೆ. ಇಂತಹದೊಂದು ಕ್ಲಿಷ್ಟ ಯೋಜನೆಯನ್ನು ಭಾರತ ತನ್ನ ಮೂಗಿನ ನೇರಕ್ಕೆ ಸರಳೀಕರಿಸಿಕೊಂಡು ಮುಂದುವರಿಯುತ್ತಿರುವ ರೀತಿಯನ್ನು ಗಮನಿಸಿದರೆ, ಇದು ದೇಶದಿಂದ ಹೊರಗೆ ಉಪಯುಕ್ತವಾಗುವುದಕ್ಕಿಂತ ಹೆಚ್ಚಾಗಿ, ಭಾರತದ ಒಳಗಿನ ಒಂದು ನಿರ್ದಿಷ್ಟ ಖಾಸಗಿ ಉದ್ದೇಶಕ್ಕೆ "ಟೇಲರ್ ಮೇಡ್" ವ್ಯವಸ್ಥೆಯಾಗಿ ಉಳಿದುಬಿಡುವ ಸಾಧ್ಯತೆಗಳೇ ಹೆಚ್ಚು ಅನ್ನಿಸುತ್ತದೆ.

ಅದೇನು ಎಂದು ಅರ್ಥ ಆಗಬೇಕಿದ್ದರೆ, ಇನ್ನೊಂದು ಕಥೆಯನ್ನು ಅರ್ಥ ಮಾಡಿಕೊಳ್ಳಬೇಕು. 2030ರ ಹೊತ್ತಿಗೆ ಜಗತ್ತಿನ ಅತಿದೊಡ್ಡ ಬಂದರು ನಿರ್ವಹಣಾ ಕಂಪನಿ ಆಗಬೇಕೆಂಬ ಮಹತ್ವಾಕಾಂಕ್ಷೆ ಹೊತ್ತಿರುವ ಅದಾನಿ ಪೋರ್ಟ್ಸ್ ಸಂಸ್ಥೆಯು ಈ ವರ್ಷದ ಆದಿಯಲ್ಲಿ (2023) ಸುಮಾರು 9,500 ಕೋಟಿ ರೂ.ಗಳನ್ನು ತೆತ್ತು ಇಸ್ರೇಲಿನ ಹೈಫಾ ಬಂದರನ್ನು ತನ್ನ ಮಾಲಕತ್ವದ ತೆಕ್ಕೆಗೆ ತೆಗೆದುಕೊಂಡಿದೆ. ಹೈಫಾ ಬಂದರನ್ನು ಏಷ್ಯಾ ಮತ್ತು ಅಮೆರಿಕ-ಯುರೋಪ್‌ಗಳ ನಡುವಿನ ಲಾಜಿಸ್ಟಿಕ್ಸ್ ಹಬ್ ಮಾಡುವ ಉದ್ದೇಶ ಆ ಕಂಪನಿಯದು.

1869ರಿಂದಲೂ, ಸಮುದ್ರಮಾರ್ಗವಾಗಿ ಯುರೋಪು, ಅಮೆರಿಕಗಳನ್ನು ವ್ಯಾಪಾರಕ್ಕಾಗಿ ತಲುಪಲು ಏಷ್ಯಾಕ್ಕೆ ಅತ್ಯಂತ ಸಮೀಪದ ಮಾರ್ಗವಾಗಿರುವ ಸುಯೇಜ್ ಕಾಲುವೆಗೆ ಪರ್ಯಾಯವಾಗಿ, ಈ ಹೈಫಾ ಬಂದರನ್ನು ಕೇಂದ್ರವಾಗಿರಿಸಿಕೊಂಡು ವ್ಯವಹರಿಸುವ ಉದ್ದೇಶ IMEEC ಪಾಲುದಾರರಿಗೆ ಇದೆಯೆಂಬ ಭಾರತದ ಅರ್ಥೈಸಿಕೊಳ್ಳುವಿಕೆ ಇದರ ಹಿಂದೆ ಕೆಲಸ ಮಾಡುತ್ತಿದೆ (ಸುಯೇಜ್‌ನ ನೇರವಾದ ಸಮುದ್ರ ಮಾರ್ಗದ ಬದಲು ಸಮುದ್ರ-ರೈಲು-ರಸ್ತೆ ಆಧರಿಸಿದ ಯೋಜನೆ IMEECಯದು ಎಂಬುದು ಇನ್ನೊಂದೇ ಕಥೆ!). ತೈಲೋದ್ಯಮದ ಅಬ್ಬರ ಜಾಗತಿಕವಾಗಿ ತಗ್ಗುತ್ತಿರುವ ಹಿನ್ನೆಲೆಯಲ್ಲಿ ಮಧ್ಯಪ್ರಾಚ್ಯದ ದೇಶಗಳು ಹೊಸ ವ್ಯವಹಾರದ ಅವೆನ್ಯೂಗಳನ್ನು ಹುಡುಕುತ್ತಿರುವುದರಿಂದ, ಅವರಿಗೂ ಈ ಲಾಜಿಸ್ಟಿಕ್ಸ್ ವ್ಯವಹಾರ ತಮಗೆ ಅನುಕೂಲಕರ ಅನ್ನಿಸಿರಬಹುದು. ಇದಲ್ಲದೆ, ವಿದ್ಯುತ್ ಕೇಬಲ್ ಜಾಲ (ವಿದ್ಯುತ್

ರಫ್ತಿಗಾಗಿ), ಡಿಜಿಟಲ್ ಸಂಪರ್ಕ ಜಾಲ, ಹೈಡ್ರೋಜನ್ ರಫ್ತು ಪೈಪ್‌ಲೈನ್ ಕೂಡ ಈ ಕಾರಿಡಾರ್‌ನ ಭಾಗವಾಗಲಿವೆಯಂತೆ. (ಭಾರತದಲ್ಲಿ ಈಗಾಗಲೇ ಮತ್ತು ಹೊಸದಾಗಿ ಈ ವ್ಯವಹಾರಗಳಿಗೆ ದೊಡ್ಡ ಪ್ರಮಾಣದಲ್ಲಿ ಇಳಿಯುತ್ತಿರುವವರು ಯಾರೆಲ್ಲ ಎಂಬುದನ್ನು ಗಮನಿಸಿಕೊಳ್ಳಿ.) ಇದೆಲ್ಲ ಅಂತಿಮವಾಗಿ ಹೇಗೆ ರೂಪುಗೊಳ್ಳಲಿದೆ ಎಂಬುದನ್ನು ಕಾದುನೋಡಬೇಕಿದೆ. ಎಲ್ಲ ಇನ್ನೇನು ಕಾರ್ಯರೂಪಕ್ಕೆ ಬರಲಿದೆ ಎನ್ನುವಾಗಲೇ, ಇಸ್ರೇಲ್ ಅನ್ನು ಕೇಂದ್ರವಾಗಿಟ್ಟುಕೊಂಡು ಯುದ್ಧ ಸನ್ನಿವೇಶ ಎದುರಾಗಿರುವುದರಿಂದ, ಈ ಮಹತ್ವಾಕಾಂಕ್ಷೆಯ ಯೋಜನೆ ಇನ್ನಷ್ಟು ವಿಳಂಬ ಆಗಲಿದೆ.

ಭಾರತದಲ್ಲಿ ಗಡಿಬಿಡಿ ಯಾಕೆ?

ಜಾಗತಿಕ ಸನ್ನಿವೇಶ ಹೀಗಿರುವಾಗಲೂ, ಭಾರತದಲ್ಲಿ ಈ IMEEC ಯೋಜನೆಗೆ ಸಂಬಂಧಿಸಿದಂತೆ 3.5 ಲಕ್ಷ ಕೋಟಿ ರೂ. ವೆಚ್ಚದಲ್ಲಿ ಪಶ್ಚಿಮ ಕರಾವಳಿಯ ಬಂದರುಗಳಿಗೆ ರೈಲು ಸಂಪರ್ಕ ಕಲ್ಪಿಸಲಾಗುತ್ತದೆ ಎಂದು ಸರ್ಕಾರ ಹೇಳಿದೆ. ಈ ತೀರ್ಮಾನದಲ್ಲಿ ಎದ್ದು ಕಾಣಿಸುವ ವೈರುಧ್ಯ ಎಂದರೆ, ತಳಮಟ್ಟದಲ್ಲಿ ಯಾವುದೇ ಉದ್ಯಮಗಳಿಗೆ, ಕೈಗಾರಿಕೆಗಳಿಗೆ ಮೂಲಸೌಕರ್ಯ ಕಲ್ಪಿಸಿ, ಅವು ಉತ್ಪಾದನೆ ಹೆಚ್ಚಿಸಿಕೊಂಡು, ರಫ್ತಿನೆಡೆಗೆ ಮುಖಮಾಡುವ ಸನ್ನಿವೇಶ ನಮ್ಮ ಕರಾವಳಿಯಲ್ಲಿ ಇನ್ನೂ ಬಂದಿಲ್ಲ. ಹಾಗಿದ್ದೂ ರಫ್ತು ಮಾಡುವುದು ಏನನ್ನು? ಇದು ರಫ್ತಿನ ಬದಲು ಭಾರತದ ಒಳಬರುವ ಆಮದು ಹಾದಿಯನ್ನು ಇನ್ನಷ್ಟು ಸುಗಮಗೊಳಿಸಿದಂತಾಗುವದಿಲ್ಲವೆ? ಇದರ ಜೊತೆಗೆ, ಈಗಾಗಲೇ ಸಾಗರಮಾಲಾ ಯೋಜನೆಯ ಹೆಸರಲ್ಲಿ 6.01 ಲಕ್ಷ ಕೋಟಿ ರೂ.ಗಳ ವೆಚ್ಚದಲ್ಲಿ 574 ಯೋಜನೆಗಳನ್ನು 2035ರ ಹೊತ್ತಿಗೆ ಪೂರ್ಣಗೊಳಿಸಿಕೊಳ್ಳುವ ಯೋಜನೆ ದೇಶದೊಳಗೆ ಈಗಾಗಲೇ ಜಾರಿಯಲ್ಲಿದೆ. ಇದರಲ್ಲೂ, ಬಂದರುಗಳ ನಡುವಣ ಸಂಪರ್ಕ ಜಾಲ ಅಭಿವೃದ್ಧಿಗೆ 2.35 ಲಕ್ಷ ಕೋಟಿ ವೆಚ್ಚದ ಅಂದಾಜು ಮಾಡಲಾಗಿದೆ. ಗಮನಿಸಬೇಕಾದ ಸಂಗತಿ ಎಂದರೆ, ಈ ಬೃಹತ್ ಕರಾವಳಿ ಕೇಂದ್ರಿತ ಯೋಜನೆಗಳಲ್ಲಿ ಯಾವುದೂ ಕೂಡ ಅಲ್ಲಿನ ಮೂಲನಿವಾಸಿಗಳು, ಸ್ಟೇಕ್‌ಹೋಲ್ಡರ್‌ಗಳು ಬೇಡಿ ಪಡೆದುಕೊಂಡದ್ದಲ್ಲ ಮತ್ತು ಅವರನ್ನೆಲ್ಲ ವಿಶ್ವಾಸಕ್ಕೆ ತೆಗೆದುಕೊಂಡು ಆಗಿರುವ ಬೆಳವಣಿಗೆಗಳೂ ಅಲ್ಲ.

ಭಾರತದಲ್ಲಿ ಆಂತರಿಕವಾಗಿ ಸಂಪರ್ಕ ಜಾಲ ಅಭಿವೃದ್ಧಿ ಹೊಂದಿದಾಗ ಅದನ್ನು ಬಳಸಬಲ್ಲ ಉದ್ಯಮಗಳು ಯಾವುವು ಎಂದು ಪರಿಶೀಲಿಸಿದರೆ, ಈ ಹುನ್ನಾರಗಳೆಲ್ಲವೂ ಸುಲಭವಾಗಿ ಅರ್ಥವಾಗತೊಡಗುತ್ತದೆ. 2025ರ ಹೊತ್ತಿಗೆ, ಕಲ್ಲಿದ್ದಲು (250–300MMTPA), ಪೆಟ್ರೋಲಿಯಂ ಉತ್ಪನ್ನಗಳು (35–45 MMTPA), ಕಬ್ಬಿಣ ಮತ್ತು ಉಕ್ಕು (12–22 MMTPA), ಸಿಮೆಂಟು (10–40 MMTPA) ಮತ್ತು ಇತರ (12 MMTPA) ಸರಕುಗಳು ದೇಶದ ಕರಾವಳಿಯ

ಶಿಪ್ಪಿಂಗ್-ರೈಲು ಜಾಲದ ಮೂಲಕ ಸಾಗಣೆ ಆಗಬೇಕೆಂಬ ಉದ್ದೇಶ ಸರ್ಕಾರಕ್ಕಿದೆ. (ಆಧಾರ: ಸಾಗರ್‌ಮಾಲಾ ದೃಷ್ಟಿಕೋನ ಪತ್ರ). ಇದರಲ್ಲಿ ಮುಖ್ಯವಾದ ನಾಲ್ಕೂ ಉತ್ಪನ್ನಗಳ ಬೃಹತ್ ಉತ್ಪಾದನೆ ಇರುವುದು ದೇಶದೊಳಗೆ ಒಂದು ವ್ಯವಹಾರ ಸಂಸ್ಥೆಯ ಕೈಯಲ್ಲಿ. ಹಾಗಾಗಿ, ಈ ಮೂಲಸೌಕರ್ಯ ಜಾಲ ಸಿದ್ಧಗೊಂಡಾಗ, ಅದು ಸಹಜವಾಗಿಯೇ ಸಹಾಯ ಮಾಡಲಿರುವುದು ಆ ವ್ಯವಹಾರ ಸಂಸ್ಥೆಗೆ. ದೇಶದ ಒಳಗೆ ಆವಶ್ಯಕತೆ ಆಧರಿತ ಕೈಗಾರಿಕೆಗಳ ಬೆಳವಣಿಗೆಗೆ ಪ್ರೋತ್ಸಾಹ ನೀಡಿ, ಅವು ಉತ್ಪಾದನೆಯಲ್ಲಿ ಹೆಚ್ಚಳ ಸಾಧಿಸಿದಾಗ ಅವುಗಳ ಹೊರಹರಿವಿಗೆ ಮಾರ್ಗಸೌಕರ್ಯ ಕಲ್ಪಿಸುವುದು ಸಹಜ ಹಾದಿ. ಅದು ಯಾವುದೂ ತಯಾರಿ ಇಲ್ಲದೇ, ಏಕಾಏಕಿ ಪಶ್ಚಿಮ ಕರಾವಳಿಯ ಎಂಟು ಬಂದರುಗಳ ಸಂಪರ್ಕಕ್ಕೆ ರೈಲು ಹಾದಿ ಸಿದ್ಧಪಡಿಸಿಕೊಡುವುದು ಸ್ವಲ್ಪ ಸಂಶಯಾಸ್ಪದ ಸ್ಥಿತಿ. ಅಂತಿಮವಾಗಿ ಇವು, ಕರಾವಳಿಯ ಸಾಂಪ್ರದಾಯಿಕ ಮೀನುಗಾರರು, ಮೂಲನಿವಾಸಿಗಳ ಸಮುದ್ರ ಪ್ರವೇಶದ/ಬಳಕೆಯ ಹಕ್ಕನ್ನು ಹಂತಹಂತವಾಗಿ ನಿರಾಕರಿಸುತ್ತಾ ಬರುತ್ತಿರುವ ಹುನ್ನಾರದ ಭಾಗಗಳು.

ಅಕ್ಟೋಬರ್ 28, 2023ಕ್ಕೆ ಪ್ರಕಟಿತ

ಮಾಹಿತಿ ಹಕ್ಕು ಕಾಯಿದೆಗೆ “ದಯಾಮರಣದ” ಭಾಗ್ಯ

ಕೇಂದ್ರ ಮತ್ತು ರಾಜ್ಯ ಸರ್ಕಾರಗಳು ಮಾಹಿತಿ ಹಕ್ಕು ಆಯೋಗಕ್ಕೆ ಸಕಾಲದಲ್ಲಿ ಕಮಿಷನರ್‌ಗಳನ್ನು ನೇಮಿಸಿಕೊಳ್ಳದೇ ಹೋದರೆ, ಮಾಹಿತಿ ಹಕ್ಕು (RTI) ಕಾಯಿದೆಯು “ನಿರ್ಜೀವ ಶಬ್ದಗಳ ಕಂತೆ” ಆಗಿ ಉಳಿಯಲಿದೆ ಎಂದು ಮೊನ್ನೆ ಸೋಮವಾರ (ಅ.30) ಸುಪ್ರೀಂಕೋರ್ಟು ಅಭಿಪ್ರಾಯಪಟ್ಟಿತು. ಯಾವುದೇ ಸಹಜ ಸಂದರ್ಭಗಳಲ್ಲಿ ದೊಡ್ಡ ಸುದ್ದಿ ಆಗಬಹುದಾಗಿದ್ದ ಈ ಬೆಳವಣಿಗೆಯು, “ಡಿಯರ್ ಮೀಡಿಯಾ”ಗಳ ಉದ್ದೇಶಪೂರ್ವಕ ನಿರ್ಲಕ್ಷ್ಯದ ಕಾರಣದಿಂದಾಗಿ ಸುದ್ದಿ ಆಗಲೇ ಇಲ್ಲ.

ಕೇಂದ್ರದ ಮುಖ್ಯ ಮಾಹಿತಿ ಕಮಿಷನರ್ (CIC) ಮತ್ತು ಹಲವು ರಾಜ್ಯಗಳ ರಾಜ್ಯ ಮಾಹಿತಿ ಕಮಿಷನರ್ (SIC) ಹುದ್ದೆಗಳು ದೀರ್ಘಕಾಲದಿಂದ ಖಾಲಿಬಿದ್ದಿರುವ ಹಿನ್ನೆಲೆಯಲ್ಲಿ, ಮಾಹಿತಿ

ರಾಜಾರಾಂ ತಲ್ಲೂರು

ಹಕ್ಕು ಹೋರಾಟಗಾರ್ತಿ ಹಾಗೂ ವಕೀಲರಾದ ಅಂಜಲಿ ಭಾರಧ್ವಾಜ್ ಅವರು ಸಲ್ಲಿಸಿದ್ದ ಅರ್ಜಿಯ ವಿಚಾರಣೆ ನಡೆಸುವ ವೇಳೆ, ಸುಪ್ರೀಂಕೋರ್ಟಿನ ಮುಖ್ಯ ನ್ಯಾಯಮೂರ್ತಿ ಡಿ. ವೈ. ಚಂದ್ರಚೂಡ್ ಅವರನ್ನು ಒಳಗೊಂಡ ಮೂವರು ಸದಸ್ಯರ ವಿಭಾಗ ಪೀಠವು ಈ ರೀತಿ ಅಭಿಪ್ರಾಯಪಟ್ಟಿತ್ತು. ಅಲ್ಲದೇ, ತಕ್ಷಣ ಆ ಹುದ್ದೆಗಳನ್ನು ಭರ್ತಿ ಮಾಡಲು ಕ್ರಮಗಳನ್ನು ಆರಂಭಿಸುವಂತೆ ಪೀಠವು ಸರ್ಕಾರಗಳಿಗೆ ನಿರ್ದೇಶಿಸಿ, ಮೂರು ವಾರಗಳ ಬಳಿಕ ಈ ವಿಚಾರಣೆಯನ್ನು ಮತ್ತೆ ಕೈಗೆತ್ತಿಕೊಳ್ಳುವುದಾಗಿ ಹೇಳಿತ್ತು.

ಮೊನ್ನೆ ಅಕ್ಟೋಬರ್ 12ಕ್ಕೆ ಮಾಹಿತಿ ಹಕ್ಕು ಕಾಯಿದೆಗೆ 18 ವರ್ಷ ತುಂಬಿತು. 2005ರಲ್ಲಿ ಜಾರಿಗೆ ಬಂದ ಈ ಕಾಯಿದೆಯು ಸ್ವಾತಂತ್ರ್ಯೋತ್ತರ ಭಾರತದಲ್ಲಿ ನಾಗರಿಕರ ಕೈಗೆ ನಿಜಾರ್ಥದಲ್ಲಿ ಶಕ್ತಿ ತುಂಬಿದ ಮಹತ್ವದ ಕಾಯಿದೆ. ರಾಜಸ್ಥಾನದ ದೇವದುಂಗ್ರಿ ಎಂಬ ಹಳ್ಳಿಯಲ್ಲಿ ಅರುಣಾ ರಾಯ್ (ನಿವೃತ್ತ IAS ಅಧಿಕಾರಿ), ನಿಖಿಲ್ ದವೆ ಮತ್ತಿತರ ಚಳುವಳಿಗಾರರ ಮೂಲಕ 1987ರಲ್ಲಿ ಮೊಳಕೆಯಡೆದ ಈ ಕನಸು, ಕಾಯಿದೆಯಾಗಿ ಅನುಷ್ಠಾನಕ್ಕೆ ಬರಲು 2005ರ ತನಕ ಕಾಯಬೇಕಾಯಿತು. ಸಂವಿಧಾನದ 19(1)(a) ವಿಧಿಯನ್ವಯ ಮಾಹಿತಿ ಹಕ್ಕು ಮೂಲಭೂತವಾದ ಹಕ್ಕು ಎಂದು ನ್ಯಾಯಾಂಗವು ಹಲವು ಬಾರಿ ಹೇಳಿದ್ದರೂ, ಈ ಮಗ್ಗುಲ ಮುಳ್ಳನ್ನು ಸರ್ಕಾರಗಳು ದೂರವೇ ಇರಿಸಿಕೊಂಡು ದಿನ ಕಳೆದಿದ್ದವು. ಕೊನೆಗೆ, ಡಾ। ಮನಮೋಹನ್ ಸಿಂಗ್ ಅವರು ಪ್ರಧಾನಿ ಆಗಿದ್ದಾಗ, UPA–1 ಸರ್ಕಾರ ಇದನ್ನು ಜಾರಿಗೆ ತಂದಿತ್ತು.

ಶಿಸ್ತುಬದ್ಧವಾಗಿ ಬಳಕೆ ಆದಾಗ, ಶಾಸಕಾಂಗ ಮತ್ತು ಕಾರ್ಯಾಂಗಗಳೆರಡರ ಸ್ವೇಚ್ಛಾಚಾರಕ್ಕೂ ಕಡಿವಾಣ ಹಾಕಬಲ್ಲ ಮತ್ತು ಆ ಮೂಲಕ ಪ್ರಜಾತಂತ್ರ ವ್ಯವಸ್ಥೆಯಲ್ಲಿ ಸಮತೋಲನಕ್ಕೆ ಕಾರಣ ಆಗಬಹುದಾಗಿದ್ದ ಈ RTI ಕಾಯಿದೆಯ ಹಲ್ಲು ಕೀಳುವ ಕೆಲಸಗಳು ಈಗ ಆರಂಭಗೊಂಡಿವೆ. ಸಂಸತ್ತನ್ನು ಬದಿಗೆ ಸರಿಸಿ, ಕಾರ್ಯಾಂಗದ "ರೂಲುಗಳ" ಮೂಲಕವೇ ಆಡಳಿತ ನಡೆಸುವ ಹೊಸ ಹಾದಿಯನ್ನು ಹುಡುಕೊಂಡಿರುವ ಹಾಲೀ ಕೇಂದ್ರ ಸರ್ಕಾರಕ್ಕೆ RTI ಕಾಯಿದೆ ಹಲವು ಬಾರಿ ಮುಜುಗರಗಳನ್ನು ಉಂಟುಮಾಡಿದ್ದಿದೆ (ಕೋವಿಡ್ ಕಾಲದ PM CARES ನಿಧಿಯನ್ನು ನೆನಪು ಮಾಡಿಕೊಳ್ಳಿ). ಆ ಅನುಭವಗಳ ಹಿನ್ನೆಲೆಯಲ್ಲಿ, ಈ ವರ್ಷ ಜುಲೈನಲ್ಲಿ, ಯಾವುದೇ ಸಂಸದೀಯ ಸಮಾಲೋಚನೆಗಳಿಲ್ಲದೇ RTI ಕಾಯಿದೆಗೆ ತುರ್ತು ತಿದ್ದುಪಡಿಯೊಂದನ್ನು ಮಾಡಿ, ಚುನಾವಣಾ ಕಮಿಷನರ್ ಹುದ್ದೆಗೆ ಸಮನಾಗಿದ್ದ CIC ಹುದ್ದೆಯ ಅಧಿಕಾರಾವಧಿಯನ್ನು ನಿರ್ಧರಿಸುವ ಹಕ್ಕನ್ನು ಕೇಂದ್ರ ಸರ್ಕಾರ ತನ್ನ ಸುಪರ್ದಿಗೆ ತೆಗೆದುಕೊಂಡಿತ್ತು. ಇದಲ್ಲದೇ ಮೊನ್ನೆ ಜಾರಿಗೆ ಬಂದಿರುವ ಡಿಜಿಟಲ್ ಪರ್ಸನಲ್ ಡೇಟಾ ಸಂರಕ್ಷಣಾ ಕಾಯಿದೆ, 2023ರ ಸೆಕ್ಷನ್ 44(3)ರ ಮೂಲಕ, RTI ಕಾಯಿದೆಯ ಸೆಕ್ಷನ್ 8(1)ನ್ನು ಬಹುತೇಕ ಅಪ್ರಸ್ತುತಗೊಳಿಸಲಾಗಿದೆ. ಇವೆಲ್ಲ ಬೆಳವಣಿಗೆಗಳೂ ಸ್ಥೂಲವಾಗಿ,

RTI ಕಾಯಿದೆಯನ್ನು ದುರ್ಬಲಗೊಳಿಸುವಂತಹವೇ ಆಗಿವೆ ಎಂದು ಪರಿಣತರು ಅಭಿಪ್ರಾಯಪಡುತ್ತಾರೆ.

ಕೇಂದ್ರದಲ್ಲಿ, ಇದೇ ಅಕ್ಟೋಬರ್ 03ರಿಂದ ಮುಖ್ಯ ಮಾಹಿತಿ ಕಮಿಷನರ್ ಹುದ್ದೆ ಖಾಲಿ ಇದ್ದು, ಒಟ್ಟು ಇರುವ 7 ಮಾಹಿತಿ ಕಮಿಷನರ್ ಹುದ್ದೆಗಳಲ್ಲಿ ಈಗ ನಾಲ್ವರು ಮಾತ್ರ ಕರ್ತವ್ಯ ನಿರ್ವಹಿಸುತ್ತಿದ್ದಾರೆ ಹಾಗೂ ಈ ವಾರದ ಕೊನೆಗೆ (ನವೆಂಬರ್ 6) ಅವರೆಲ್ಲರೂ ನಿವೃತ್ತರಾಗಲಿದ್ದಾರಂತೆ. ಹಾಗಾಗಿ, ಬರುವ ವಾರದಿಂದ ಕೇಂದ್ರದಲ್ಲಿ ಮಾಹಿತಿ ಕಮಿಷನರ್‌ಗಳೇ ಇಲ್ಲದಾಗಲಿದ್ದಾರೆ. ಇದೊಂದೇ ಪ್ರಕರಣ ಆಗಿದ್ದರೆ ಏನೋ ತಾಂತ್ರಿಕ ಅಚಾತುರ್ಯ ಆಗಿರಬಹುದೆಂದುಬಿಡಬಹುದು. ಹಾಗಲ್ಲ. ವಾಸ್ತವ ಗಂಭೀರವಿದೆ. ಮಣಿಪುರ, ಚತ್ತೀಸ್‌ಗಢ, ಮಹಾರಾಷ್ಟ್ರ, ಬಿಹಾರ, ಪಂಜಾಬ್, ಝಾರ್ಖಂಡ್, ತೆಲಂಗಾಣ, ಮಿಝೋರಾಂ ಮತ್ತು ತ್ರಿಪುರ ರಾಜ್ಯಗಳಲ್ಲೂ ರಾಜ್ಯ ಮಾಹಿತಿ ಕಮಿಷನರ್ (SIC) ಹುದ್ದೆಗಳು ಖಾಲಿ ಇವೆ.

ಹೀಗೆ ಹುದ್ದೆಗಳು ಖಾಲಿ ಇರುವುದರಿಂದಾಗಿ ಮತ್ತು ವಿಳಂಬ ನೀತಿಯಿಂದಾಗಿ ದೇಶದಾದ್ಯಂತ ಮಾಹಿತಿ ಹಕ್ಕು ಮೇಲ್ಮನವಿ ಅರ್ಜಿಗಳ ವಿಲೇವಾರಿ ಸಕಾಲದಲ್ಲಿ ಆಗುತ್ತಿಲ್ಲ. ಜೂನ್ 30, 2023ರ ಹೊತ್ತಿಗೆ, ದೇಶದ ಒಟ್ಟು 29 ಮಾಹಿತಿ ಆಯೋಗಗಳಲ್ಲಿ 3.2 ಲಕ್ಷಕ್ಕೂ ಮಿಕ್ಕಿ ಮೇಲ್ಮನವಿಗಳು ಹಾಗೂ ದೂರುಗಳು ವಿಲೇವಾರಿಗೆ ಬಾಕಿ ಇವೆ. ಮಾಹಿತಿ ಹಕ್ಕು ಕಾಯಿದೆಯ ಅಡಿಯಲ್ಲಿ ಮಾಹಿತಿಗಳು ಕ್ಷುಲ್ಲಕ ಕಾರಣಗಳಿಗೆ ನಿರಾಕೃತವಾದಾಗ, ನಾಗರಿಕರ ಹಕ್ಕನ್ನು ಕಾಪಾಡಬೇಕಾದ ಈ ಮಾಹಿತಿ ಕಮಿಷನರ್ ಹುದ್ದೆಗಳಿಗೆ, ಆ ಪ್ರಕರಣಗಳ ವಿಚಾರಣೆ ನಡೆಸಿ, ಸಕಾರಣವಿಲ್ಲದೇ ಮಾಹಿತಿಯನ್ನು ನಿರಾಕರಿಸಿದ ಕೆಳಮಟ್ಟದ ಅಧಿಕಾರಿಗಳಿಗೆ 25,000ರೂ.ಗಳ ತನಕದ ದಂಡ ವಿಧಿಸುವ ಅಧಿಕಾರ ಇದೆ. ಮಾಹಿತಿ ನಿರಾಕರಿಸಿದ ಪ್ರಕರಣಗಳಲ್ಲಿ ಮೇಲ್ಮನವಿ ಹೋದಾಗ, ಅದನ್ನು ವಿಚಾರಣೆ ನಡೆಸುವ ಕಮೀಷನರ್‌ಗಳೇ ಇಲ್ಲದಿದ್ದರೆ, ಈಗ ಕಾರ್ಯಾಂಗದ ಅಧಿಕಾರಿಗಳು ಆಡಿದ್ದೇ ಆಟ. ಸಂಸತ್ತನ್ನು ಬದಿಗೆ ಸರಿಸಿ ಕಾರ್ಯಾಂಗದ ಮೂಲಕವೇ ತನ್ನೆಲ್ಲ ಮಹತ್ವದ ನಿರ್ಧಾರಗಳನ್ನು ತೆಗೆದುಕೊಳ್ಳುತ್ತಿರುವ ಹಾಲೀ ಸರ್ಕಾರದ ಕಾರ್ಯತಂತ್ರಕ್ಕೆ, ಈ ಮಾಹಿತಿ ಕಮಿಷನರ್‌ಗಳ ಗೈರುಹಾಜರಿ ಪೂರಕವಾಗಿ ವರ್ತಿಸುವಂತೆ ಕಾಣಿಸುತ್ತಿದೆ. ಹಾಗಾಗಿಯೇ ಲಕ್ಷಾಂತರ ಮೇಲ್ಮನವಿಗಳು ನೆನೆಗುದಿಗೆ ಬಿದ್ದಿವೆ. ಸತರ್ಕ್ ನಾಗರಿಕ್ ಸಂಘಟನ್ ಎಂಬ ಸ್ವಯಂಸೇವಾ ಸಂಸ್ಥೆಯು ಇತ್ತೀಚೆಗೆ ಬಿಡುಗಡೆ ಮಾಡಿದ ವರದಿಯಿಂದಾಗಿ, ಈ ಎಲ್ಲ ಮಾಹಿತಿಗಳು ಬಹಿರಂಗಗೊಂಡಿವೆ.

ವಿಳಂಬಿತ ನ್ಯಾಯವೂ ನ್ಯಾಯದ ನಿರಾಕರಣೆಯೇ ಎನ್ನುತ್ತದೆ ನ್ಯಾಯಶಾಸ್ತ್ರ. ಪರಿಣಾಮಕಾರಿಯಾದ ಕಾನೂನೊಂದರ ಸುಗಮ ಅನುಷ್ಠಾನಕ್ಕೆ ಹಿಂಬಾಗಿಲ ಅಡ್ಡಿಗಳನ್ನು ಒಡ್ಡುವ ಮೂಲಕ, ಆ ಕಾನೂನನ್ನು ದುರ್ಬಲಗೊಳಿಸುವ ಪ್ರಯತ್ನ ನಡೆಯುತ್ತಿರುವಂತಿದೆ. ಹಂತಹಂತವಾಗಿ ಮಾಹಿತಿ ಹಕ್ಕು ಕಾಯಿದೆಗೆ "ದಯಾಮರಣ"

ರಾಜಾರಾಂ ತಲ್ಲೂರು

ನೀಡುವ ಉದ್ದೇಶ ಪ್ರಭುತ್ವಕ್ಕೆ ಇದ್ದಂತಿದೆ. ಹಿಂದೊಮ್ಮೆ "ಲೋಕಪಾಲ" ಇಲ್ಲವೆಂದು ಸುಪಾರಿ ಹೋರಾಟಗಾರರ ಮೂಲಕ ದೇಶದಾದ್ಯಂತ ಗದ್ದಲ ಎಬ್ಬಿಸಿ, ಆ ಅಲೆಯ ಬೆನ್ನೇರಿ ಅಧಿಕಾರಕ್ಕೆ ಬಂದ ಸರ್ಕಾರವೊಂದು, ಈಗ ಅಷ್ಟೇ ಪರಿಣಾಮಕಾರಿಯಾದ ನಾಗರಿಕ ಅಸ್ತ್ರವೊಂದರ ಕತ್ತು ಹಿಚುಕುತ್ತಿರುವುದು ದೇಶದ ಹಾಲೀ ಪರಿಸ್ಥಿತಿಗೆ ಹಿಡಿದಿರುವ ಕೈಗನ್ನಡಿ.

ನವೆಂಬರ್ 04, 2023ಕ್ಕೆ ಪ್ರಕಟಿತ

“ನಮ್ಮ ಜನ” ಅಲ್ಲದಿದ್ದರೆ ನಿಧಾನವೇ ಪ್ರಧಾನವೇ?

“ಕೊಲೀಜಿಯಂ ಶಿಫಾರಸು ಮಾಡಿರುವ ನ್ಯಾಯಾಂಗ ನೇಮಕಾತಿಗಳನ್ನು, ಆ ವ್ಯಕ್ತಿಗಳು ರಾಜಕೀಯವಾಗಿ ಸಕ್ರಿಯರೆಂಬ ಕಾರಣಕ್ಕೆ ನೆನೆಗುದಿಗೆ ಹಾಕಬಾರದು. ಹೀಗೆ ಶಿಫಾರಸುಗೊಂಡವರಲ್ಲಿ ಆಡಳಿತ ಪಕ್ಷದ ಪರ ನಿಲುವು ಇರುವವರೂ ಇರಬಹುದು ಅಥವಾ ಪ್ರತಿಪಕ್ಷಗಳ ಪರ ನಿಲುವು ಇರುವವರೂ ಇರಬಹುದು. ಎರಡೂ ಸಂದರ್ಭಗಳಲ್ಲಿ ಕೊಲೀಜಿಯಂ ಶಿಫಾರಸುಗಳು ಅನುಷ್ಠಾನವಾಗಬೇಕು. ಶಿಫಾರಸುಗೊಂಡವರ ರಾಜಕೀಯ ಸಂಪರ್ಕಗಳು, ಅವರ ನ್ಯಾಯಾಂಗದ ಕರ್ತವ್ಯಗಳನ್ನು ನಿರ್ವಹಿಸುವಲ್ಲಿ ಅಡ್ಡಿಯಾಗುವಷ್ಟು ಆಳವಾಗಿ ಇರದಿರುವುದನ್ನು ಖಚಿತಪಡಿಸಿಕೊಂಡರೆ ಆಯಿತು.” ಎಂದು ಮೊನ್ನೆ (ನವೆಂಬರ್ 7) ಸುಪ್ರೀಂಕೋರ್ಟಿನ ನ್ಯಾಯಮೂರ್ತಿಗಳಾದ ಸಂಜಯ್ ಕಿಷನ್ ಕೌಲ್ ಮತ್ತು ಸುಧಾಂಶು ಧುಲಿಯಾ ಅವರನ್ನೊಳಗೊಂಡ ಪೀಠ ಹೇಳಿತ್ತು.

ರಾಜಾರಾಂ ತಲ್ಲೂರು

ನ್ಯಾಯಾಂಗ ವಿಧಿಸಿದ್ದ ಸಮಯದ ಗಡುವನ್ನೂ ದಾಟಿ, ಕೊಲೀಜಿಯಂ ಶಿಫಾರಸುಗಳನ್ನು ನೆನೆಗುದಿಗೆ ಹಾಕಿ ಕುಳಿತಿದ್ದ ಭಾರತ ಸರ್ಕಾರದ ವಿರುದ್ಧ ಬೆಂಗಳೂರು ವಕೀಲರ ಸಂಘವು ದಾಖಲಿಸಿದ್ದ ನ್ಯಾಯಾಂಗ ನಿಂದನೆ ಅರ್ಜಿ (Contempt petition (civil) No. 867 of 2021) ವಿಚಾರಣೆಯ ವೇಳೆ ನ್ಯಾಯಪೀಠ ಈ ರೀತಿ ಅಭಿಪ್ರಾಯಪಟ್ಟಿತ್ತು. ನವೆಂಬರ್ 20ಕ್ಕೆ ಮುಂದಿನ ವಿಚಾರಣೆಗೆ ಮುನ್ನ ಈ ನಿಟ್ಟಿನಲ್ಲಿ ಅಗತ್ಯ ಕ್ರಮಗಳನ್ನು ಕೈಗೊಳ್ಳಬೇಕೆಂದೂ ಪೀಠ ಅಂದು ನಿರ್ದೇಶಿಸಿತ್ತು.

ಹೀಗೆ, ಸರ್ಕಾರವು ಕೊಲೀಜಿಯಂ ಶಿಫಾರಸುಗಳಲ್ಲಿ, ತನಗೆ ಬೇಕಾದ ಹೆಸರುಗಳನ್ನು ಮಾತ್ರ ಆಯ್ದು ನೇಮಕಾತಿಗೆ ಆದ್ಯತೆ ತೋರಿ, ಉಳಿದ ಹೆಸರುಗಳನ್ನು ಅತ್ತ ನೇಮಕ ಮಾಡದೆ, ಇತ್ತ ಮರುಪರಿಶೀಲನೆಗೆ ಹಿಂದಕ್ಕೂ ಕಳುಹಿಸದೆ ನೆನೆಗುದಿಗೆ ಹಾಕಿದರೆ, ಅದರಿಂದ ಸೇವಾ ಹಿರಿತನದಲ್ಲಿ ಸಮಸ್ಯೆಗಳಾಗಲಿವೆ, ಎಳೆಯ ವಕೀಲರಿಗೆ ನ್ಯಾಯಾಂಗ ವೃತ್ತಿಯತ್ತ ಆಸಕ್ತಿ ಕಡಿಮೆ ಆಗಬಹುದು ಎಂದು ನ್ಯಾಯಪೀಠ ಕಳವಳ ವ್ಯಕ್ತಪಡಿಸಿತ್ತು.

ಈ ಹಿಂದೆ, ಕೊಲೀಜಿಯಂನಿಂದ ಶಿಫಾರಸುಗೊಂಡವರು ಸರ್ಕಾರದ ನಿರ್ಲಕ್ಷ್ಯದ ನಡೆಯ ಕಾರಣಕ್ಕೆ ಬೇಸತ್ತು ಕಡೆಗೆ ತಮ್ಮ ಹೆಸರು ಹಿಂದೆಗೆದುಕೊಂಡ ಮತ್ತು ಮೃತಪಟ್ಟ ಕಾರಣಕ್ಕೆ ಕೊಲೀಜಿಯಂ ಶಿಫಾರಸು ನಿರರ್ಥಕಗೊಂಡ ಉದಾಹರಣೆಗಳೂ ಇವೆ.

ಇದೇ ವರ್ಷ ಫೆಬ್ರವರಿಯಲ್ಲಿ, ಮದ್ರಾಸು ಹೈಕೋರ್ಟಿನಲ್ಲಿ ಎಲ್.ವಿ.ಗೌರಿ ಅವರನ್ನು ಹೆಚ್ಚುವರಿ ನ್ಯಾಯಮೂರ್ತಿ ಆಗಿ ನೇಮಕ ಮಾಡಿದಾಗ, ಆಕೆ ಬಿಜೆಪಿ ಮಹಿಳಾ ಘಟಕದ ಪ್ರಧಾನ ಕಾರ್ಯದರ್ಶಿ ಎಂಬ ಹಿನ್ನೆಲೆಯಲ್ಲಿ ಮತ್ತು ಆಕೆ "ದ್ವೇಷ ಭಾಷಣ" ಮಾಡಿದ್ದರು ಎಂಬ ಟೀಕೆಗಳ ಹಿನ್ನೆಲೆಯಲ್ಲಿ, ಅವರ ವಿರುದ್ಧ ಸಲ್ಲಿಸಲಾಗಿದ್ದ ಆಕ್ಷೇಪಗಳನ್ನು ಸುಪ್ರೀಂಕೋರ್ಟು ತಳ್ಳಿಹಾಕಿತ್ತು. ಆದರೆ ಕಳೆದ ವರ್ಷ (2022) ಫಬ್ರವರಿಯಲ್ಲಿ, ಅದೇ ಹೈಕೋರ್ಟಿಗೆ ಜಾನ್ ಸತ್ಯನ್ ಅವರ ನೇಮಕಾತಿಯ ಬಗ್ಗೆ ಕೊಲೀಜಿಯಂನ ಶಿಫಾರಸನ್ನು, ಅವರು ಪ್ರಧಾನಮಂತ್ರಿಗಳನ್ನು ಟೀಕಿಸಲಾಗಿದ್ದ ಲೇಖನವೊಂದನ್ನು ಸೋಷಿಯಲ್ ಮೀಡಿಯಾದಲ್ಲಿ ಹಂಚಿಕೊಂಡಿದ್ದರೆಂಬ ಕಾರಣಕ್ಕೆ ಕೇಂದ್ರ ಸರ್ಕಾರ ಹಿಂದೆ ಕಳುಹಿಸಿತ್ತು. ಅವರ ಹೆಸರನ್ನು ಈ ವರ್ಷ ಮತ್ತೊಮ್ಮೆ ಕೊಲೀಜಿಯಂ ಆದ್ಯತೆಯ ಮೇರೆಗೆ ಶಿಫಾರಸು ಮಾಡಿದ್ದರೂ, ಅದನ್ನು ಕೇಂದ್ರ ಸರ್ಕಾರ ಇನ್ನೂ ನೆನೆಗುದಿಯಲ್ಲೇ ಇರಿಸಿದೆ. ಈ ಬಗ್ಗೆ ಕೊಲೀಜಿಯಂ ತೀವ್ರ ಕಳವಳ ವ್ಯಕ್ತಪಡಿಸಿತ್ತು.

ಈ ಎಲ್ಲ ಬೆಳವಣಿಗೆಗಳ ಹಿನ್ನೆಲೆಯಲ್ಲಿ, ನ್ಯಾಯಾಲಯದ ಮೊನ್ನಿನ ಅಭಿಪ್ರಾಯ ಮಹತ್ವದ್ದೆನ್ನಿಸುತ್ತದೆ.

ಏನಿದು ಕೊಲೀಜಿಯಂ?

ನ್ಯಾಯಾಂಗಕ್ಕೆ ಕೊಲೀಜಿಯಂ ಮೂಲಕ ನೇಮಕಾತಿ ವ್ಯವಸ್ಥೆಗೆ ಸಂಸತ್ತಿನ ಕಾನೂನಾಗಲೀ ಅಥವಾ ಸಾಂವಿಧಾನಿಕ ವಿಧಿಯಾಗಲೀ ಇಲ್ಲ. ಅದು

ವಿಕಾಸಗೊಂಡಿರುವುದು 1981, 1993, 1998ರ ನ್ಯಾಯಾಂಗದ ತೀರ್ಮಾನಗಳ ಮೂಲಕವೇ. ಭಾರತದ ಮುಖ್ಯ ನ್ಯಾಯಮೂರ್ತಿಗಳು ಸುಪ್ರೀಂಕೋರ್ಟಿನ ನಾಲ್ವರು ಅತ್ಯಂತ ಹಿರಿಯ ನ್ಯಾಯಮೂರ್ತಿಗಳ ಜೊತೆ (ಕೊಲೀಜಿಯಂ) ಚರ್ಚಿಸಿ, ಹೊಸ ನೇಮಕಾತಿ ಶಿಫಾರಸುಗಳನ್ನು ಸರ್ಕಾರಕ್ಕೆ ಕಳುಹಿಸುತ್ತಾರೆ. ಅದನ್ನು ಸರ್ಕಾರ ಪರಿಶೀಲಿಸಿದ ಬಳಿಕ, ಸೂಕ್ತವಲ್ಲವೆಂದು ಕಂಡರೆ, ಸಕಾರಣವಾಗಿ ಕೊಲೀಜಿಯಂಗೆ ಮರುಪರಿಶೀಲಿಸಲು ಹಿಂದಿರುಗಿಸುತ್ತದೆ, ಇಲ್ಲವೇ ಪ್ರಧಾನಮಂತ್ರಿಗಳ ಶಿಫಾರಸಿನ ಮೇರೆಗೆ, ಆ ಶಿಫಾರಸುಗೊಂಡ ಹೆಸರನ್ನು ರಾಷ್ಟ್ರಪತಿಗಳು ನ್ಯಾಯಮೂರ್ತಿಗಳಾಗಿ ನೇಮಕ ಮಾಡುತ್ತಾರೆ.

ಹಠಸಾಧನೆ

ದೇಶದ ನ್ಯಾಯಾಂಗ ನೇಮಕಾತಿಗಳ ಕುರಿತಾಗಿ ಹಾಲೀ ಭಾರತ ಸರ್ಕಾರ ಮತ್ತು ಭಾರತದ ಸುಪ್ರೀಂಕೋರ್ಟುಗಳ ನಡುವೆ ಭಿನ್ನಮತಗಳಿರುವುದು ಇದೇನೂ ಹೊಸದಲ್ಲ. ನರೇಂದ್ರ ಮೋದಿ ಅವರ ಸರ್ಕಾರವು ಬಂದ ಹೊಸದರಲ್ಲೇ (2014), ಕೊಲೀಜಿಯಂ ಜಾಗದಲ್ಲಿ ರಾಷ್ಟ್ರೀಯ ನ್ಯಾಯಾಂಗ ನೇಮಕಾತಿ ಕಮಿಷನ್ (NJAC) ರಚಿಸುವ ಪ್ರಸ್ತಾಪ ಮುಂದಿಟ್ಟಿತ್ತು. ಅದರಲ್ಲಿ ಸುಪ್ರೀಂಕೋರ್ಟಿನ ಮೂವರು ನ್ಯಾಯಮೂರ್ತಿಗಳು, ಕೇಂದ್ರ ಕಾನೂನು ಸಚಿವರು, ಇಬ್ಬರು ನಾಗರಿಕ ವಲಯದ ಪರಿಣತರು ಇದ್ದು, ಅವರಲ್ಲಿ ಯಾರಾದರೂ ಇಬ್ಬರು ಒಂದು ನೇಮಕಾತಿ ಶಿಫಾರಸನ್ನು ತಿರಸ್ಕರಿಸಿದರೆ, ಆ ಶಿಫಾರಸು ಸ್ವೀಕಾರಾರ್ಹವಲ್ಲ ಎಂಬ ಪ್ರಸ್ತಾಪ ಇತ್ತು. ಆದರೆ ಸುಪ್ರೀಂಕೋರ್ಟಿನ ಸಾಂವಿಧಾನಿಕ ಪೀಠ ಇದನ್ನು 2015ರಲ್ಲಿ ತಿರಸ್ಕರಿಸಿತ್ತು.

ಆ ಬಳಿಕ, ಕೊಲೀಜಿಯಂ ವ್ಯವಸ್ಥೆ ಪಾರದರ್ಶಕವಾಗಿಲ್ಲ ಎಂಬ ಟೀಕೆಗಳು ಸರ್ಕಾರದ ಕಡೆಯಿಂದ ಸತತವಾಗಿ ಬರತೊಡಗಿದ್ದವು; ಕೊಲೀಜಿಯಂ ಮಾಡಿದ ಶಿಫಾರಸುಗಳನ್ನು ಸರ್ಕಾರ ನೆನೆಗುದಿಗೆ ಹಾಕಿಡುವುದು–ನ್ಯಾಯಾಂಗ ಈ ಬಗ್ಗೆ ಕಳವಳ ವ್ಯಕ್ತಪಡಿಸುವುದು ಸತತವಾಗಿ ನಡೆಯುತ್ತಲೇ ಇದೆ. 1999ರಲ್ಲಿ ನ್ಯಾಯಾಂಗದ ನೇಮಕಾತಿಗಳಿಗೆ ಸಂಬಂಧಿಸಿ ನ್ಯಾಯಾಂಗ–ಶಾಸಕಾಂಗಗಳ ನಡುವೆ ಸಮನ್ವಯಕ್ಕಾಗಿ ರೂಪಿಸಲಾಗಿದ್ದ ಮೆಮೊರಾಂಡಂ ಆಫ್ ಪ್ರೊಸೀಜರ್ಸ್ (MoP) ಅನ್ನು 2017ರಲ್ಲಿ ಹಾಲೀ ಸರ್ಕಾರ ಪುನರ್‌ರಚಿಸಿದ್ದರೂ, ಅದಕ್ಕೆ ನ್ಯಾಯಾಂಗದಿಂದ ಇನ್ನೂ ಒಪ್ಪಿಗೆ ಸಿಕ್ಕಿಲ್ಲ.

ಈ ನ್ಯಾಯಾಂಗ–ಶಾಸಕಾಂಗ ತಿಕ್ಕಾಟ ಯಾವ ಮಟ್ಟಕ್ಕೆ ತಲುಪಿತೆಂದರೆ, ಕೇಂದ್ರ ಕಾನೂನು ಖಾತೆಯ ಸಚಿವರಾಗಿದ್ದ ಕಿರಣ್ ರೆಜಿಜು ಅವರು ಸತತವಾಗಿ ಕೊಲೀಜಿಯಂ ವ್ಯವಸ್ಥೆಯ ಬಗ್ಗೆ ಬಹಿರಂಗ ಹೇಳಿಕೆಗಳನ್ನು ನೀಡತೊಡಗಿದಾಗ, ಈ ವರ್ಷ ಮೇ ತಿಂಗಳಿನಲ್ಲಿ ಅವರ ಕೈಯಲ್ಲಿದ್ದ ಕಾನೂನು ಖಾತೆಯನ್ನು, ಸರ್ಕಾರವು

ನಿವೃತ್ತ IAS ಅಧಿಕಾರಿ ಅರ್ಜುನ್ ರಾಂ ಮೇಘವಾಲ್ ಅವರಿಗೆ ಹಸ್ತಾಂತರಿಸಿತು. ಆದರೆ ಈಗಲೂ ಸಮಸ್ಯೆಗಳು ಬಗೆಹರಿದಂತೆ ಕಾಣಿಸುತ್ತಿಲ್ಲ.

2014ರಿಂದ 2023ರ ನಡುವೆ ತಮ್ಮ ಸರ್ಕಾರ 54 ಮಂದಿ ನ್ಯಾಯಾಧೀಶರನ್ನು ಸುಪ್ರೀಂಕೋರ್ಟಿಗೆ ಹೊಸದಾಗಿ ನೇಮಕ ಮಾಡಿದೆ ಎಂದು ಕಿರಣ್ ರೆಜಿಜು ಈ ವರ್ಷ ಮಾರ್ಚ್ ತಿಂಗಳಲ್ಲಿ ರಾಜ್ಯಸಭೆಗೆ ತಿಳಿಸಿದ್ದರು. ಆದರೆ ನ್ಯಾಯಾಂಗದ ದಾಖಲೆಗಳ ಪ್ರಕಾರ, ಇನ್ನೂ ಹಲವು ನ್ಯಾಯಾಂಗದ ಹುದ್ದೆಗಳು ಖಾಲಿ ಇವೆ. 1–2–2023ರಂದು ಸುಪ್ರೀಂಕೋರ್ಟಿನ ಒಟ್ಟು 34 ನ್ಯಾಯಮೂರ್ತಿ ಹುದ್ದೆಗಳಲ್ಲಿ 27 ಮಾತ್ರ ಭರ್ತಿ ಆಗಿತ್ತು. ಅದು 1–8–2023ರ ಹೊತ್ತಿಗೆ ಈಗ, 32ಕ್ಕೆ ಇಳಿದಿದೆ. 1–11–2023ರ ಹೊತ್ತಿಗೆ ರಾಜ್ಯಗಳ ಹೈಕೋರ್ಟುಗಳಲ್ಲಿರುವ 1114 ನ್ಯಾಯಮೂರ್ತಿ ಹುದ್ದೆಗಳಲ್ಲಿ, 782 ಮಾತ್ರ ಭರ್ತಿ ಇದ್ದು, 332 ಹುದ್ದೆಗಳು ಖಾಲಿ ಇವೆ. ಕರ್ನಾಟಕದಲ್ಲೇ 62 ಹೈಕೋರ್ಟು ನ್ಯಾಯಮೂರ್ತಿ ಹುದ್ದೆಗಳಲ್ಲಿ 51 ಭರ್ತಿ ಇದ್ದು, 11 ಖಾಲಿ ಇವೆ. ದೇಶದಾದ್ಯಂತ ನ್ಯಾಯದಾನ ವ್ಯವಸ್ಥೆ ತನ್ನ ಕೆಲಸದ ಹೊರೆಯ ಕಾರಣದಿಂದಾಗಿ ನಿಧಾನಗೊಂಡಿದ್ದರೂ, ಸರ್ಕಾರ ತನ್ನ ಹಠ ಸಡಿಲಿಸದಿರುವುದು ಈ ಎಲ್ಲ ಬೆಳವಣಿಗೆಗಳಿಗೆ ಕಾರಣವೆಂದರೆ ತಪ್ಪಾಗದು.

ನವೆಂಬರ್ 11, 2023ಕ್ಕೆ ಪ್ರಕಟಿತ

ಭಾರತ-ಬ್ರಿಟನ್ ಮುಕ್ತ ವಾಣಿಜ್ಯ ಒಪ್ಪಂದ ಮತ್ತು ನಾರಾಯಣಮೂರ್ತಿಯವರ ಗೂಗ್ಲೀ!

ಬ್ರೆಕ್ಸಿಟ್ ಮೂಲಕ ಐರೋಪ್ಯ ಸಮುದಾಯದಿಂದ ಹೊರಬಂದಿರುವ ಬ್ರಿಟನ್‌ಗೆ ಜಗತ್ತಿನ ಜೊತೆ ತನ್ನ ವ್ಯಾಪಾರ ಸಂಬಂಧಗಳನ್ನು ಮರುವ್ಯಾಖ್ಯಾನಿಸಿಕೊಳ್ಳುವ ತುರ್ತು ಇದೆ. ಆ ಪ್ರಕ್ರಿಯೆಯಲ್ಲಿ, ಜಗತ್ತಿನ ಅತಿಹೆಚ್ಚು ಜನಸಂಖ್ಯೆ ಇರುವ ತನ್ನ ಹಳೆಯ ಕಾಲನಿ ಭಾರತದ ಜೊತೆ ವ್ಯಾಪಾರ ಸಂಬಂಧ ಮರುವ್ಯಾಖ್ಯಾನಗೊಂಡರೆ, ದೊಡ್ಡದೊಂದು ಮಾರುಕಟ್ಟೆ ದೊರೆತಂತೆ ಎಂಬುದು ಬ್ರಿಟಿಷ್ ಸರ್ಕಾರದ ತರ್ಕ. ಈ ಪ್ರಕ್ರಿಯೆಯಲ್ಲಿ ಬ್ರಿಟನ್ ಇಲ್ಲಿಯ ತನಕ 71 ಒಪ್ಪಂದಗಳನ್ನು ಜಗತ್ತಿನಾದ್ಯಂತ ಮಾಡಿಕೊಂಡಿದೆಯಾದರೂ, ಅವರ ಆದ್ಯತೆಯ ಪಟ್ಟಿಯಲ್ಲಿದ್ದ ಭಾರತದ ಜೊತೆ ಮುಕ್ತ ವಾಣಿಜ್ಯ ಒಪ್ಪಂದ (FTA) ಅವರಿಗೆ ಇನ್ನೂ ಸಾಧ್ಯವಾಗಿಲ್ಲ.

ರಾಜಾರಾಂ ತಲ್ಲೂರು

ಭಾರತ–ಬ್ರಿಟನ್ ನಡುವೆ FTA ಮಾತುಕತೆಗಳ ಪ್ರಕ್ರಿಯೆ ಆರಂಭಗೊಂಡದ್ದು 2022ರ ಜನವರಿಯಲ್ಲಿ. ಉದ್ದೇಶ ಇದ್ದದ್ದು, ಆ ವರ್ಷ ದೀಪಾವಳಿಯ ಹೊತ್ತಿಗೆ (ಅಕ್ಟೋಬರ್) ಒಪ್ಪಂದ ಅಂತಿಮಗೊಳ್ಳಬೇಕೆಂದು. ಆದರೆ ಅದಾಗಿ ಈಗ ಮತ್ತೊಂದು ದೀಪಾವಳಿ ಕಳೆದ ಬಳಿಕವೂ, ಒಟ್ಟು 26 ಅಂಶಗಳ ಈ ಒಪ್ಪಂದದಲ್ಲಿ 21ರಲ್ಲಿ ಮಾತ್ರ ಸಹಮತ ಸಾಧ್ಯವಾಗಿದೆ; ಇನ್ನೂ ಐದು ಮಹತ್ವದ ವಿಚಾರಗಳಲ್ಲಿ ಸಹಮತದ ಸಮೀಪಕ್ಕೆ ಬರುವುದೂ ಸಾಧ್ಯವಾಗಿಲ್ಲ. ಬಾಕಿ ಇರುವ ಈ ವಿಚಾರಗಳು ಸೂಕ್ಷ್ಮ ಸ್ವರೂಪದವಾಗಿರುವುದರಿಂದ, ಡೆಡ್‌ಲೈನ್‌ಗಳ ಹಂಗಿಲ್ಲದೆ ಮಾತುಕತೆ ನಡೆಯುತ್ತಿದೆ ಎಂದು ಭಾರತ ಸರ್ಕಾರದ ವಾಣಿಜ್ಯ ಕಾರ್ಯದರ್ಶಿ ಸುನಿಲ್ ಬರ್ತ್ವಾಲ್ ಅವರು ಬುಧವಾರ (ನ.15) ಹೇಳಿರುವುದು ವರದಿ ಆಗಿದೆ. 13ನೇ ಸುತ್ತಿನ ಮಾತುಕತೆಗಳ ವೇಳೆ ಈ ಅಭಿಪ್ರಾಯ ಹೊರಬಿದ್ದಿದೆ.

ಭಾರತ ಈಗಾಗಲೇ ಬ್ರಿಟನ್‌ಗೆ ಜವುಳಿ, ಪಾದರಕ್ಷೆ, ಕೃಷಿ–ಸಮುದ್ರ ಉತ್ಪನ್ನಗಳು, ಆಭರಣಗಳು, ಪೆಟ್ರೋಕೆಮಿಕಲ್ಸ್, ಸಾಂಬಾರ ಪದಾರ್ಥಗಳು, ಔಷಧಿ ಉತ್ಪನ್ನ ಇತ್ಯಾದಿಗಳನ್ನು ಹೆಚ್ಚಿನ ತೆರಿಗೆ ಹೊರೆ ಇಲ್ಲದೆ ರಫ್ತು ಮಾಡುತ್ತಿದೆ. ಆದರೆ ಬ್ರಿಟನ್ ಭಾರತಕ್ಕೆ ಮುಕ್ತವಾಗಿ ರಫ್ತು ಮಾಡಲು ಭಾರತದಲ್ಲಿ ಆಮದು ತೆರಿಗೆಯ ಅಡ್ಡಿ ಇರುವ ಹಿನ್ನೆಲೆಯಲ್ಲಿ, FTA ಮಾತುಕತೆಗಳು ಬೋರಿಸ್ ಜಾನ್ಸನ್ ಅವರ ಅವಧಿಯಲ್ಲಿ ಆರಂಭಗೊಂಡಿದ್ದವು. ಆ ಬಳಿಕ ಲಿಜ್ ಟ್ರಸ್ ಕಾಲದಲ್ಲೂ ಒಪ್ಪಂದಕ್ಕೆ ತಲುಪಲಾಗಲಿಲ್ಲ. ಈಗ ಭಾರತೀಯ ಮೂಲದ ಬ್ರಿಟಿಷ್ ಪ್ರಧಾನಿ ರಿಷಿ ಸುನಾಕ್, ಈ ಮಾತುಕತೆಗಳನ್ನು ಮುಂದುವರಿಸಿದ್ದಾರೆ.

ಒಟ್ಟು FTA ಮಾತುಕತೆಗಳಲ್ಲಿ ಭಾರತದ ಕಡೆಯಿಂದ ಸ್ಥೂಲವಾಗಿ ಬೇಡಿಕೆ ಇರುವುದು, ಈಗಾಗಲೇ ಇರುವ ವ್ಯಾಪಾರ ಸಂಬಂಧಗಳಲ್ಲದೇ ಹೆಚ್ಚುವರಿಯಾಗಿ ಐಟಿ–ಹೆಲ್ತ್‌ಕೇರ್ ರಂಗಗಳ ಭಾರತೀಯ ಉದ್ಯೋಗಿಗಳಿಗೆ ಮತ್ತು ಬ್ರಿಟನ್ನಿನಲ್ಲಿ ಕಲಿಯಬಯಸುವ ವಿದ್ಯಾರ್ಥಿಗಳಿಗೆ ಬ್ರಿಟನ್ ಇನ್ನೂ ಹೆಚ್ಚು ವೀಸಾಗಳನ್ನು ನೀಡಬೇಕೆಂಬ ಕುರಿತು. ಅದೇ ವೇಳೆಗೆ ಬ್ರಿಟನ್, ತನ್ನ ಅಟೊಮೊಬೈಲ್, ವೈದ್ಯಕೀಯ ಪರಿಕರಗಳು, ವಿಸ್ಕಿ, ಪಶು ಉತ್ಪನ್ನಗಳು, ಚಾಕಲೇಟುಗಳ ರಫ್ತಿಗೆ ಮಾತ್ರವಲ್ಲದೇ ಬ್ಯಾಂಕಿಂಗ್, ಶಿಕ್ಷಣ ಹಾಗೂ ವಿಮಾ ಕ್ಷೇತ್ರಗಳಲ್ಲಿ ಇಂಗ್ಲಂಡಿಗೆ ಮುಕ್ತ ವಾಣಿಜ್ಯ ಅವಕಾಶ ಕೊಡಬೇಕೆಂದು ಭಾರತವನ್ನು ಕೇಳುತ್ತಿದೆ.

ಬ್ರಿಟನ್ ಕಡೆಯಿಂದ ಭಾರತದಲ್ಲಿ ಹೂಡಿಕೆಗೆ ಪ್ರತ್ಯೇಕವಾದ ಒಪ್ಪಂದ (BIT) ಮಾಡಿಕೊಳ್ಳುವ ಉದ್ದೇಶವನ್ನು ಭಾರತ ಹೊಂದಿದೆ. ಆದರೆ, FTAಗೆ ಸಂಬಂಧಿಸಿ ಉತ್ಪನ್ನದ ಮೂಲದ ಕುರಿತ ನಿಯಮಗಳು (ಇದು ಬೇರೆ ದೇಶಗಳಲ್ಲಿ ಉತ್ಪಾದಿಸಿ ಭಾರತದಲ್ಲಿ ಡಂಪ್ ಮಾಡುವುದನ್ನು ತಡೆಯುವ ನೀತಿ), ಬೌದ್ಧಿಕ ಸೊತ್ತಿನ ಹಕ್ಕುಗಳು (ವಿಶೇಷವಾಗಿ ಔಷಧಿ ಉದ್ದಿಮೆ), ಬ್ರಿಟನ್ನಿನ ವೃತ್ತಿಪರರಿಗೆ ಹಾಗೂ ಡೈರಿ

ಉತ್ಪನ್ನಗಳಿಗೆ ಭಾರತದ ಮಾರುಕಟ್ಟೆಯಲ್ಲಿ ಪ್ರವೇಶಾವಕಾಶ ಕೊಡುವಂತಹ ಸೂಕ್ಷ್ಮ ಸಂಗತಿಗಳ ಬಗ್ಗೆ ಎರಡೂ ದೇಶಗಳಿಗೆ ಒಪ್ಪಂದದ ಸನಿಹಕ್ಕೆ ಬರಲು ಸಾಧ್ಯವಾಗುತ್ತಿಲ್ಲ.

ಭಾರತ–ಬ್ರಿಟನ್ ಎರಡೂ ದೇಶಗಳು ತಮ್ಮ ತಮ್ಮ ಹಿತಾಸಕ್ತಿಗಳ ರಕ್ಷಣೆಗೆ ಒತ್ತು ಕೊಟ್ಟುಕೊಂಡೇ ಈ ಮಾತುಕತೆಯಲ್ಲಿ ಸಾವಧಾನದಿಂದ ಮುಂದುವರಿಯುತ್ತಿರುವುದು ಸ್ವಾಗತಾರ್ಹವೇ. ಆದರೆ ಹಾಲೀ ಬ್ರಿಟಿಷ್ ಪ್ರಧಾನಿಯವರ ಮಾವನ ಮನೆ ಭಾರತದಲ್ಲಿರುವುದು ಮತ್ತು ಅವರ ಪತ್ನಿಯ ಕುಟುಂಬ ಭಾರತದಲ್ಲಿ ದೊಡ್ಡ ಉದ್ಯಮ ಹಿತಾಸಕ್ತಿಗಳನ್ನು ಹೊಂದಿರುವ ಹಿನ್ನೆಲೆಯಲ್ಲಿ ಕೆಲವು ಬೆಳವಣಿಗೆಗಳನ್ನು ಕುತೂಹಲದಿಂದ ಗಮನಿಸಬೇಕಿದೆ.

ಮೊನ್ನೆ (ನ.15) ಬೆಂಗಳೂರಿನಲ್ಲಿ ಇನ್ಫೋಸಿಸ್ ಪ್ರೈಜ್–2023 ಸಮಾರಂಭದಲ್ಲಿ ಮಾತನಾಡಿದ ಆ ಸಂಸ್ಥೆಯ ಸ್ಥಾಪಕ, ಎನ್.ಆರ್.ನಾರಾಯಣಮೂರ್ತಿಯವರು, ಹೊಸ ಶಿಕ್ಷಣ ನೀತಿ (NEP)ಗೆ ವೇಗ ನೀಡಲು, ವಿಜ್ಞಾನ, ತಂತ್ರಜ್ಞಾನ, ಇಂಜಿನಿಯರಿಂಗ್, ಗಣಿತ (STEM) ವಿಚಾರಗಳಲ್ಲಿ 10,000 ಶಿಕ್ಷಕರನ್ನು ಮುಂದುವರಿದ ದೇಶಗಳಿಂದ ಆಹ್ವಾನಿಸಿ, ಇಲ್ಲಿ ದೇಶದಾದ್ಯಂತ ಶಿಕ್ಷಕರ ವಿಶೇಷ ತರಬೇತಿಗೆ 2500 ಕಾಲೇಜುಗಳನ್ನು ತೆರೆದು, ಆ ಕಾಲೇಜುಗಳಲ್ಲಿ ಭಾರತೀಯ ಶಿಕ್ಷಕರು ತರಬೇತಿ ಪಡೆದು ಸಿದ್ಧಗೊಳ್ಳುವಂತಾಗಬೇಕು; ಆ ವಿದೇಶೀ ಶಿಕ್ಷಕರಿಗೆ ಸೂಕ್ತ (ವಿದೇಶೀ ದರ್ಜೆಯ) ಸಂಬಳ ಕೊಡುವ ವ್ಯವಸ್ಥೆ ಆಗಬೇಕು. ಭಾರತ ಐದು ಟ್ರಿಲಿಯನ್ ಡಾಲರ್ ಎಕಾನಮಿ ಆಗುವ ಮನಸ್ಸು ಹೊಂದಿದ್ದರೆ, ಈ ನಿಟ್ಟಿನಲ್ಲಿ ಸರ್ಕಾರ ವರ್ಷಕ್ಕೆ 100ಕೋಟಿ ಡಾಲರ್ (ಅಂದಾಜು 8000ಕೋಟಿ ರೂ.) ವೆಚ್ಚ ಮಾಡಲು ಹಿಂಜರಿಯಬಾರದು ಎಂದು ಸೇರಿದವರಿಗೆಲ್ಲ "ಹೌದು ಹೌದೆಂದು ಅನ್ನಿಸುವಂತೆ" ಮಾತನಾಡಿದ್ದರು.

ಶ್ರೀ ಮೂರ್ತಿಯವರ ಈ "ತಲೆಯೊಳಗೆ ಚಿಂತನೆಯ ಹುಳು ಬಿಡುವ" ಮಾತಿನ ಸಂಭಾವ್ಯ ಮೂಲ ಹುಡುಕಿಕೊಂಡು ಹೋದಾಗ ಸಿಕ್ಕಿದ್ದು, ಬ್ರಿಟಿಷ್ ಸರ್ಕಾರದ ಇಂಟರ್‌ನ್ಯಾಷನಲ್ ಟ್ರೇಡ್ ಇಲಾಖೆಯ FTA ಕುರಿತು ರಚಿಸಿರುವ ಕಾರ್ಯತಂತ್ರ ದಾಖಲೆ! (UK-India Free Trade Agreement- The UK's strategic Approach). 2030ರ ಹೊತ್ತಿಗೆ ಭಾರತದಲ್ಲಿ ಮಧ್ಯಮವರ್ಗದ ಗಾತ್ರ 6ಕೋಟಿಗೆ ತಲುಪಲಿದೆ. ಇದು ಇಂಗ್ಲಂಡಿನ ಒಟ್ಟು ಜನಸಂಖ್ಯೆಯ ಗಾತ್ರ. 2030ರ ಹೊತ್ತಿಗೆ ಭಾರತದ ಗ್ರಾಹಕ ಮಾರುಕಟ್ಟೆಯ 75% ಭಾಗದ ಚಾಲಕಶಕ್ತಿ ಈ 6ಕೋಟಿ ಜನರ ಕೈಯಲ್ಲಿ ಇರಲಿದೆ. ಅವರ ಆರೋಗ್ಯ, ಶಿಕ್ಷಣ, ಮತ್ತು ಲಕ್ಸುರಿ ಉತ್ಪನ್ನಗಳ ಬೇಡಿಕೆ ಪೂರೈಸುವ ಉದ್ದೇಶದಿಂದ FTAಯಲ್ಲಿ ಅದಕ್ಕೆ ಅವಕಾಶ ಕಲ್ಪಿಸಿಕೊಳ್ಳಬೇಕು ಎಂದು ಆ ದಾಖಲೆ ಹೇಳುತ್ತದೆ.

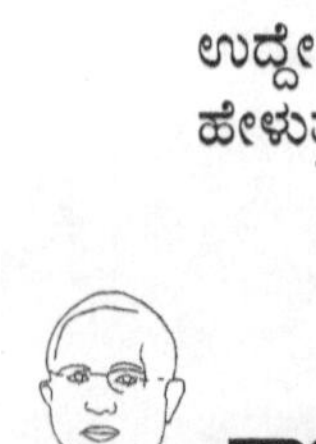

ರಾಜಾರಾಂ ತಲ್ಲೂರು

ಭಾರತ ಸರ್ಕಾರ ಉನ್ನತ ಶಿಕ್ಷಣ ಕ್ಷೇತ್ರವನ್ನು ವಿದೇಶಿ ಹೂಡಿಕೆಗೆ ತೆರೆಯುತ್ತಿರುವುದು, ಬ್ಯಾಂಕಿಂಗ್, ವಿಮೆಯ ಜೊತೆ ಶಿಕ್ಷಣ ಕ್ಷೇತ್ರದಲ್ಲಿ ಮುಕ್ತ ವಾಣಿಜ್ಯಕ್ಕೆ ಬ್ರಿಟನ್ ಅವಕಾಶ ಕೋರಿರುವುದು ಮತ್ತು ಶ್ರೀ ಮೂರ್ತಿಯವರ ಹೇಳಿಕೆ ಈ ಮೂರು ಚುಕ್ಕಿಗಳನ್ನು ಜೋಡಿಸಿದಾಗ ಕಾಣಿಸುವ ರಂಗೋಲಿಯ ಚಿತ್ರ ಸ್ಪಷ್ಟ.

ಬ್ರಿಟನ್‌ನಲ್ಲಿ ಈ ರೀತಿಯ ಹಿತಾಸಕ್ತಿ ಸಂಘರ್ಷ (ಬ್ರಿಟಿಷ್ ಪ್ರಧಾನಿಯವರ ಪತ್ನಿ ಅಕ್ಷತಾ ಮೂರ್ತಿ ಅವರ ವ್ಯಾವಹಾರಿಕ ಸಂಬಂಧಗಳು) ಈಗಾಗಲೇ ಹಲವು ಬಾರಿ ವಿವಾದಗಳ ಹೊಗೆ ಎಬ್ಬಿಸಿದೆ. ಅಂತಹದೇ ಹಿತಾಸಕ್ತಿಯ ಪ್ರಶ್ನೆಗಳು ಭಾರತದಲ್ಲೂ ಏಳಲು ಇದು ಸಕಾಲ ಅನ್ನಿಸುತ್ತದೆ.

ನವೆಂಬರ್ 18, 2023ಕ್ಕೆ ಪ್ರಕಟಿತ

ಕೋವಿಡ್ ಬಳಿಕದ ಹಠಾತ್ ಸಾವುಗಳು: ಆದ್ಯತೆಗಳು ಹಾದಿ ತಪ್ಪದಿರಲಿ

ಕೋವಿಡ್ ಬಳಿಕ ಗಮನಾರ್ಹವಾಗಿ ಹೆಚ್ಚಿರುವಂತೆ ಕಾಣಿಸುತ್ತಿದ್ದ ಹಠಾತ್ ಸಾವಿನ ಪ್ರಕರಣಗಳಿಗೆ "ಕೋವಿಡ್ ಲಸಿಕೆ ಕಾರಣ ಅಲ್ಲ" ಎಂದು ಸ್ಪಷ್ಟಪಡಿಸುವ ಅಧ್ಯಯನವೊಂದನ್ನು ಭಾರತೀಯ ವೈದ್ಯಕೀಯ ಸಂಶೋಧನಾ ಸಂಸ್ಥೆ (ICMR) ಬಿಡುಗಡೆ ಮಾಡಿದ್ದು, ಅದು ಅವರ ಜರ್ನಲ್‌ನ (IJMR) ಅಕ್ಟೋಬರ್ ಸಂಚಿಕೆಯಲ್ಲಿ ಪ್ರಕಟಗೊಂಡಿದೆ. ಹಠಾತ್ ಸಾವುಗಳಲ್ಲಿ ಕೋವಿಡ್ ಲಸಿಕೆಯ ಸಂಭಾವ್ಯ ಪಾತ್ರದ ಬಗ್ಗೆ ಸಾರ್ವಜನಿಕವಾಗಿ ಸಂಶಯಗಳು ವ್ಯಕ್ತವಾಗಿದ್ದವು. ಆ ಹಿನ್ನೆಲೆಯಲ್ಲಿ ಈ ಹೊಸ ಅಧ್ಯಯನ ವರದಿಯ ಕುರಿತು, ಸ್ವತಃ ICMR ತನ್ನ 'ಎಕ್ಸ್ ಹ್ಯಾಂಡಲ್'ನಲ್ಲಿ ಪ್ರಕಟಿಸಿಕೊಂಡಿದ್ದು, ಅದು ಸೋಷಿಯಲ್ ಮೀಡಿಯಾದಲ್ಲಿ ಸದ್ದು ಮಾಡುತ್ತಿದೆ.

ರಾಜಾರಾಂ ತಲ್ಲೂರು

ICMR ಮುಖ್ಯಸ್ಥರಾದ ರಾಜೀವ್ ಬೆಹ್ಲ್ ಅವರು, ತಮ್ಮ ಸಂಸ್ಥೆಯು ಈ ವಿಚಾರದಲ್ಲಿ ನಾಲ್ಕು ಅಧ್ಯಯನಗಳನ್ನು ನಡೆಸಿದ್ದು, ಅವುಗಳನ್ನು ಅಡ್ಡ ಪರಿಶೀಲನೆಯ (ಪೀರ್ ರಿವ್ಯೂ) ಬಳಿಕ ಪ್ರಕಟಿಸಲಾಗುತ್ತದೆ ಎಂದು ಈ ಹಿಂದೆ ಹೇಳಿದ್ದರು. ಅದರಲ್ಲೀಗ ಎರಡು ಅಧ್ಯಯನಗಳು IJMR ಜರ್ನಲ್‌ನಲ್ಲಿ ಪ್ರಕಟಗೊಂಡಿವೆ.

IJMRನ ಆಗಸ್ಟ್ ಸಂಚಿಕೆಯಲ್ಲಿ ಗುಂಜನ್ ಕುಮಾರ್ ಅವರ ತಂಡ ನಡೆಸಿದ್ದ ಅಧ್ಯಯನ ಪ್ರಕಟಗೊಂಡಿತ್ತು. ಕೋವಿಡ್‌ಗೆ ಆಸ್ಪತ್ರೆಯಲ್ಲಿ ದಾಖಲಾಗಿ ಚಿಕಿತ್ಸೆ ಪಡೆದ 14,419 ರೋಗಿಗಳ ಪೈಕಿ, ಒಂದು ವರ್ಷದ ಅವಧಿಯ ಒಳಗೆ 942 (6.5%) ಮಂದಿ ತೀರಿಕೊಂಡಿದ್ದಾರೆ ಎಂದು ವಿವರಿಸುವ ಮೂಲಕ, ಗಂಭೀರ ಕೋವಿಡ್‌ಗೆ ತುತ್ತಾದವರಲ್ಲಿ ಸಾವಿನ ಸಂಭಾವ್ಯತೆಗಳು ಹೆಚ್ಚಿರುವ ಕುರಿತು ಅದು ಬೆಳಕು ಚೆಲ್ಲಿತ್ತು. (ಅಧ್ಯಯನದ ವಿವರಗಳು ಇಲ್ಲಿ ಲಭ್ಯ: https://journals.lww.com/ijmr/fulltext/2023/08000/ determinants_of_post_discharge_mortality_among.6.aspx)

ಈಗ ಹೊಸದಾಗಿ, IJMRನ ಅಕ್ಟೋಬರ್ 2023ರ ಸಂಚಿಕೆಯಲ್ಲಿ, ಮಾಣಿಕಂ ಪೊನ್ನಯ್ಯ ಅವರ ತಂಡ ನಡೆಸಿದ ಅಧ್ಯಯನ ಪ್ರಕಟಗೊಂಡಿದೆ. 18–45 ಪ್ರಾಯವರ್ಗದಲ್ಲಿ ಹಠಾತ್ ಸಾವಿಗೆ ಕೋವಿಡ್ ಲಸಿಕೆ ಕಾರಣವೇ? ಎಂಬ ಕುರಿತು ನಡೆಸಿದ ಈ ಅಧ್ಯಯನದಲ್ಲಿ, ಈ ಹಿಂದೆ ಕೋವಿಡ್ ಕಾರಣಕ್ಕೆ ಆಸ್ಪತ್ರೆಯಲ್ಲಿ ದಾಖಲಾಗಿ ಚಿಕಿತ್ಸೆ ಪಡೆದಿರುವವರು, ಹಠಾತ್ ಸಾವಿನ ಕೌಟುಂಬಿಕ ಹಿನ್ನೆಲೆ ಇರುವವರು, ಕೆಲವು ಜೀವನಶೈಲಿ ಸಂಬಂಧಿ ಅಸಹಜತೆಗಳಿರುವವರು (ಕುಡಿತ, ವ್ಯಾಯಾಮದಂತಹ ಅತಿಯಾದ ದೈಹಿಕ ಶ್ರಮದ ಚಟುವಟಿಕೆಗಳು) ಹಠಾತ್ ಸಾವಿಗೆ ತುತ್ತಾಗುವ ಸಾಧ್ಯತೆಗಳು, ಬೇರೆಯವರಿಗೆ ಹೋಲಿಸಿದರೆ ಹೆಚ್ಚು ಎಂದು ಕಂಡುಕೊಳ್ಳಲಾಗಿದೆ. (ಅಧ್ಯಯನದ ವಿವರಗಳು ಇಲ್ಲಿ ಲಭ್ಯ: https://journals.lww.com/ijmr/abstract/9900/factors_associated_with_unexplained_sudden_deaths.64.aspx)

ಅಧ್ಯಯನದಲ್ಲಿ ಏನಿದೆ?

ಭಾರತದಾದ್ಯಂತ 19 ರಾಜ್ಯಗಳ 47 ದೊಡ್ಡಾಸ್ಪತ್ರೆಗಳಲ್ಲಿ (ಟರ್ಷರಿಕೇರ್ ಕೇಂದ್ರಗಳು) 2023ರ ಮೇ–ಆಗಸ್ಟ್ ತಿಂಗಳುಗಳ ನಡುವೆ ಈ ಅಧ್ಯಯನ ನಡೆದಿದೆ. ಆ ಆಸ್ಪತ್ರೆಗಳಲ್ಲಿ 01–10–2021ರಿಂದ 31–03–2023ರ ನಡುವೆ ವರದಿಯಾಗಿರುವ ಹಠಾತ್ ಸಾವಿನ (ಅಂದರೆ ತೀರಿಕೊಳ್ಳುವ 24 ತಾಸುಗಳಿಗೆ ಮುನ್ನ ಆರೋಗ್ಯವಂತರಾಗಿದ್ದು, ಹಠಾತ್ ತೀರಿಕೊಂಡಿರುವ ವ್ಯಕ್ತಿಗಳ) ಪ್ರಕರಣಗಳನ್ನು ಈ ಅಧ್ಯಯನಕ್ಕೆ ಆಯ್ಕೆ ಮಾಡಿಕೊಳ್ಳಲಾಗಿತ್ತು. ಮೇಲೆ ಹೇಳಲಾಗಿರುವ 47 ಆಸ್ಪತ್ರೆಗಳಲ್ಲಿ ಅವರಿಗೆ, ಅಂತಹ ಬರೋಬ್ಬರಿ 29,171 ಪ್ರಕರಣಗಳು ದೊರೆತಿವೆ. ಅಧ್ಯಯನಕ್ಕೆ ಸಂಬಂಧಿಸಿದ ವಿವಿಧ

ತಾಂತ್ರಿಕ ಕಾರಣಗಳಿಗಾಗಿ ಅವುಗಳ ಪೈಕಿ ಎಲ್ಲವನ್ನೂ ಹೊರಗಿಟ್ಟು, ಕೇವಲ 762 ಪ್ರಕರಣಗಳನ್ನು ಈ ಅಧ್ಯಯನಕ್ಕೆ ಸರಿಯೆಂದು ಪರಿಗಣಿಸಲಾಗಿತ್ತು. "ಕೇಸ್–ಕಂಟ್ರೋಲ್" ಮಾದರಿಯನ್ನು ಅನುಸರಿಸಿದ ಈ ಅಧ್ಯಯನದಲ್ಲಿ ಪ್ರತೀ ಪ್ರಕರಣಕ್ಕೆ ಸರಾಸರಿ ನಾಲ್ಕರಂತೆ 2916 ಮಂದಿ ಸ್ವಸ್ಥ, ಕೋವಿಡ್ ಲಸಿಕೆ ಪಡೆದಿರುವ ವ್ಯಕ್ತಿಗಳ ಮಾಹಿತಿಯನ್ನು ಕೂಡ ಬಳಸಿಕೊಳ್ಳಲಾಗಿತ್ತು. ಅಧ್ಯಯನವು ಕೋವಿಡ್ ಲಸಿಕೆಗೂ ಎಳೆಯರ ಅಕಾರಣ ಹಠಾತ್ ಸಾವುಗಳಿಗೂ ಸಂಬಂಧ ಇಲ್ಲ ಎಂಬ ತೀರ್ಮಾನಕ್ಕೆ ಬಂದಿದೆ. ಮಾತ್ರವಲ್ಲದೇ, ಲಸಿಕೆಯಿಂದಾಗಿ ಹಠಾತ್ ಸಾವಿನ ಪ್ರಮಾಣ ತಗ್ಗಿದೆ ಎಂದೂ ಹೇಳಿದೆ.

ಅಧ್ಯಯನದ ಆಚೆಗಿನ ಕಟು ವಾಸ್ತವಗಳು

ಈ ಎರಡನೇ ಅಧ್ಯಯನ "ಕೇಸ್–ಕಂಟ್ರೋಲ್" ವಿಧಾನದಲ್ಲಿ ನಡೆದದ್ದು ಸರಿಯೇ? ಅಥವಾ "ಕೋಹರ್ಟ್" ಅಧ್ಯಯನ ಆಗಬೇಕಿತ್ತೇ ಎಂಬುದೆಲ್ಲ ವೈದ್ಯಕೀಯ ಪಂಡಿತರ ಚರ್ಚೆಗಳು. ಅವು ಅದರಷ್ಟಕ್ಕೆ ಯಥಾವಕಾಶ ನಡೆಯಲಿ. ಅದನ್ನು ದಾಟಿ ಕೆಲವು ಸಂಗತಿಗಳನ್ನು ಈ ಅಧ್ಯಯನದ ಹಿನ್ನೆಲೆಯಲ್ಲಿ ತುರ್ತಾಗಿ ಗಮನಿಸಬೇಕಿದೆ.

ಅಕ್ಟೋಬರ್ 2021ರಿಂದ ಮಾರ್ಚ್ 2023ರ ನಡುವೆ, ಒಂದೂವರೆ ವರ್ಷದಲ್ಲಿ, ದೇಶದ ಕೇವಲ 47 ಆಸ್ಪತ್ರೆಗಳಲ್ಲಿ 29,171 ಹಠಾತ್ ಸಾವಿನ ಪ್ರಕರಣಗಳನ್ನು ಈ ಅಧ್ಯಯನ ಗುರುತಿಸಿದೆ. ದೇಶದಲ್ಲಿ ಅಂದಾಜು 70,000ಕ್ಕೂ ಮಿಕ್ಕಿ ಖಾಸಗಿ ಮತ್ತು ಸರ್ಕಾರಿ ಆಸ್ಪತ್ರೆಗಳು ಕಾರ್ಯನಿರತವಾಗಿವೆ. ಆ ಒಂದೂವರೆ ವರ್ಷದ ಅವಧಿಯಲ್ಲಿ, ಈ ಎಲ್ಲ 70,000 ಆಸ್ಪತ್ರೆಗಳಲ್ಲಿ ಅಂತಹ ಒಟ್ಟು ಎಷ್ಟು ಹಠಾತ್ ಸಾವಿನ ಪ್ರಕರಣಗಳು ವರದಿಯಾಗಿರಬಹುದು ಎಂಬುದನ್ನು ಊಹಿಸಿಕೊಂಡರೆ ಎದೆ ನಡುಗುತ್ತದೆ. ಇದಲ್ಲದೇ, ಆಸ್ಪತ್ರೆಗಳ ಗಮನಕ್ಕೆ ಬಂದಿರದ ಪ್ರಕರಣಗಳೂ ಸಾಕಷ್ಟಿರಬಹುದು. ಮೇಲಾಗಿ, ಈ ನಿಗದಿತ ಅವಧಿಯ ಮೊದಲು ಮತ್ತು ಆ ಬಳಿಕ ಕೂಡ ಸಾಕಷ್ಟು ಹಠಾತ್ ಸಾವಿನ ಪ್ರಕರಣಗಳು ದೇಶದಾದ್ಯಂತ ಆಗಾಗ ಕೇಳಿಬಂದಿವೆ.

ಕೋವಿಡ್ ಈಗ ಎಲ್ಲರಿಗೂ ತಿಳಿದಿರುವಂತೆ, ಮಧುಮೇಹ, ರಕ್ತದೊತ್ತಡ, ಬೊಜ್ಜು ಮತ್ತಿತರ ದೇಹವ್ಯವಸ್ಥೆಯ ತೊಂದರೆಗಳಿದ್ದವರನ್ನು ಹೆಚ್ಚು ಕಾಡುತ್ತದೆ. ಈ ರೋಗದ/ಲಸಿಕೆಯ ದೀರ್ಘಕಾಲಿಕ ಪರಿಣಾಮಗಳು ಇನ್ನಷ್ಟೇ ವಿವರವಾಗಿ ಅಧ್ಯಯನ ಆಗಬೇಕಿವೆ. ಅವುಗಳನ್ನು ಈ ಅಧ್ಯಯನ ಹೊರಗಿಟ್ಟೇ ಮುಂದುವರಿದಿದೆ.

ಇಂತಹದೊಂದು ಸನ್ನಿವೇಶದಲ್ಲಿ, ಹಠಾತ್ ಸಾವುಗಳು ಸಂಭವಿಸುತ್ತಿರುವುದು ಕೋವಿಡ್ ಲಸಿಕೆಯಿಂದ ಹೌದೇ ಅಲ್ಲವೇ ಎಂದು ತಿಳಿಯುವುದು ಖಂಡಿತಕ್ಕೂ ಆದ್ಯತೆ ಅಲ್ಲ. ಬದಲಾಗಿ, ಅಕಾರಣವಾಗಿ ಸಾಯುತ್ತಿರುವ ಉತ್ಪಾದಕ ಪ್ರಾಯವರ್ಗದ ಜೀವಗಳನ್ನು ರಕ್ಷಿಸಿಕೊಳ್ಳಲು ಮುನ್ನೆಚ್ಚರಿಕೆಯ ರೂಪದಲ್ಲಿ ಏನು ಮಾಡಬಹುದು? ಯಾವ

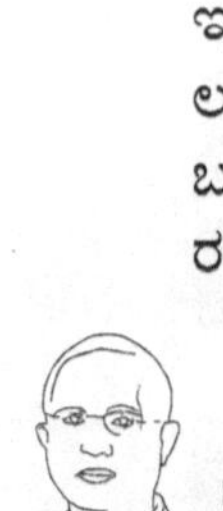

ವಿಧದ ವ್ಯಕ್ತಿಗಳಲ್ಲಿ ಇಂತಹ ಅಪಾಯ ಸಾಧ್ಯತೆ ಹೆಚ್ಚು? ಸಂಭಾವ್ಯ ಅಪಾಯಗಳನ್ನು ಹೇಗೆ ತಡೆಯಬಹುದು? ಎಂಬುದರತ್ತ ಯುದ್ಧೋಪಾದಿಯಲ್ಲಿ ಸಂಶೋಧನೆಗಳು ಇಷ್ಟರಲ್ಲೇ ಆರಂಭಗೊಳ್ಳಬೇಕಿತ್ತು. ಅವು ನಡೆದಂತಿಲ್ಲ. ಸರ್ಕಾರಗಳು-ಚುನಾವಣೆಗಳು ಬರುತ್ತವೆ-ಹೋಗುತ್ತವೆ. ಅದಕ್ಕಿಂತ ಮನುಷ್ಯ ಜೀವಗಳು ಅಮೂಲ್ಯ. ICMR ನಂತಹ ವೈದ್ಯವಿಜ್ಞಾನ ಸಂಸ್ಥೆಗಳು "ಮನುಷ್ಯರನ್ನು" ರಕ್ಷಿಸುವ ಉದಾತ್ತ ಧ್ಯೇಯದೊಂದಿಗೆ ಕಾರ್ಯಾಚರಿಸಬೇಕಾದ ತುರ್ತು ಇದೆ.

ಆರೋಗ್ಯ ಸಂಬಂಧಿ ವಿಚಾರಗಳು ಕೇಂದ್ರದ ಜವಾಬ್ದಾರಿ ಎಂದು ರಾಜ್ಯವೂ, ರಾಜ್ಯಪಟ್ಟಿಯ ವಿಚಾರ ಎಂದು ಕೇಂದ್ರ ಸರ್ಕಾರವೂ ತಮ್ಮ ತಮ್ಮ ಸಂಸದೀಯ ಉತ್ತರದಾಯಿತ್ವದಿಂದ ಜಾರಿಕೊಂಡ ಹಲವು ಉದಾಹರಣೆಗಳನ್ನು ಕೋವಿಡೋತ್ತರ ಕಾಲದಲ್ಲಿ ನಾವು ಕಂಡಿದ್ದೇವೆ. ಕನಿಷ್ಠಪಕ್ಷ ಕರ್ನಾಟಕದಲ್ಲಿ, ಇನ್ನು ಮುಂದೆ ಸಂಭವಿಸುವ ಎಲ್ಲ "ಹಠಾತ್ ಸಾವು" ಪ್ರಕರಣಗಳನ್ನು ರಾಜ್ಯಸರ್ಕಾರ ಗಂಭೀರವಾಗಿ ಪರಿಗಣಿಸಿ, ಅವುಗಳ ಅಟಾಪ್ಸಿ ಕಡ್ಡಾಯವಾಗಿ ನಡೆಸಬೇಕು ಮತ್ತು ಈ ರೀತಿಯ ಹಠಾತ್ ಸಾವುಗಳಿಗೆ ಕಾರಣ ಪತ್ತೆ ಮಾಡುವುದಕ್ಕೆ ರಾಜ್ಯದ ವೈದ್ಯಕೀಯ ಕಾಲೇಜುಗಳ ಮೂಲಕ ವೈದ್ಯಕೀಯ ಸಂಶೋಧನಾ ಮಂಡಳಿಗಳನ್ನು ನಿಯೋಜಿಸಿ, ಕಾರ್ಯಪ್ರವೃತ್ತರಾಗಬೇಕು. ಅದಕ್ಕಾಗಿ ಆಗತ್ಯಬಿದ್ದರೆ ಶಾಸನಾತ್ಮಕ ತೀರ್ಮಾನಗಳನ್ನು ತಕ್ಷಣ ಕೈಗೊಳ್ಳಬೇಕು.

ನವೆಂಬರ್ 25, 2023ಕ್ಕೆ ಪ್ರಕಟಿತ

ಭ್ರಷ್ಟಾಚಾರ ಎಂಬುದು ಇಷ್ಟು ಸಸಾರವೇ?

ಸಿದ್ಧರಾಮಯ್ಯ ಅವರ ನೇತೃತ್ವದ ಸರ್ಕಾರ ಆರು ತಿಂಗಳ ಹಿಂದೆ ಕರ್ನಾಟಕದಲ್ಲಿ ಆಡಳಿತದ ಚುಕ್ಕಾಣಿ ಹಿಡಿದಿದೆ. ಅಲ್ಲಿಂದ ಇಲ್ಲಿಯ ತನಕ ಸರ್ಕಾರದ ಆಡಳಿತ ವೈಖರಿಯ ಕುರಿತು ನಡೆದಿರುವ ಏಕೈಕ ಚರ್ಚೆ ಎಂದರೆ "ಗ್ಯಾರಂಟಿ ಭಾಗ್ಯ"ಗಳ ಚರ್ಚೆ. ಗ್ಯಾರಂಟಿಗಳ ಪರ–ವಿರುದ್ಧ "ಉತ್ಪಾದಿತ ನೆರೇಟಿವ್‌ಗಳ" ಅಬ್ಬರದಲ್ಲಿ ಸರ್ಕಾರ ಒಂದು ಮಹತ್ವದ "ಸಹಜ" ಸಂಗತಿಯನ್ನು ಮರೆತೇ ಬಿಟ್ಟಂತಿದೆ. ಸಕಾಲದಲ್ಲಿ ಎಚ್ಚೆತ್ತು ಅದನ್ನು ನೆನಪಿಸಿಕೊಳ್ಳದಿದ್ದರೆ, ಮುಂಬರುವ ಲೋಕಸಭಾ ಚುನಾವಣೆಗಳ ವೇಳೆ ಅದು ಈ ಸರ್ಕಾರಕ್ಕೆ ಖಂಡಿತಾ ಕಹಿ ಕಷಾಯವಾಗಿ ಪರಿಣಮಿಸಲಿದೆ.

ಹಾಲೀ ಸರ್ಕಾರ ಅಧಿಕಾರಕ್ಕೆ ಬರುವ ಎರಡು ವರ್ಷಗಳಷ್ಟು ಹಿಂದೆ, ಆಗಿನ್ನೂ ಯಡಿಯೂರಪ್ಪ ಅವರೇ ಮುಖ್ಯಮಂತ್ರಿಗಳಾಗಿದ್ದಾಗ

ರಾಜಾರಾಂ ತಲ್ಲೂರು

(ಜುಲೈ 06, 2021), ಕರ್ನಾಟಕ ರಾಜ್ಯ ಗುತ್ತಿಗೆದಾರರ ಸಂಘದ ಅಧ್ಯಕ್ಷ ಡಿ. ಕೆಂಪಣ್ಣ ಅವರು ಪ್ರಧಾನಮಂತ್ರಿಗಳ ಕಚೇರಿಗೆ ಒಂದು ದೂರು ಸಲ್ಲಿಸಿದ್ದರು. ಅದರಲ್ಲಿ ಗುತ್ತಿಗೆದಾರರಿಗೆ "ಪರ್ಸೆಂಟೇಜ್" ಹೆಸರಿನಲ್ಲಿ ಕಿರುಕುಳ ನೀಡಲಾಗುತ್ತಿದೆ ಎಂದು ಆಪಾದಿಸಲಾಗಿತ್ತು. ದೂರಿನ ಬಳಿಕದ ರಾಜಕೀಯ ಅಬ್ಬರದಲ್ಲಿ ಈ ಮೂಲ ದೂರು ಬಹುತೇಕ ಕಳೆದೇ ಹೋಯಿತು. ಯಡಿಯರಪ್ಪನವರ ಜಾಗದಲ್ಲಿ ಬಸವರಾಜ ಬೊಮ್ಮಾಯಿ ಕರ್ನಾಟಕದ ಮುಖ್ಯಮಂತ್ರಿಗಳಾಗಿ ಜುಲೈ 28, 2021ರಂದು ಅಧಿಕಾರ ವಹಿಸಿಕೊಂಡರು. ಆ ಬಳಿಕವೂ ಭ್ರಷ್ಟಾಚಾರ ದೊಡ್ಡ ಚರ್ಚೆ ಆಗಲಿಲ್ಲ. ಆದರೆ, ವಿಧಾನಸಭಾ ಚುನಾವಣೆಗಳಿಗೆ ಎಂಟು ತಿಂಗಳುಗಳ ರನ್ ಅಪ್ ಬಾಕಿ ಇರುವಾಗ, ಒಂದು ಮುಂಜಾನೆ ಮುಖ್ಯಮಂತ್ರಿಗಳ ನಿವಾಸದ ಎದುರು "#payCM" ಪೋಸ್ಟರ್‌ಗಳು ಕಾಣಿಸಿಕೊಂಡದ್ದೇ ತಡ. ಭ್ರಷ್ಟಾಚಾರದ ಚರ್ಚೆ ಹೊತ್ತಿಕೊಂಡು ಉರಿಯತೊಡಗಿತು. ಭ್ರಷ್ಟಾಚಾರದ ವಿರುದ್ಧ ತಳಮಟ್ಟದಲ್ಲಿ ಮಡುಗಟ್ಟುತ್ತಾ ಬಂದಿದ್ದ ಅಸಹನೆಗೆ "ಪೇ ಸಿಎಂ" ಅಭಿಯಾನ ಧ್ವನಿಕೊಟ್ಟದ್ದೇ ಕರ್ನಾಟಕದಲ್ಲಿ ಕಾಂಗ್ರೆಸ್ ಪಕ್ಷ ಚುನಾವಣೆ ಗೆಲ್ಲುವುದಕ್ಕೆ ಪ್ರಮುಖ ಕಾರಣಗಳಲ್ಲೊಂದು. ಗ್ಯಾರಂಟಿ ಭಾಗ್ಯಗಳದು ಮೇ 2023ರ ಚುನಾವಣೆ ಫಲಿತಾಂಶದಲ್ಲಿ ಕೇವಲ "ಐಸಿಂಗ್ ಆನ್ ದಿ ಕೇಕ್" ಪಾತ್ರ. ಈ ಗ್ಯಾರಂಟಿಗಳ ಪ್ರಕಟಣೆ ಆದದ್ದು ಯಾವಾಗ ಎಂದು ನೆನಪಿಸಿಕೊಂಡರೆ ಇದು ಅರ್ಥವಾಗುತ್ತದೆ.

ಗೆದ್ದ ಮತ್ತು ಸೋತ ಪಕ್ಷಗಳೆರಡೂ ತಮ್ಮ ತಮ್ಮ ಅನುಕೂಲಗಳ ಮೂಗಿನ ನೇರಕ್ಕೆ ಈ ವಾಸ್ತವವನ್ನು ಮರೆತೇಬಿಟ್ಟಿವೆ. ಆಡಳಿತದಲ್ಲಿ ಭ್ರಷ್ಟಾಚಾರ ಹೊಸ ಸಂಗತಿಯೇನಲ್ಲ. ಕರ್ನಾಟಕದಲ್ಲಿ ಉತ್ತರದಾಯಿತ್ವದ ವ್ಯವಸ್ಥೆ ಜಾರಿಗೆ ಬಂದದ್ದು 1956ರಷ್ಟು ಹಿಂದೆ. ರಾಜ್ಯದಲ್ಲಿ ಸರ್ಕಾರಿ ಭ್ರಷ್ಟಾಚಾರ ಹತ್ತಿಕ್ಕಲು ವಿಜಿಲೆನ್ಸ್ ನಿರ್ದೇಶನಾಲಯ ಸ್ಥಾಪನೆಗೊಂಡದ್ದು 1965ರಲ್ಲಿ. ಮುಂದೆ, 1984ರಲ್ಲಿ ಲೋಕಾಯುಕ್ತ ಕಾಯಿದೆ ಜಾರಿಗೆ ಬಂತು. ತಮಾಷೆ ಎಂದರೆ, ಯಾವುದನ್ನು ನಿಯಂತ್ರಿಸಲು ಕಾನೂನುಗಳು ಬಂದವೋ, ಆ "ರೋಗ" ಪ್ರತಿಯೊಂದೂ ಮದ್ದಿನೊಂದಿಗೆ ಉಲ್ಬಣಗೊಳ್ಳುತ್ತಲೇ ಸಾಗಿತು. ಕಳೆದ ಎರಡು ದಶಕಗಳಿಂದೀಚೆಗೆ ಭ್ರಷ್ಟಾಚಾರದ ರೋಗ "ಗುಣಮುಖ" ಅಗುವ ಹಂತವನ್ನು ಮೀರಿ ಬೆಳೆದುನಿಂತಿದೆ. ಒಂದುಕಾಲದಲ್ಲಿ ಕಂದಾಯ, ಲೋಕೋಪಯೋಗಿ, ಗೃಹ, ಅಬ್ಕಾರಿಯಂತಹ ಇಲಾಖೆಗಳಿಗೆ ಸೀಮಿತವಾಗಿದ್ದ ಈ ರೋಗ, ಇಂದು ಜನ ಯಾವತ್ತೂ ಊಹಿಸಿರದಿದ್ದ ಶಿಕ್ಷಣ, ಮುಜರಾಯಿ, ಸಮಾಜಕಲ್ಯಾಣದಂತಹ ಇಲಾಖೆಗಳನ್ನೂ ಬಿಟ್ಟಿಲ್ಲ. ಈ ಬಗ್ಗೆ ಏನೇ ಬರೆದರೂ ಅದು ಇಂದು ಕ್ಲೀಷೆ.

ಈವತ್ತು ಇರುವ ಸನ್ನಿವೇಶಕ್ಕೆ ಸಣ್ಣದೊಂದು ಉದಾಹರಣೆ ಬೇಕಿದ್ದರೆ, ಕಳೆದ ಆರು ತಿಂಗಳಲ್ಲಿ ಒಂದೇ ಹುದ್ದೆಗೆ ಒಂದಕ್ಕಿಂತ ಹೆಚ್ಚು ಜನ ಅಧಿಕಾರಿಗಳ ವರ್ಗಾವಣೆ ಆಗಿರುವ ಇರುಸು ಮುರುಸಿನ ಪ್ರಕರಣಗಳು ಎಷ್ಟು ವರದಿ ಆಗಿವೆ ಎಂಬುದನ್ನೊಮ್ಮೆ ನೆನಪಿಸಿಕೊಳ್ಳಿ. ಲಂಚ ಕೊಡದೇ ಈಗ ಅಧಿಕಾರಶಾಹಿಯ ಯಾವುದೇ ಹಂತದಲ್ಲಿ

ಗಾಳಿಯೂ ಬೀಸುವುದಿಲ್ಲ. ಕಡೆಗೆ ಸಮಾಜಸೇವೆ ಮಾಡುವುದಿದ್ದರೂ ಲಂಚಕೊಟ್ಟೇ ಮಾಡಬೇಕಾದ ವಿಷಮ ಸ್ಥಿತಿಗೆ ರಾಜ್ಯ ತಲುಪಿದೆ. ಹಾಗೆಂದು ಆಪಾದಿಸಿದ ತಕ್ಷಣ, ಭ್ರಷ್ಟಾಚಾರಕ್ಕೆ "ಸಾಕ್ಷ್ಯ" ಎಲ್ಲಿದೆ? ಕೊಡಿ, ಕಠಿಣ ಕ್ರಮ ಕೈಗೊಳ್ಳುತ್ತೇವೆ ಎಂಬ ಸಿದ್ಧ ಉತ್ತರ ಬರುತ್ತದೆ. ನಿಜಕ್ಕೆಂದರೆ ಈಗ ಸರ್ಕಾರ ತಾನೇ ಸ್ವತಃ "ನಮ್ಮ ಆಡಳಿತ ವ್ಯವಸ್ಥೆಯಲ್ಲಿ ಭ್ರಷ್ಟಾಚಾರ ಇಲ್ಲ" ಎಂಬುದನ್ನು ಸಾಕ್ಷ್ಯ ಸಮೇತ ನಿರೂಪಿಸುವ ಹೊಣೆ ಹೊರಬೇಕಿದೆ (ಅತ್ಯಾಚಾರ ಪ್ರಕರಣಗಳಲ್ಲಿ, ತಾನು ಅಪರಾಧ ಎಸಗಿಲ್ಲ ಎಂಬುದನ್ನು ಸಾಬೀತು ಮಾಡುವ ಹೊಣೆ ಸ್ವತಃ ಅತ್ಯಾಚಾರಿಗೆ ಇರುವುದೇ, ಇಲ್ಲೂ ಮಾದರಿ ಆಗಬೇಕಿದೆ!).

ಅಕೌಂಟಬಿಲಿಟಿಯ ಪಾತ್ರ

2011ರ ಹೊತ್ತಿಗೆ 'ಇಂಡಿಯಾ ಅಗೇನ್ಸ್ಟ್ ಕರಪ್ಷನ್' ಚಳುವಳಿ ದೇಶವನ್ನು ಭ್ರಷ್ಟಾಚಾರ ಮುಕ್ತಗೊಳಿಸುವ "ಸುಪಾರಿ" ಪಡೆದು ಕಾರ್ಯಾಚರಿಸುತ್ತಿದ್ದಾಗ, ಡಾ। ಮನಮೋಹನ್ ಸಿಂಗ್ ಅವಧಿಯಲ್ಲೇ ಸಂಭವಿಸಿದ್ದ ಒಂದು ಮಹತ್ವದ ಬೆಳವಣಿಗೆ ಎಂದರೆ, ಆಡಳಿತಕ್ಕೆ ಉತ್ತರದಾಯಿತ್ವ ತರಲು, Right of Citizens for Time Bound Delivery of Goods and Services and Redressal of their Grievances ಮಸೂದೆ ಲೋಕಸಭೆಯಲ್ಲಿ ಮಂಡಿತವಾಯಿತು. ಆದರೆ ಅದು ಇಚ್ಛಾಶಕ್ತಿಯ ಕೊರತೆಯಿಂದಾಗಿ ಕೈಜಾರಿಹೋಯಿತು. ಕೆಲವು ರಾಜ್ಯಗಳು ಮಾತ್ರ ಇಚ್ಛಾಶಕ್ತಿ ತೋರಿಸಿದ್ದರಿಂದ ಅಲ್ಲಿ ಅದು ಜಾರಿಗೆ ಬಂದಿತು. ಅಂತಹದೊಂದು ಕಾನೂನು ಕರ್ನಾಟಕದಲ್ಲೂ ಜಾರಿಗೆ ಬಂದಿತ್ತು. ಅದನ್ನಿಲ್ಲಿ 'ಸಕಾಲ' ಎಂದು ಕರೆದರು. ಆಗ ಮುಖ್ಯಮಂತ್ರಿಗಳಾಗಿದ್ದವರು ಸದಾನಂದ ಗೌಡರು. 11 ಇಲಾಖೆಗಳ 151 ಸೇವೆಗಳು ಆರಂಭದಲ್ಲಿ ಈ ಸಕಾಲ ವ್ಯಾಪ್ತಿಗೆ ಬಂದವು. 2012ರಲ್ಲಿ ಆ ಸೇವೆಗಳ ಸಂಖ್ಯೆಯನ್ನು 256ಕ್ಕೆ ಏರಿಸಲಾಯಿತು. Karnataka Guarantee of Services to Citizens Act (ಸಕಾಲ ಕಾಯಿದೆ) ಸಕಾಲದಲ್ಲಿ ಸೇವೆ ಒದಗಿಸುವುದನ್ನು ಖಚಿತಪಡಿಸುವ ಮೂಲಕ, "ಸತಾಯಿಸುವುದಕ್ಕಾಗಿಯೇ ಅರ್ಜಿಗಳನ್ನು ನೆನೆಗುದಿಗೆ ಹಾಕುವ" ಭ್ರಷ್ಟ ಅಧಿಕಾರಶಾಹಿಗೆ ತಲೆನೋವಾಗಬಲ್ಲ ಹಾದಿ ತೆರೆದಿತ್ತು. ಈಗ 12 ವರ್ಷಗಳಲ್ಲಿ, ಡಿಜಿಟಲ್ ಆಡಳಿತ ವ್ಯವಸ್ಥೆ ಬಲಗೊಳ್ಳುತ್ತಾ ಹೋದಂತೆ, ಸರ್ಕಾರದ ಎಲ್ಲ ಸೇವೆಗಳೂ ಸಕಾಲದ ಅಡಿ ಬಂದು, ಅದಕ್ಕೊಂದು ಸಂತುಲಿತವಾದ ಮೇಲ್ಮನವಿ-ದೂರು ಪರಿಹಾರ ವ್ಯವಸ್ಥೆ ರೂಪಗೊಳ್ಳಬೇಕಿತ್ತು; ಈ ಹೊತ್ತಿಗೆ ಅಧಿಕಾರಶಾಹಿ 100% ಉತ್ತರದಾಯಿಯಾಗಿರುವ ಸ್ಥಿತಿ ಬಂದೊದಗಬೇಕಿತ್ತು.

ಆದರೆ, ಇದನ್ನೆಲ್ಲ ಬಲಪಡಿಸುವ ಬದಲು ನಿಧಾನ ವಿಷವಿಕ್ಕಿ ಇಂಚಿಂಚಾಗಿ ಸತ್ವಹೀನಗೊಳಿಸಲಾಯಿತು. ಈಗ ಕೇವಲ ನಾಮ್-ಕೇ-ವಾಸ್ತೆ ಆಗಿಬಿಟ್ಟಿರುವ ಸಕಾಲ ವ್ಯವಸ್ಥೆ ಕೇವಲ ಲೆಟರ್‌ನಲ್ಲಿ ಉಳಿದು, ಅದರ ಸ್ಪಿರಿಟ್ ಆವಿಯಾಗಿದೆ! ಸರ್ಕಾರಿ ಇಲಾಖೆಗಳೆಲ್ಲವೂ ಮಧ್ಯವರ್ತಿಗಳ ಆಡೊಂಬಲವಾಗಿಬಿಟ್ಟಿವೆ. ಈಗ ಭ್ರಷ್ಟಾಚಾರ

ಯಾವ ಪರಿ ಸಾಂಸ್ಥಿಕವಾಗಿಬಿಟ್ಟಿದೆ ಎಂದರೆ, ಅದೊಂದು ಪರ್ಯಾಯ ತೆರಿಗೆ ವ್ಯವಸ್ಥೆಯೇ ಆಗಿ ಪಟ್ಟು ಹಿಡಿದು ಕುಳಿತುಬಿಟ್ಟಿದೆ. ಈ ಮಹಾವೃಕ್ಷಕ್ಕೆ ಈಗ ಅಧಿಕಾರಶಾಹಿ ರೆಂಬೆಕೊಂಬೆಗಳಾದರೆ, ರಾಜಕೀಯ ಪಕ್ಷಗಳೇ ತಾಯಿಬೇರು ಎನ್ನಲಾಗುತ್ತಿದೆ.

ಕರ್ನಾಟಕ ಸರ್ಕಾರ ನಿಜಕ್ಕೂ ಜನಪರ ಆಡಳಿತ ಕೊಡುವ ಉದ್ದೇಶ ಹೊಂದಿದ್ದರೆ, ಈ ನಿಟ್ಟಿನಲ್ಲಿ ತಕ್ಷಣ ಕೆಲಸ ಆರಂಭಿಸಬೇಕು ಮತ್ತು ಆ ಕೆಲಸ ನೇರ ವಿಧಾನಸೌಧದಲ್ಲೇ ಆರಂಭಗೊಳ್ಳಬೇಕು. ಕಳೆದ ಕೆಲವು ದಿನಗಳಲ್ಲಿ ಗುತ್ತಿಗೆದಾರರೊಬ್ಬರ ಸಾವು, ಆಡಳಿತ ಪಕ್ಷದ ಶಾಸಕರೊಬ್ಬರ ಅಸಹನೆ, ಸಚಿವಾಲಯಗಳಲ್ಲೇ ಲಂಚದ ಆರೋಪ–ಇವೆಲ್ಲ ಬೆಳವಣಿಗೆಗಳ ಹಿಂದಿರುವುದು ಭ್ರಷ್ಟಾಚಾರವೇ. ಈ ಸುದ್ದಿ ಎದ್ದಾಗಲೆಲ್ಲ ಆಡಳಿತ ಮತ್ತು ಪ್ರತಿಪಕ್ಷಗಳು 'ತೂ ತೂ ಮೈ ಮೈ' ಎಂದಾಕ್ಷಣ ಕರಗುವಷ್ಟು ಸಸಾರದ್ದಲ್ಲ, ಈ ಭ್ರಷ್ಟಾಚಾರದ ಕಾರ್ಮೋಡ. ಭ್ರಷ್ಟಾಚಾರ ನಿಯಂತ್ರಣಕ್ಕೆ ಬರದಿದ್ದರೆ, ಬೇರೆ ಎಲ್ಲ ಭಾಗ್ಯಗಳೂ ವ್ಯರ್ಥ.

ಡಿಸೆಂಬರ್ 02, 2023ಕ್ಕೆ ಪ್ರಕಟಿತ

ಅಂತಾರಾಷ್ಟ್ರೀಯ ಸಂಬಂಧಗಳ ಕತ್ತಿಯಂಚಿನ ನಡಿಗೆ

ನಾಡಿದ್ದು ಸೋಮವಾರ (ಡಿಸೆಂಬರ್ 11) ಅಮೆರಿಕ ಗುಪ್ತಚರ ವಿಭಾಗದ (FBI) ನಿರ್ದೇಶಕ, ಕ್ರಿಸ್ಟೊಫರ್ ಎ. ರಾಯ್ ಅವರು ದಿಲ್ಲಿಗೆ ಭೇಟಿ ನೀಡುತ್ತಿದ್ದಾರೆ. ಇಲ್ಲಿ ಅವರು ಭಾರತದ ರಾಷ್ಟ್ರೀಯ ತನಿಖಾ ಸಂಸ್ಥೆಯ (NIA) ಮುಖ್ಯಸ್ಥ ದಿನಕರ್ ಗುಪ್ತಾ ಅವರನ್ನು ಭೇಟಿ ಮಾಡಿ ಚರ್ಚಿಸಲಿದ್ದಾರೆ ಎಂದು ವರದಿಯಾಗಿದೆ.

ಇದೇ ವೇಳೆ, ಸಿಖ್ಸ್ ಫಾರ್ ಜಸ್ಟೀಸ್ (SFJ) ಸಂಘಟನೆಯ ಮುಖ್ಯಸ್ಥ ಮತ್ತು ಭಾರತದಲ್ಲಿ 2020ರಿಂದ ಘೋಷಿತ ಭಯೋತ್ಪಾದಕ ಆಗಿರುವ, ಗುರುಪಟ್ವಂತ್ ಸಿಂಗ್ ಪನ್ನುನ್ ಭಾರತದಲ್ಲಿ ಡಿಸೆಂಬರ್ 13ರೊಳಗೆ ಭಯೋತ್ಪಾದಕ ದಾಳಿ ನಡೆಸುವ ಬೆದರಿಕೆ ಒಡ್ಡಿರುವುದು ಕೂಡ ಮಾಧ್ಯಮಗಳಲ್ಲಿ ವರದಿಯಾಗಿದೆ.

ರಾಜಾರಾಂ ತಲ್ಲೂರು

ಈ ಎರಡು ವರದಿಗಳ ಹಿನ್ನೆಲೆಯಲ್ಲಿ ಇರುವ ಸಂಗತಿಗಳನ್ನು ಸ್ವಲ್ಪ ವಿವರವಾಗಿ ನೋಡಿ, ಒಟ್ಟು ಚಿತ್ರಣವನ್ನು ಅರ್ಥಮಾಡಿಕೊಳ್ಳಲು ಪ್ರಯತ್ನಿಸುವುದು ಈ ಬರೆಹದ ಉದ್ದೇಶ.

ಇದೇ ಸೆಪ್ಟಂಬರ್ ತಿಂಗಳಿನಲ್ಲಿ, ಭಾರತದಲ್ಲಿ ನಡೆದ G20 ಶೃಂಗಸಭೆಯ ಅವಧಿಯಲ್ಲಿ, ಭಾರತ–ಕೆನಡಾ ಸಂಬಂಧಗಳಲ್ಲಿ ಬಿರುಕು ಕಾಣಿಸಿಕೊಂಡಿತ್ತು. ವಿಷಯ ಏನೆಂದರೆ, ಸಿಖ್ ಪ್ರತ್ಯೇಕತಾವಾದಿ ನಾಯಕ ಮತ್ತು ಭಾರತವು ಭಯೋತ್ಪಾದಕ ಎಂದು ಪರಿಗಣಿಸಿರುವ ಹರದೀಪ್ ಸಿಂಗ್ ನಿಜ್ಜರ್, ಈ ವರ್ಷ ಜೂನ್ 18ರಂದು ಕೆನಡಾದ ವಾಂಕೂವರ್‌ನಲ್ಲಿ ಕೊಲೆಯಾಗಿದ್ದು, ಆ ಕೊಲೆಯಲ್ಲಿ ಭಾರತದ ಪಾತ್ರ ಇದೆ ಮತ್ತು ಅದಕ್ಕೆ ಸಾಕ್ಷ್ಯಾಧಾರಗಳಿವೆ ಎಂದು ಕೆನಡಾದ ಪ್ರಧಾನಮಂತ್ರಿ ಜಸ್ಟಿನ್ ತ್ರಾದು ನೇರವಾಗಿ ಆಪಾದಿಸಿದ್ದರು. ಇದು ಭಾರತ–ಕೆನಡಾ ನಡುವಣ ಸಂಬಂಧಗಳಲ್ಲಿ ಗಂಭೀರ ಸ್ವರೂಪದ ಬಿರುಕಿಗೆ ಕಾರಣವಾಗಿದ್ದು, ಈ ಗಾಯ ಇನ್ನೂ ಶಮನಗೊಂಡಿಲ್ಲ.

ಅದರ ಬೆನ್ನಿಗೇ ನವಂಬರ್ 22ರಂದು, ಬ್ರಿಟಿಷ್ ಪತ್ರಿಕೆ 'ಫಿನಾನ್ಷಿಯಲ್ ಟೈಮ್ಸ್' ತನ್ನ ವರದಿಯಲ್ಲಿ (https://www.ft.com/content/56f7d6d6-6a93-4172-a49e-d8a91991e29d), ಮತ್ತೊಬ್ಬ ಕೆನಡಾ–ಅಮೆರಿಕ ನಿವಾಸಿ, ಸಿಖ್ ಪ್ರತ್ಯೇಕತಾವಾದಿ ಮತ್ತು ಭಾರತದಲ್ಲಿ ಘೋಷಿತ ಭಯೋತ್ಪಾದಕ ಪನ್ನುನ್ ಕೊಲೆ ಯತ್ನವು ಅಮೆರಿಕದಲ್ಲಿ ವಿಫಲಗೊಂಡಿದ್ದು, ಇದರಲ್ಲಿ ಭಾರತದ ಗುಪ್ತಚರ ಅಧಿಕಾರಿಗಳ ಕೈವಾಡ ಇರಬಹುದೆಂದು ಹೇಳಿತ್ತು. ಈ ವಿಚಾರವು G20 ಶೃಂಗಸಭೆಯ ವೇಳೆಯಲ್ಲೇ ಭಾರತದ ಪ್ರಧಾನಿ–ಅಮೆರಿಕ ಅಧ್ಯಕ್ಷರ ನಡುವೆ ಚರ್ಚೆಯಾಗಿತ್ತು ಎಂದು ಕೂಡ ವರದಿ ಹೇಳಿತ್ತು.

ಈ ಎರಡು ಪ್ರಕರಣಗಳ ನಡುವೆ ಸಾಮ್ಯತೆ ಇರುವ ಹಿನ್ನೆಲೆಯಲ್ಲಿ, ಇವು ಭಾರತದ ಅಂತಾರಾಷ್ಟ್ರೀಯ ಸಂಬಂಧಗಳ ಬಗ್ಗೆ ಯಾವ ರೀತಿಯ ಪರಿಣಾಮ ಬೀರಬಹುದೆಂಬ ಕುತೂಹಲ ಸಹಜ. ಕೆನಡಾದ ಪ್ರಕರಣದಲ್ಲಿ, ಅಲ್ಲಿನ ಪ್ರಧಾನಮಂತ್ರಿ ಸನ್ನಿವೇಶವನ್ನು ಸ್ವಲ್ಪ ಒರಟಾಗಿಯೇ ನಿಭಾಯಿಸಿದ ಕಾರಣಕ್ಕಾಗಿ (ಅವರು ಸಾಕ್ಷ್ಯಾಧಾರಗಳಿವೆ ಎಂದು ಹೇಳಿದಾಗ, ಅಮೆರಿಕದ ಘಟನೆ ಅವರ ಗಮನಕ್ಕೆ ಅದಾಗಲೇ ಬಂದಿತ್ತು!) ಎರಡು ದೇಶಗಳ ನಡುವಿನ ಸಂಬಂಧ ಹದಗೆಟ್ಟಿದೆ ಮತ್ತು ಅದು ಇನ್ನೂ ಸಹಜ ಸ್ಥಿತಿಗೆ ಮರಳಿಲ್ಲ. ಆದರೆ ಅಮೆರಿಕ ತನ್ನಲ್ಲಿ ನಡೆದಿದೆ ಎನ್ನಲಾದ ಪ್ರಕರಣವನ್ನು ಸೂಕ್ಷ್ಮವಾಗಿಯೇ ನಿಭಾಯಿಸುತ್ತಿದೆ ಎಂಬುದಕ್ಕೆ ಹಲವು ಸೂಚನೆಗಳು ಸಿಗುತ್ತವೆ.

ಈ ವರ್ಷ ಜೂನ್ 21–23ರ ನಡುವೆ ಭಾರತದ ಪ್ರಧಾನಿ ನರೇಂದ್ರ ಮೋದಿಯವರು ಅಮೆರಿಕಕ್ಕೆ ಅಧಿಕೃತ ಭೇಟಿ ನೀಡಿದ್ದಲ್ಲದೆ, ಅಲ್ಲಿನ ಸಂಸತ್ತಿನ ಜಂಟಿ ಅಧಿವೇಶನದಲ್ಲಿ ಭಾಷಣ ನೀಡುವ ಅವಕಾಶ ಪಡೆದಿದ್ದರು. ಆ ಹೊತ್ತಿಗಾಗಲೇ ಪನ್ನುನ್ ಕೊಲೆಯತ್ನ ಅಮೆರಿಕದ ಗಮನಕ್ಕೆ ಬಂದಿದ್ದರೂ, ಪ್ರಧಾನಿ ಮೋದಿ ಅವರು ಅಲ್ಲಿಂದ ಹಿಂದಿರುಗುವ

ತನಕ ಕಾದು, ಆ ಬಳಿಕ, ಅಂದರೆ ಜೂನ್ 23ರಂದು ಅಮೆರಿಕದ ಅಧಿಕಾರಿಗಳು ಜೆಕ್ ಗಣರಾಜ್ಯದ ಪ್ರಾಗ್‌ನಗರದಲ್ಲಿ ನಿಖಿಲ್ ಗುಪ್ತಾ ಎಂಬ ಭಾರತೀಯ ಮೂಲದ ವ್ಯಕ್ತಿಯೊಬ್ಬರನ್ನು ಜೆಕ್ ಅಧಿಕಾರಿಗಳ ಸಹಯೋಗದಲ್ಲಿ ಬಂಧಿಸುತ್ತಾರೆ. ಅಕ್ಟೋಬರ್ ತನಕವೂ ಆತನ ವಿಚಾರಣೆಯನ್ನು ಪ್ರಾಗ್‌ನಲ್ಲೇ ನಡೆಸುವ ಅಮೆರಿಕದ ಅಧಿಕಾರಿಗಳು, ಆ ಬಳಿಕ ಆತನನ್ನು ತಮ್ಮ ಸ್ವಾಧೀನಕ್ಕೆ ಪಡೆಯುತ್ತಾರೆ. ಗುಪ್ತಾ ಮೇಲೆ ಇರುವ ಆಪಾದನೆ ಎಂದರೆ, ಪನ್ನುನ್ ಕೊಲೆ ಮಾಡುವುದಕ್ಕಾಗಿ ಆತ ಹಂತಕನಿಗೆ ಒಂದು ಲಕ್ಷ ಡಾಲರ್ ಸುಪಾರಿ ನೀಡುವುದೆಂದು ನಿಗದಿಪಡಿಸಿಕೊಂಡಿದ್ದು, 15,000 ಡಾಲರ್ ಮುಂಗಡವನ್ನು ಆ ಕೊಲೆಗಡುಕನಿಗೆ ನೀಡಿದ್ದಾನೆ ಎಂಬದು. ಗುಪ್ತಾನ ದುರದೃಷ್ಟ ಎಂದರೆ, ಹಂತಕನ ಸೋಗಿನಲ್ಲಿ ಆ ಸುಪಾರಿ ಪಡೆದ ವ್ಯಕ್ತಿ, ಅಮೆರಿಕದ ಮಾದಕದ್ರವ್ಯ ನಿರೋಧಕ ಗುಪ್ತಚರ ಘಟಕದ (DEA) ಅಧಿಕಾರಿಯಾಗಿದ್ದರು! ಗುಪ್ತಾನ ತನಿಖೆಯ ವೇಳೆ, ಆತನಿಗೆ ಈ ಕೃತ್ಯ ಎಸಗಲು ಭಾರತದ ಗುಪ್ತಚರ ಅಧಿಕಾರಿಯೊಬ್ಬರ ಕುಮ್ಮಕ್ಕು ಇತ್ತು ಎಂಬುದು ಬಹಿರಂಗಗೊಂಡಿರುವುದಾಗಿ ಅಮೆರಿಕ ಅಧಿಕಾರಿಗಳು ಹೇಳುತ್ತಿದ್ದಾರೆ!! ಆ ಅಧಿಕಾರಿಯನ್ನು ಅವರು ಅವರ ದಾಖಲೆಗಳಲ್ಲಿ CC–1 ಎಂದು ಗುರುತಿಸಿದ್ದಾರೆ.

ಈ ವಿಚಾರವನ್ನು ಅಮೆರಿಕದ ಉನ್ನತ ಗುಪ್ತಚರ ಅಧಿಕಾರಿಗಳು ಅಕ್ಟೋಬರ್‌ನಲ್ಲೇ ಭಾರತದ ಗಮನಕ್ಕೆ ತಂದಿದ್ದಾರೆ. ಭಾರತ ಕೂಡ ನವೆಂಬರ್ 18ರಂದೇ ಈ ವಿಚಾರದ ಕೂಲಂಕಷ ತನಿಖೆಯನ್ನು ಉನ್ನತ ಮಟ್ಟದಲ್ಲಿ ಆರಂಭಿಸಿದೆ. ಇದೆಲ್ಲ ಆಗಿ 11 ದಿನಗಳ ಬಳಿಕ, ಈ ಪ್ರಕರಣ ಮೊದಲ ಬಾರಿಗೆ ಮಾಧ್ಯಮಗಳಲ್ಲಿ ವರದಿಯಾಗಿ, ಸಾರ್ವಜನಿಕರ ಗಮನಕ್ಕೆ ಬಂದಿದೆ. ಈ ಪ್ರಕರಣ ಇನ್ನು ಮುಂದೆ ಯಾವ ಹಾದಿ ಹಿಡಿಯಲಿದೆ ಎಂಬುದನ್ನು ಕಾದು ನೋಡಬೇಕಿದೆ.

ಆದರೆ ಅಮೆರಿಕವು ಈ ವಿಚಾರವನ್ನು ಬಹಳ ಸೂಕ್ಷ್ಮವಾಗಿ ನಿಭಾಯಿಸಿದೆ ಎಂಬುದು ಎರಡು ರಾಷ್ಟ್ರಗಳ ಸಂಬಂಧದ ಬಗ್ಗೆ ಬಹಳಷ್ಟು ಹೊಳಹುಗಳನ್ನು ಕೊಡುತ್ತದೆ. ಚೀನಾಕ್ಕೆ ಪರ್ಯಾಯವಾಗಿ ಭಾರತವನ್ನು ಪರಿಗಣಿಸುತ್ತಿರುವ ಅಮೆರಿಕ ಸರ್ಕಾರ ಈಗಾಗಲೇ ರಕ್ಷಣೆ–ಬಾಹ್ಯಾಕಾಶ ಕ್ಷೇತ್ರಗಳಲ್ಲಿ ಭಾರತದೊಂದಿಗೆ ದೊಡ್ಡ ಪ್ರಮಾಣದ ಸಹಯೋಗ ಹೊಂದಿದೆ. ಭಾರತಕ್ಕೆ ಅಮೆರಿಕ ಅತಿದೊಡ್ಡ FDI ಹೂಡಿಕೆದಾರ ದೇಶ ಕೂಡ ಹೌದು. ಅದೇ ರೀತಿ, ಭಾರತ ಕೂಡ ಅಮೆರಿಕಕ್ಕೆ ಸಸ್ತಾ ದರದಲ್ಲಿ ಐಟಿ ಕಾರ್ಮಿಕರನ್ನು ಒದಗಿಸುತ್ತಿದೆ. ಭಾರತವನ್ನು ತನ್ನ ಪ್ರಮುಖ ಸಪ್ಲೈ ಚೈನ್ ಪಾಲುದಾರ ದೇಶವನ್ನಾಗಿ ಮಾಡಿಕೊಳ್ಳುವ ಇರಾದೆ ಅಮೆರಿಕಕ್ಕೆ ಇರುವಂತಿದೆ. ಭಾರತ–ಅಮೆರಿಕ ಇಬ್ಬರಿಗೂ ಈ ಅನ್ಯೋನ್ಯ ಸಂಬಂಧ ಅನಿವಾರ್ಯ.

ಕಳೆದ ವಾರ, ವಾಷಿಂಗ್ಟನ್ ಪೋಸ್ಟ್ ತನ್ನ ಸಂಪಾದಕೀಯದಲ್ಲಿ, (https://www.washingtonpost.com/opinions/2023/12/01/modi-india-murder-plot-against-

american/) ಈ ಎಲ್ಲ ವಿಚಾರಗಳನ್ನು ನೆನಪಿಸುತ್ತಲೇ, ಪ್ರಧಾನಿ ಮೋದಿಯವರು ಈ ಪ್ರಕರಣದಲ್ಲಿ ತನ್ನದೇ ಸರ್ಕಾರದ ಉತ್ತರದಾಯಿತ್ವವನ್ನು ಪ್ರದರ್ಶಿಸಿ, ತಪ್ಪಿತಸ್ಥರನ್ನು ಕಾನೂನಿನ ಕುಣಿಕೆಯೊಳಗೆ ತರಬೇಕು ಎಂದು ಆಗ್ರಹಿಸಿದೆ. ಭಾರತವು ಜವಾಬ್ದಾರಿಯುತ ಪ್ರಜಾಪ್ರಭುತ್ವವಾಗಬೇಕೇ ಹೊರತು "ಅಥಾರಿಟೇರಿಯನ್" ದೇಶವಾಗುವತ್ತ ಹೆಜ್ಜೆ ಹಾಕಬಾರದೆಂದು ಎಚ್ಚರಿಸಿದೆ.

ಇಂತಹ ಸೂಕ್ಷ್ಮ ಪ್ರಕರಣಗಳನ್ನು ಹಾದಿಬೀದಿಗಳಲ್ಲಿ ಎಗ್ಗಿಲ್ಲದೆ ಸಮರ್ಥಿಸುತ್ತಾ, "ಗುಸ್‌ಕೇ ಮಾರೇಂಗೆ" ಎಂದು ಸೋಷಿಯಲ್ ಮೀಡಿಯಾದಲ್ಲಿ ಚೀರುವ ಪ್ರಭುತ್ವದ ಸಮರ್ಥಕ ಟ್ರೋಲ್‌ಗಳು, ಇಂತಹ ಪ್ರಕರಣಗಳಲ್ಲಿರುವ ಅಂತಾರಾಷ್ಟ್ರೀಯ ಸಂಬಂಧದ ಮಗ್ಗುಲನ್ನು ಗಮನಕ್ಕೆ ತೆಗೆದುಕೊಂಡು ಜವಾಬ್ದಾರಿಯುತವಾಗಿ ವರ್ತಿಸದಿದ್ದರೆ, ಅದರ ಪರಿಣಾಮವು ದೇಶದ ಅಂತಾರಾಷ್ಟ್ರೀಯ ಸಂಬಂಧಗಳ ಮೇಲೆ ಆಗಬಹುದೆಂಬ ಎಚ್ಚರ ಅಗತ್ಯವಿದೆ.

ಡಿಸೆಂಬರ್ 09, 2023ಕ್ಕೆ ಪ್ರಕಟಿತ

ಸರ್ಕಾರಗಳ ಬೇಜವಾಬ್ದಾರಿಗೆ ಈಗ "ಗಿಗ್ ಎಕಾನಮಿ" ಎಂಬ ಮಾನವಸ್ತ್ರ

ಕರ್ನಾಟಕ ಸರ್ಕಾರವು ಗಿಗ್ ಕೆಲಸಗಾರರ ಹಿತರಕ್ಷಣೆಗಾಗಿ, "ಗಿಗ್ ಮತ್ತು ಪ್ಲಾಟ್‌ಫಾರಂ ಕೆಲಸಗಾರರ ಮಸೂದೆ"ಯ ತಯಾರಿಯಲ್ಲಿದ್ದು, ಮುಂದಿನ ವಿಧಾನಸಭಾ ಅಧಿವೇಶನದಲ್ಲಿ ಅದನ್ನು ಮಂಡಿಸಲಿದೆಯಂತೆ. ಈಗಾಗಲೇ ರಾಜಸ್ಥಾನವು ಈ ಬಗ್ಗೆ ಕಾಯಿದೆಯೊಂದನ್ನು ಜಾರಿಗೆ ತಂದಾಗಿದೆ. ಭಾರತ ಸರ್ಕಾರ ಮತ್ತದರ ಚಿಂತನ ಚಾವಡಿಯಾದ ನೀತಿ ಆಯೋಗ ಈ ನಿಟ್ಟಿನಲ್ಲಿ ಈಗಾಗಲೇ ತಲೆ ಕೆಡಿಸಿಕೊಂಡಿವೆ.

ಇತ್ತೀಚೆಗಿನ ದಿನಗಳಲ್ಲಿ ಆಗಾಗ ಕೇಳಿಬರುವ ಸುದ್ದಿ "ಗಿಗ್" ಕೆಲಸಗಾರರದು. ಅವರು ಯಾರು? ಮಧ್ಯ ವಯಸ್ಕರು ತಮ್ಮ ಸಣ್ಣ ಉದ್ಯೋಗದ ಜೊತೆಗೆ ಮೇಲು ಸಂಪಾದನೆಗಾಗಿ; ಯುವಕರು ಸಮರ್ಪಕವಾದ ಒಂದು ಉದ್ಯೋಗ ಕಂಡುಕೊಳ್ಳುವ ಅವಧಿಯಲ್ಲಿ ಇತರರಿಗೆ ಹೊರೆ ಆಗದಂತೆ

ರಾಜಾರಾಂ ತಲ್ಲೂರು

ತಮ್ಮ ಖರ್ಚು ಹುಟ್ಟುವ ಹಾದಿ ಹುಡುಕಿಕೊಳ್ಳಲು; ವಿದ್ಯಾರ್ಥಿಗಳು ತಮ್ಮ ಕಲಿಕೆಗೆ ತಾವೇ ಆರ್ಥಿಕ ಬೆಂಬಲ ರೂಢಿಸಿಕೊಳ್ಳಲು; ಅಥವಾ ನಿವೃತ್ತರು ತಮ್ಮ ಬದುಕಿನ ಹೊರೆಯನ್ನು ತಾವೇ ಹೊತ್ತುಕೊಳ್ಳಲು, "ತಾತ್ಕಾಲಿಕ ನೆಲೆಯಲ್ಲಿ" ಸಣ್ಣ ಪುಟ್ಟ ಕೆಲಸ ಮಾಡಿ, ಅದಕ್ಕೆ ಪ್ರತಿಫಲ ಪಡೆದುಕೊಳ್ಳುವುದನ್ನು "ಗಿಗ್ ಕೆಲಸ" ಎಂದು ಇತ್ತೀಚೆಗಿನವರೆಗೂ ಕರೆಯಲಾಗುತ್ತಿತ್ತು. ಆದರೆ ಈಗ ಆನ್‌ಲೈನ್ ವಹಿವಾಟುಗಳು ಹೆಚ್ಚತೊಡಗಿರುವಂತೆಯೇ, ಗಿಗ್ ಕೆಲಸಗಳು ಯಾವ ಪರಿ ಬೇಡಿಕೆ ಗಳಿಸಿಕೊಳ್ಳುತ್ತಿವೆ ಎಂದರೆ, ಸರ್ಕಾರ ಈಗ "ಗಿಗ್ ಎಕಾನಮಿ"ಯ ಮಾತನಾಡುತ್ತಿದೆ. ದೇಶದ GDPಯಲ್ಲಿ ಅವರ ಪಾಲೆಷ್ಟು ಎಂದು ಲೆಕ್ಕ ಹಾಕುತ್ತಿದೆ!

ಭಾರತವು ಜಗತ್ತಿನಲ್ಲೇ ಅತಿ ಹೆಚ್ಚಿನ ಯುತ್ ಡೆಮೊಗ್ರಾಫಿಕ್ ಡಿವೈಡೆಂಡ್ ಹೊಂದಿರುವ ದೇಶವೆಂದು ಕರೆಸಿಕೊಳ್ಳುತ್ತಿದೆ. ದೇಶದ 50% ಜನ ಸಮುದಾಯ 25 ವರ್ಷ ಪ್ರಾಯಕ್ಕಿಂತ ಕೆಳಗಿನವರು; ಮತ್ತು 65% ಜನಸಮುದಾಯ 35 ವರ್ಷ ಪ್ರಾಯಕ್ಕಿಂತ ಕೆಳಗಿನವರು – ಇದು 2022ರ ಜಾಗತಿಕ ಜನಸಂಖ್ಯೆ ಪಕ್ಷಿನೋಟದ ಕಾಣ್ಕೆ. ಭಾರತಕ್ಕೆ ಇದೇನೂ ರಾತ್ರೋರಾತ್ರಿ ದೊರೆತ ವರವಲ್ಲ. ನಮ್ಮ ರಾಜಕೀಯಸ್ಥರು ಕಳೆದ 20 ವರ್ಷಗಳಿಂದಲೂ ಈ ಡಿವೈಡೆಂಡ್ ಒದಗಿಬರುವ, ಅದರ ಸದ್ಬಳಕೆಯ ಮಾತುಗಳನ್ನು ಆಡುತ್ತಲೇ ಬಂದಿದ್ದಾರೆ. ಆದರೆ ಈ ಚಿಂತನೆಗಳು ಮಾತಿನಿಂದ ಕೃತಿಗಿಳಿಯದ ಕಾರಣಕ್ಕಾಗಿ, ಈವತ್ತು ದೇಶದ ಉತ್ಪಾದಕತೆಗೆ ಡಿವೈಡೆಂಡ್ ಎಂದುಕೊಂಡಿದ್ದ ಎಳೆಯರಿಗೆ ಉದ್ಯೋಗಾವಕಾಶಗಳೇ ಸಿಗುತ್ತಿಲ್ಲ. ಅವರು ತಮ್ಮ ಉಳಿವಿಗಾಗಿ ತಾತ್ಕಾಲಿಕವಾದ "ಗಿಗ್ ವರ್ಕ್"ಗಳನ್ನೇ ಶಾಶ್ವತವಾಗಿ ಅವಲಂಬಿಸುವುದು ಅನಿವಾರ್ಯವಾಗಿ ಬಿಟ್ಟಿದೆ. ತಮಾಷೆ ಎಂದರೆ, ಸರ್ಕಾರಗಳು ತಮ್ಮ ಮುಂಗಾಣ್ಕೆಯ ಈ ಬೃಹತ್ ವೈಫಲ್ಯವನ್ನೇ "ಗಿಗ್ ಎಕಾನಮಿ" ಎಂಬ ಬ್ಯಾಡ್ಜ್ ಧರಿಸಿ ಸಂಭ್ರಮಿಸುತ್ತಿವೆ! ದೇಶದಲ್ಲಿಂದು 10 ಕೋಟಿಗೂ ಮಿಕ್ಕಿ ನಿರುದ್ಯೋಗಿ ಯುವಕರಿದ್ದಾರೆ. ಕೋವಿಡ್ ಬಳಿಕ ಗಿಗ್ ಕೆಲಸಗಾರರ ಸಂಖ್ಯೆ 13ಪಟ್ಟು ಏರಿಕೆ ಕಂಡಿದೆಯಂತೆ! ಇಷ್ಟಿದ್ದರೂ, ಇನ್ನೂ ನಿರುದ್ಯೋಗಿಗಳ ಪ್ರಮಾಣ ದೊಡ್ಡದಿದೆ.

ನೀತಿ ಆಯೋಗವು 2022ರ ಜೂನ್‌ನಲ್ಲಿ ತಯಾರಿಸಿರುವ ಗಿಗ್ ಮತ್ತು ಪ್ಲಾಟ್‌ಫಾರಂ ಎಕಾನಮಿಯ ನೀತಿ ಪತ್ರದಲ್ಲಿ, 20–21ರ ಹೊತ್ತಿಗೆ ದೇಶದಲ್ಲಿ 77 ಲಕ್ಷ ಗಿಗ್ ಕೆಲಸಗಾರರಿದ್ದು, 29–30ರ ಹೊತ್ತಿಗೆ ಅವರ ಸಂಖ್ಯೆ 2.35 ಕೋಟಿ ಆಗಲಿದೆ ಎಂದಿದೆ. ಅಂದರೆ, ದೇಶದ ಒಟ್ಟು ಕೆಲಸಗಾರರಲ್ಲಿ 9%ನಷ್ಟು ಮಂದಿ ಗಿಗ್ ಕೆಲಸಗಾರರು! ಜೊಮ್ಯಾಟೊ, ಸ್ವಿಗ್ಗಿ, ಅಮೆಜಾನ್, ಫ್ಲಿಪ್‌ಕಾರ್ಟ್ ಸರಕುಗಳನ್ನು ಮನೆಗೆ ತಲುಪಿಸುವ, ಓಲಾ–ಉಬರ್‌ಗಳಲ್ಲಿ ಚಾಲಕರಾಗಿ ದುಡಿಯುವ ಎಳೆಯರು, ಇಲ್ಲಿ ನಾವು ಚರ್ಚಿಸುತ್ತಿರುವ ಗಿಗ್ ಕೆಲಸಗಾರರು. ಬಹುತೇಕ ಪದವೀಧರರಾಗಿರುವ ಈ ಎಳೆಯರು, ತಮ್ಮ ವಯಸ್ಸಿನ ಉತ್ತುಂಗದ ಅವಧಿಯಲ್ಲಿರುವವರು,

ಅಗತ್ಯ ಕೌಶಲಗಳನ್ನು ಕಲಿತು ಮುಂದಿನ ಬದುಕನ್ನು ಕಟ್ಟಿಕೊಳ್ಳಲು ಅವರು ತಯಾರಾಗಬೇಕಾದ ಅವಧಿ ಇದು. ಆದರೆ ಅವರಿಗೆ ಉದ್ಯೋಗಗಳೇ ಬರಗೆಟ್ಟಿವೆ. ಹಾಗಾಗಿ, ಅವರು ಅನಿವಾರ್ಯವಾಗಿ ಗಿಗ್ ಕೆಲಸಗಳಲ್ಲಿ ತೊಡಗಿಸಿಕೊಂಡಿದ್ದಾರೆ. ರೆಸ್ಟೋರಾಂಟ್‌ಗಳ ಎದುರು ಬೈಕ್‌ಗಳ ಮೇಲೆ ತಮ್ಮ ಸರದಿಗಾಗಿ ಕಾಯುತ್ತಾ, ಮೊಬೈಲ್ ಗೇಂ-ರೀಲ್‌ಗಳಲ್ಲಿ ಮುಳುಗಿ ಹೋಗಿರುವ ಈ ಎಳೆಯರನ್ನು ಕಂಡಾಗ ದುಗುಡ ಆವರಿಸುತ್ತದೆ. ಅವರಿಗೆ ಇದು ದೀರ್ಘಕಾಲಿಕ ಅವಕಾಶಗಳಿರುವ ಉದ್ಯೋಗವೂ ಅಲ್ಲ. ಇನ್ನೈದು ವರ್ಷಗಳಲ್ಲಿ ಡ್ರೋನ್ ತಂತ್ರಜ್ಞಾನ ಇನ್ನಷ್ಟು ಸುಧಾರಿಸಿದರೆ, ಅವರ ಈ ಗಿಗ್ ಕೆಲಸಕ್ಕೂ ಕಲ್ಲು ಬೀಳಲಿದೆ.

ಈ ಉತ್ಪಾದಕ ಪ್ರಾಯವರ್ಗವನ್ನು ದೇಶಕಟ್ಟುವಲ್ಲಿ ಸದ್ಬಳಕೆ ಮಾಡಿಕೊಳ್ಳುವ ಬದಲು, ಅಮೂಲ್ಯವಾದ ಸಮಯವನ್ನು ವ್ಯರ್ಥ ಮಾಡಲು ಬಿಡಲಾಗುತ್ತಿದೆ. ಜೊತೆಗೆ, ಈಗ "ಗಿಗ್ ಎಕಾನಮಿ" ಎಂಬ ಹೆಸರಲ್ಲಿ, ಅವರ ಈ ಉದ್ಯೋಗಕ್ಕೆ ಅಧಿಕೃತ ಮಾನ್ಯತೆ ಕೊಡಲು ಹೊರಟಿರುವುದು ದೂರದೃಷ್ಟಿ ಇಲ್ಲದ ಅಪಾಯಕಾರಿ ನಡೆ. ಸದ್ಯಕ್ಕೆ ಇರುವ ಗಿಗ್ ಕೆಲಸಗಾರರಲ್ಲಿ 31% ಮಂದಿ ಕೌಶಲರಹಿತರು, 47% ಮಂದಿ ಅರೆಕುಶಲರು ಮತ್ತು 22% ಮಂದಿ ಕುಶಲರು ಎಂದು ನೀತಿ ಆಯೋಗ ಅಂದಾಜಿಸಿದೆ. ಇವರ ಕೌಶಲ ವೃದ್ಧಿಯ ಬಗ್ಗೆ ಸರ್ಕಾರಗಳು ಮಾತನಾಡುತ್ತಿವೆಯಾದರೂ, ಅದು ಯೋಜಿತ ಮಾತು ಅನ್ನಿಸುತ್ತಿಲ್ಲ. ಕಳೆದ 10 ವರ್ಷಗಳಲ್ಲಿ, ಸರ್ಕಾರದ ಕಡೆಯಿಂದ ಕೌಶಲಾಭಿವೃದ್ಧಿ ಪ್ರಯತ್ನಗಳ ಹೊರತಾಗಿಯೂ ದೇಶದ ಯುವ ಸಮೂಹದ 'ಎಂಪ್ಲಾಯೆಬಿಲಿಟಿ' ಹೆಚ್ಚಿಲ್ಲ ಎಂದು ಉದ್ಯಮ ವಲಯಗಳು ಆಗಾಗ ಹೇಳುತ್ತಲೇ ಬರುತ್ತಿವೆ.

ಸರ್ಕಾರ ಸದ್ಯಕ್ಕೀಗ ಗಿಗ್ ಕೆಲಸಗಾರರಿಗೆ ಆರೋಗ್ಯ-ಅಪಘಾತಗಳಿಗೆ ವಿಮೆ ರಕ್ಷಣೆ, ಅನಾರೋಗ್ಯ ರಜೆ ಸೌಲಭ್ಯಗಳನ್ನೆಲ್ಲ ಕೊಡಲು ಯೋಜಿಸುತ್ತಿರುವುದಕ್ಕೆ ಆಕ್ಷೇಪವಿಲ್ಲ. ಆದರೆ ಅವರಿಗಾಗಿಯೇ ನಿವೃತ್ತಿ-ಪೆನ್ಶನ್ ಪ್ಲಾನ್‌ಗಳು, ಗಿಗ್ ಕೆಲಸ ಸಿಗದಿದ್ದಾಗ ಬೆಂಬಲಕ್ಕೆ ಯೋಜನೆಗಳನ್ನು ರೂಪಿಸಲು ಹೊರಡುವುದು ಸರ್ಕಾರಗಳ ಅಸಹಾಯಕತೆಯನ್ನಷ್ಟೇ ಬಿಂಬಿಸುತ್ತದೆ.

2020ರಲ್ಲಿ ಕೇಂದ್ರ ಸರ್ಕಾರ ಹಲವು ಕಾರ್ಮಿಕ ಕಾನೂನುಗಳನ್ನು ಒಟ್ಟು ಸೇರಿಸಿ ತಂದಿರುವ ಸಾಮಾಜಿಕ ಭದ್ರತಾ ಸಂಹಿತೆ 2020ರ ಅಡಿಯಲ್ಲಿ, ಕರ್ನಾಟಕ ಸೇರಿದಂತೆ 29 ರಾಜ್ಯಗಳು ಈಗಾಗಲೇ ಗಿಗ್ ಮತ್ತು ಪ್ಲಾಟ್‌ಫಾರಂ ಕೆಲಸಗಾರರಿಗೆ ಕರಡು ನಿಯಮಗಳನ್ನು ಪ್ರಕಟಿಸಿವೆ. ಕರ್ನಾಟಕ ಸರ್ಕಾರ ಮುಂದಿನ ಅಧಿವೇಶನದಲ್ಲಿ ಈ ಬಗ್ಗೆ ಕಾಯಿದೆಯನ್ನೇ ತರುವ ಉದ್ದೇಶ ಹೊಂದಿದೆ.

ಒಂದು ಕಡೆಯಲ್ಲಿ ಕೃಷಿ ಪ್ರಧಾನವಾದ ನಮ್ಮ ದೇಶದ ಸಣ್ಣ ಕೃಷಿಕರನ್ನು ಮತ್ತು ಕೃಷಿ ಕಾರ್ಮಿಕರನ್ನು ಕೃಷಿಯಿಂದ ಹೊರಕಳಿಸಿ, ಅವರಿಗೆ ಪರ್ಯಾಯ ಉದ್ಯೋಗಗಳನ್ನು

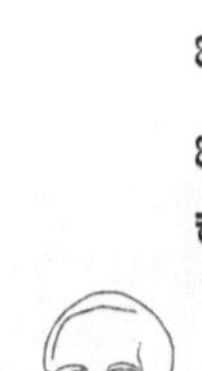
ರಾಜಾರಾಂ ತಲ್ಲೂರು

ಸೃಷ್ಟಿಸಬೇಕು ಎಂದು ಹೇಳುತ್ತಲೇ, ಇನ್ನೊಂದೆಡೆ ಅವರನ್ನು ಗಿಗ್‌ನಂತಹ ತಾತ್ಕಾಲಿಕ ವ್ಯವಸ್ಥೆಗೆ ದೂಡಿ, ಅವರ ಬದುಕನ್ನು ಇನ್ನಷ್ಟು ಅತಂತ್ರಗೊಳಿಸುವುದು ಸ್ವೀಕಾರಾರ್ಹ ಅಲ್ಲ. ಈ ನಿಟ್ಟಿನಲ್ಲಿ ಸರ್ಕಾರಗಳು ಸಮಗ್ರವಾದ, ದೂರಗಾಮಿ ಚಿಂತನೆಗಳಿರುವ ನೀತಿಯನ್ನು ರೂಪಿಸಿಕೊಳ್ಳುವುದು ಅಗತ್ಯ.

ಡಿಸೆಂಬರ್ 16, 2023ಕ್ಕೆ ಪ್ರಕಟಿತ

ಕರ್ನಾಟಕದ ESCOMಗಳ ಹಲ್ಲುಗಳು ತೋರಿಸೋಕೆ ಬೇರೆ; ತಿನ್ನೋಕೆ ಬೇರೆ ಇವೆಯೆ?

ಕಳೆದ ವಾರ ವಿಧಾನಸಭೆಯಲ್ಲಿ ಪ್ರಶ್ನೆಯೊಂದಕ್ಕೆ (ಡಿಸೆಂಬರ್ 14, ಶಾಸಕ ವಿಜಯೇಂದ್ರ ಯಡಿಯೂರಪ್ಪ ಅವರ ಚುಕ್ಕೆ ಗುರುತಿಲ್ಲದ ಪ್ರಶ್ನೆ 2378) ಉತ್ತರಿಸಿದ ವಿದ್ಯುತ್ ಸಚಿವರು ಸ್ಪಷ್ಟ ಶಬ್ದಗಳಲ್ಲಿ, "ಪ್ರಸ್ತುತ ರಾಜ್ಯದಲ್ಲಿ ಯಾವುದೇ ವಿದ್ಯುತ್ ಕೊರತೆ ಇರುವುದಿಲ್ಲ. ರಾಜ್ಯದ ವಿದ್ಯುತ್ ಸರಬರಾಜು ಕಂಪನಿಗಳ ವ್ಯಾಪ್ತಿಯ ನಗರ, ಕೈಗಾರಿಕೆ, ಕುಡಿಯುವ ನೀರಿನ ಸ್ಥಾವರಗಳಿಗೆ ಮತ್ತು ನಿರಂತರ ಜ್ಯೋತಿ ಯೋಜನೆ (ಗ್ರಾಮೀಣ) ಫೀಡರ್‌ಗಳಿಗೆ ದಿನವಹಿ 24 ಗಂಟೆಗಳ ಕಾಲ 3 ಫೇಸ್ ವಿದ್ಯುತ್ ಸರಬರಾಜು ಮಾಡಲಾಗುತ್ತಿದೆ. ಸರ್ಕಾರದ ಆದೇಶದಂತೆ ರೈತರ ಕೃಷಿ ಪಂಪ್‌ಸೆಟ್‌ಗಳಿಗೆ ದಿನವಹಿ 7 ಗಂಟೆಗಳ ಕಾಲ 3 ಫೇಸ್ ವಿದ್ಯುತ್ ಸರಬರಾಜು ಮಾಡಲಾಗುತ್ತಿದೆ. ಸದ್ಯ ರಾಜ್ಯದಲ್ಲಿ ಯಾವುದೇ ವಿದ್ಯುತ್ ಕೊರತೆ ಇರುವುದಿಲ್ಲ ಹಾಗೂ ಲೋಡ್ ಶೆಡ್ಡಿಂಗ್ ಇರುವುದಿಲ್ಲ." ಎಂದು ಉತ್ತರಿಸಿದ್ದರು.

ರಾಜಾರಾಂ ತಲ್ಲೂರು

ಆದರೆ ವಾಸ್ತವ ಹಾಗಿದೆಯೆ?

ರಾಜ್ಯದ ಎಲ್ಲೆಡೆಗಳಲ್ಲಿ ಆಗಾಗ ವಿದ್ಯುತ್ ಕಡಿತ ಆಗುತ್ತಿರುವ ದೂರುಗಳು ಬರುತ್ತಿವೆ. ಉಚಿತ ವಿದ್ಯುತ್ ಗ್ಯಾರಂಟಿಯ ಗದ್ದಲದಲ್ಲಿ ವಿದ್ಯುತ್ ಸರಬರಾಜು ಸಮರ್ಪಕವಾಗಿ ನಡೆಯುತ್ತಿಲ್ಲ ಎಂಬ ದೂರು, ಹೊಸ ಸರ್ಕಾರ ಅಧಿಕಾರಕ್ಕೆ ಬಂದ ಬಳಿಕ ಸಾರ್ವತ್ರಿಕವಾಗಿದೆ. ಮೇ ತಿಂಗಳಿನಲ್ಲಿ ಸಿದ್ಧರಾಮಯ್ಯ ಸರ್ಕಾರ ಅಧಿಕಾರ ವಹಿಸಿಕೊಂಡ ಬಳಿಕ, ಹವಾಮಾನ ವೈಪರೀತ್ಯಗಳ ಕಾರಣದಿಂದಾಗಿ ಮಳೆಯ ಕೊರತೆ ಉಂಟಾಗಿದ್ದು, ರಾಜ್ಯ ಬರಗಾಲ ಘೋಷಿಸಿದೆ ಮತ್ತು ಆಗಸ್ಟ್- ಸೆಪ್ಟಂಬರ್ ತಿಂಗಳುಗಳಲ್ಲಿ ವಿದ್ಯುತ್ ಅಭಾವದ ಸ್ಥಿತಿ ಇದ್ದುದನ್ನು ರಾಜ್ಯ ಸರ್ಕಾರವು ವಿಧಾನಸಭೆಯಲ್ಲಿಯೇ ಒಪ್ಪಿಕೊಂಡಿದೆ. ಈ ಅಭಾವವನ್ನು ಸರಿದೂಗಿಸಲು ಸೆಪ್ಟಂಬರ್ 16ರಿಂದ ಸೆಕ್ಷನ್ 11 ಜಾರಿ ಮಾಡಿರುವ ಬಗ್ಗೆ (ಈ ಸೆಕ್ಷನ್ ಅನ್ವಯ, ವಿದ್ಯುತ್ ಉತ್ಪಾದಕರು ಅಸಹಜ/ಆಪತ್ತಿನ ಸನ್ನಿವೇಶಗಳಲ್ಲಿ ತಮ್ಮ ವಿದ್ಯುತ್ ಉತ್ಪಾದನೆ ಮತ್ತು ಪೂರೈಕೆ ಚಟುವಟಿಕೆಗಳನ್ನು ಸರ್ಕಾರದ ನಿರ್ದೇಶನಕ್ಕನುಗುಣವಾಗಿಯೇ ನಡೆಸಬೇಕಾಗುತ್ತದೆ.) ಹೇಳಿರುವ ರಾಜ್ಯ ಸರ್ಕಾರವು, ಕೊರತೆಯಾದ ವಿದ್ಯುತ್ತನ್ನು ದಿನವಹಿ ಆಧಾರದಲ್ಲಿ ವಿವಿಧ ವಿದ್ಯುತ್ ಕೇಂದ್ರಗಳಿಂದ ಖರೀದಿಸಲಾಗುತ್ತಿದೆ, ಉತ್ತರ ಪ್ರದೇಶ ಮತ್ತು ಪಂಜಾಬ್ ರಾಜ್ಯಗಳಿಂದ ಬ್ಯಾಂಕಿಂಗ್/ಸ್ವಾಪಿಂಗ್ ವ್ಯವಸ್ಥೆಯ ಮೂಲಕ ವಿದ್ಯುತ್ ಪಡೆಯಲು ಏರ್ಪಾಡು ಮಾಡಿಕೊಳ್ಳಲಾಗಿದೆ ಎಂದೂ ಹೇಳಿಕೊಂಡಿದೆ.

ಇದಕ್ಕೆ ಪೂರಕವಾಗಿ, ಸಂಸತ್ತಿನ ರಾಜ್ಯಸಭೆಯಲ್ಲಿ ಪ್ರಶ್ನೆಯೊಂದಕ್ಕೆ ಉತ್ತರಿಸಿರುವ ಭಾರತ ಸರ್ಕಾರದ ವಿದ್ಯುತ್ ಸಚಿವರಾದ ಆರ್.ಕೆ. ಸಿಂಗ್ ಅವರು (ಡಿಸೆಂಬರ್ 12, ಸಂಸದ ಜಗ್ಗೇಶ್ ಅವರ ಚುಕ್ಕೆ ಗುರುತಿಲ್ಲದ ಪ್ರಶ್ನೆ 1110), ಕರ್ನಾಟಕದಲ್ಲಿ ವಿದ್ಯುತ್ ಕೊರತೆ ನಿವಾರಿಸಲು, ರಾಜ್ಯ ಸರ್ಕಾರವು 2023 ಅಕ್ಟೋಬರಿನಿಂದ 2024 ಮೇ ನಡುವಿನ ಎಂಟು ತಿಂಗಳ ಅವಧಿಗೆ ಹೆಚ್ಚುವರಿಯಾಗಿ 600 MW ವಿದ್ಯುತ್ ಪೂರೈಸಬೇಕೆಂದು ಕೇಂದ್ರ ಸರ್ಕಾರವನ್ನು ಕೋರಿದ್ದು, ಅದರಂತೆ ಪಶ್ಚಿಮ ಬಂಗಾಲದ ಫರಕ್ಕಾದಲ್ಲಿರುವ NTPCಯ ಎರಡು ಸ್ಥಾವರಗಳಿಂದ 302.36 MW ವಿದ್ಯುತ್ ಒದಗಿಸಲು ವ್ಯವಸ್ಥೆ ಮಾಡಿರುವುದಾಗಿ ಹೇಳಿದ್ದಾರೆ. ಜೊತೆಗೆ ರಾಜ್ಯ ಸರ್ಕಾರದ ಕೋರಿಕೆಯಂತೆ, ವಿಜಯಪುರದ ಕೂಡಗಿ ಉಷ್ಣ ವಿದ್ಯುತ್ ಸ್ಥಾವರದಿಂದ 150 MW ವಿದ್ಯುತ್ ಮರುಹಂಚಿಕೆ ಮಾಡಿರುವುದಾಗಿ ಹೇಳಿದ್ದಾರೆ.

ಕಾಗದದ ಮೇಲೆ, ರಾಜ್ಯದಲ್ಲಿ ಒಟ್ಟು ನವೀಕರಿಸಬಲ್ಲ ವಿದ್ಯುತ್ ಉತ್ಪಾದನೆಯ ಸ್ಥಾಪಿತ ಸಾಮರ್ಥ್ಯ 2021ರ ಅಂತ್ಯಕ್ಕೆ 15,392 MW ಆಗಿದ್ದು, (ಆಧಾರ: Karnataka Renewable Energy Policy 2022- 2027) ರಾಜ್ಯದ ಉಷ್ಣ ಮತ್ತು ಜಲವಿದ್ಯುತ್ ಸ್ಥಾವರಗಳಲ್ಲಿ ಒಟ್ಟು 11,336.6 MW ವಿದ್ಯುತ್ ಉತ್ಪಾದನಾ ಸಾಮರ್ಥ್ಯ (ಆಧಾರ:

KPTCL ವೆಬ್‌ಸೈಟ್) ಇದೆ. ಇಷ್ಟಿದ್ದೂ, ಸರ್ಕಾರಿ ದಾಖಲೆಗಳು ಸೂಚಿಸುತ್ತಿರುವಂತೆ, ವಾಸ್ತವದಲ್ಲಿ ವಿದ್ಯುತ್ 24x7 ಲಭ್ಯವಾಗುತ್ತಿಲ್ಲ. ಯಾಕೆ ಹೀಗೆ?

ರಾಜ್ಯ ಸರ್ಕಾರ ಹೇಳುತ್ತಿರುವಂತೆ, 23–24ನೇ ಸಾಲಿನಲ್ಲಿ ಅಂದಾಜಿಸಲಾಗಿರುವ ವಿದ್ಯುತ್ ಬೇಡಿಕೆ 89112 MU (ಮಿಲಿಯನ್ ಯೂನಿಟ್) ಆಗಿದೆ. ಭಾರತ ಸರ್ಕಾರದ ದಾಖಲೆಗಳ ಅನ್ವಯ, 2023ರ ಎಪ್ರಿಲ್‌ನಿಂದ ಸೆಪ್ಟಂಬರ್ ನಡುವೆ ಕರ್ನಾಟಕದಲ್ಲಿ 44,563 MU ವಿದ್ಯುತ್ ಬೇಡಿಕೆ ಇದ್ದಿತ್ತು; ಅದರಲ್ಲಿ 44,483 MU ವಿದ್ಯುತ್‌ನ್ನು ರಾಜ್ಯಸರ್ಕಾರ ಪೂರೈಸಿದೆ. ರಾಜ್ಯ ಸರ್ಕಾರವು ವಿಧಾನಸಭೆಗೆ ತಿಳಿಸಿರುವಂತೆ, ಆ ಅವಧಿಯಲ್ಲಿ ರಾಜ್ಯಸರ್ಕಾರದ ವಿವಿಧ ಸ್ಥಾವರಗಳಿಂದ 46,868 MU ವಿದ್ಯುತ್ ಲಭ್ಯವಾಗಿತ್ತು. ಅಲ್ಲದೇ, 1757 MU ವಿದ್ಯುತ್ತನ್ನು ವಿವಿಧ ವಿನಿಮಯ ಕೇಂದ್ರಗಳಿಂದ ಖರೀದಿಸಲಾಗಿತ್ತು. ಹಾಗಾದರೆ, ಸರ್ಕಾರಿ ದಾಖಲೆಗಳ ಪ್ರಕಾರವೇ ರಾಜ್ಯದಲ್ಲಿ ಸದ್ರಿ ಅವಧಿಯಲ್ಲಿ 48,625 MU ವಿದ್ಯುತ್ ಲಭ್ಯವಿತ್ತು! (ನಿಮ್ಮ ಲೆಕ್ಕಾಚಾರಕ್ಕಾಗಿ: 500 MW ಸಾಮರ್ಥ್ಯದ ಒಂದು ವಿದ್ಯುತ್ ಉತ್ಪಾದನಾ ಸ್ಥಾವರವು ಸತತ 24 ತಾಸು ಕಾರ್ಯ ನಿರ್ವಹಿಸಿದರೆ, 12MU ವಿದ್ಯುತ್ ಉತ್ಪಾದನೆ ಆಗುತ್ತದೆ.)

ಅಂದರೆ, ಈ ಎಲ್ಲ ದಾಖಲೆಗಳೂ ಒಟ್ಟಾಗಿ ಹೇಳುತ್ತಿರುವುದು: ಕರ್ನಾಟಕದಲ್ಲಿ ಯಾವುದೇ ಕಾರಣಕ್ಕೆ ವಿದ್ಯುತ್ ಕೊರತೆ ಇಲ್ಲ ಎಂದು. ರಾಜ್ಯ ಸರ್ಕಾರ ಸದನದಲ್ಲಿ ಹೇಳಿರುವದೂ ಇದನ್ನೇ. ಹಾಗಾದರೆ ತಳ ಮಟ್ಟದಲ್ಲಿ ಜನಸಾಮಾನ್ಯರ ಗಮನಕ್ಕೆ ಬರುವಷ್ಟು ಗಾತ್ರದಲ್ಲಿ, ಪ್ರತಿದಿನವೆಂಬಂತೆ ವಿದ್ಯುತ್ ಕಡಿತ ಯಾಕಾಗುತ್ತಿದೆ? ಕರ್ನಾಟಕದಲ್ಲಿರುವ ಪ್ರಮುಖ ವಿರೋಧ ಪಕ್ಷವು, ಕೇಂದ್ರದಲ್ಲಿರುವ ತಮ್ಮದೇ ಆಡಳಿತ ಪಕ್ಷವು ಕರ್ನಾಟಕದಲ್ಲಿ ವಿದ್ಯುತ್ ಕೊರತೆ ಇಲ್ಲ ಎಂಬ ಅಧಿಕೃತ ದಾಖಲೆ ಒದಗಿಸಿದ್ದರೂ, ರಾಜ್ಯದಲ್ಲಿ ವಿದ್ಯುತ್ ಕೊರತೆಯ ಬಗ್ಗೆ ಯಾಕೆ ಮತ್ತೆ ಮತ್ತೆ ಧ್ವನಿ ಎತ್ತುತ್ತಿದೆ?

ಹಾಗಾದರೆ, ಚುನಾವಣೆಗಳು ಸಮೀಪಿಸುತ್ತಿರುವಾಗ, ರಾಜಕೀಯ ಕಾರಣಗಳಿಗಾಗಿ, ವಿದ್ಯುತ್ ಕೊರತೆಯ ಹೆಸರಿನಲ್ಲಿ ಕೆಸರೆರಚಾಟಕ್ಕೆ ಅನುವು ಮಾಡಿಕೊಡುವಲ್ಲಿ, ಇಲಾಖೆಯ ಅಧಿಕಾರಶಾಹಿಯ ಪಾತ್ರಗಳೇನಾದರೂ ಇವೆಯೇ? ಎಂಬುದನ್ನು ಸದ್ಯ "ರಿಸೀವಿಂಗ್ ಎಂಡ್" ನಲ್ಲಿರುವ ಕರ್ನಾಟಕ ಸರ್ಕಾರ ಗಮನಿಸಿಕೊಳ್ಳಬೇಕಾದ ಅಗತ್ಯವಿದೆ. ಒಳ್ಳೆಯ ಆಡಳಿತದಲ್ಲಿ ಈ ರೀತಿಯ ಹಿಡಿತ ಇರುವುದು ಬಹಳ ಮುಖ್ಯ. ಇದಲ್ಲ ಎಂದಾದರೆ, ವಿದ್ಯುತ್ ಕಡಿತಗಳು ಕಳೆದ ಆರು ತಿಂಗಳುಗಳಿಂದ, ಅದಕ್ಕಿಂತ ಹಿಂದಿನ ಅವಧಿಗೆ ಹೋಲಿಸಿದರೆ ಯಾಕೆ ತೀರಾ ಸಾಮಾನ್ಯ ಆಗಿಬಿಟ್ಟಿವೆ? ಅದಕ್ಕೆ ಬೇರೆ ಕಾರಣಗಳೇನಿವೆ? ಎಂಬುದನ್ನು ವಿವರಿಸುವ ಜವಾಬ್ದಾರಿ ಕೂಡ ರಾಜ್ಯ ಸರ್ಕಾರದ್ದೇ.

ರಾಜಾರಾಂ ತಲ್ಲೂರು

ಸಂಸತ್ತಿನಲ್ಲಿ ಭಾರತ ಸರ್ಕಾರವು ಸಂಸದ ಜಗ್ಗೇಶ್ ಅವರ ಪ್ರಶ್ನೆಗೆ ಉತ್ತರಿಸಿದ ವೇಳೆ ನೀಡಿರುವ ಕರ್ನಾಟಕದ ವಿದ್ಯುತ್ ಬೇಡಿಕೆ–ಪೂರೈಕೆಗಳ ಲೆಕ್ಕಾಚಾರ.

ANNEXURE REFERRED TO IN REPLY TO PART (a) OF UNSTARRED QUESTION NO. 1110 ANSWERED IN THE RAJYA SABHA ON 12.12.2023

****

The details of Power Supply Position in the State of Karnataka during April, 2023 to October, 2023 are given as under:

Months	Energy				Peak			
	Energy Requirement	Energy Supplied	Energy not Supplied		Peak Demand	Peak Met	Demand not Met	
	(MU)	(MU)	(MU)	(%)	(MW)	(MW)	(MW)	(%)
April, 2023	8,604	8,602	2	0.0	16,110	16,110	0	0.0
May, 2023	7,519	7,518	1	0.0	15,111	15,111	0	0.0
June, 2023	7,352	7,352	0	0.0	14,198	14,198	0	0.0
July, 2023	6,170	6,170	0	0.0	12,359	12,359	0	0.0
August, 2023	7,909	7,839	70	0.9	16,958	16,950	8	0.0
September, 2023	7,008	7,002	6	0.1	14,814	14,698	116	0.8
October, 2023	7,777	7,706	71	0.9	15,978	15,978	0	0.0
April to October, 2023	52,340	52,189	151	0.3	16,958	16,950	8	0.0

ಡಿಸೆಂಬರ್ 23, 2023ಕ್ಕೆ ಪ್ರಕಟಿತ

ರೈತ ಉತ್ಪಾದಕ ಸಂಸ್ಥೆಗಳ (FPO) 75% "ಯಶಸ್ಸಿನ" ಹಿಂದಿರುವ ಗೊಂದಲಗಳು

ಸರ್ಕಾರದ ಯೋಜನೆಗಳು ಉದ್ದೇಶಿತ ಗೋಲ್ ತಲುಪದಿದ್ದಾಗ, ಆ ಗೋಲ್‌ಪೋಸ್ಟನ್ನೇ ಸ್ಥಳಾಂತರಿಸಿಬಿಡುವುದು ಈಗೀಗ ಎಷ್ಟು ವಾಡಿಕೆ ಆಗಿಬಿಟ್ಟಿದೆಯೆಂದರೆ, ದಿನನಿತ್ಯ ಬದಲಾಗುತ್ತಿರುವ ಅಂತಹ ನೂರಾರು ಗೋಲ್‌ಪೋಸ್ಟ್‌ಗಳನ್ನು ಎಣಿಸುತ್ತಾ ಕೂರುವುದೇ ವ್ಯರ್ಥ ಎಂಬ ಸನ್ನಿವೇಶ ಎದುರಿಗಿದೆ. ಇಂತಹವುಗಳನ್ನೆಲ್ಲ ಪ್ರಶ್ನಿಸಬೇಕಾದ ಪ್ರತಿಪಕ್ಷಗಳನ್ನು, ಸಂಸತ್ತಿನಲ್ಲಿ ಅಂಕಿ–ಸಂಖ್ಯೆಗಳ ಮಾಯಾಜಾಲದ ವನ್ ವೇ ಟ್ರಾಫಿಕ್ಕಿನಲ್ಲಿ ಮಾತು ಕಳಚಿ ಕೂರಿಸಲಾಗಿದೆ; ನಾಲ್ಕನೇ ಕಂಬವಾದ ಮಾಧ್ಯಮವು ತನ್ನ ಕಾರ್ಯ ಮರೆತ ಪತ್ರಕರ್ತರ ದಂಡಿನೊಂದಿಗೆ ಸ್ವತಃ ಸರ್ಕಾರದ ಪ್ರಚಾರ ಇಲಾಖೆಗಳೂ ನಾಚಿಕೊಳ್ಳುವಂತೆ "ಸರ್ವ ಸಮರ್ಥನೆ"ಯಲ್ಲಿ ತೊಡಗಿಕೊಂಡಿವೆ.

ಮೊನ್ನೆ ಮುಗಿದಿರುವ ಸಂಸತ್ತಿನ ಅಧಿವೇಶನದ ವೇಳೆ, ಎರಡೂ ಸದನಗಳಲ್ಲಿ ರೈತ ಉತ್ಪಾದಕ ಸಂಸ್ಥೆಗಳ (FPO) ಬಗ್ಗೆ

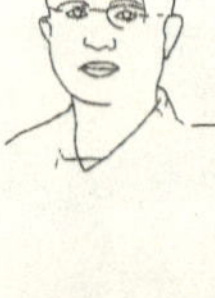

ರಾಜಾರಾಂ ತಲ್ಲೂರು

ಪ್ರತಿಪಕ್ಷಗಳ ಪ್ರಶ್ನೆಗಳು, ಅದನ್ನು ಸರ್ಕಾರ ಉತ್ತರಿಸಿದ ರೀತಿ ಮತ್ತು ಮಾಧ್ಯಮಗಳು ಅದನ್ನು ವರದಿ ಮಾಡಿದ ಪರಿ ಬಹಳ ಕುತೂಹಲಕರವಾಗಿತ್ತು. "ಭಾರತ ಸರ್ಕಾರವು FPOಗಳ ಸ್ಥಾಪನೆಗೆ ಸಂಬಂಧಿಸಿದಂತೆ 75% ಯಶಸ್ಸು ಸಾಧಿಸಿದೆ" ಎಂಬುದು ಕಳೆದ ವಾರದಲ್ಲಿ ಕಾಣಿಸಿಕೊಂಡ ಈ ಪತ್ರಿಕಾ ವರದಿಗಳ ಸಾರಾಂಶ. ಈ ಸುದ್ದಿಯನ್ನು ಸ್ವಲ್ಪ ವಿವರವಾಗಿ ಗಮನಿಸೋಣ.

2019–20ರ ಬಜೆಟ್‌ನಲ್ಲಿ ಭಾರತ ಸರ್ಕಾರವು ಐದು ವರ್ಷಗಳಲ್ಲಿ, ಅಂದರೆ 2023–24 ಹೊತ್ತಿಗೆ ಹೊಸದಾಗಿ 10,000 FPOಗಳನ್ನು ಸ್ಥಾಪಿಸುವುದಕ್ಕೆಂದು 6865 ಕೋಟಿ ರೂಗಳ ಬಜೆಟರಿ ಅನುದಾನವನ್ನು ತೆಗೆದಿರಿಸುತ್ತಿರುವುದಾಗಿ ಹಣಕಾಸು ಸಚಿವೆ ಹೇಳಿದ್ದರು. FPOಗಳ ಯೋಜನೆಯ ಸಾಧ್ಯತೆಗಳ ಬಗ್ಗೆ ಮಾತನಾಡಿದ್ದ ಸಚಿವರು, "ಭಾರತದ ಆರು ಲಕ್ಷ ಹಳ್ಳಿಗಳಲ್ಲಿ ಕನಿಷ್ಠ ಒಂದು ಲಕ್ಷ FPOಗಳನ್ನು ಸ್ಥಾಪಿಸಲು ಅವಕಾಶ ಇದೆ" ಎಂದಿದ್ದರು ಎಂಬ ಬಗ್ಗೆ, ಮಾಧ್ಯಮಗಳಲ್ಲಿ ವರದಿಯಾಗಿತ್ತು. (ಈ ಬಗ್ಗೆ ವಿವರಗಳು ಇದೇ ಲೇಖಕರ "ದುಪ್ಪಟ್ಟು" ಪುಸ್ತಕದಲ್ಲಿ ಲಭ್ಯ.) ಸರ್ಕಾರ ಆ ಬಜೆಟ್ ಪ್ರಕಟಣೆ ಹೊರಡಿಸುವ ಹೊತ್ತಿಗಾಗಲೇ, ಅಂದರೆ 2019ಕ್ಕೆ ಮೊದಲೇ ಭಾರತದಲ್ಲಿ 7374 FPOಗಳು ನೋಂದಣಿ ಆಗಿದ್ದವು.

ಮೊನ್ನೆ 2023ರ ಡಿಸೆಂಬರ್ 05ರಂದು ಲೋಕಸಭೆಯಲ್ಲಿ (ಚುಕ್ಕೆರಹಿತ ಪ್ರಶ್ನೆ ಸಂಖ್ಯೆ 400) ಉತ್ತರಿಸಿದ ಕೃಷಿ ಸಚಿವ ನರೇಂದ್ರ ಸಿಂಗ್ ತೋಮರ್ ಅವರು ಮತ್ತು ರಾಜ್ಯಸಭೆಯಲ್ಲಿ ಡಿಸೆಂಬರ್ 13ರಂದು (ಚುಕ್ಕೆ ಪ್ರಶ್ನೆ ಸಂಖ್ಯೆ 111ಕ್ಕೆ) ಉತ್ತರಿಸಿದ ಸಹಕಾರ ಸಚಿವ ಅಮಿತ್ ಷಾ ಅವರು, 31–10–2023ರ ಹೊತ್ತಿಗೆ ಭಾರತದಲ್ಲಿ 7597 FPOಗಳು ನೋಂದಣಿ ಆಗಿವೆ ಎಂದು ದಾಖಲೆಗಳನ್ನು ಒದಗಿಸಿದ್ದರು. ಸಂಸತ್ತಿಗೆ ನೀಡಲಾಗಿರುವ ಈ ಉತ್ತರಗಳನ್ನು ಎಚ್ಚರಿಕೆಯಿಂದ ಗಮನಿಸಿ.

ಈ ಉತ್ತರಗಳು, 2019ಕ್ಕೆ ಮೊದಲೇ ದೇಶದಲ್ಲಿ ಇದ್ದ FPOಗಳನ್ನು ಒಳಗೊಂಡಿವೆಯೇ? ಅವುಗಳ ಸ್ಥಿತಿ ಏನು? ಎಂಬುದು ಸ್ಪಷ್ಟವಿಲ್ಲ. ಬೇರೆ ಮೂಲಗಳನ್ನು ಅರಸಿ ಹೊರಟಾಗ, ಭಾರತದಲ್ಲಿ ಇಂದು 16,000ಕ್ಕೂ ಮಿಕ್ಕಿ ನೋಂದಾಯಿತ FPOಗಳಿವೆ ಎಂದು ಕಾರ್ಪೋರೇಟ್ ವ್ಯವಹಾರಗಳ ಇಲಾಖೆಯ ದಾಖಲೆಗಳನ್ನುಲ್ಲೇಖಿಸಿ ಹೇಳುತ್ತಿರುವುದು ಕಾಣಿಸಿತು (ಆಧಾರ: Neti, Annapurna and Richa Govil. 2022. Farmer Producer Companies: Report II, Inclusion, Capitalisation and Incubation. Azim Premji University, Bangalore). ಇವೆಲ್ಲವೂ FPO ಯೋಜನೆಯಡಿ ಬರುವುದಿಲ್ಲವೇ? ಬರುವುದಿದ್ದರೆ ಅವು ಯಾಕೆ ಸದನ ದಾಖಲೆಗಳಿಂದ ಹೊರಗಿವೆ? ಸದನದಲ್ಲಿ ಕೇಳಲಾದ ಪ್ರಶ್ನೆಗಳು ಸ್ಪಷ್ಟವಾಗಿ, ದೇಶದಲ್ಲಿರುವ FPOಗಳ ಒಟ್ಟು ಸಂಖ್ಯೆ ಮತ್ತು ರಾಜ್ಯವಾರು ವಿವರಗಳ ಬಗ್ಗೆ ಕೇಳಿದ್ದವು. (https://sansad.in/getFile/annex/262/AU1926.pdf?source=pqars).

ಇದಕ್ಕೆ ವ್ಯತಿರಿಕ್ತವಾಗಿ ಇನ್ನೊಂದು ಸಾಧ್ಯತೆಯನ್ನು ಪರಿಗಣಿಸಿದರೆ, 2019ರ ಹೊತ್ತಿಗಾಗಲೇ (ಅಂದರೆ ಬಜೆಟ್ ಪ್ರಕಟಣೆಯ ವೇಳೆಗೆ) ದೇಶದಲ್ಲಿ 7374 FPOಗಳು ನೋಂದಣಿ ಆಗಿದ್ದವು. ಆ ಬಳಿಕ ಈ ವರ್ಷದ ಅಂತ್ಯದ ಹೊತ್ತಿಗೆ ನೋಂದಣಿ ಆಗಿರುವ FPOಗಳ ಸಂಖ್ಯೆ 7597. ಅಂದರೆ, ಬಜೆಟ್ ಘೋಷಣೆಯ ಹೊರತಾಗಿಯೂ ಭಾರತದಲ್ಲಿ ಕಳೆದ ನಾಲ್ಕೂಮುಕ್ಕಾಲು ವರ್ಷಗಳಲ್ಲಿ ನೋಂದಣಿ ಆಗಿರುವ FPOಗಳ ಸಂಖ್ಯೆ ಕೇವಲ 223. (ಅಥವಾ ಎರಡನ್ನೂ ಪ್ರತ್ಯೇಕವಾಗಿ ಪರಿಗಣಿಸಿದರೂ ಒಟ್ಟು 14,971). ಈ ಗೊಂದಲ ಯಾಕಿದೆ? ಇದು ಇಲಾಖೆಗಳ ನಡುವಿನ ಗೊಂದಲವೆ? ಆರಂಭಗೊಂಡ FPOಗಳಲ್ಲಿ ಬೇರೆಬೇರೆ ಕಾರಣಗಳಿಗೆ ಮುಚ್ಚುಗಡೆ ಆದವು ಎಷ್ಟು? ಯಾವುದೇ ಮಾಹಿತಿ ಪಾರದರ್ಶಕವಿಲ್ಲ.

ವೈಫಲ್ಯ ಸಹಜ

ರೈತ ಉತ್ಪಾದಕ ಸಂಸ್ಥೆಗಳ ಸ್ಥಾಪನೆಯಲ್ಲಿ ಸರ್ಕಾರ ಈ ಹಂತದಲ್ಲಿ ವಿಫಲಗೊಂಡಿದೆ ಎಂದಾದರೆ ಅದು ತೀರಾ ಸಹಜ ಸನ್ನಿವೇಶ. ಯಾಕೆಂದರೆ, ಅದನ್ನು ಆರಂಭಿಸಿದ್ದೇ, 2022ರ ಒಳಗೆ ರೈತರ ಉತ್ಪಾದನೆಯನ್ನು "ದುಪ್ಪಟ್ಟು" ಮಾಡುವ ಭಾರತ ಸರ್ಕಾರದ ಮಹಾಯೋಜನೆಯ ಒಂದು ಪುಟ್ಟ ಭಾಗವಾಗಿ. ಆದರೆ, ಈ ಮಹಾಯೋಜನೆಯ ಬಹುಮುಖ್ಯ ಭಾಗವಾಗಿದ್ದ ಮೂರು ಪ್ರಮುಖ ಕೃಷಿ ಕಾಯಿದೆಗಳನ್ನು [(1.) The Farmers Agreement on price assurance and Farm Services Act 2020, (2.) Farmers produce Trade and Commerce Act 2020 (3.) Essential Commodities Act 2020] ದೇಶದಾದ್ಯಂತ ತೀವ್ರ ಪ್ರತಿರೋಧದ ಬಳಿಕ, ಭಾರತ ಸರ್ಕಾರವು 29 ನವೆಂಬರ್ 2021ರಂದು ಹಿಂದೆಗೆದುಕೊಂಡಿತ್ತು.

ಈ ಮೂರೂ ಕಾಯಿದೆಗಳು ಚಾಲ್ತಿಯಲ್ಲಿದ್ದಿದ್ದರೆ ಮಾತ್ರ FPOಗಳ ಉದ್ದೇಶಿತ ಕಾರ್ಯಾಚರಣೆಗೆ ಸುಗಮ ಹಾದಿ ತೆಗೆದುಕೊಳ್ಳುತ್ತಿತ್ತು. ಆದರೆ ಇಂದು, ಈ ಕಾಯಿದೆಗಳು ಇಲ್ಲದ ಸ್ಥಿತಿಯಲ್ಲಿ, FPOಗಳು ನಾಮ್ ಕೇ ವಾಸ್ತೆ ಕುಳಿತುಬಿಟ್ಟಿವೆ. ಸರ್ಕಾರದ ಕಡೆಯಿಂದ ಮೂರು ವರ್ಷಗಳ ಅವಧಿಗೆ ಸಿಗುತ್ತಿರುವ 18 ಲಕ್ಷ ರೂಪಾಯಿಗಳ ಅನುದಾನದ ಬಳಿಕ, ಮುಂದೇನು ಎಂಬ ಕಾಣ್ಕೆ ಸದ್ಯ ಕಾರ್ಯಾಚರಿಸುತ್ತಿರುವ ಬಹುತೇಕ FPOಗಳಿಗೆ ಸ್ಪಷ್ಟ ಇದ್ದಂತಿಲ್ಲ. ಸರ್ಕಾರದ ಬಳಿಯೂ ಖಚಿತ ಪರ್ಯಾಯ ಇದ್ದಂತಿಲ್ಲ.

ಕೃಷಿ ಕಾಯಿದೆಗಳನ್ನು ಹಿಂದೆಗೆದುಕೊಂಡ ಬಳಿಕ ಉಂಟಾದ ನಿರ್ವಾತವನ್ನು ಗಮನಿಸಿದ ಸರ್ಕಾರ, FPOಗಳನ್ನು ಸ್ಥಾಪಿಸುವ ಜವಾಬ್ದಾರಿಯನ್ನು ಸಹಕಾರ ಇಲಾಖೆಯ ತೆಕ್ಕೆಗೂ ಹಾಕಿತ್ತು. ಇದೇ 2023ರ ಮೇ ತಿಂಗಳಿನಲ್ಲಿ ಹೇಳಿಕೆಯೊಂದನ್ನು ಹೊರಡಿಸಿದ ಸಹಕಾರ ಇಲಾಖೆಯು ತನ್ನ ರಾಷ್ಟ್ರೀಯ ಸಹಕಾರಿ ಅಭಿವೃದ್ಧಿ ನಿಗಮದ (NCDC) ಮೂಲಕ 1100 FPOಗಳನ್ನು ಸ್ಥಾಪಿಸಲು ಪ್ರಯತ್ನಗಳಾಗುತ್ತಿವೆ ಎಂದು ಹೇಳಿತ್ತು. ಇದಕ್ಕಾಗಿ ಪ್ರಾಥಮಿಕ ಕೃಷಿ ಸಾಲ ಸೊಸೈಟಿಗಳಲ್ಲಿ (PACS) ಸಕ್ರಿಯರಾಗಿರುವ 13ಕೋಟಿ ರೈತರನ್ನು

ಪ್ರೇರೇಪಿಸಲಾಗುವುದು ಎಂದು ಸಚಿವಾಲಯ ಹೇಳಿತ್ತು. ಈ ಪ್ರಯತ್ನಗಳ ಭಾಗವಾಗಿ ಇಲ್ಲಿಯ ತನಕ ಒಟ್ಟು 672 FPOಗಳು (2023 ಡಿಸೆಂಬರ್ ವೇಳೆಗೆ) ನೋಂದಣಿಗೊಂಡಿವೆ. ಹೀಗೆ, ಇದೀಗ ರೈತರ ಆದಾಯ ದುಪ್ಪಟ್ಟು ಯೋಜನೆಯು "ಸಹಕಾರ್ ಸೇ ಸಮೃದ್ಧಿ" ಆಶಯವನ್ನು ಸಾಕಾರಗೊಳಿಸುವ ಯೋಜನೆಯಾಗಿ ರೂಪಗೊಂಡಂತಿದೆ.

2023ಕ್ಕೆ ದೇಶದಲ್ಲಿರುವ ನೋಂದಾಯಿತ FPOಗಳ ಸಂಖ್ಯೆಯ ಬಗ್ಗೆ ರಾಜ್ಯಸಭೆಯಲ್ಲಿ ಸಹಕಾರ ಸಚಿವರು ನೀಡಿರುವ ವಿವರಗಳು (ಚುಕ್ಕೆರಹಿತ ಪ್ರಶ್ನೆ 1926, ದಿನಾಂಕ 20-12-2023)

S.No.	State/UT	No. of registered FPOs
1	Andaman & Nicobar	7
2	Andhra Pradesh	355
3	Arunachal Pradesh	118
4	Assam	299
5	Bihar	474
6	Chhattisgarh	159
7	Dadra Nagar Haveli	0
8	Goa	8
9	Gujarat	388
10	Haryana	148
11	Himachal Pradesh	116
12	Jammu & Kashmir	200
13	Jharkhand	276
14	Karnataka	270
15	Kerala	122
16	Ladakh	3
17	Lakshadweep	1
18	Madhya Pradesh	566
19	Maharashtra	521
20	Manipur	75
21	Meghalaya	52
22	Mizoram	48
23	Nagaland	81
24	Odisha	409
25	Puducherry	5
26	Punjab	118
27	Rajasthan	475
28	Sikkim	13
29	Tamil Nadu	391
30	Telangana	269
31	Tripura	52
32	Uttar Pradesh	1150
33	Uttarakhand	134
34	West Bengal	294
	Grand Total	**7597**

ಡಿಸೆಂಬರ್ 30, 2023ಕ್ಕೆ ಪ್ರಕಟಿತ

ಪ್ರತೀ ಚುನಾವಣೆಯ ಸಂತೆಗೆ EVM ವಿವಾದದ ಮೂರು ಮೊಳ ಹಾಜರ್!

ಪ್ರತೀ ಬಾರಿ ಚುನಾವಣೆಗೆ ಮುನ್ನ ಏಳುವ EVM-VVPAT ಕುರಿತ ಗದ್ದಲಗಳ ಟೈಮಿಂಗ್, ಸನ್ನಿವೇಶ ಮತ್ತು ಸ್ವರೂಪಗಳೆಲ್ಲ ಈಗೀಗ, ಅವುಗಳ ಒಟ್ಟು ಪ್ಯಾಟರ್ನ್‌ನ ಕಾರಣಕ್ಕಾಗಿಯೇ EVM ಕುರಿತು ಇರುವ ಪ್ರಾಮಾಣಿಕ ಸಂಶಯಗಳನ್ನು ನಿವಾರಿಸಿಕೊಳ್ಳುವಲ್ಲಿ ಉಪಕಾರಕ್ಕಿಂತ ಉಪದ್ರವೇ ಹೆಚ್ಚು ಅನ್ನಿಸತೊಡಗಿರುವುದು ದುರದೃಷ್ಟ. 2004ರ ಲೋಕಸಭಾ ಚುನಾವಣೆಗಳ ವೇಳೆ ಮೊದಲ ಬಾರಿಗೆ ಪೂರ್ಣ ಪ್ರಮಾಣದಲ್ಲಿ ಬಳಕೆಯಾದ EVMಗಳ ಬಗ್ಗೆ, ಅಲ್ಲಿಂದೀಚೆಗೆ ಪ್ರತೀ ಚುನಾವಣೆಯ ಆಸುಪಾಸಿನಲ್ಲಿ ಕಾಣಿಸಿಕೊಳ್ಳುವ ಈ ಚರ್ಚೆ, ಪ್ರತೀ ಬಾರಿ, ಆ ವಿಚಾರದ ತೂಕವನ್ನು ತಗ್ಗಿಸುತ್ತಾ ಬಂದಿದೆ.

ಈಗ 2024ರ ಲೋಕಸಭಾ ಚುನಾವಣೆಗಳು ಇನ್ನೇನು ಕಣ್ಣೆದುರಿವೆ ಎನ್ನುವಾಗ, ಮತ್ತೆ EVM-VVPAT ಯಂತ್ರಗಳ ಬಗ್ಗೆ ಅಪನಂಬಿಕೆಯ ಚರ್ಚೆ ಆರಂಭಗೊಂಡಿದೆ. ಕಾಂಗ್ರೆಸ್‌ನ

ರಾಜಾರಾಂ ತಲ್ಲೂರು

ತಂತ್ರಜ್ಞಾನ ಥಿಂಕ್‌ಟ್ಯಾಂಕ್ ಅನ್ನಿಸಿಕೊಂಡಿರುವ ಸ್ಯಾಮ್ ಪಿತ್ರೋಡಾ, ಹಿರಿಯ ಕಾಂಗ್ರೆಸ್ ನಾಯಕ ದಿಗ್ವಿಜಯ್ ಸಿಂಗ್ ಈ ಬಾರಿ EVM-VVPAT ಯಂತ್ರಗಳ ಸಾಚಾತನದ ಬಗ್ಗೆ ಪ್ರಶ್ನೆಗಳನ್ನು ಎತ್ತಿದ್ದಾರೆ. ತಮ್ಮ ಪಕ್ಷ ಕಳೆದ ವರ್ಷ ಆಗಸ್ಟ್ ತಿಂಗಳಿನಿಂದಲೇ ಈ ಬಗ್ಗೆ ಸಭೆ ಕರೆದು ಚರ್ಚಿಸಲು ಒತ್ತಾಯಿಸುತ್ತಾ ಬಂದಿದ್ದರೂ, ಭಾರತ ಚುನಾವಣಾ ಆಯೋಗವು ತಮ್ಮ ದೂರುಗಳಿಗೆ ಕಿವಿ ಕೊಡುತ್ತಿಲ್ಲ. ಹಾಗಾಗಿ ಸುಪ್ರೀಂಕೋರ್ಟಾದರೂ ಈ ನಿಟ್ಟಿನಲ್ಲಿ ಹಸ್ತಕ್ಷೇಪ ನಡೆಸಿ ನ್ಯಾಯ ಒದಗಿಸಬೇಕೆಂಬುದು ಅವರ ಅಹವಾಲು.

2019ರ ಎಪ್ರಿಲ್ 08ರಂದು ಸುಪ್ರೀಂಕೋರ್ಟು, ಪ್ರತೀ ಮತಕ್ಷೇತ್ರದ ಐದು ಬೂತ್‌ಗಳನ್ನು ಲಾಟರಿಯಂತೆ ಆಯ್ಕೆ ಮಾಡಿ, ಅಲ್ಲಿನ EVMನಲ್ಲಿ ದಾಖಲಾಗಿರುವ ಮತಗಳು ಮತ್ತು ಅದಕ್ಕೆ ಸಂಪರ್ಕಿತವಾಗಿರುವ VVPATನಲ್ಲಿ ದಾಖಲಾಗಿರುವ ಮತಗಳು ತಾಳೆಯಾಗುತ್ತವೆಯೇ ಎಂದು ನೋಡಬೇಕೆಂದು ಆದೇಶ ನೀಡಿತ್ತು. ಈ ಆದೇಶ ಬರುವ ಮೊದಲು ಚುನಾವಣಾ ಆಯೋಗವು ಪ್ರತೀ ಮತಕ್ಷೇತ್ರದ ಕೇವಲ ಒಂದು ಬೂತ್‌ನಲ್ಲಿ ಈ ತಾಳೆನೋಡುವ ತಪಾಸಣೆ ನಡೆಸುತ್ತಿತ್ತು.

ಪ್ರತೀ ಮತಕ್ಷೇತ್ರದ ಐದು ಬೂತ್‌ಗಳಲ್ಲಿ ತಾಳೆಯಾದರೆ ಸಾಕಾಗುವುದಿಲ್ಲ, ಏಕೆಂದರೆ ಆಗ ಕೇವಲ 2% ಮತಗಳನ್ನು ಮಾತ್ರ ತಾಳೆ ನೋಡಿದಂತಾಗುತ್ತಿದೆ ಎಂದು ಇತ್ತೀಚೆಗೆ ಅಸೋಸಿಯೇಷನ್ ಫಾರ್ ಡೆಮೊಕ್ರಾಟಿಕ್ ರಿಫಾರ್ಮ್ಸ್ (ADR) ಎಂಬ ಸ್ವಯಂಸೇವಾ ಸಂಸ್ಥೆ ಸುಪ್ರೀಂಕೋರ್ಟಿನಲ್ಲಿ ಅರ್ಜಿ ಸಲ್ಲಿಸಿ, ಪ್ರತಿಯೊಂದು EVMಗಳಲ್ಲಿ ದಾಖಲಾದ ಮತ ಮತ್ತು ಅದಕ್ಕೆ ಸಂಪರ್ಕಿತ VVPATನ ಮತಗಳನ್ನು ತಾಳೆ ನೋಡಬೇಕೆಂದು ಕೋರಿತ್ತು. ಅದನ್ನು ವಿಚಾರಣೆಯ ವೇಳೆ ತಳ್ಳಿಹಾಕಿರುವ ನ್ಯಾಯಪೀಠವು, "ನಾವು ಅತಿಯಾಗಿ ಸಂಶಯಗ್ರಸ್ಥರಾಗುವುದು ಬೇಡ" ಎಂಬ ಅಭಿಪ್ರಾಯ ವ್ಯಕ್ತಪಡಿಸಿತ್ತಲ್ಲದೇ, ಇದೆಲ್ಲ ಚುನಾವಣಾ ಆಯೋಗದ ಕೆಲಸದ ಹೊರೆಯನ್ನು ಹೆಚ್ಚಿಸುತ್ತದೆಯೇ ಹೊರತು, ಇದರಿಂದ ಬೇರೆ ಪ್ರಯೋಜನವಿಲ್ಲ ಎಂಬ ನಿಲುವು ತಳೆದಿತ್ತು.

ಈ ದಾವೆಯ ವಿಚಾರಣೆಯ ವೇಳೆ ನ್ಯಾಯಪೀಠವು ತನ್ನ ಅಭಿಪ್ರಾಯವನ್ನು ಕೇಳಿದಾಗ, ಭಾರತ ಚುನಾವಣಾ ಆಯೋಗವು 469 ಪುಟಗಳ ಅಫಿದಾವಿತ್ ಸಲ್ಲಿಸಿತ್ತು. ಅದರಲ್ಲಿ, ತಮ್ಮ ಮತ "ಚಲಾಯಿಸಿದಂತೆ ದಾಖಲಾಗಿದೆಯೆ?" ಮತ್ತು "ದಾಖಲಾದಂತೆ ಲೆಕ್ಕಮಾಡಲಾಗಿದೆಯೆ?" ಎಂದು ತಿಳಿಯುವುದು ಮತದಾರರ "ಮೂಲಭೂತ ಹಕ್ಕುಗಳ ವ್ಯಾಪ್ತಿಗೆ ಬರುವುದಿಲ್ಲ" ಎಂಬ ನಿಲುವನ್ನು ಚುನಾವಣಾ ಆಯೋಗ ತಳೆದಿತ್ತು. ಚುನಾವಣೆಗಳು ಹತ್ತಿರಾದಾಗ ಇಂತಹ ಪ್ರಶ್ನೆಗಳು ನ್ಯಾಯಾಲಯದ ಎದುರು ಬರುತ್ತಲೇ ಇರುತ್ತವೆ. ಇವು ತಪ್ಪು ಗ್ರಹಿಕೆಯ ಕಾರಣದಿಂದ ಮೂಡಿದ್ದು, ಇದಕ್ಕೆ ಅವಕಾಶ ಕೊಟ್ಟರೆ EVMನ ಸ್ಫೂರ್ತಿಗೆ ಧಕ್ಕೆಯಾಗುತ್ತದೆ, ಅಂತಹ ತೀರ್ಪು ಪ್ರತಿಗಾಮಿ ನಿರ್ಧಾರವಾಗಲಿದೆ ಎಂದು ಚುನಾವಣಾ ಆಯೋಗ ತನ್ನ ಅಫಿದಾವಿತ್‌ನಲ್ಲಿ ಹೇಳಿತ್ತು.

ಇದಲ್ಲದೇ, ಇಂತಹದೇ ಇನ್ನೊಂದು ಪ್ರಕರಣದಲ್ಲಿ, ಎರಡು ತಿಂಗಳ ಹಿಂದೆ (ಸೆಪ್ಟಂಬರಿನಲ್ಲಿ) ಸುಪ್ರೀಂಕೋರ್ಟು, EVMನ ಹಾರ್ಡ್‌ವೇರಿನಲ್ಲಿ ಬಳಕೆಯಾಗಿರುವ "ಸೋರ್ಸ್ ಕೋಡ್"ನ್ನು ಅಂತಾರಾಷ್ಟ್ರೀಯ ಇಲೆಕ್ಟ್ರಿಕಲ್ಸ್ ಅಂಡ್ ಇಲೆಕ್ಟ್ರಾನಿಕ್ಸ್ ಇಂಜಿನಿಯರ್ಸ್ ಸ್ಟಾಂಡರ್ಡ್ (IEEE 1028) ಅನ್ವಯ ಸ್ವತಂತ್ರ ಆಡಿಟ್‌ಗೆ ಒಳಪಡಿಸಬೇಕೆಂಬ ಅರ್ಜಿಯನ್ನೂ ತಳ್ಳಿಹಾಕಿತ್ತು.

ಹೀಗೆ, EVM-VVPAT ಸಂಗತಿ ಈಗ, "ನೀ ಕೊಡೆ–ನಾ ಬಿಡೆ" ಹಂತ ತಲುಪಿದಂತಿದೆ. ಇದೆಲ್ಲ ಹೀಗಿರುವಾಗಲೇ, ತಾಂತ್ರಿಕವಾಗಿ ನೋಡಿದರೆ, EVM-VVPATಗಳೆರಡೂ ಯಂತ್ರಗಳಾಗಿರುವುದರಿಂದ, ಅವು ಎರಡರಲ್ಲೂ ದಾಖಲಾಗಿರುವ ಮತಗಳು 100% ತಾಳೆ ಆಗಲೇ ಬೇಕು. ಆದರೆ ಹೀಗೆ ತಾಳೆಯಾಗದಿರುವ ಬಗ್ಗೆ ಹಲವು ಉದಾಹರಣೆಗಳು ಕಳೆದ 20 ವರ್ಷಗಳಿಂದಲೂ ಸತತವಾಗಿ ಪತ್ರಿಕೆಗಳಲ್ಲಿ ವರದಿಯಾಗುತ್ತಿವೆ ಮತ್ತು ಚುನಾವಣಾ ಆಯೋಗ ಇದೆಲ್ಲ "ಮಾನವ ಲೋಪಗಳು" ಎಂದು ತಳ್ಳಿಹಾಕುತ್ತಲೇ ಬಂದಿದೆ. ಈ ಬಹಿರಂಗಪಡಿಸುವಿಕೆ ಕೂಡ ಕ್ಷಿಪ್ರವಾಗಿ ನಡೆಯುವುದಿಲ್ಲ. ಉದಾಹರಣೆಗೆ ಕರ್ನಾಟಕದ ವಿಧಾನಸಭಾ ಚುನಾವಣೆಗಳು ನಡೆದು ಈಗ ಆರು ತಿಂಗಳು ಪೂರೈಸಿದ್ದರೂ, EVM–VVPAT ಮತಗಳು ಎಲ್ಲ ಮತಕ್ಷೇತ್ರಗಳಲ್ಲಿ 100% ತಾಳೆಯಾಗಿವೆಯೇ ಎಂಬ ವಿವರ ಇನ್ನೂ ಸಾರ್ವಜನಿಕವಾಗಿ ಲಭ್ಯವಾದಂತಿಲ್ಲ. ಈ ರೀತಿಯ ವಿಳಂಬಗಳು ಈ ಪ್ರಕ್ರಿಯೆಯಲ್ಲಿನ ಪಾರದರ್ಶಕತೆಯನ್ನು ಇನ್ನಷ್ಟು ಮಸುಕುಗೊಳಿಸುತ್ತವೆ.

ಹಾಗಾದರೆ ಏನು ಮಾಡಬಹುದು?

ಪ್ರಜಾತಾಂತ್ರಿಕ ವ್ಯವಸ್ಥೆಯೊಂದರ ಬಗ್ಗೆ ಅದರ ಪ್ರಮುಖ ಸ್ಟೇಕ್ ಹೋಲ್ಡರ್‌ಗಳಿಂದಲೇ ಸಂಶಯ ವ್ಯಕ್ತಗೊಳ್ಳತೊಡಗಿದಾಗ, ಅಲ್ಲಿ ನ್ಯಾಯ ನೀಡಬೇಕಾದ ಹೊಣೆ ಹೊತ್ತಿರುವ ಸಾಂವಿಧಾನಿಕ ಸಂಸ್ಥೆಗಳು, ಆ ಸಂಶಯವನ್ನು ಕಿಂಚಿತ್ತೂ ಇಲ್ಲದಂತೆ ಪಾರದರ್ಶಕವಾಗಿ ನಿವಾರಿಸುವ "ಪಂಚಾಯ್ತಿದಾರರ" ಜವಾಬ್ದಾರಿ ಹೊಂದಿರಬೇಕೇ ಹೊರತು, ತಮ್ಮ ನಿಲುವನ್ನು ಸಮರ್ಥಿಸಿಕೊಳ್ಳುವ "ಪಕ್ಷ"ದ ಮಟ್ಟಕ್ಕೆ ಇಳಿಯಬಾರದು. ಭಾರತ ಚುನಾವಣಾ ಆಯೋಗವು ಸಂವಿಧಾನದ ಆಶಯವನ್ನು ಕಾಪಾಡುವ ಹೊಣೆ ಹೊತ್ತಿರುವ ಸಂಸ್ಥೆ.

ಚುನಾವಣೆಗಳು ವೇಗವಾಗಿ ನಡೆದು, ಫಲಿತಾಂಶ ಹೊರಬರುವಲ್ಲಿ EVM ಕೊಡುಗೆ ದೊಡ್ಡದಿದೆ ಎನ್ನುವುದನ್ನು ಒಪ್ಪಿಕೊಳ್ಳುತ್ತಲೇ, ಚುನಾವಣೆಗಳು ಮುಗಿದ ಬಳಿಕ ಕನಿಷ್ಠ ಒಂದು ಚುನಾವಣೆಯ ಮಟ್ಟಿಗಾದರೂ, ಚುನಾವಣೆ ಮುಗಿದು ಆರು ತಿಂಗಳ ಒಳಗೆ, ಬಳಕೆಯಾಗಿರುವ ಎಲ್ಲ EVMಗಳು ಮತ್ತು VVPAT ಗಳನ್ನೂ ತಾಳೆ ಮಾಡಿ, ಎಲ್ಲೂ ಯಾವುದೇ ಏರುಪೇರುಗಳಿಲ್ಲ ಎಂಬುದನ್ನು ಪಾರದರ್ಶಕವಾಗಿ ಬಹಿರಂಗಪಡಿಸುವ ಮೂಲಕ, ಮುಂದೆಂದೂ ಈ ರೀತಿಯ ಪ್ರಶ್ನೆಗಳು ಏಳದಂತೆ ಶಾಶ್ವತವಾಗಿ ಈ

ರಾಜಾರಾಂ ತಲ್ಲೂರು

ವಿವಾದವನ್ನು ಪರಿಹಾರ ಮಾಡುವ ಅವಕಾಶವಿದೆ. ಅದನ್ನು ಈ ಲೋಕಸಭಾ ಚುನಾವಣೆಗಳಲ್ಲೇ ಮಾಡುವುದಾಗಿ ಚುನಾವಣಾ ಆಯೋಗ ಪ್ರಕಟಿಸಲಿ. ಇದಕ್ಕೆ ನ್ಯಾಯಾಂಗದ ಹಸ್ತಕ್ಷೇಪವೂ ಅಗತ್ಯವಿಲ್ಲ. ಚುನಾವಣೆಗಳನ್ನು ನ್ಯಾಯಬದ್ಧವಾಗಿ, ಸಂಶಯಕ್ಕೆಡೆ ಇಲ್ಲದಂತೆ ನಡೆಸುವ ಸಾಂವಿಧಾನಿಕ ಜವಾಬ್ದಾರಿ ಹೊತ್ತಿರುವ ಚುನಾವಣಾ ಆಯೋಗವೇ ಈ ಬಗ್ಗೆ ತೀರ್ಮಾನ ತೆಗೆದುಕೊಂಡು, ಚುನಾವಣೆಗೆ ಮುನ್ನವೇ ಪ್ರಕಟಿಸಬಹುದು.

ಜನವರಿ 06, 2024ಕ್ಕೆ ಪ್ರಕಟಿತ

ಡಿಜಿಟಲ್ ಭಾರತ ಎಂಬುದು ಹಾವನ್ನು ಹೊಡೆದು ಹದ್ದಿಗೆ ಉಣ್ಣಿಸುವ ಆಟ ಆಗದಿರಲಿ

ಆನ್‌ಲೈನ್ ವ್ಯಾಪಾರ, ಡಿಜಿಟಲ್ ಪಾವತಿಗಳು, ಹೆಚ್ಚುತ್ತಿರುವ ಸೈಬರ್ ಕೊಡು-ಕೊಳ್ಳುವಿಕೆಗಳ ನಡುವೆ, ಸಜೀವ ಜಗತ್ತಿನಲ್ಲಿರುವಂತೆ ವರ್ಚುವಲ್ ಜಗತ್ತಿನಲ್ಲೂ ಕಳ್ಳರು, ವಂಚಕರು, ದಗಾಕೋರರು ಕಾಣಿಸಿಕೊಳ್ಳತೊಡಗಿದ್ದಾರೆ. ಸಜೀವ ಜಗತ್ತಿನಲ್ಲಿ ಇರುವಷ್ಟು ಭಯವೂ ಅಲ್ಲಿ ಸದ್ಯಕ್ಕೆ ಇಲ್ಲದಿರುವುದರಿಂದಾಗಿ, ವಂಚಕರು ಆಡಿದ್ದೇ ಆಟವಾಗಿದೆ. ತಂತ್ರಜ್ಞಾನದ ವೇಗಕ್ಕೆ ವ್ಯವಸ್ಥೆಯ ವೇಗ ಎಲ್ಲೂ ಸರಿಸಾಟಿಯಾಗಿ ನಿಲ್ಲದಿರುವುದರ ಪರಿಣಾಮವಾಗಿ, ಡಿಜಿಟಲ್ ಮೋಸ ಎಂಬುದು ಬರ್ಮುಡಾ ತ್ರಿಕೋನವಾಗಿ ಬಿಟ್ಟಿದೆ. ಅಲ್ಲಿ ಮುಳುಗಿದ್ದು ಮತ್ತೆ ಏಳುವುದಿಲ್ಲ!

ಸೈಬರ್ ಅಪರಾಧಗಳು ಪೋಲೀಸ್ ವ್ಯವಸ್ಥೆಯ ಅಡಿ ಬರುತ್ತವೆ. ಹಾಗಾಗಿ ಸಂವಿಧಾನದ ಏಳನೇ ಷೆಡ್ಯೂಲಿನ ಅನ್ವಯ ಅವು ರಾಜ್ಯ ಪಟ್ಟಿಯ ಸಂಗತಿಗಳು. ಇಂಟರ್ನೆಟ್ ಬಂದ ಬಳಿಕ ಜಗತ್ತೇ

ರಾಜಾರಾಂ ತಲ್ಲೂರು

ಅಂಗೈಯೊಳಗೆ ಬಂದಿರುವಾಗ ಈ ವಿಭಜನೆ ಅಪ್ರಸ್ತುತ ಎಂಬುದು ಗಂಭೀರವಾಗಿ ಭಾರತ ಸರ್ಕಾರದ ಗಮನಕ್ಕೆ ಬಂದು, ಅದು ಕ್ರಮಗಳನ್ನು ಕೈಗೊಳ್ಳಲಾರಂಭಿಸಿದ್ದು ತೀರಾ ಇತ್ತೀಚೆಗೆ. 2019ರ ಆಗಸ್ಟ್ ತಿಂಗಳಿನಲ್ಲಿ ಭಾರತ ಸರ್ಕಾರದ ಗೃಹ ಇಲಾಖೆಯು ನ್ಯಾಷನಲ್ ಸೈಬರ್ ಕ್ರೈಂ ರಿಪೋರ್ಟಿಂಗ್ ಪೋರ್ಟಲ್ (www.cybercrime.gov.in) ಆರಂಭಿಸಿದ್ದು, ಇಂಡಿಯನ್ ಸೈಬರ್ ಕ್ರೈಂ ಕಾರ್ಡಿನೇಷನ್ ಸೆಂಟರ್ (C14) ಮೂಲಕ ಸೈಬರ್ ಅಪರಾಧಗಳನ್ನು, ರಾಜ್ಯಗಳ ಸಹಕಾರದೊಂದಿಗೆ, ಸಮಗ್ರವಾಗಿ ನಿಭಾಯಿಸಲು ಪ್ರಯತ್ನಿಸುತ್ತಿದೆ.

ಸೋವಿ ದರದಲ್ಲಿ ಸಿಗುವ ಮೊಬೈಲ್ ಡೇಟಾದ ಕಾರಣದಿಂದಾಗಿ, ತಮ್ಮ ಬಲಿಪಶುಗಳಿಗೆ ಗಾಳ ಹಾಕುವವರು ಮತ್ತು ಪಿಗ್ಗಿ ಬೀಳುವವರ ಪ್ರಮಾಣ ಹೌಹಾರುವಂತಿದೆ. 2019ರಲ್ಲಿ ಭಾರತದಲ್ಲಿ ದಾಖಲಾದ ಸೈಬರ್ ಕ್ರೈಂಗಳ ಪ್ರಮಾಣ ಕೇವಲ 26,049. ಆದರೆ 2023ರಲ್ಲಿ ಈ ಪ್ರಮಾಣ 15.5 ಲಕ್ಷಕ್ಕೆ ಏರಿದೆ. ಅಂದರೆ, ಈಗ ಪ್ರತಿದಿನ ದೇಶದಲ್ಲಿ ಸುಮಾರು 5000 ಸೈಬರ್ ಅಪರಾಧದ ದೂರುಗಳು ಸರ್ಕಾರವನ್ನು ತಲುಪುತ್ತಿವೆ. ಕಳೆದ 5 ವರ್ಷಗಳಲ್ಲಿ, ದೇಶದಲ್ಲಿ 31ಲಕ್ಷ ಸೈಬರ್ ಅಪರಾಧಗಳು ಸರ್ಕಾರಕ್ಕೆ ವರದಿ ಆಗಿದ್ದು, ಅವುಗಳಲ್ಲಿ 66 ಸಾವಿರ ಅಪರಾಧಗಳ FIR ದಾಖಲಿಸಿಕೊಳ್ಳಲಾಗಿದೆ. 2021–22ರ ನಡುವೆ ಈ ಅಪರಾಧ ಪ್ರಕರಣಗಳಲ್ಲಿ ಶಿಕ್ಷೆಗೆ ಒಳಗಾಗಿರುವವರು ಕೇವಲ 1143 ಮಂದಿ ಎಂದು NCRB ದಾಖಲೆಗಳು ಹೇಳುತ್ತಿವೆ.

ಕೇವಲ ಕಳೆದ ಮೂರು ತಿಂಗಳುಗಳ ದೇಶದ ಪ್ರಮುಖ ಸುದ್ದಿ ಪತ್ರಿಕೆಗಳ ಅಪರಾಧ ಸುದ್ದಿಗಳನ್ನು ಗಮನಿಸಿದರೆ, ಕುಸಿದು ಬಿದ್ದು ಹಠಾತ್ ಸಾವು, ಆತ್ಮಹತ್ಯೆಗಳ ಜೊತೆಗೆ ಲಕ್ಷಗಳಲ್ಲಿ ಅಥವಾ ಕೋಟಿಗಳಲ್ಲಿ 'ಆನ್‌ಲೈನ್' ವಂಚನೆಗೆ ಪಿಗ್ಗಿ ಬಿದ್ದಿರುವವರ ಸುದ್ದಿಗಳಿಲ್ಲದ ದಿನಗಳೇ ಇಲ್ಲ ಎನ್ನಬಹುದು. ಹಿರಿಯ ಪೊಲೀಸ್ ಅಧಿಕಾರಿಗಳು, ನ್ಯಾಯಾಧೀಶರು, ರಾಜಕಾರಣಿಗಳು, ಸಿನಿಮಾ ನಟರು... ಯಾರನ್ನೂ ಈ ಸೈಬರ್ ಅಪರಾಧಿಗಳು ಬಿಟ್ಟಿಲ್ಲ. ಈ ವಂಚನೆ ಪ್ರಕರಣಗಳ ಗಾತ್ರದ ಒಂದು ಸಣ್ಣ ಪರಿಚಯ ಬೇಕೆಂದರೆ, 2021ರ ಏಪ್ರಿಲ್‌ನಿಂದ 2023ರ ಡಿಸೆಂಬರ್ ನಡುವೆ ಎರಡು ವರ್ಷಗಳಲ್ಲಿ 10,319 ಕೋಟಿ ರೂ. ವಂಚಕರ ಪಾಲಾಗಿದೆ. C14 ಪ್ರಯತ್ನಗಳ ಫಲವಾಗಿ, ಈ ಅವಧಿಯಲ್ಲಿ 1127 ಕೋಟಿ ರೂ.ಗಳಷ್ಟು ಹಣವನ್ನು ವಂಚಕರ ಪಾಲಾಗದಂತೆ ಬ್ಯಾಂಕುಗಳಲ್ಲೆ ತಡೆಹಿಡಿಯುವುದು ಸಾಧ್ಯವಾಗಿದೆಯಂತೆ. ಆದರೆ ಒಮ್ಮೆ ವಂಚಕರ ಪಾಲಾದ ದುಡ್ಡಿನಲ್ಲಿ ವಸೂಲಿ ಮಾಡಿ, ಅದರ ಮಾಲಕರಿಗೆ ಹಿಂದಿರುಗಿಸಲಾಗಿರುವ ಹಣದ ಪ್ರಮಾಣ 10 ಸಾವಿರ ಕೋಟಿಯಲ್ಲಿ ಕೇವಲ 100 ಕೋಟಿಗಿಂತಲೂ ಕಡಿಮೆ. ಅಂದರೆ ಕೇವಲ 9–10% ದಷ್ಟು ಮಾತ್ರ. ಇದು ಆತಂಕಕಾರಿ ಸಂಗತಿ.

ಬ್ಲೇಡ್ ಕಂಪನಿಗಳ ಹೂಡಿಕೆ ಆಮಿಷ, ಸಾಲದ ಆ್ಯಪ್‌ಗಳು, ಫೇಕ್ ಕಸ್ಟಮರ್‌ಕೇರ್ ಕರೆಗಳು, ಸೆಕ್ಸ್‌ಟಾರ್ಶನ್, ಆಧಾರ್; UPI; e–ವಾಲೆಟ್; ಡೆಬಿಟ್–ಕ್ರೆಡಿಟ್ ಕಾರ್ಡ್

ಮೋಸಗಳು; ಪಾರ್ಟ್ ಟೈಂ ಉದ್ಯೋಗದ ಹೆಸರಿನ ಟೋಪಿ... ಹೀಗೆ ನೂರಾರು ಬಗೆಯಲ್ಲಿ ಜನರನ್ನು ವಂಚಿಸಲಾಗುತ್ತಿದೆ. ಈ ವಂಚನೆಗಳಲ್ಲಿ 50–60%ದಷ್ಟು ಪ್ರಕರಣಗಳು ದೇಶದೊಳಗಿನ ವಂಚಕರಿಂದಲೇ ಸಂಭವಿಸುತ್ತಿದೆ.

ಜಾರ್ಖಂಡ್‌ನ ಪ್ರಸಿದ್ಧ ಜಮ್‌ತಾರಾ, ದೇವಗಢ, ಗಿರಿಧ್ ಪ್ರದೇಶಗಳು, ಬಿಹಾರ, ಪ.ಬಂಗಾಳ, ರಾಜಸ್ಥಾನ, ದಿಲ್ಲಿ, ಹರ್ಯಾಣ ಮತ್ತು ಉತ್ತರ ಪ್ರದೇಶಗಳಿಂದ ಈ ವಂಚಕರ ಜಾಲಗಳು ಕಾರ್ಯಾಚರಿಸುತ್ತಿವೆ. ಹೆಚ್ಚಿನಂಶ ಡಿಜಿಟಲ್ ಸ್ನೇಹಿ ಆದ ಆಧುನಿಕ ಪೊಲೀಸ್ ವ್ಯವಸ್ಥೆ ಅಲ್ಲಿ ಇನ್ನೂ ಲಭ್ಯವಿಲ್ಲ. ಇದಲ್ಲದೇ, ದೇಶದಿಂದ ಹೊರಗೆ ಮಯನ್ಮಾರ್, ವಿಯೆಟ್ನಾಂ ಮತ್ತು ಚೀನಾಗಳಿಂದಲೂ ಸೈಬರ್ ವಂಚನೆ ಜಾಲಗಳು ಕಾರ್ಯಾಚರಿಸುತ್ತಿವೆ. ಪೊಲೀಸ್ ವ್ಯವಸ್ಥೆಗೆ ಇದೆಲ್ಲ ಪಿನ್–ಟು–ಪಿನ್ ಮಾಹಿತಿ ಇದೆಯಾದರೂ, ಇವು ಅಂತರ್–ರಾಜ್ಯ ವ್ಯವಹಾರಗಳಾಗಿರುವುದರಿಂದ ಸುಲಭ ಕಾರ್ಯಾಚರಣೆಗೆ ಮಿತಿಗಳಿವೆ. ಆ ಸಡಿಲುಗಳನ್ನೇ ವಂಚಕರು ತಮ್ಮ ಭರಪೂರ ಲಾಭಕ್ಕೆ ಬಳಸಿಕೊಳ್ಳುತ್ತಾ ಬಂದಿದ್ದಾರೆ.

ಈಗ ದೇಶದಾದ್ಯಂತ 1930 ನಂಬರಿನ ರಾಷ್ಟ್ರೀಯ ಹೆಲ್ಪ್‌ಲೈನ್ ಲಭ್ಯವಿದ್ದು, ಸೈಬರ್ ಅಪರಾಧಗಳು ಸಂಭವಿಸಿ ಒಂದು ಗಂಟೆಯ ಒಳಗೆ ಮಾಹಿತಿ ಸಿಕ್ಕಿದರೆ, ಬ್ಯಾಂಕುಗಳಿಂದ ಹಣ ವಂಚಕರ ಕೈಗೆ ವರ್ಗಾವಣೆ ಆಗುವ ಮುನ್ನವೇ ಕ್ರಮಕೈಗೊಳ್ಳುವುದು ಸಾಧ್ಯವಾಗಲಿದೆ ಎಂದು C14ನ ಮುಖ್ಯಸ್ಥರು ಇತ್ತೀಚೆಗೆ ಮಾಧ್ಯಮಗಳಿಗೆ ತಿಳಿಸಿರುವುದು ವರದಿಯಾಗಿತ್ತು. ಜೊತೆಗೆ ಈ ಸಂದರ್ಭದಲ್ಲಿ ಬ್ಯಾಂಕುಗಳು, ಕಾನೂನು ಅನುಷ್ಠಾನ ಏಜನ್ಸಿಗಳು ಮತ್ತಿತರರು ಸಂಘಟಿತವಾಗಿ, ಯೋಜನಾಬದ್ಧವಾಗಿ ಹೇಗೆ ಕಾರ್ಯಾಚರಿಸಬೇಕೆಂಬುದಕ್ಕೆ ಕಾರ್ಯಾಚರಣಾ ನಿಯಮಗಳನ್ನು (SoP) ಭಾರತ ಸರ್ಕಾರದ ಗೃಹ ಇಲಾಖೆ ಸಿದ್ಧಪಡಿಸುತ್ತಿದೆಯಂತೆ.

ಈ ಇಡಿಯ ಗದ್ದಲದಲ್ಲಿ ಆತಂಕಕಾರಿಯಾಗಿರುವುದು, ಮುಳುಗಿ ಹೋಗಿರುವ ಹಣದ ರಿಕವರಿಯ ಪ್ರಮಾಣ. ಬಹುತೇಕ ಪ್ರಕರಣಗಳಲ್ಲಿ ಕಳೆದುಕೊಂಡ ಹಣ ವಾಪಾಸ್ ಸಿಗುವುದಿಲ್ಲ ಎಂಬುದು ಖಚಿತವಾಗಿರುವ ಜನಸಾಮಾನ್ಯರು, ಸೈಬರ್ ವಂಚನೆ ಪ್ರಕರಣಗಳಲ್ಲಿ ದೂರು ಸಲ್ಲಿಸುವುದೇ ತೀರಾ ಕಡಿಮೆ. ದೂರು ಸಲ್ಲಿಕೆಯಾದಾಗಲೂ, ವಂಚನೆಗೆ ತಡೆಯಲು ಸಾಧ್ಯವಾಗಿರುವುದು ತೀರಾ ಕಡಿಮೆ. 2021ರಲ್ಲಿ 35.38 ಕೋಟಿ (6.73%); 2022ರಲ್ಲಿ 169.04 ಕೋಟಿ (7.35%); ಮತ್ತು 2023ರಲ್ಲಿ 921.59 ಕೋಟಿ (12.32%) ಹಣ ವಂಚಕರ ಪಾಲಾಗದಂತೆ ತಡೆಯಲಾಗಿದೆ ಎಂದು C14 ದಾಖಲೆಗಳು ಹೇಳುತ್ತವೆ. ಜೊತೆಗೆ 2023ರಲ್ಲಿ 46,229 ಇಂಟರ್‌ನ್ಯಾಷನಲ್ ಮೊಬೈಲ್ ಇಕ್ವಿಪ್‌ಮೆಂಟ್ ಐಡೆಂಟಿಟಿ ನಂಬರ್ಸ್ (IMEI)ಗಳನ್ನು ಬ್ಲಾಕ್ ಮಾಡಲಾಗಿದೆ ಮತ್ತು ದೇಶದ ಒಳಗೆ ವಂಚನೆ ಜಾಲದ ಭಾಗವಾಗಿರುವ 2,95,461 ಸಿಮ್‌ಕಾರ್ಡ್‌ಗಳನ್ನು ಬ್ಲಾಕ್ ಮಾಡಲಾಗಿದೆ; 2810 ಫಿಶಿಂಗ್ ವೆಬ್‌ಸೈಟ್‌ಗಳು ಮತ್ತು 595 ಮೊಬೈಲ್ ಆಪ್ಲಿಕೇಶನ್‌ಗಳನ್ನು ಬ್ಲಾಕ್ ಮಾಡಲಾಗಿದೆಯಂತೆ.

ರಾಜಾರಾಂ ತಲ್ಲೂರು

ಆದರೆ ಸರ್ಕಾರ ಚಾಪೆಯಡಿ ನುಸುಳಿದರೆ, ವಂಚಕರು ರಂಗೋಲಿಯಡಿ ತೂರಿಕೊಳ್ಳುತ್ತಿದ್ದಾರೆ. ಹಾಗಾಗಿ ಸರ್ಕಾರದ ಪ್ರಯತ್ನಗಳು ಅಂಕಿ ಸಂಖ್ಯೆವಹಿಗಳ ಪ್ರಕಾರ ಏನೇನೂ ಸಾಲದು ಅನ್ನಿಸುವಂತಿದೆ. ಡಿಜಿಟಲ್ ಇಂಡಿಯಾಕ್ಕೆ ಪ್ರೋತ್ಸಾಹದ ಜೊತೆಗೆ ಡಿಜಿಟಲ್ ವ್ಯವಹಾರಗಳಲ್ಲಿ ತೊಡಗಿಕೊಳ್ಳುವುದು ಸುರಕ್ಷಿತ ಎಂಬ ಭಾವನೆ ಕೂಡ ಸಾರ್ವಜನಿಕರಲ್ಲಿ ಮೂಡುವುದು ಅಗತ್ಯವಿದೆ. ಯಾಕೆಂದರೆ ಭಾರತದ ಡಿಜಿಟಲ್ ಸಾಕ್ಷರತೆಯ ಪ್ರಮಾಣ ಇನ್ನೂ 30%ನ ಆಸುಪಾಸಿನಲ್ಲಿದ್ದು, ಹಳ್ಳಿಗಳಲ್ಲಿ ಆ ಪ್ರಮಾಣ ಎರಡಂಕೆಯನ್ನು ದಾಟುವುದಿಲ್ಲ ಎನ್ನುತ್ತವೆ ದಾಖಲೆಗಳು. ಹಾಗಾಗಿ ಡಿಜಿಟಲ್ ಭಾರತ ಎಂಬುದು ಹಾವು ಹೊಡೆದು ಹದ್ದಿಗೆ ಉಣ್ಣಿಸುವ ಆಟ ಆಗದಿರಲಿ.

ಜನವರಿ 13, 2024ಕ್ಕೆ ಪ್ರಕಟಿತ

ಅರಸನ ಅದೃಶ್ಯ ಉಡುಪು ಮತ್ತು ಬಡತನ ನಿವಾರಣೆಯ ಸಮೀಕ್ಷೆ!

ಭಾರತದಲ್ಲಿ ಬಡತನದ ಪ್ರಮಾಣ 2013–14ರಲ್ಲಿ 29.2% ಇದ್ದುದು, ಈಗ 2022–23ರ ಹೊತ್ತಿಗೆ 11.3%ಗೆ ಇಳಿದಿದೆ. ಹಾಗಾಗಿ ಬಡತನ ನಿರ್ಮೂಲನದಲ್ಲಿ ಅಭೂತಪೂರ್ವ ಸಾಧನೆ ಆಗಿದೆ ಎಂದು ನೀತಿ ಆಯೋಗದ ಅಧಿಕಾರಿಗಳು ಮೊನ್ನೆ (ಜನವರಿ 15) ಪ್ರಕಟಿಸಿದ್ದಾರೆ. ಅದರ ಬೆನ್ನಿಗೇ ಟ್ವೀಟ್ ಮಾಡಿದ ಭಾರತದ ಪ್ರಧಾನಮಂತ್ರಿಗಳು, “ಈ ಫಲಿತಾಂಶ ಬಹಳ ಪ್ರೋತ್ಸಾಹದಾಯಕವಾಗಿದ್ದು, ಎಲ್ಲರನ್ನೂ ಒಳಗೊಳ್ಳುವ ಬೆಳವಣಿಗೆಯನ್ನು ಸಾಧಿಸುವಲ್ಲಿ ಹಾಗೂ ಆರ್ಥಿಕತೆಯಲ್ಲಿ ಸಮಗ್ರ ಬದಲಾವಣೆಗಳನ್ನು ತರುವಲ್ಲಿ ನಮ್ಮ ಬದ್ಧತೆಯನ್ನು ಈ ಫಲಿತಾಂಶಗಳು ಪ್ರತಿಫಲಿಸುತ್ತವೆ. ನಾವು ಸರ್ವಾಂಗೀಣ ಅಭಿವೃದ್ಧಿಗಾಗಿ ನಮ್ಮ ಕೆಲಸಗಳನ್ನು ಮುಂದುವರಿಸುತ್ತೇವೆ ಮತ್ತು ಪ್ರತಿಯೊಬ್ಬ ಭಾರತೀಯ ಕೂಡ ಸಮೃದ್ಧವಾದ ಭವಿಷ್ಯವನ್ನು ಹೊಂದಬೇಕೆಂಬುದು ನಮ್ಮ ಗುರಿಯಾಗಿದೆ.” ಎಂದು ಜಯಘೋಷ ಮಾಡಿದರು.

ರಾಜಾರಾಂ ತಲ್ಲೂರು

2004–05ರಲ್ಲಿ 37% (40.70 ಕೋಟಿ ಜನರು) ಇದ್ದ ಭಾರತದ ಬಡತನ ರೇಖೆಗಿಂತ ಕೆಳಗಿದ್ದವರ ಪ್ರಮಾಣವು, 2011–12ರ ಹೊತ್ತಿಗೆ 22% (26.9 ಕೋಟಿ ಜನರು)ಗೆ ಇಳಿದಿದೆ ಎಂದು 2012ರ ಹೊತ್ತಿಗೆ, ಅಂದಿನ ಯೋಜನಾ ಆಯೋಗದ ಮುಖ್ಯಸ್ಥ ಮೊಂಟೆಕ್ ಸಿಂಗ್ ಅಹ್ಲೂವಾಲಿಯಾ ಅವರು ಪ್ರಕಟಿಸಿದಾಗ, ಈಗ ಆಳುವ ಪಕ್ಷವಾಗಿರುವ ಅಂದಿನ ವಿರೋಧಪಕ್ಷ ಬಿಜೆಪಿ ಮಾತ್ರವಲ್ಲದೇ ಕಮ್ಯೂನಿಸ್ಟರು, ಹೆಚ್ಚೇಕೆ ಸ್ವತಃ ಅಂದಿನ ಆಡಳಿತ ಪಕ್ಷ ಕಾಂಗ್ರೆಸ್ಸಿನ ಕೆಲವು ನಾಯಕರು ಮೊಂಟೆಕ್ ವಿರುದ್ಧ ಒಟ್ಟಾಗಿ ಮುಗಿಬಿದ್ದಿದ್ದರು; "ಸರ್ಕಾರ ಬಡವರನ್ನು ಅಪಹಾಸ್ಯ ಮಾಡುತ್ತಿದೆ" ಎಂದು ಆಪಾದಿಸಿದ್ದರು. ರಮೇಶ್ ತೆಂಡೂಲ್ಕರ್ ನೇತೃತ್ವದ ಸಮಿತಿಯೊಂದು 2004–05ರಲ್ಲಿ ಬಡತನ ರೇಖೆಯ ವ್ಯಾಖ್ಯಾನವನ್ನು ತೀರ್ಮಾನಿಸಿತ್ತು. ಅದನ್ನು ಅನ್ವಯಿಸಿ, 2011ರ ಹೊತ್ತಿಗೆ ನಗರ ಪ್ರದೇಶಗಳಲ್ಲಿ ದಿನಕ್ಕೆ 32ರೂ. ಮತ್ತು ಗ್ರಾಮೀಣ ಪ್ರದೇಶಗಳಲ್ಲಿ ದಿನಕ್ಕೆ 28ರೂ.ಗಳಿಗಿಂತ ಕಡಿಮೆ ಆದಾಯ ಹೊಂದಿರುವವರು ಬಡತನ ರೇಖೆಗಿಂತ ಕೆಳಗಿರುವ ಕಡುಬಡವರು ಎಂದು ವ್ಯಾಖ್ಯಾನಿಸಲಾಗಿತ್ತು. ಇದನ್ನು ಐದು ಜನರ ಒಂದು ಕುಟುಂಬದ ತಿಂಗಳ ಆದಾಯವಾಗಿ ಪರಿಗಣಿಸಿದಾಗ, ನಗರಗಳಲ್ಲಿ ಮಾಸಿಕ 4824ರೂ. ಮತ್ತು ಗ್ರಾಮೀಣ ಪ್ರದೇಶಗಳಲ್ಲಿ ಮಾಸಿಕ 3905 ರೂ.ಗಳಿಗಿಂತ ಕಡಿಮೆ ಆದಾಯ ಇರುವವರು ಬಡತನದ ರೇಖೆಗಿಂತ ಕೆಳಗಿರುವ ಕಡು ಬಡವರು ಎಂದು ಪತ್ತೆಯಾಗಿತ್ತು. ತನ್ನ ಈ ವಾಸ್ತವಿಕ ನಿಲುವಿಗಾಗಿ ಮೊಂಟೆಕ್ ಇಂದಿಗೂ ಹಲವರಿಗೆ ಅಪಥ್ಯ.

ಈ ಚರಿತ್ರೆಯನ್ನು ಈಗ ನಾನು ಯಾಕೆ ನೆನಪು ಮಾಡಿಕೊಂಡೆನೆಂದರೆ, ಹಾಲೀ ನರೇಂದ್ರ ಮೋದಿಯವರ ಸರ್ಕಾರವು ಬಡತನ ನಿವಾರಣೆಯ ತನ್ನ ಗೋಲು ತಲುಪಲು ಎಂದಿನಂತೆ ಗೋಲುಪೋಸ್ಟನ್ನೇ ಬದಲಾಯಿಸಿದೆ. ಮಾತ್ರವಲ್ಲದೇ, ಬಹಳ ಪ್ರಶ್ನಾರ್ಥಕವಾದ ಅಳತೆಗೋಲನ್ನು ಬಳಸಿ, ಬಡತನವನ್ನು ವ್ಯಾಖ್ಯಾನಿಸಿದೆ. ಬಡತನವನ್ನು ಹೋಗಲಾಡಿಸಿರುವ ತಮ್ಮ ಸರ್ಕಾರದ "ಅಭೂತಪೂರ್ವ" ಸಾಧನೆಯ ಬಗ್ಗೆ ಪ್ರಕಟಿಸಿ, ಚುನಾವಣೆ ತಯಾರಿ ಆರಂಭಿಸಿದೆ. ಇದಕ್ಕೆ ಹೇಗೆ ಪ್ರತಿಕ್ರಿಯೆ ಬಂದೀತೆಂದು ಕಳೆದ ವಾರವಿಡೀ ಗಮನಿಸಿದರೆ, ತುತ್ತೂರಿ ಮಾಧ್ಯಮಗಳು ಈ ಸಾಧನೆಗೆ ಉಘೇ ಉಘೇ ಅನ್ನುತ್ತಿವೆ, ವಿರೋಧಪಕ್ಷಗಳು ಚಕಾರ ಎತ್ತುತ್ತಿಲ್ಲ; ಜನಸಾಮಾನ್ಯ ಮಾತನಾಡುವ ಸ್ಥಿತಿಯಲ್ಲೂ ಇಲ್ಲ.

ಬಡತನದ ಹೊಸವ್ಯಾಖ್ಯೆ

2021ರಲ್ಲಿ ನೀತಿ ಆಯೋಗವು ಬಡತನಕ್ಕೆ ಹೊಸ ವ್ಯಾಖ್ಯೆ ನೀಡಿದ್ದು, ಅದನ್ನು ಭಾರತದ ಬಹು ಆಯಾಮಗಳ ಬಡತನ ಸೂಚ್ಯಂಕ (Multi-dimensional Poverty Index-MPI) ಎಂದು ಕರೆದಿದೆ. 2015–16ರಲ್ಲಿ ನಡೆದ ರಾಷ್ಟ್ರೀಯ ಕೌಟುಂಬಿಕ ಆರೋಗ್ಯ ಸಮೀಕ್ಷೆ–4 (NFHS-4) ಆಧರಿಸಿ ಈ ಸೂಚ್ಯಂಕವನ್ನು ಸಿದ್ಧಪಡಿಸಲಾಗಿತ್ತು. ಈಗ 2021ರ NFHS-5 ಆಧರಿಸಿ ಈ ಸೂಚ್ಯಂಕ ಎತ್ತ ಸಾಗಿದೆ ಎಂಬುದನ್ನು ಗುರುತಿಸಿ,

ಬಡತನದ "ನಿಖರ" ಲೆಕ್ಕಾಚಾರ ಪ್ರಕಟಗೊಂಡಿದೆ. ಭಾರತದ ಸಂದರ್ಭದಲ್ಲಿ, ಈ ಲೆಕ್ಕಾಚಾರ ಎಷ್ಟು ಪೊಳ್ಳು ಮತ್ತು ಹಾಸ್ಯಾಸ್ಪದ ಎಂಬುದು ಅರ್ಥವಾಗಲು, ಈ ಸೂಚ್ಯಂಕದ ನಿರ್ಧಾರ ಹೇಗೆ ಎಂಬ ಬಗ್ಗೆ ಸ್ವಲ್ಪ ವಿವರವಾಗಿ ನೋಡಬೇಕು. (ಕೋಷ್ಟಕ ನೋಡಿ)

ಆಯಾಮ	ಸೂಚಕ	ಇವರು ಕಡುಬಡವರು	ಸೂಚ್ಯಂಕದಲ್ಲಿ ತೂಕ
ಆರೋಗ್ಯ (1/3)	ಪೌಷ್ಠಿಕಾಂಶಗಳು	0–59 ತಿಂಗಳ ಮಕ್ಕಳು, 15–49 ವರ್ಷ ಪ್ರಾಯದ ಮಹಿಳೆ ಮತ್ತು 15–54 ಪ್ರಾಯವರ್ಗದ ಪುರುಷ ಪೋಷಕಾಂಶ ಕೊರತೆಯಿಂದ ಬಳಲುತ್ತಿರುವುದು	1/6
	ಮಕ್ಕಳು–ಹದಿಹರೆಯದವರ ಸಾವು	ಕಳೆದ 5 ವರ್ಷಗಳಲ್ಲಿ, ಕುಟುಂಬದಲ್ಲಿ 18 ವರ್ಷ ಪ್ರಾಯಕ್ಕಿಂತ ಕೆಳಗಿನವರು ಮೃತಪಟ್ಟಿರುವುದು	1/12
	ತಾಯಿಯ ಆರೋಗ್ಯ	5 ವರ್ಷಗಳಲ್ಲಿ, ತನ್ನ ಕೊನೆಯ ಹೆರಿಗೆಗೆ ಕನಿಷ್ಠ 4 ಬಾರಿ ಗರ್ಭಿಣಿ ಆರೈಕೆ ಭೇಟಿ ದೊರಕದಿರುವ ಅಥವಾ ಕೊನೆಯ ಹೆರಿಗೆಯ ವೇಳೆ ವೈದ್ಯಕೀಯ ಸಹಾಯ ದೊರಕದಿರುವ ಮಹಿಳೆ ಇರುವ ಕುಟುಂಬ	1/12
ಶಿಕ್ಷಣ (1/3)	ಕಲಿತ ವರ್ಷಗಳು	10 ವರ್ಷಕ್ಕೆ ಮೇಲ್ಪಟ್ಟ ಒಬ್ಬ ಸದಸ್ಯ ಕೂಡ ಕುಟುಂಬದಲ್ಲಿ ಆರು ವರ್ಷಗಳ ಶಾಲೆ ಪೂರೈಸದಿರುವುದು.	1/6
	ಶಾಲೆಗೆ ಹಾಜರಾತಿ	ಶಾಲೆಗೆ ಹೋಗುವ ವಯಸ್ಸಿನ ಮಗು 8ನೇ ತರಗತಿ ಪೂರೈಸುವ ಪ್ರಾಯದ ತನಕ ಮನೆಗೆ ಸಮೀಪದಲ್ಲಿರುವ ಶಾಲೆಗೆ ಹೋಗದಿರುವುದು.	1/6
ಜೀವನ ಗುಣಮಟ್ಟ (1/3)	ಅಡುಗೆ ಇಂಧನ	ಮನೆಯಲ್ಲಿ ಬೆರಣಿ, ಹುಲ್ಲು, ಕುರುಚಲು ಗಿಡ, ಕಟ್ಟಿಗೆ, ಕಲ್ಲಿದ್ದಲು ಬಳಸಿ ಅಡುಗೆ ಮಾಡುವವರು	1/21
	ಶುಚಿತ್ವ	ಸಮರ್ಪಕ ಶೌಚಾಲಯ ವ್ಯವಸ್ಥೆ ಇಲ್ಲದವರು ಅಥವಾ ಶೌಚಾಲಯಗಳನ್ನು ಬೇರೆ ಮನೆಯವರ ಜೊತೆ ಹಂಚಿಕೊಳ್ಳಬೇಕಾದವರು	1/21
	ಕುಡಿಯುವ ನೀರು	ಮನೆಯಲ್ಲಿ ಅಥವಾ ಮನೆಯಿಂದ ಕನಿಷ್ಠ 30 ನಿಮಿಷದ ನಡಿಗೆಯ ಒಳಗೆ ಶುದ್ಧ ಕುಡಿಯುವ ನೀರು ಸಿಕ್ಕದವರು.	1/21

ರಾಜಾರಾಂ ತಲ್ಲೂರು

	ವಿದ್ಯುತ್	ವಿದ್ಯುತ್ ಸಂಪರ್ಕ ಇಲ್ಲದವರು	1/21
	ವಸತಿ	ಪಕ್ಕಾ ಮನೆ ಇಲ್ಲದೆ, ಕಚ್ಚಾ ನೆಲ, ಮಾಡು. ಗೋಡೆಗಳಿರುವ ಮನೆಗಳಲ್ಲಿ ವಾಸವಿರುವವರು	1/21
	ಆಸ್ತಿ	ಮನೆಯಲ್ಲಿ ಇವು ಕನಿಷ್ಠ ಒಂದು ಅಥವಾ ಒಂದಕ್ಕಿಂತ ಹೆಚ್ಚು ಇಲ್ಲದವರು, ರೇಡಿಯೊ, ಟಿವಿ, ಟೆಲಿಫೋನ್, ಕಂಪ್ಯೂಟರ್, ಎತ್ತಿನಗಾಡಿ, ಸೈಕಲ್, ಮೋಟಾರು ಬೈಕ್ ಅಥವಾ ಫ್ರಿಡ್ಜ್ ಮತ್ತು ಕಾರು ಅಥವಾ ಟ್ರಕ್	1/21
	ಬ್ಯಾಂಕ್ ಖಾತೆ	ಬ್ಯಾಂಕ್ ಖಾತೆ ಅಥವಾ ಪೋಸ್ಟ್ ಆಫೀಸು ಖಾತೆ ಇಲ್ಲದವರು	1/21

ಇಂತಹದೊಂದು ವ್ಯಾಖ್ಯಾನ ಇರಿಸಿಕೊಂಡು, ಭಾರತದಂತಹ ಒಂದು ವಿಸ್ತಾರವಾದ, ವೈವಿಧ್ಯಮಯ ಭೂಪ್ರದೇಶದಲ್ಲಿ ಬಡತನವನ್ನು ಎಷ್ಟು ಕರಾರುವಾಕ್ ಆಗಿ ನಿರ್ಧರಿಸಬಹುದು ಎಂಬುದನ್ನು ಯಾರೂ ಊಹಿಸಬಹುದು.

ಗಮನಿಸಬೇಕಾದ ಸಂಗತಿ ಎಂದರೆ, ಭಾರತದಲ್ಲಿ ಕೊನೆಯದಾಗಿ ಜನಗಣತಿ ನಡೆದದ್ದು 2011ರಲ್ಲಿ. ಆಗ ದೇಶದ ಜನಸಂಖ್ಯೆ ಅಂದಾಜು 120ಕೋಟಿ. ಇಂದು ಭಾರತದ ಜನಸಂಖ್ಯೆ ಅಂದಾಜು 143 ಕೋಟಿ. ಈವತ್ತಿಗೂ ನಮ್ಮ ಅಧಿಕೃತ ಸರ್ಕಾರಿ ಲೆಕ್ಕಾಚಾರಗಳೆಲ್ಲ 2011ರ ಜನಗಣತಿಯನ್ನು ಆಧರಿಸಿಯೇ ನಡೆದಿವೆ. ಇನ್ನೂ ಘೋರ ತಮಾಷೆ ಎಂದರೆ, ಸ್ವತಃ NFHS ಒಂದು ಸ್ಥೂಲ ಸಮೀಕ್ಷೆಯೇ ಹೊರತು ನಿಖರ ಜನಗಣತಿ ಅಲ್ಲ! ಈಗ ಸರ್ಕಾರ ಪ್ರಕಟಿಸಿರುವ NFHS–5 ಸಮೀಕ್ಷೆಗೆ ದೇಶದ 707 ಜಿಲ್ಲೆಗಳಿಂದ 6.37ಲಕ್ಷ ಕುಟುಂಬಗಳ ಸಮೀಕ್ಷೆ ನಡೆಸಲಾಗಿತ್ತು. (ಆಧಾರ: PIB Release ID: 1823047). ಈ ಸಣ್ಣ ಸಮೀಕ್ಷೆಯನ್ನು ಆಧರಿಸಿ, ಇಷ್ಟು ದೊಡ್ಡ ಗಾತ್ರದ ದೇಶದ ಬಡತನವನ್ನು ಅಂದಾಜು ಮಾಡಿ, ಬಡತನ ನಿವಾರಣೆ ಆಗಿದೆ ಎಂದು ಸರ್ಕಾರ, ಯೋಜನಾ ಆಯೋಗಗಳೇ ಅಧಿಕೃತವಾಗಿ ಹೇಳತೊಡಗಿದರೆ, ಅದಕ್ಕೆ ಏನೆನ್ನೋಣ?!!

ಬೇರೆಲ್ಲ ಬಿಡಿ. ಕಳೆದ 9 ವರ್ಷಗಳಲ್ಲಿ, ದೇಶ ಅನುಭವಿಸಿರುವ ಸಾಮಾಜಿಕ–ಆರ್ಥಿಕ ಆಘಾತಗಳು ಒಂದೆರಡಲ್ಲ. 2016ರ ನವೆಂಬರ್ 08ರಂದು ಪ್ರಕಟಿಸಲಾದ ನೋಟು ರದ್ದತಿ, 2020ರ ಕೋವಿಡ್ ಲಾಕ್‌ಡೌನ್ ನೀಡಿದ ಆರ್ಥಿಕ ಹೊಡೆತ... ಇವೆರಡೇ ಘಟನೆಗಳು ದೇಶದಲ್ಲಿ ಬಡವರಿಗೆ ಮತ್ತು ಆಗಷ್ಟೇ ಮಧ್ಯಮ ವರ್ಗದ ತಳಕ್ಕೆ ಏರಿದ್ದ ಜನರಿಗೆ ನೀಡಿದ ಹೊಡೆತ ಎಷ್ಟು ಅಗಾಧ ಪ್ರಮಾಣದ್ದೆಂಬುದರ ವಿಶ್ಲೇಷಣೆ ಇನ್ನಷ್ಟೇ ನಡೆಯಬೇಕಿದೆ. ಈಗ ದೇಶದಾದ್ಯಂತ ಪ್ರತಿದಿನವೆಂಬಂತೆ ನಡೆದಿರುವ ಆತ್ಮಹತ್ಯೆಗಳು, ಹಠಾತ್ ಸಾವುಗಳು, ಆರ್ಥಿಕ ಸಂಕಷ್ಟಗಳು ಇವೆಲ್ಲವೂ ಕೂಡ "ಬಡತನ

ನಿರ್ಮೂಲನ"ದ ಬದಲು "ಬಡವರ ನಿರ್ಮೂಲನ" ಕಾರ್ಯಕ್ರಮಗಳಾಗಿಯೇ ಕಾಣಿಸತೊಡಗಿವೆ. ಬಡವರು ಶ್ರೀಮಂತರ ನಡುವೆ ಕಳೆದ ಹತ್ತೇ ವರ್ಷಗಳಲ್ಲಿ, ಸಂಪತ್ತಿನ ಹಂಚಿಕೆಯಲ್ಲಾಗಿರುವ ಅಸಮತೋಲನ ಕಣ್ಣಿಗೆ ರಾಚುವಷ್ಟಿದೆ. ವಾಸ್ತವ ಹೀಗಿರುತ್ತಾ, ಬಡತನ ನಿರ್ಮೂಲನ ಆಗುತ್ತಿದೆ; ಇನ್ನು 11% ಮಾತ್ರ ಬಾಕಿ ಇದೆ ಎಂದಾಗ ಅದಕ್ಕೆ ಮಾಧ್ಯಮಗಳು, ಸರ್ಕಾರದ ಸಮರ್ಥಕರು ಉಘೇ ಉಘೇ ಎಂದರೆ, ಇದು ಅರಸನ ಅದೃಶ್ಯ ಉಡುಪಿನ ಕಥೆ ಎನ್ನದೇ ಬೇರೇನು ಹೇಳಲು ಸಾಧ್ಯ?!!

ಜನವರಿ 20, 2024ಕ್ಕೆ ಪ್ರಕಟಿತ

ರಾಜಾರಾಂ ತಲ್ಲೂರು

ಇಂಧನ: ಅಕ್ಕಿಯ ಮೇಲೆ ಆಸೆ; ನೆಂಟರ ಮೇಲೆ ಪ್ರೀತಿ

ಉದಾರೀಕರಣದ 35 ವರ್ಷಗಳ ಬಳಿಕ, ಹೆಚ್ಚಿನಂಶ ಮೊದಲ ಬಾರಿಗೆ ಭಾರತ ಸರ್ಕಾರ ಒಂದು ನಿರ್ಣಾಯಕ ದ್ವಂದ್ವವನ್ನು ಎದುರಿಸುತ್ತಿದೆ. ಇಡಿಯ ಜಗತ್ತು ಇಂಧನಗಳ ಆಯ್ಕೆಗೆ ಸಂಬಂಧಿಸಿದಂತೆ ಮೂರು ರಸ್ತೆ ಸೇರುವಲ್ಲಿಗೆ ತಲುಪಿದ್ದು, ಅಲ್ಲಿಂದ ಮುಂದೆ ಸರಿಯಾದ ಹಾದಿ ಯಾವುದೆಂಬ ಬಗ್ಗೆ ಎಲ್ಲರಲ್ಲೂ ಗೊಂದಲಗಳಿವೆ. ಭಾರತದಲ್ಲಿ ಈ ಗೊಂದಲಕ್ಕೆ ಹೊಸದೊಂದು ಮಗ್ಗುಲಿದೆ. ಉದಾರೀಕರಣದ ಹೆಸರಲ್ಲಿ ತನ್ನ ಕ್ರೋನಿ ಬಂಡವಾಳಪತಿಗಳಿಗೆ ಅನುಕೂಲ ಮಾಡಿಕೊಡುವ ಖಾಸಗೀಕರಣದ ತಪ್ಪು ಹಾದಿಯಲ್ಲಿರುವ ಭಾರತ ಸರ್ಕಾರವು ಈ ಹಂತದಲ್ಲಿ ಅಗತ್ಯವಾಗಿದ್ದ ಮಾಹಿತಿಯುತ, ತಾರ್ಕಿಕವಾದ ಮತ್ತು ದೀರ್ಘಕಾಲಿಕ ನೆಲೆಯಲ್ಲಿ ದೇಶಕ್ಕೆ ಒಳಿತು ಮಾಡಬಲ್ಲ ನಿಲುವು ತಳೆಯುವ ಬದಲು, ತನ್ನ ಕ್ರೋನಿಗಳಿಗೆ ಏನು ಬೇಕಿದೆಯೋ ಅದೇ ತನ್ನ ಆಯ್ಕೆ ಎಂಬ ನಿಲುವು ತಳೆದಿರುವಂತೆ ಕಾಣಿಸುತ್ತದೆ.

20 ವರ್ಷಗಳ ಹಿಂದೆ ಒಂದು ನರೇಟಿವ್ ಚಾಲ್ತಿಯಲ್ಲಿತ್ತು. ಅದೇನೆಂದರೆ, ಇನ್ನು 30 ವರ್ಷಗಳಲ್ಲಿ ಪಳೆಯುಳಿಕೆ ಇಂಧನಗಳು (fossil fuels) ಸಂಪೂರ್ಣವಾಗಿ ಖಾಲಿಯಾಗಲಿದ್ದು, ಪರ್ಯಾಯ ಇಂಧನ ಮೂಲಗಳು, ಅದರಲ್ಲೂ ನವೀಕರಿಸಿಕೊಳ್ಳಬಲ್ಲ ಇಂಧನ ಮೂಲಗಳನ್ನು ಹುಡುಕಿಕೊಳ್ಳದೇ ಬೇರೆ ಹಾದಿ ಇಲ್ಲ ಎಂಬ ನರೇಟಿವ್ ಅದು. ಆ ಕಾರಣಕ್ಕಾಗಿಯೇ ಭಾರತದಲ್ಲಿ ಸೌರ ವಿದ್ಯುತ್, ಗಾಳಿ ವಿದ್ಯುತ್ ಇತ್ಯಾದಿಗಳೆಲ್ಲ ಸಣ್ಣಕೆ ಚಿಗಿತುಕೊಂಡದ್ದು. ಆದರೆ ಈ ನರೇಟಿವ್ ಇತ್ತೀಚೆಗೆ ತಣ್ಣಗೆ ತನ್ನ ಹಾದಿ ಬದಲಾಯಿಸಿಕೊಂಡಿದೆ. ಅದೀಗ ಜಾಗತಿಕ ತಾಪಮಾನ ಮತ್ತು ಅದರ ಏರಿಕೆಯನ್ನು ತಡೆಯಲು ಗ್ರೀನ್‌ಹೌಸ್ ಅನಿಲಗಳ ನಿಯಂತ್ರಣದ ಚರ್ಚೆಯಾಗಿ ಬದಲಾಗಿರುವುದನ್ನು ನೀವು ಗಮನಿಸಿರಬಹುದು.

2021ರ ನವೆಂಬರಿನಲ್ಲಿ ಭಾರತವು COP26 ಜಾಗತಿಕ ನಿರ್ಣಯದ ಅಡಿಯಲ್ಲಿ, 2070ರ ಹೊತ್ತಿಗೆ ತಾನು "ನೆಟ್ ಝೀರೋ" ಸಾಧಿಸಿಕೊಳ್ಳುವುದಾಗಿ ಪ್ರಕಟಿಸಿದೆ. ಪ್ರಧಾನಮಂತ್ರಿ ನರೇಂದ್ರಮೋದಿಯವರ, ಅಂದಿನ "ಪಂಚಾಮೃತ" ಪ್ರಕಟಣೆಯ ಪಂಚ ಅಂಶಗಳು ಈ ಕೆಳಗಿನಂತಿವೆ:

1. 2030ರ ಹೊತ್ತಿಗೆ ದೇಶದಲ್ಲಿ ಪಳೆಯುಳಿಕೆ ಮೂಲದ್ದಲ್ಲದ ಇಂಧನ ಸಾಮರ್ಥ್ಯವನ್ನು 500GWಗೆ ಹೆಚ್ಚಿಸಿಕೊಳ್ಳುವುದು.
2. ದೇಶದ ಆರ್ಥಿಕ ವ್ಯವಸ್ಥೆಯಲ್ಲಿ (ಉದ್ದಿಮೆಗಳು-ಕೈಗಾರಿಕೆಗಳು) ಇಂಗಾಲದ ಬಳಕೆಯ ಸಾಂದ್ರತೆಯನ್ನು 2005ರಲ್ಲಿ ಇದ್ದುದಕ್ಕೆ ಹೋಲಿಸಿ ನೋಡಿ, 2030ರ ಹೊತ್ತಿಗೆ ಅದರ 45%ಗೆ ಇಳಿಸಿಕೊಳ್ಳುವುದು.
3. 2030ರ ಹೊತ್ತಿಗೆ ದೇಶದ ವಿದ್ಯುತ್ ಬೇಡಿಕೆಯ 50% ಭಾಗ ನವೀಕರಿಸಬಲ್ಲ ಇಂಧನಮೂಲಗಳಿಂದ ಉತ್ಪಾದನೆ ಆಗಬೇಕು.
4. 2030ರ ಹೊತ್ತಿಗೆ ದೇಶ, ಈಗ ಯೋಜಿತವಾಗಿರುವ ಇಂಗಾಲ ಹೊರಸೂಸುವಿಕೆಯಲ್ಲಿ 100 ಕೋಟಿ ಟನ್‌ನಷ್ಟು ಪ್ರಮಾಣವನ್ನು ತಗ್ಗಿಸಿಕೊಳ್ಳಬೇಕು.
5. 2070ರ ಹೊತ್ತಿಗೆ ನೆಟ್ ಝೀರೊ ಸಾಧಿಸಿಕೊಳ್ಳುವುದು (ಅಂದರೆ, ಜಾಗತಿಕ ತಾಪಮಾನ ಹೆಚ್ಚಿಸುವ ಗ್ರೀನ್‌ಹೌಸ್ ಅನಿಲಗಳ ಹೊರಸೂಸುವಿಕೆಯನ್ನು ಶೂನ್ಯಕ್ಕೆ ಇಳಿಸಿಕೊಳ್ಳುವುದು.)

ಈ ಐದು ಗುರಿಗಳನ್ನು 2070ರಹೊತ್ತಿಗೆ ಪೂರ್ಣ ಪ್ರಮಾಣದಲ್ಲಿ ಸಾಧಿಸಿಕೊಳ್ಳುವುದಕ್ಕಾಗಿ ವಿದ್ಯುತ್ತಿಗೆ ಪರ್ಯಾಯ ಮೂಲಗಳು, ಸಾರಿಗೆ ವ್ಯವಸ್ಥೆಯಲ್ಲಿ ಆಮೂಲಾಗ್ರ ಬದಲಾವಣೆ ಮತ್ತು ಪರ್ಯಾಯ ಇಂಧನ ಮೂಲಗಳು, ಕೈಗಾರಿಕೆಗಳಲ್ಲಿ- ಯಂತ್ರಗಳಲ್ಲಿ- ನಗರೀಕರಣದ ವೇಳೆ ಪರಿಸರ ಸಹ್ಯ ತಂತ್ರಜ್ಞಾನಗಳನ್ನು ಬಳಕೆ ಮಾಡುವುದು ಅನಿವಾರ್ಯ. ಇಂತಹ ಭೂಮಗಾತ್ರದ ಬದಲಾವಣೆಗಳನ್ನು ತರುವುದಕ್ಕೆ

ಯಾವುದೇ ಸರ್ಕಾರಕ್ಕಾದರೂ ರಾಜಕೀಯ ಇಚ್ಛಾಶಕ್ತಿ ಮತ್ತು ಬದ್ಧತೆಗಳಿರುವುದು ಬಹಳ ಮುಖ್ಯವಾಗುತ್ತದೆ. ಸರ್ಕಾರವೊಂದು ಇಂತಹದೊಂದು ದಿಟ್ಟ ನೀತ್ಯಾತ್ಮಕ ನಿರ್ಧಾರ ತಳೆದಾಗ, ಅದು ಲಾಭದ್ದಿರಲೀ–ನಷ್ಟದ್ದಿರಲೀ, ದೇಶದ ಉದ್ಯಮಪತಿಗಳು ಅದನ್ನು ಅನುಸರಿಸದೇ ಅನ್ಯ ಮಾರ್ಗವಿರುವುದಿಲ್ಲ. ಆದರೆ ಇಂದಿನ ಸರ್ಕಾರ, ತನಗೆ "ವ್ಯವಹಾರಗಳಲ್ಲಿ ತೊಡಗಿಕೊಳ್ಳುವ ಯಾವುದೇ ಇರಾದೆ ಇಲ್ಲ" ಎಂದು ಘೋಷಿಸಿಕೊಂಡಿದೆ. ಹಾಗಾಗಿ, ಈಗ ಉದಾರೀಕೃತ ಭಾರತದಲ್ಲಿ ಉದ್ಯಮಪತಿಗಳೇ "ಹವಾಮಾನ ಬದಲಾವಣೆ"ಯ ಪರಿಣಾಮಗಳನ್ನು ನಿಯಂತ್ರಿಸುವ ಹೊಣೆ ಹೊರಬೇಕಾಗಿದೆ. ಲಾಭವೇ ಸರ್ವೋಚ್ಚವಾಗಿರುವ ಉದ್ಯಮಗಳಿಗೆ ಈ ಬದಲಾವಣೆಗಳು ನಷ್ಟದ ಬಾಬ್ತು. ಹಾಗಾಗಿ ಅವರೆಲ್ಲ ತಮಗೆಲ್ಲಿ ಲಾಭವೋ ಅಲ್ಲಿ ಮಾತ್ರ ಚಟುವಟಿಕೆ ನಿರತರಾಗಿದ್ದಾರೆ.

2070ರ ಅಂತಿಮ ಗಡು ಪಾಲಿಸುವುದಕ್ಕಾಗಿ ಸರ್ಕಾರವು ಈಗ ಉದ್ಯಮಪತಿಗಳಿಗೆ ವಯಬಿಲಿಟಿ ಗ್ಯಾಪ್ ಫಂಡಿಂಗ್ (VGF) ಅರ್ಥಾತ್ ಸರ್ಕಾರದ ಕಡೆಯಿಂದ ನಷ್ಟ ಭರ್ತಿ ಮಾಡಿಕೊಡುವ ಭರವಸೆ, ಉತ್ಪಾದನೆ ಆಧರಿತ ಪ್ರೋತ್ಸಾಹಧನ (PLI) ಮತ್ತು ಸಬ್ಸಿಡಿಗಳ ಮೂಲಕ ಅವರ ಮನವೊಲಿಸಲು ಪ್ರಯತ್ನಿಸುತ್ತಿದೆ. ಒಂದೆಡೆ ಗಡುವಿನೊಳಗೆ ನೆಟ್ ಝೀರೊ ಸಾಧಿಸುವ ಪ್ರಯತ್ನ –ಇನ್ನೊಂದೆಡೆ ತಮ್ಮ ಕ್ರೋನಿಗಳ ಹಿತಾಸಕ್ತಿಗೆ ಧಕ್ಕೆ ಆಗದಂತೆ ಕಾಪಾಡಿಕೊಳ್ಳುವುದು ಸರ್ಕಾರಕ್ಕೆ ಅಕ್ಕಿಯ ಮೇಲೆ ಆಸೆ ; ನೆಂಟರ ಮೇಲೆ ಪ್ರೀತಿ ಎಂಬಂತಾಗಿದೆ. ಸರ್ಕಾರದ ಈ ದ್ವಂದ್ವಗಳ ಒಂದೆರಡು ಉದಾಹರಣೆಗಳನ್ನಷ್ಟೇ ಇಲ್ಲಿ ಕೊಡುತ್ತಿದ್ದೇನೆ.

ಮೊದಲನೆಯದಾಗಿ, ಭಾರತವು ಸದ್ಯ 2031–32ನೇ ಸಾಲಿಗೆ ಮುನ್ನ ತನ್ನ ವಿದ್ಯುತ್ ಉತ್ಪಾದನೆಯಲ್ಲಿ 50%ನ್ನು ನವೀಕರಿಸಬಹುದಾದ ಇಂಧನಮೂಲಗಳಿಂದ ಪಡೆಯಬೇಕು ಎಂದಾದರೆ, ಪ್ರತೀವರ್ಷ 40GW ಸಾಮರ್ಥ್ಯದ ಹೊಸ ವಿದ್ಯುತ್ ಸ್ಥಾವರಗಳ ಸ್ಥಾಪನೆ ಆಗಬೇಕಿದೆ. 2023 ಅಕ್ಟೋಬರ್ ಹೊತ್ತಿಗೆ ಭಾರತದಲ್ಲಿದ್ದ ನವೀಕರಿಸಬಲ್ಲ ಮೂಲಗಳ ವಿದ್ಯುತ್ ಉತ್ಪಾದನಾ ಸಾಮರ್ಥ್ಯ 130GW. ಎಪ್ರಿಲ್ 2022–ಮಾರ್ಚ್ 2023ರ ನಡುವೆ ದೇಶದಲ್ಲಿ ಸ್ಥಾಪನೆ ಆಗಿರುವುದು ಕೇವಲ 15GW ಸಾಮರ್ಥ್ಯ. ಇದು ಒಂದು ಮಗ್ಗುಲಾದರೆ, ಇನ್ನೊಂದೆಡೆ, ಭಾರತವು ತಾನು ಭಾಷಣಗಳಲ್ಲಿ ಪ್ರತಿಪಾದಿಸಿದಂತೆ ಕಲ್ಲಿದ್ದಲು ಆಧರಿತ ಉಷ್ಣವಿದ್ಯುತ್ ಸ್ಥಾವರಗಳಲ್ಲಿ ಹಂತಹಂತವಾಗಿ ಉತ್ಪಾದನೆ ತಗ್ಗಿಸುವ ಬದಲು, ಹೊಸ ಉಷ್ಣವಿದ್ಯುತ್ ಸ್ಥಾವರಗಳಿಗೆ ಪ್ರೋತ್ಸಾಹ ನೀಡುತ್ತಿದೆ! ಮುಂದಿನ ಒಂದೆರಡು ವರ್ಷಗಳಲ್ಲಿ, ಖಾಸಗಿ ಸಹಭಾಗಿತ್ವದಲ್ಲಿ 7.28ಲಕ್ಷ ಕೋಟಿ ರೂ. ವೆಚ್ಚದಲ್ಲಿ, 91GW ಸಾಮರ್ಥ್ಯದ ಉಷ್ಣ ವಿದ್ಯುತ್ ಸ್ಥಾವರಗಳನ್ನು ಸ್ಥಾಪಿಸಲಾಗುವುದು ಎಂದು ವಿದ್ಯುತ್ ಸಚಿವಾಲಯ ಇತ್ತೀಚೆಗೆ ಹೇಳಿದ್ದು ಮಾಧ್ಯಮಗಳಲ್ಲಿ ವರದಿಯಾಗಿದೆ!

ಎರಡನೆಯದಾಗಿ, ಭಾರತ ತನ್ನ ಸಾರಿಗೆ ವ್ಯವಸ್ಥೆಯನ್ನು ವಿದ್ಯುತ್ ಚಾಲಿತ ಅಥವಾ ಹೈಡ್ರೋಜನ್ ಚಾಲಿತ ವ್ಯವಸ್ಥೆಗೆ ಬದಲಾಯಿಸಿಕೊಳ್ಳಬೇಕಿದೆ. ಈ ಕುರಿತ ತೀರ್ಮಾನಗಳು ಇನ್ನೂ ಎಷ್ಟು ಗೊಂದಲಮಯವಾಗಿವೆ ಎಂದರೆ, ದೊಡ್ಡ ಪ್ರಮಾಣದಲ್ಲಿ ಹೂಡಿಕೆ ಅಗತ್ಯ ಇರುವ ಈ ವಲಯದಲ್ಲಿ, ಹೂಡಿಕೆದಾರರಿಗೆ ವಿಶ್ವಾಸ ಮೂಡಿಸಬಲ್ಲ ನೀತ್ಯಾತ್ಮಕ ಚೌಕಟ್ಟನ್ನು ರೂಪಿಸಿಕೊಳ್ಳುವುದು ಕೂಡ ಈ ವರೆಗೆ ಸಾಧ್ಯವಾಗಿಲ್ಲ. ಮೊದಲು FAME1 (2015–2019), FAME2 (2019ರಿಂದ) ಅಡಿಯಲ್ಲಿ ವಿದ್ಯುತ್ ಮತ್ತು ಹೈಬ್ರಿಡ್ ವಾಹನಗಳ ಉತ್ಪಾದನೆಗೆ ಪ್ರೋತ್ಸಾಹ ಕೊಡಲಾಯಿತಾದರೂ, ಇಂದಿಗೂ ವಿದ್ಯುತ್ ವಾಹನಗಳು ಗ್ರಾಹಕರ ವಿಶ್ವಾಸ ಗಳಿಸಿಕೊಂಡಿಲ್ಲ. ದೇಶದಾದ್ಯಂತ ವಿದ್ಯುತ್ ಚಾರ್ಜಿಂಗ್ ಸ್ಟೇಶನ್ ಜಾಲ, ಬ್ಯಾಟರಿಗಳ ಸಾಮರ್ಥ್ಯವರ್ಧನೆ–ಬ್ಯಾಟರಿ ಸ್ವಾಪಿಂಗ್ ನೀತಿ ಇನ್ನೂ ಸ್ಪಷ್ಟ ಆಗಿಲ್ಲ. ಈ ನಡುವೆ FAME ಸೌಲಭ್ಯಗಳನ್ನು EV ಕಂಪನಿಗಳು ದುರುಪಯೋಗ ಪಡಿಸಿಕೊಂಡಿವೆ ಎಂಬ ದೂರುಗಳು ಧಾರಾಳ ಕೇಳಿಸುತ್ತಿವೆ. ಇವೆಲ್ಲದರ ನಡುವೆ, 2024–25ರ ಬಜೆಟ್‌ನಲ್ಲಿ FAME3 ಪ್ರಕಟಗೊಳ್ಳುವ ನಿರೀಕ್ಷೆ ಇದೆ.

ಇದೆಲ್ಲ ಅಸ್ತವ್ಯಸ್ಥವಾಗಿರುವಂತೆಯೇ, ಸರ್ಕಾರಕ್ಕೆ ಹಠಾತ್ತಾಗಿ ಹೈಡ್ರೋಜನ್ ಇಂಧನದ ಮೇಲೆ ಪ್ರೀತಿ ಉಕ್ಕೇರಿದ್ದು, 2023 ಜನವರಿಯಲ್ಲಿ 19,744ಕೋಟಿ ರೂ.ಗಳ ಗಾತ್ರದ ರಾಷ್ಟ್ರೀಯ ಹಸಿರು ಹೈಡ್ರೋಜನ್ ಮಿಷನ್ ಯೋಜನೆಯನ್ನು ಅದು ಪ್ರಕಟಿಸಿದೆ. ಅದರ ಬೆನ್ನಲ್ಲೇ ಅದಾನಿ ಬಳಗ ಮುಂದಿನ 10ವರ್ಷಗಳಲ್ಲಿ 4000 ಕೋಟಿ ಡಾಲರ್ ಮತ್ತು ಅಂಬಾನಿ ಬಳಗ 2000 ಕೋಟಿ ಡಾಲರ್‌ಗಳನ್ನು ಈ ರಂಗದಲ್ಲಿ ಹೂಡಿಕೆ ಮಾಡುವುದಾಗಿ ಪ್ರಕಟಿಸಿವೆ.

ಜನವರಿ 27, 2024ಕ್ಕೆ ಪ್ರಕಟಿತ

ರಾಜಾರಾಂ ತಲ್ಲೂರು

ಈ ಬಾರಿಯ ಬಜೆಟ್ ಪೂರ್ವ ಆರ್ಥಿಕ ಸಮೀಕ್ಷೆ-ವಿಕೆಟ್ ಇಲ್ಲದ ಕ್ರಿಕೆಟ್ ಆಟ!

ಹಣಕಾಸು ಸಚಿವರು ಗುರುವಾರ ಸಂಸತ್ತಿನಲ್ಲಿ ಲೇಖಾನುದಾನವನ್ನು ಮಂಡಿಸಿದರು. ಶುಕ್ರವಾರದಿಂದ ಅದರ ಚರ್ಚೆ ಸದನದಲ್ಲಿ ಆರಂಭಗೊಂಡಿದೆ. ಬಜೆಟ್ ಎಂದರೆ, ಸಂವಿಧಾನದ ಸೆಕ್ಷನ್ 112ರ ಅಡಿಯಲ್ಲಿ ಸರ್ಕಾರದ ವಾರ್ಷಿಕ ಅಂದಾಜು ಜಮೆ ಮತ್ತು ವೆಚ್ಚಗಳ ವಿವರಣೆಯನ್ನು ಮಂಡಿಸುವುದು ಮತ್ತು ಸೆಕ್ಷನ್ 113, 114ರ ಅಡಿಯಲ್ಲಿ ಅದನ್ನು ಚರ್ಚಿಸಿ, ಅದಕ್ಕೆ ಸಂಸತ್ತಿನ ಅನುಮತಿ ಪಡೆಯುವುದು. ಒಂದು ವೇಳೆ ಯಾವುದಾದರೂ ಕಾರಣಕ್ಕೆ (ಉದಾ: ಚುನಾವಣೆ ಸಮೀಪದಲ್ಲಿರುವುದು) ಸೆಕ್ಷನ್ 113, 114ರ ಅಡಿಯಲ್ಲಿ ಪ್ರಕ್ರಿಯೆಗಳು ನಡೆಯುವುದು ಸಾಧ್ಯವಾಗದಿದ್ದಾಗ/ಸರಿಯಲ್ಲ ಎಂದಿದ್ದಾಗ, ಸೆಕ್ಷನ್ 116ರ ಅಡಿಯಲ್ಲಿ, ಹಣಕಾಸು ವರ್ಷದ ಯಾವುದೇ ಭಾಗಕ್ಕೆ ಅಂದಾಜು ಮಾಡಲಾದ ವೆಚ್ಚಕ್ಕೆ ಸಂಬಂಧಿಸಿ ಸದನದ ಒಪ್ಪಿಗೆ ಪಡೆಯುವುದನ್ನು ಲೇಖಾನುದಾನ ಎಂದು ಕರೆಯಲಾಗುತ್ತದೆ.

ಸಾಂಪ್ರದಾಯಿಕವಾಗಿ ಬಜೆಟ್ ಮಂಡಿಸುವ ಮುನ್ನ, ಹಿಂದಿನ ವರ್ಷದಲ್ಲಿ ದೇಶದ ಆರ್ಥಿಕ ಸ್ಥಿತಿಗತಿಗಳ ಸಮೀಕ್ಷೆಯನ್ನು ಹಣಕಾಸು ಇಲಾಖೆಯ ಪರಿಣತರು ಸಿದ್ಧಪಡಿಸಿ, ಅದನ್ನು ಹಣಕಾಸು ಸಚಿವರ ಮೂಲಕ ಸದನದಲ್ಲಿ ಮಂಡಿಸುವುದು ಪದ್ಧತಿ. 1950–51ನೇ ಸಾಲಿನಿಂದ ಜಾರಿಯಲ್ಲಿರುವ ಈ ಸಮೀಕ್ಷೆ, ಬಜೆಟ್‌ನ ಭಾಗವೇ ಆಗಿತ್ತು. ಆದರೆ 1964ರಿಂದ ಈಚೆಗೆ ಅದನ್ನು ಬಜೆಟ್‌ಗೆ ಒಂದು ದಿನ ಮುಂಚಿತವಾಗಿ ಮಂಡಿಸಲಾಗುತ್ತದೆ. ಸಂವಿಧಾನದಲ್ಲಿ ಎಲ್ಲೂ ಈ ಸಮೀಕ್ಷೆಯನ್ನು ಮಂಡಿಸಬೇಕೆಂದು ಹೇಳಿಲ್ಲ. ಆದರೆ, ಬಜೆಟ್ ಮೇಲಣ ಚರ್ಚೆಗಳಿಗೆ ಒಂದು ಸಮರ್ಥ ಹಿನ್ನೆಲೆಯನ್ನು ಒದಗಿಸುವ ಕಾರಣಕ್ಕಾಗಿ, ಈ ಆರ್ಥಿಕ ಸಮೀಕ್ಷೆಗೆ ಮಹತ್ವ ಇದೆ. ಎರಡು ಭಾಗಗಳಲ್ಲಿ ಇರುವ ಈ ಸಮೀಕ್ಷೆಯು ದೇಶದ ಎಲ್ಲ ಆರ್ಥಿಕ–ನೀತ್ಯಾತ್ಮಕ ಆಗುಹೋಗುಗಳನ್ನು ಅಂಕಿಸಂಖ್ಯೆಗಳ ಸಹಿತವಾಗಿ ಚರ್ಚಿಸುವುದರಿಂದ, ಸರ್ಕಾರದ ಯೋಚನೆಗಳ ಒಂದು ಸ್ಥೂಲ ನೋಟ ಸಂಸತ್ತಿಗೆ ಮತ್ತು ಸಾರ್ವಜನಿಕರಿಗೆ ಲಭ್ಯವಾಗುತ್ತದೆ.

ಈ ಹಿಂದೆ ಈ ಆರ್ಥಿಕ ಸಮೀಕ್ಷೆಗಳನ್ನು ಲೇಖಾನುದಾನಗಳ ವೇಳೆ ಮಂಡಿಸಲಾಗಿತ್ತೇ ಎಂಬುದು ಸ್ಪಷ್ಟವಿಲ್ಲ. ಆದರೆ, ಮೊನ್ನೆ ಜನವರಿ 29ರಂದು ಹಾಲೀ ಕೇಂದ್ರ ಸರ್ಕಾರ ಹೊಸದೊಂದು ಹಾದಿ ತುಳಿಯಿತು. ಹಣಕಾಸು ಸಚಿವರು ಸಂಸತ್ತಿನಲ್ಲಿ ಆರ್ಥಿಕ ಸಮೀಕ್ಷೆಯನ್ನು ಮಂಡಿಸುವ ಬದಲು, ಸರ್ಕಾರದ ಮುಖ್ಯ ಆರ್ಥಿಕ ಸಲಹೆಗಾರ ವಿ. ಅನಂತ ನಾಗೇಶ್ವರನ್ ಅವರು, ನೇರವಾಗಿ ಪತ್ರಿಕಾಗೋಷ್ಠಿಯಲ್ಲಿ ಈ ಸಮೀಕ್ಷೆಯ ಕಿರುರೂಪವೊಂದನ್ನು The Indian Economy: A review ಎಂಬ ಹೆಸರಿನಲ್ಲಿ ಬಿಡುಗಡೆಗೊಳಿಸಿದರು. ಕಿರುಪುಸ್ತಕದ ಮುನ್ನುಡಿಯಲ್ಲಿಯೇ ಅವರು, ಇದು ಹಣಕಾಸು ಇಲಾಖೆಯ ಸಾಂಪ್ರದಾಯಿಕ ಆರ್ಥಿಕ ಸಮೀಕ್ಷೆ ಅಲ್ಲ. ಅದು ಚುನಾವಣೆಗಳ ಬಳಿಕ, ಪೂರ್ಣ ಬಜೆಟ್ ಮಂಡನೆಗೆ ಮುನ್ನ ಸದನದಲ್ಲಿ ಬಿಡುಗಡೆಗೊಳ್ಳಲಿದೆ. ಈ ಪುಸ್ತಕವು ಕಳೆದ ಹತ್ತು ವರ್ಷಗಳ ಆರ್ಥಿಕ ಸ್ಥಿತಿಯ ಸ್ಥೂಲ ನೋಟ ಮತ್ತು ಮುಂಬರುವ ದಿನಗಳ ಮುನ್ನೋಟ ಎಂದು ಹೇಳಿಕೊಂಡಿದ್ದಾರೆ.

ಇದನ್ನು ಸಮರ್ಥಿಸಿಕೊಂಡಿರುವ ಮಾಧ್ಯಮಗಳು, ಸರ್ಕಾರವು ಚುನಾವಣೆಗೆ ಮುನ್ನ ಆರ್ಥಿಕ ಸಮೀಕ್ಷೆಯನ್ನು ಬಿಡುಗಡೆ ಮಾಡಿದರೆ, ಅದು ಸರ್ಕಾರದ ಪರವಾಗಿ ಚುನಾವಣೆಗಳ ಮೇಲೆ ಪರಿಣಾಮ ಬೀರಬಹುದು, ಹಾಗಾಗಿ ನೈತಿಕವೆನ್ನಿಸದು ಎಂದು ವರದಿ ಮಾಡಿದ್ದನ್ನು ಗಮನಿಸಿದ ಬಳಿಕ, ಈ ಬೆಳವಣಿಗೆಗಳ ಬಗ್ಗೆ ಸಹಜವಾಗಿಯೇ ಅಂತಹದೇನಿದೆಯಪ್ಪಾ ಎಂಬ ಕುತೂಹಲ ಮೂಡಿತು. ಆ ನೈತಿಕತೆಯ ಮಾತನ್ನು ಆರ್ಥಿಕ ಸಲಹೆಗಾರರೇ ಪತ್ರಿಕಾಗೋಷ್ಠಿಯಲ್ಲಿ ಹೇಳಿದರೇ?... ಗೊತ್ತಿಲ್ಲ!

ಈ ಬಾರಿ ಹಣಕಾಸು ಸಚಿವರು ತಮ್ಮ ಬಜೆಟ್ ಭಾಷಣದಲ್ಲಿ, ಚುನಾವಣೆ ಮುಗಿದ ಬಳಿಕ ತಮ್ಮದೇ ಪಕ್ಷದ ಸರ್ಕಾರ ಮತ್ತೆ ಆರಿಸಿಬಂದು, ಪೂರ್ಣ ಪ್ರಮಾಣದ ಬಜೆಟ್ ಮಂಡಿಸಲಿದೆ ಎಂದು ಹೇಳಿದ್ದರು. ಹಾಗೆಂದು ಅವರು ಆ ಸಣ್ಣ (ಏಪ್ರಿಲ್‌ನಿಂದ ಜುಲೈ

2024ರ ತನಕ) ಅವಧಿಗೆ ಲೇಖಾನುದಾನ ಮಂಡಿಸಲಿಲ್ಲ. ಅವರ ಲೇಖಾನುದಾನವು ಮುಂದಿನ ಇಡಿಯ ಹಣಕಾಸು ವರ್ಷಕ್ಕೇ ಮಂಡಿತವಾಗಿದೆ. ಈ ಹಿನ್ನೆಲೆಯಲ್ಲಿ ಕೆಲವು ಪ್ರಶ್ನೆಗಳು ಸಹಜವಾಗಿಯೇ ಏಳುತ್ತವೆ.

ಇನ್ನು ಮೂರು ತಿಂಗಳುಗಳೊಳಗೆ ಚುನಾವಣೆಗಳು ಇರುವುದರಿಂದಾಗಿ, ಆರ್ಥಿಕ ಸಮೀಕ್ಷೆ ಸದನದಲ್ಲಿ ಮಂಡಿತವಾದರೆ, ಸರ್ಕಾರದ ವಿವಿಧ ರಂಗಗಳಲ್ಲಿನ ಸಾಧನೆಗಳ ಬಗ್ಗೆ ಅಂಕಿ–ಅಂಶಗಳು ಬಹಿರಂಗವಾಗಿ ಲಭ್ಯವಾಗುತ್ತವೆ, ಅವು ಪ್ರತಿಪಕ್ಷಗಳಿಗೆ ಸರ್ಕಾರದ ವಿರುದ್ಧ ತಮ್ಮ ಅಭಿಪ್ರಾಯಗಳನ್ನು ಮಂಡಿಸುವುದಕ್ಕೆ ಬಲವಾದ ಹತ್ಯಾರುಗಳನ್ನು ಒದಗಿಸುತ್ತವೆ. ಬಜೆಟ್ ಮೇಲಿನ ಚರ್ಚೆಯಲ್ಲಿಯೂ ಸರ್ಕಾರದ ನೀತ್ಯಾತ್ಮಕ ನಿಲುವುಗಳನ್ನು ಪ್ರಶ್ನಿಸುವುದಕ್ಕೆ, ಪ್ರತಿಪಕ್ಷಗಳಿಗೆ ಅಧಿಕೃತ ಆಧಾರಗಳು ಸಿಗುತ್ತವೆ. ಅಪಾರದರ್ಶಕವಾಗಿ ಕಾರ್ಯಾಚರಿಸುವ ಮತ್ತು ಸದನದಲ್ಲಿ ಚರ್ಚೆಗಳಿಗೆ ಹಿಂಜರಿಯುವ ಹಾಲೀ ಸರ್ಕಾರದ ವಿಚಾರದಲ್ಲಂತೂ ಇದು ಪ್ರತಿಪಕ್ಷಗಳಿಗೆ ಸಹಾಯಕವಾದೀತೆಂಬುದು ಇನ್ನಷ್ಟು ಸತ್ಯ. ಹಾಲೀ ಸರ್ಕಾರದ ಅಪಾರದರ್ಶಕ ವ್ಯವಹಾರಗಳಿಗೆ ಸಣ್ಣ ಉದಾಹರಣೆ ಬೇಕೆಂದಿದ್ದರೆ, 2021ರ ಜನಗಣತಿ ಕಾರಣಾಂತರಗಳಿಂದ ನಡೆಯದಿರುವುದರಿಂದ, ಬೇರೆಲ್ಲ ವಿಚಾರಗಳಲ್ಲಿ ಡಿಜಿಟಲ್ ಆಗಿದ್ದರೂ ಭಾರತ, ಇನ್ನೂ ತನ್ನ ಅಂಕಿಅಂಶಗಳಿಗೆ ಅವಲಂಬಿಸಿರುವುದು 2011ರ ಜನಗಣತಿಯನ್ನು!

ನಿಜಕ್ಕೆಂದರೆ, ಬಜೆಟ್ ಮಂಡಿಸುವುದಕ್ಕೂ ಮತ್ತು ಹಿಂದಿನ ಹಣಕಾಸು ವರ್ಷದಲ್ಲಿ ದೇಶದ ಆರ್ಥಿಕ ಸ್ಥಿತಿಗತಿಗಳ ಚಿತ್ರಣ ನೀಡುವುದಕ್ಕೂ ಯಾವುದೇ ಸಂಬಂಧ ಇಲ್ಲ. ಹಾಗಾಗಿ, ಸರ್ಕಾರ ಲೇಖಾನುದಾನದ ಹೆಸರಲ್ಲಿ ಇಡೀ ವರ್ಷದ ಆಯ–ವ್ಯಯ ಅಂದಾಜನ್ನೇ ಮಂಡಿಸಿರುವುದರಿಂದ, ಹಿಂದಿನ ವರ್ಷದ ಆರ್ಥಿಕ ಸಮೀಕ್ಷೆಯನ್ನೂ ಸದನದಲ್ಲಿ ಮಂಡಿಸಿದ್ದರೆ, ಅದು ನೈತಿಕವಾದ, ಪಾರದರ್ಶಕವಾದ ಕ್ರಮ ಆಗುತ್ತಿತ್ತು. ಹಾಗೆ ಆಗಿಲ್ಲ. ಇದನ್ನು ಪ್ರಶ್ನಿಸಬೇಕಾಗಿದ್ದ ಮಾಧ್ಯಮಗಳು ಅದರ ಬದಲು, ಈ ಕ್ರಮವನ್ನು ಸಮರ್ಥಿಸಿಕೊಳ್ಳುತ್ತಿವೆ! ಒಂದು ವೇಳೆ, ಸರ್ಕಾರದ ಪ್ರಚಾರಕ್ಕೆ ಅದು ಸರಕಾಗುತ್ತದೆ ಎಂಬ ನೈತಿಕ ಪ್ರಶ್ನೆ ಎದುರಾದದ್ದೇ ಹೌದಾಗಿದ್ದರೆ, ಆರ್ಥಿಕ ಸಲಹೆಗಾರರು ಪತ್ರಿಕಾಗೋಷ್ಠಿಯಲ್ಲಿ ಬಿಡುಗಡೆ ಮಾಡಿದ, ಹತ್ತು ವರ್ಷಗಳ ಸರ್ಕಾರದ ಸಾಧನೆಗಳನ್ನು ಮಾತ್ರ ಬಿಂಬಿಸುವ ಕಿರು ಸಮೀಕ್ಷೆ ಪುಸ್ತಕ ಪ್ರಚಾರದ ಸರಕಲ್ಲವೇ? ಅದು ನೈತಿಕ ಅನ್ನಿಸುತ್ತದೆಯೇ? ಎಂಬ ಪ್ರಶ್ನೆಗಳು ಮಾಧ್ಯಮಗಳಿಗೆ ಎದ್ದಂತಿಲ್ಲ.

ಸದ್ರಿ ಸಮೀಕ್ಷೆಯಲ್ಲಿ ಸರ್ಕಾರ ಕಳೆದ ಹತ್ತು ವರ್ಷಗಳಲ್ಲಿ ಕೈಗೊಂಡ ಬ್ಯಾಂಕ್ ಸಬಲೀಕರಣ, ರೆರಾ ಕಾಯ್ದೆ, GST, ಖಾಸಗಿ ಪಾಲುದಾರಿಕೆ, ಆತ್ಮನಿರ್ಭರ ಭಾರತ, ಮೇಕ್ ಇನ್ ಇಂಡಿಯಾ, MSME ಸುಧಾರಣೆಗಳು, ಮೂಲಸೌಕರ್ಯಕ್ಕೆ ದೊಡ್ಡ ಪ್ರಮಾಣದಲ್ಲಿ ಖಾಸಗಿ ಹೂಡಿಕೆ, ಡಿಜಿಟಲ್ ಇಂಡಿಯಾ ಮೊದಲಾದ ಸುಧಾರಣಾ ಕ್ರಮಗಳನ್ನು ವಿವರಿಸಲಾಗಿದೆ. ಭಾರತ ಜಾಗತೀಕರಣಗೊಂಡಿರುವುದರಿಂದ ಜಾಗತಿಕ

ಅಪಾಯಗಳಿಗೆ ಸಿಕ್ಕಿಕೊಳ್ಳುವ ಸಾಧ್ಯತೆ, ಇಂಧನ ಭದ್ರತೆ–ಆರ್ಥಿಕ ಬೆಳವಣಿಗೆಗಳ ನಡುವೆ ಸಂತುಲನ ಕಾಯ್ದುಕೊಳ್ಳುವುದು, AI ಅಪಾಯಗಳು, ಕಾರ್ಮಿಕರಲ್ಲಿ ಕೌಶಲಗಳ ಕೊರತೆ ಭಾರತದ ಆರ್ಥಿಕತೆಗೆ ತಕ್ಷಣ ಎದುರು ಇರುವ ಸವಾಲುಗಳು ಎಂದು ನಾಗೇಶ್ವರನ್ ಗುರುತಿಸಿದ್ದಾರೆ. 2047ರ ಹೊತ್ತಿಗೆ ಭಾರತ ಅಭಿವೃದ್ಧಿ ಹೊಂದಿದ ದೇಶ ಆಗಿರಲಿದೆ ಎಂದು ಅವರು ಷರಾ ಬರೆದಿದ್ದಾರೆ.

ಸರಕಾರದಿಂದ ಹೊರಗೆ ದುರ್ಲಭವಾಗಿರುವ, ಅಧಿಕೃತ ಮೂಲಗಳಿಂದಲೇ "ಚೆರಿ ಪಿಕ್" ಮಾಡಲಾಗಿರುವ ಈ ಸಮೀಕ್ಷೆ, ಬೇರಾರಿಗೆ ಅಲ್ಲದಿದ್ದರೂ ಹಾಲೀ ಆಡಳಿತ ಪಕ್ಷಕ್ಕೆ ಸರ್ಕಾರಿ ಬೊಕ್ಕಸದ ಖರ್ಚಿನಲ್ಲಿ ದೊರೆತ ಸುಸಜ್ಜಿತ ಪ್ರಚಾರ ಸಾಮಗ್ರಿಯ ರೂಪದಲ್ಲಿ ಲಾಭ ಮಾಡಿಕೊಡಲಿದೆ. ವಿಕೆಟ್ ಇಲ್ಲದ ಪಿಚ್‌ನಲ್ಲಿ ನಿಂತು ಬ್ಯಾಟಿಂಗ್ ಮಾಡುವುದೆಂದರೆ ಔಟ್ ಆಗುವ ಭಯವೇ ಇರುವುದಿಲ್ಲವಲ್ಲ!

ಫೆಬ್ರವರಿ 03, 2024ಕ್ಕೆ ಪ್ರಕಟಿತ

ರಾಜಾರಾಂ ತಲ್ಲೂರು

ಕರಾವಳಿಯ ಅಗ್ನಿಕುಂಡದಲ್ಲಿನ್ನು ಖಾಸಗಿಯವರ ಮರ್ಜಿ- ISPRL ಕಥೆ

ಗೋವಾದಲ್ಲಿ ನಡೆದಿರುವ ಭಾರತ ಎನರ್ಜಿ ಸಪ್ತಾಹ- 2024 ನಿನ್ನೆ ಮುಗಿದಿದೆ. ಅಲ್ಲಿ ಪಾಲ್ಗೊಂಡಿದ್ದ ಇಂಡಿಯನ್ ಸ್ಟ್ರಾಟೆಜಿಕ್ ಪೆಟ್ರೋಲಿಯಂ ರಿಸರ್ವ್ಸ್ ಲಿಮಿಟೆಡ್ (ISPRL) ಆಡಳಿತ ನಿರ್ದೇಶಕ, ಎಲ್. ಆರ್. ಜೈನ್ ಅವರು, ತಮ್ಮ ಸಂಸ್ಥೆಯ ಭೂಗರ್ಭ ತೈಲ ಸಂಗ್ರಹಾಗಾರ ಸಾಮರ್ಥ್ಯದ ಪೈಕಿ, ಖಾಲಿ ಬಿದ್ದಿರುವ ಇನ್ನೂ 10 ಲಕ್ಷ ಟನ್ ಸ್ಥಳಾವಕಾಶವನ್ನು ಭಾರತೀಯ ಮತ್ತು ವಿದೇಶೀ ಖಾಸಗಿ ಕಂಪನಿಗಳಿಗೆ ಗುತ್ತಿಗೆ ನೀಡಲಾಗುವುದು ಎಂದು ಪ್ರಕಟಿಸಿದ್ದಾರೆ. ಈ ಭೂಗರ್ಭ ತೈಲ ಸಂಗ್ರಹಾಗಾರದ ಬಹುಪಾಲು ಇರುವುದು ಉಡುಪಿ ಜಿಲ್ಲೆಯ ಪಾದೂರು ಮತ್ತು ಮಂಗಳೂರಿನ ಪೆರ್ಮುದೆ ಬಳಿ.

ಜನನಿಬಿಡ ಜಿಲ್ಲೆಗಳಾಗಿರುವ ಉಡುಪಿ-ಮಂಗಳೂರುಗಳಿಗೆ ಇದೊಂದು ಆತಂಕಕಾರಿ ಬೆಳವಣಿಗೆ ಆಗಬೇಕಿತ್ತು. ಆದರೆ

ಹಾಗಾಗಿಲ್ಲ ಎಂಬುದು ಕೌತುಕದ ಸಂಗತಿ. ಈ ಭೂಗರ್ಭ ತೈಲ ಸಂಗ್ರಹಾಗಾರದ ಸಂಗತಿ ಯಾವಾಗ ಮತ್ತು ಎಲ್ಲಿ ಹುಟ್ಟಿತು, ಯಾವ ಹಾದಿಯಲ್ಲಿ ಎಲ್ಲಿಗೆ ತಲುಪಿತು ಎಂದು ಅರ್ಥಮಾಡಿಕೊಳ್ಳುವುದು ಅಗತ್ಯವಿದೆ. ಪಶ್ಚಿಮ ಕರಾವಳಿಯ ಪ್ರಮುಖ ಬಂದರುಗಳಲ್ಲಿ ಒಂದಾದ ನವಮಂಗಳೂರು ಬಂದರನ್ನು ಕೇಂದ್ರವಾಗಿರಿಸಿಕೊಂಡು ಕಳೆದ 35 ವರ್ಷಗಳಲ್ಲಿ ನಡೆದಿರುವ "ಅಭಿವೃದ್ಧಿ"ಗಳನ್ನು ಸಮಗ್ರವಾಗಿ ಗಮನಿಸಿದರೆ, ಕರಾವಳಿ ಯಾಕಿಂದು ಅಗ್ನಿಕುಂಡ ಎಂಬುದು ಅರ್ಥವಾಗುತ್ತದೆ. ಆದರೆ ಈ ಬರೆಹ ಇಲ್ಲಿನ ಭೂಗರ್ಭ ತೈಲ ಸಂಗ್ರಹಾಗಾರಕ್ಕೆ ಸೀಮಿತವಾಗಿದೆ.

1998ರಲ್ಲಿ ಗಲ್ಫ್ ಕದನದ ಕಾರಣಕ್ಕೆ ತೈಲ ಮಾರುಕಟ್ಟೆಯಲ್ಲಿ ಸಂಕಟ ಕಾಣಿಸಿಕೊಂಡಾಗ, ದೇಶದ ಭದ್ರತೆಯ ನಿಟ್ಟಿನಲ್ಲಿ ತೈಲ ಸಂಗ್ರಹಿಸಿಟ್ಟುಕೊಳ್ಳಬೇಕು ಎಂಬ ಚಿಂತನೆ ಮೊದಲ ಬಾರಿಗೆ ಹುಟ್ಟಿಕೊಂಡಿತು. ಆಗ ಪ್ರಧಾನಿ ಆಗಿದ್ದವರು ವಾಜಪೇಯಿ. ಆ ಹಿನ್ನೆಲೆಯಲ್ಲಿ, ಇಂಡಿಯನ್ ಆಯಿಲ್ ಕಾರ್ಪೋರೇಷನ್ (IOC)ನ ಉಪಸಂಸ್ಥೆಯಾಗಿ ಈ ISPRL ಎಂಬ ವಿಶೇಷೋದ್ದೇಶ ಸಂಸ್ಥೆ (SPV) ರೂಪುಗೊಂಡಿತ್ತು. ಬಳಿಕ 2006 ಮೇ ತಿಂಗಳಲ್ಲಿ ತೈಲೋದ್ಯಮ ಅಭಿವೃದ್ಧಿ ಮಂಡಳಿಯ (OIDB) ಉಪಸಂಸ್ಥೆ ಆಗಿ ಇದನ್ನು ಪರಿವರ್ತಿಸಲಾಗಿತ್ತು. ಸಂಸ್ಥೆಯ ಉದ್ದೇಶ ಇದ್ದುದು, ದೇಶದ ಒಳಗೆ 5.03MMT (50.30 ಲಕ್ಷ ಮೆಟ್ರಿಕ್ ಟನ್) ಸಾಮರ್ಥ್ಯದ ತೈಲ ಸಂಗ್ರಹಣಾಗಾರಗಳನ್ನು ರೂಪಿಸುವುದು.

ಪೆಟ್ರೋಲಿಯಂ ಸಂಗ್ರಹ ನಿಯಮಗಳು – 1976, ದಹನಶೀಲವಾದ ಪೆಟ್ರೋಲಿಯಂ ಮತ್ತಿತರ ಉತ್ಪನ್ನಗಳನ್ನು ಎಲ್ಲಿ ಮತ್ತು ಹೇಗೆ ಸುರಕ್ಷಿತವಾಗಿ ಸಂಗ್ರಹಿಸಬೇಕೆಂದು ವಿಧಿಸುತ್ತದೆ. ಜನನಿಬಿಡ ಸ್ಥಳಗಳಲ್ಲಿ ಅವನ್ನು ಸಂಗ್ರಹಿಸುವುದು ನಿಷಿದ್ಧ. ಆದರೆ, ಮಂಗಳೂರಿನಲ್ಲೇ MRPL ತೈಲ ಶುದ್ಧೀಕರಣಾಗಾರ ಇರುವುದು ಮತ್ತು ಸಮೀಪದಲ್ಲೇ ಬಂದರು ಇರುವುದು, ಕಾನೂನು–ನಿಯಮಗಳನ್ನೆಲ್ಲ ಬದಿಗಿರಿಸಿತು. ಮಂಗಳೂರಿನಲ್ಲಿ 0.75 MMT ಸಾಮರ್ಥ್ಯದ ಎರಡು ಭೂಗರ್ಭ ಸಂಗ್ರಹಾಗಾರಗಳು SEZ ವಲಯದಲ್ಲಿ ಸ್ಥಾಪನೆಗೊಂಡವು. ಉಡುಪಿ ಜಿಲ್ಲೆಯ ಪಾದೂರಿನಲ್ಲಿ, ದೇಶದ ಭದ್ರತೆ – ರಾಷ್ಟ್ರಭಕ್ತಿ– ಸ್ಥಳೀಯರಿಗೆ ಉದ್ಯೋಗಾವಕಾಶ ಮತ್ತಿತರ ಭರವಸೆಗಳನ್ನಿತ್ತು, 179.21 ಎಕ್ರೆ ಭೂಮಿಯನ್ನು KIADB ಮೂಲಕ ಸ್ವಾಧೀನಪಡಿಸಿಕೊಳ್ಳಲಾಯಿತು. (ಇದರಲ್ಲಿ 120 ಎಕ್ರೆ ಕೃಷಿ ಭೂಮಿ, 20 ಎಕ್ರೆ ವಸತಿ ಇತ್ಯಾದಿ ಪರಿವರ್ತಿತ ಭೂಮಿ ಮತ್ತು ಉಳಿದುದು ಸರ್ಕಾರಿ ಭೂಮಿ). ಅಲ್ಲಿ ಈಗ 2.5 MMT ಸಾಮರ್ಥ್ಯದ ಭೂಗರ್ಭ ತೈಲ ಸಂಗ್ರಹಾಗಾರ ಕಾರ್ಯಾಚರಿಸುತ್ತಿದೆ. ಅದಕ್ಕೆ ಸರ್ಕಾರಿ ಬೊಕ್ಕಸದಿಂದ 1693ಕೋಟಿ ರೂ. ವೆಚ್ಚ ಬಿದ್ದಿದೆ. 2010 ಮೇ ತಿಂಗಳಿನಲ್ಲಿ ಆರಂಭಗೊಂಡ ಈ ಸಂಗ್ರಹಾಗಾರವು 2018ರಿಂದಲೇ ಕಾರ್ಯಾಚರಿಸುತ್ತಿದ್ದು, ಪ್ರಧಾನಮಂತ್ರಿ ಮೋದಿಯವರು 2019 ಫೆಬ್ರವರಿ 10ರಂದು ದೇಶದ ಈ ಸಂಗ್ರಹಾಗಾರಗಳನ್ನು ಔಪಚಾರಿಕವಾಗಿ ಉದ್ಘಾಟಿಸಿದ್ದರು. ಈ ಎರಡೂ ಸಂಗ್ರಹಾಗಾರಗಳ ನಡುವೆ ಪೈಪ್‌ಲೈನ್ ಸಂಪರ್ಕ ಕೂಡ ಇದೆ.

ರಾಜಾರಾಂ ತಲ್ಲೂರು

ಸ್ಥಳೀಯರಿಗೆ ಉದ್ಯೋಗದಂತಹ ಭರವಸೆಗಳು ಈಡೇರಿಲ್ಲವಾದರೂ, ಪಾದೂರಿನಲ್ಲಿ ಎರಡನೇ ಹಂತದ ಯೋಜನೆಗಾಗಿ ಮತ್ತೆ 214.19 ಎಕ್ರೆ ಗಾತ್ರದ ಭೂಮಿಯನ್ನು ಪಾದೂರು, ಶಿರ್ವ, ಕಳತ್ತೂರು ಗ್ರಾಮಗಳಲ್ಲಿ (ಇದರಲ್ಲಿ, 210 ಎಕ್ರೆ ಕೃಷಿ ಭೂಮಿ, 25 ಎಕ್ರೆ ಪರಿವರ್ತಿತ ಭೂಮಿ ಮತ್ತು ಉಳಿದುದು ಸರ್ಕಾರಿ ಭೂಮಿ) KIADB ಮೂಲಕ ಸ್ವಾಧೀನಪಡಿಸಿಕೊಳ್ಳುವ ಪ್ರಕ್ರಿಯೆ ಚಾಲ್ತಿಯಲ್ಲಿದ್ದು, 2024 ಮಾರ್ಚ್ ಹೊತ್ತಿಗೆ ಪ್ರಕ್ರಿಯೆ ಪೂರ್ಣಗೊಳ್ಳುವ ನಿರೀಕ್ಷೆ ಇದೆಯಂತೆ.

ಅದೇ ರೀತಿ, ಮಂಗಳೂರಿನಲ್ಲೂ ಮೊದಲ ಹಂತದ ವಿಸ್ತರಣೆಗಾಗಿ (ಮತ್ತೆ 1.5/2 MMT ಸಾಮರ್ಥ್ಯ) ಮತ್ತೆ 154.9 ಎಕ್ರೆ ಭೂಮಿ ಸ್ವಾಧೀನಕ್ಕಾಗಿ MSEZL ಜೊತೆ 2023 ಮಾರ್ಚ್ 17ರಂದು ಒಪ್ಪಂದ ಏರ್ಪಟ್ಟಿದೆ; ಯೋಜನೆ ಅನುಷ್ಠಾನಕ್ಕಾಗಿ ಪೂರ್ವಭಾವಿ ಅಧ್ಯಯನಗಳು ಆರಂಭಗೊಂಡಿವೆ.

ಕರಾವಳಿ ಜಿಲ್ಲೆಗಳಲ್ಲಿ ದೇಶಭಕ್ತಿ, ದೇಶದ ಭದ್ರತೆಯ ಹೆಸರಿನಲ್ಲಿ ಜನರನ್ನು ನಂಬಿಸಿ, ನಿಮಗೇನೇ ಸಮಸ್ಯೆ ಆದರೂ ನಾವಿದ್ದೇವೆ ಎಂಬ ಭರವಸೆ ಇತ್ತು, ಸ್ಥಳೀಯರಿಗೆ ನೂರಾರು ಉದ್ಯೋಗಾವಕಾಶಗಳಿಗೆ ಬಾಗಿಲು ತೆರೆಯಲಿದೆ ಎಂದು ಮುಂಗೈಗೆ ಬೆಲ್ಲ ಮೆತ್ತಿಸಿ, ಈ ಭೂಮಿಯನ್ನು ವಶಪಡಿಸಿಕೊಳ್ಳಲಾಗಿದೆ/ಗುತ್ತಿದೆ. ಜನ ಭವಿಷ್ಯದ ಸಂಭಾವ್ಯ ಅಪಾಯಗಳ ಪರಿವೆ ಇಲ್ಲದೆ, ದೇಶಕ್ಕಾಗಿ ತಮ್ಮ ಭೂಮಿ ತ್ಯಾಗ ಮಾಡಿದ್ದಾರೆ. ಉದ್ಯೋಗಾವಕಾಶಗಳು ಸಿಗದಿದ್ದಾಗಲೂ ಅಲ್ಲೇ ಸಣ್ಣಪುಟ್ಟ ಮುಸಿಮುಸಿ ಧ್ವನಿ ಬಿಟ್ಟರೆ ದೊಡ್ಡ ಧ್ವನಿ ಎದ್ದದ್ದಿಲ್ಲ. ಜನಪ್ರತಿನಿಧಿಗಳೂ ಸಂತ್ರಸ್ತರ ಅಹವಾಲುಗಳಿಗೆ ನೆಲಕಚ್ಚಿ ಸ್ಪಂದಿಸಿದ ಉದಾಹರಣೆಗಳಿಲ್ಲ. ಸ್ಥಳೀಯ ನೀರಿನ ಮೂಲಗಳೂ ಕೂಡ ದೊಡ್ಡ ಪ್ರಮಾಣದಲ್ಲಿ ಸಂಗ್ರಹಾಗಾರಕ್ಕೆ ಬಳಕೆಯಲ್ಲಿವೆ. ಹೀಗೆಲ್ಲ ಇರುವಾಗ, ಸ್ಥಳೀಯರಿಗೇ ತಗಾದೆ ಇಲ್ಲ ಎಂದಾದ ಮೇಲೆ, ನಿಮ್ಮದೇನು ತಗಾದೆ ಎಂಬ ಪ್ರಶ್ನೆ ಏಳುವುದು ಸಹಜ. ಆದರೆ ಕೆಲವು ವಾಸ್ತವಗಳು ಸಾರ್ವಜನಿಕರಿಗೆ ಗೊತ್ತಾಗಬೇಕು.

ಈ ಯೋಜನೆ ಆರಂಭಗೊಂಡಾಗ, ಅಲ್ಲಿನ ತೈಲ ಸಂಗ್ರಹ ಮತ್ತು ಯೋಜನೆಯ ನಿರ್ವಹಣೆಯ ಜವಾಬ್ದಾರಿಗಳನ್ನು ಭಾರತ ಸರ್ಕಾರ ಹೊಂದಿತ್ತು. ಆದರೆ ಯೋಜನೆ ಕಾರ್ಯರೂಪಕ್ಕೆ ಬರುವ ಮೊದಲೇ, ಅಂದರೆ 2017 ಜನವರಿ ಹೊತ್ತಿಗಾಗಲೇ, ಮೂಲಸೌಕರ್ಯಗಳ ಸಂಪುಟ ಸಮಿತಿ (CCI) ಅಲ್ಲಿ ತೈಲ ತುಂಬಿಸುವ ಖರ್ಚು ಭರಿಸಲು ಪರ್ಯಾಯ ಹಾದಿಗಳನ್ನು ಹುಡುಕಲು ಹೇಳಿತು. ಅದರಂತೆ, ಸೌದಿಯ ADNOC ಸಂಸ್ಥೆ ಮಂಗಳೂರಿನ ಒಂದು ಸಂಗ್ರಹಾಗಾರ (0.75MMT)ದಲ್ಲಿ ತನ್ನ ತೈಲ ತುಂಬಿಸಿಕೊಂಡಿತು. ಈ ತೈಲದಲ್ಲಿ 50% ಭಾಗ ಭಾರತಕ್ಕೆ ಭದ್ರತೆಯ ದೃಷ್ಟಿಯಿಂದ ಯಾವಾಗಲೂ ಲಭ್ಯ ಇರಬೇಕೆಂಬುದು ಈ ಒಪ್ಪಂದದ ಭಾಗ.

ಇದಾದ ಬಳಿಕ, 2021ರ ಮೇ ತಿಂಗಳಿನಲ್ಲಿ, ಸರ್ಕಾರ ತನ್ನ ತೈಲ ಸಂಗ್ರಹ ನೀತಿಯಲ್ಲೇ ಬದಲಾವಣೆ ಮಾಡಿಕೊಂಡು, PPP ಆಧಾರದಲ್ಲಿ ಖಾಸಗಿಯವರಿಗೆ ಈ ತೈಲ ಸಂಗ್ರಹಾಗಾರಗಳನ್ನು ಗುತ್ತಿಗೆ ನೀಡಬೇಕೆಂಬ ತೀರ್ಮಾನ ತೆಗೆದುಕೊಂಡಿತ್ತು.

ಸದ್ಯ, ಒಟ್ಟು 5.33 MMT ಸಾಮರ್ಥ್ಯದಲ್ಲಿ, ADNOC ಸಂಸ್ಥೆ 2MMT (ಪಾದೂರಿನಲ್ಲಿ 1.,25MMT ಮತ್ತು ಮಂಗಳೂರಿನಲ್ಲಿ 0.75MMT) ಜಾಗದಲ್ಲಿ ತನ್ನ ತೈಲ ಸಂಗ್ರಹಿಸಿಟ್ಟುಕೊಂಡಿದೆ. ISPRL ಕಡೆಯಿಂದ ಪಾದೂರಿನಲ್ಲಿ 1.25MMT ತೈಲ ಸಂಗ್ರಹವಿದ್ದು, ಮಂಗಳೂರಿನ 0.75MMT ಸಾಮರ್ಥ್ಯದ ಸಂಗ್ರಹಾಗಾರ ಖಾಲಿ ಇದೆಯಂತೆ. ಭಾರತ ಸರ್ಕಾರ, 2023–24ರ ಬಜೆಟ್‌ನಲ್ಲಿ, ಇಲ್ಲಿ ತೈಲಸಂಗ್ರಹಕ್ಕೆ 5000ಕೋಟಿ ರೂ. ಮೀಸಲಿರಿಸಿತ್ತು. ಆದರೆ ಆ ಹಣವನ್ನು ISPRLಗೆ ಕೊಡಲಿಲ್ಲ. ಈ ಬಾರಿ, 2024–25ರ ಬಜೆಟ್‌ನಲ್ಲಿ, ISPRLಗೆ ಹಣ ಒದಗಿಸುವ ಸೊಲ್ಲೇ ಇಲ್ಲ! ಈ ಹಿನ್ನೆಲೆಯಲ್ಲಿ, ತನ್ನ ಹಾದಿ ತಾನು ನೋಡಿಕೊಳ್ಳಬೇಕಾಗಿರುವ ISPRL, ಹೆಚ್ಚುವರಿ 1MMT ಸಾಮರ್ಥ್ಯವನ್ನು ಖಾಸಗಿಯವರಿಗೆ ಲೀಸ್ ಕೊಡಲು ತೀರ್ಮಾನಿಸಿದೆ.

ಈಗ ಪ್ರಶ್ನೆ ಎಂದರೆ, ಸರ್ಕಾರ ಇಲ್ಲಿ ತೈಲ ಸಂಗ್ರಹಿಸಿಡಲು ಉತ್ಸುಕವಾಗಿಲ್ಲ ಎಂದಮೇಲೆ, ಇಲ್ಲಿನ ತೈಲಾಗಾರಗಳ ಸಾಮರ್ಥ್ಯ ವಿಸ್ತರಣೆಯ ಬಗ್ಗೆ ಸರ್ಕಾರದ ಅತಿಉತ್ಸಾಹದ ಹಿಂದಿರುವ ಉದ್ದೇಶ ಏನು? ಸರ್ಕಾರಿ ಬೊಕ್ಕಸದ ಖರ್ಚಿನಲ್ಲಿ ಖಾಸಗಿಯವರಿಗೆ ಮೂಲ ಸೌಕರ್ಯಗಳನ್ನು ಉಚಿತವಾಗಿ ಕಟ್ಟಿಸಿಕೊಡುವ ಹುನ್ನಾರ ಏಕೆ? ಕರಾವಳಿಯ ಬಂದರುಗಳು, ನೆಲ, ಜಲ, ಆಕಾಶಗಳನ್ನು ಒಂದೊಂದಾಗಿ ಖಾಸಗಿಯವರ ರಂಗೋಲಿಗೆ ಚುಕ್ಕಿಗಳನ್ನಾಗಿ ಸರ್ಕಾರಿ ಖರ್ಚಿನಲ್ಲಿ ಒದಗಿಸಿಕೊಡುವ ಹೊಸ ಸಂಪ್ರದಾಯದ ಮುಂದುವರಿಕೆ ಇದು ಅನ್ನಿಸುವುದಿಲ್ಲವೆ?

ಫೆಬ್ರವರಿ 10, 2024ಕ್ಕೆ ಪ್ರಕಟಿತ

PM ಸೂರ್ಯಘರ್: ಉಚಿತ ವಿದ್ಯುತ್ ಎತ್ತಲಿರುವ ಸಾಂವಿಧಾನಿಕ ಪ್ರಶ್ನೆಗಳು

ಒಕ್ಕೂಟ ವ್ಯವಸ್ಥೆಯ ಸ್ವರೂಪದ ಕುರಿತ ಚರ್ಚೆಗಳು ಈಗೀಗ ಮತ್ತೆ ಮತ್ತೆ ಮುನ್ನೆಲೆಗೆ ಬರುತ್ತಿವೆ. ಕೇಂದ್ರ ಸರಕಾರವು ನಮ್ಮ ಸಂವಿಧಾನದ ಆಶಯಗಳನ್ನು ಮೀರಿ, ರಾಜ್ಯಗಳ ಅಧಿಕಾರ ವ್ಯಾಪ್ತಿಯ ಬೇಲಿಯೊಳಗೆ ಇಂಚಿಂಚಾಗಿ ತನ್ನನ್ನು ಸ್ಥಾಪಿಸಿಕೊಳ್ಳಲು ನಡೆಸುತ್ತಿರುವ ಪ್ರಯತ್ನಗಳ ದೂರಗಾಮಿ ಪರಿಣಾಮಗಳನ್ನು ಈಗಲೇ ಗುರುತಿಸಿಕೊಳ್ಳಬೇಕಾದ ತುರ್ತು ಇದೆ. ಸಂವಿಧಾನದ ಏಳನೇ ಷೆಡ್ಯೂಲಿನಲ್ಲಿ, ವಿದ್ಯುತ್ ಜಂಟಿಪಟ್ಟಿಯ ಸಂಗತಿ. ಸ್ಥೂಲವಾಗಿ ಹೇಳಬೇಕೆಂದರೆ, ವಿದ್ಯುತ್ ನೀತಿ ನಿರೂಪಣೆ ಮತ್ತು ಮೇಲ್ವಿಚಾರಣೆ ಕೇಂದ್ರದ ಜವಾಬ್ದಾರಿ ಆದರೆ, ಪ್ರಜೆಗಳ ಮನೆಗೆ ವಿದ್ಯುತ್ ತಲುಪಿಸುವ ಹೊಣೆ ರಾಜ್ಯದ್ದು. ಪರಸ್ಪರ ಹೊಂದಾಣಿಕೆಯೊಂದಿಗೆ ನಡೆಯಬೇಕಾದ ಈ ಚಟುವಟಿಕೆಗಳೀಗ ಹೊಸ "PM ಸೂರ್ಯಘರ್" ಯೋಜನೆಯ ಮೂಲಕ ಸಂಘರ್ಷಕ್ಕೆ ಹಾದಿಯಾಗುವ

ಸಾಧ್ಯತೆಗಳು ಕಾಣಿಸುತ್ತಿವೆ. ಈಗಾಗಲೇ ಉಚಿತ ವಿದ್ಯುತ್‌ಗಾಗಿ "ಗೃಹಜ್ಯೋತಿ" ಗ್ಯಾರಂಟಿ ಯೋಜನೆಯನ್ನು ಪ್ರಕಟಿಸಿರುವ ಕರ್ನಾಟಕದಲ್ಲಂತೂ ಈ ಸಾಧ್ಯತೆಗಳು ಇನ್ನಷ್ಟು ನಿಚ್ಚಳವಾಗಿವೆ.

ಕೇಂದ್ರ ಸರಕಾರವು ಪರ್ಯಾಯ ಇಂಧನ ಮೂಲಗಳನ್ನು ಹುಡುಕಿಕೊಳ್ಳುವ ತನ್ನ ಪ್ರಯತ್ನದ ಭಾಗವಾಗಿ, 2026ಕ್ಕೆ ಮುನ್ನ ದೇಶದಲ್ಲಿ 40GW ವಿದ್ಯುತ್ ಮನೆಯ ಮಾಡಿನ ಸೋಲಾರ್ ಪ್ಯಾನಲ್‌ಗಳ (RTS) ಮೂಲಕ ಬರಬೇಕೆಂಬ ಉದ್ದೇಶ ಹೊಂದಿತ್ತು. ಆದರೆ ಡಿಸೆಂಬರ್ 2023ರ ಹೊತ್ತಿಗೆ ಈ ಯೋಜನೆಯಡಿ ಸಾಧ್ಯವಾಗಿರುವುದು ಕೇವಲ 11.08GW. ಈ ಹಿನ್ನೆಲೆಯಲ್ಲಿ ಯೋಜನೆಯ ಎರಡನೇ ಹಂತವನ್ನು ಕೇಂದ್ರ ಸರ್ಕಾರ ರೂಪಿಸಿದ್ದು, ಜನಸಾಮಾನ್ಯರನ್ನು ಸೋಲಾರ್ ಬಳಕೆ ಮಾಡುವಂತೆ ಪ್ರೋತ್ಸಾಹಿಸಲು ಸಬ್ಸಿಡಿ ನೀಡುವುದಕ್ಕಾಗಿ 75,000ಕೋಟಿ ರೂ.ಗಳನ್ನು 2024–25ನೇ ಸಾಲಿನಲ್ಲಿ ಪ್ರಕಟಿಸಲಾಗಿದೆ. ಅದರ ಅನ್ವಯ ಬಜೆಟ್‌ನಲ್ಲಿ ಘೋಷಣೆ ಆಗಿದ್ದ "PM ಸೂರ್ಯೋದಯ" ಯೋಜನೆಯನ್ನು "PM ಸೂರ್ಯಘರ್" ಯೋಜನೆ ಎಂದು ಹೆಸರು ಬದಲಿಸಿ ಜಾರಿಗೆ ತರಲಾಗಿದೆ. ಈ ಯೋಜನೆಯಲ್ಲಿ, ತಮ್ಮ ಮನೆಯ ಮಾಡಿನ ಮೇಲೆ ಸೌರ ವಿದ್ಯುತ್ ಉತ್ಪಾದನಾ ಪ್ಯಾನಲ್ ಸ್ಥಾಪಿಸುವ ಒಂದು ಕೋಟಿ ಕುಟುಂಬಗಳಿಗೆ ಗರಿಷ್ಠ 10KW ತನಕ, ಮೊದಲ 3KWಗೆ 40%, ಆ ಬಳಿಕದ ಸಾಮರ್ಥ್ಯಕ್ಕೆ 20% ಸಬ್ಸಿಡಿಯನ್ನು ಕೇಂದ್ರ ಸರ್ಕಾರ ನೀಡುತ್ತದೆ. ಈ ಯೋಜನೆಯ ಅನುಷ್ಠಾನವನ್ನು ರಾಜ್ಯಗಳ ಉಸ್ತುವಾರಿಯಲ್ಲಿರುವ DISCOMಗಳಿಗೆ ವಹಿಸಲಾಗಿದೆ.

ರಾಜ್ಯಗಳ ಮೂಲಕ ಅನುಷ್ಠಾನಗೊಳ್ಳಬೇಕಾದ ಈ ಯೋಜನೆ ಸುಗಮವಾಗಿ ಜಾರಿಗೆ ಬರುವುದು ಸಾಧ್ಯ ಇದೆಯೆ? ಎಂಬುದನ್ನು ಕರ್ನಾಟಕದ ಉದಾಹರಣೆಯ ಮೂಲಕವೇ ನೋಡೋಣ.

ಕರ್ನಾಟಕದಲ್ಲಿ ಏನು ಕಥೆ?

ರಾಜ್ಯದ ಒಟ್ಟು ವಿದ್ಯುತ್ ಬಳಕೆಯಲ್ಲಿ ಡೊಮೆಸ್ಟಿಕ್ ವಿದ್ಯುತ್ತಿನ ಪಾಲು 22% ಮಾತ್ರ. ರಾಜ್ಯದ ಒಟ್ಟು ಬಳಕೆದಾರರ ಸಂಖ್ಯೆ ಅಂದಾಜು 1.72 ಕೋಟಿ. ಹಿಂದಿನ ಕುಟೀರ ಜ್ಯೋತಿ, ಭಾಗ್ಯಜ್ಯೋತಿ ಇತ್ಯಾದಿ ಯೋಜನೆಗಳ ಬಳಕೆದಾರರು 39.26 ಲಕ್ಷ. ಕರ್ನಾಟಕದಲ್ಲಿ ಇರುವ ಸಂಪರ್ಕಗಳಲ್ಲಿ, ಒಟ್ಟು ಅಂದಾಜು 1.46 ಕೋಟಿ ಸಂಪರ್ಕಗಳು ಬಳಸುತ್ತಿರುವುದು, ತಿಂಗಳಿಗೆ 75 ಯೂನಿಟ್‌ಗಳಿಗಿಂತಲೂ ಕಡಿಮೆ ವಿದ್ಯುತ್; ಅದರಲ್ಲಿ 70 ಲಕ್ಷ ಸಂಪರ್ಕಗಳು ಬಳಸುವುದು ತಿಂಗಳಿಗೆ 48 ಯೂನಿಟ್‌ಗಳಿಗಿಂತಲೂ ಕಡಿಮೆ. ಇದಿಷ್ಟು ಡೇಟಾಗಳನ್ನಿಟ್ಟುಕೊಂಡು ಈಗ ಕೇಂದ್ರ ಸರ್ಕಾರದ 300 ಯೂನಿಟ್ ಉಚಿತ ವಿದ್ಯುತ್ ಯೋಜನೆಯನ್ನು ವಿವರವಾಗಿ ನೋಡೋಣ.

ರಾಜಾರಾಂ ತಲ್ಲೂರು

- ಕರ್ನಾಟಕದಲ್ಲಿ ಸಿದ್ಧರಾಮಯ್ಯ ಸರ್ಕಾರ ಬಂದ ಬಳಿಕ, ಈಗಾಗಲೇ 1.5 ಕೋಟಿ ಗ್ರಾಹಕರು ರಾಜ್ಯ ಸರ್ಕಾರದ ಗೃಹಜ್ಯೋತಿ ಗ್ಯಾರಂಟಿಯಡಿ ಪ್ರತೀ ತಿಂಗಳು 200 ಯೂನಿಟ್ ಉಚಿತ ವಿದ್ಯುತ್ ಪಡೆಯುತ್ತಿದ್ದಾರೆ. ಇದರಲ್ಲಿ ಹಳೆಯ ಕುಟೀರ ಜ್ಯೋತಿ–ಭಾಗ್ಯಜ್ಯೋತಿ ಫಲಾನುಭವಿಗಳೆಲ್ಲ ಸೇರಿದ್ದಾರೆ. ಈ ಫಲಾನುಭವಿಗಳನ್ನು PM ಸೂರ್ಯಘರ್ ಯೋಜನೆಗೆ ಅಳವಡಿಸುವುದು ಹೇಗೆ?
- ಸೋಲಾರ್ ರೂಫ್‌ಟಾಪ್ ಯೋಜನೆಯ ಮೊದಲ ಹಂತ ರಾಜ್ಯದಲ್ಲಿ ಎಷ್ಟು ದುರ್ಬಲ ಆಗಿತ್ತೆಂದರೆ, 2002ರಿಂದ 2023 ನಡುವೆ ಬಂದಿರುವುದು ಕೇವಲ 1392 ಅರ್ಜಿಗಳು, ಅವರಲ್ಲಿ 586 ಮಂದಿ ಯೋಜನೆ ಅನುಷ್ಠಾನ ಮಾಡಿಕೊಂಡಿದ್ದಾರೆ. ಉತ್ಪಾದನೆ ಆಗುತ್ತಿರುವುದು ಕೇವಲ 2.7MW ವಿದ್ಯುತ್!
- ಈಗ ಸೂರ್ಯಘರ್ ಯೋಜನೆಗೆ ಸೇರ್ಪಡೆ ಆಗಲು, ಫಲಾನುಭವಿಯು ಒಂದು ಪಕ್ಕಾ ಮನೆ ಹೊಂದಿದ್ದು, ಆ ಮನೆಯ ಮಾಡಿನ/ತಾರಸಿಯ ಮೇಲೆ ಸೌರ ವಿದ್ಯುತ್ ಫಲಕಗಳನ್ನು ಅಳವಡಿಸಬೇಕು. ದುಬಾರಿಯಾದ ಸೌರ ಪ್ಯಾನಲ್ ಅಳವಡಿಕೆಯ ವೇಳೆ, ಸರ್ಕಾರದಿಂದ 60% ತನಕ ಸಬ್ಸಿಡಿ ಸಿಗುತ್ತದಾದರೂ, ಉಳಿದ 40% ಹಣವನ್ನು ವ್ಯಕ್ತಿ ಸಾಲರೂಪದಲ್ಲೇ ಹೊಂದಿಸಬೇಕಾಗುತ್ತದೆ (CAPEX ಮಾದರಿ). ಸಾಲವನ್ನು DISCOMಗಳಲ್ಲಿ ನೋಂದಣಿ ಆಗಿರುವ, ಯೋಜನೆ ಅನುಷ್ಠಾನ ಮಾಡುವ ಏಜನ್ಸಿಗಳೇ ವ್ಯವಸ್ಥೆ ಮಾಡಿದರೂ(RESCO ಮಾದರಿ), ಅದರ ಕಂತುಗಳ ಪಾವತಿಗೆ, ಹೆಚ್ಚಿನಂಶ ಫಲಾನುಭವಿಯ ವಿದ್ಯುತ್ ಉತ್ಪಾದನೆಯ ವೆಚ್ಚ ಬಳಕೆ ಆಗಲಿದೆ. ಇಷ್ಟೆಲ್ಲ ಜಟಿಲ ಸಂಗತಿಗಳಿಗೆ ಈಗಾಗಲೇ ಉಚಿತ ಸೌಲಭ್ಯ ಪಡೆಯುತ್ತಿರುವ ಫಲಾನುಭವಿಗಳು ಸಿದ್ಧರಾದಾರೇ?
- ಈಗಾಗಲೇ ಸೌರ ವಿದ್ಯುತ್ ಪ್ಯಾನಲ್‌ಗಳನ್ನು ಅಳವಡಿಸಿಕೊಂಡು, ಸರ್ಕಾರಕ್ಕೆ ವಿದ್ಯುತ್ ಮಾರುತ್ತಿರುವವರ ಕಥೆ ಏನೆಂಬುದನ್ನು ಈ ಯೋಜನೆ ವಿವರಿಸಿದಂತಿಲ್ಲ. ಅವರ ಮಾರಾಟ ದರದ ಒಪ್ಪಂದಗಳಲ್ಲಿ ವೈವಿಧ್ಯತೆ ಇದೆ. ಜೊತೆಗೆ, ಈ ಹೊಸ ಯೋಜನೆ ಎಂಪ್ಯಾನಲ್ ಆಗಿರುವ ಏಜನ್ಸಿಗಳಿಂದ ಸೋಲಾರ್ ಪ್ಯಾನಲ್ ಹಾಕಿಸಿಕೊಂಡವರಿಗೆ ಮಾತ್ರ ಅನ್ವಯ ಅನ್ನಲಾಗುತ್ತಿದೆ. ಹಳಬರೆಲ್ಲ ಈ ಯೋಜನೆಯಲ್ಲಿ ಪಾಲ್ಗೊಳ್ಳಬಯಸಿದರೆ ಏನಾಗಲಿವೆ ಎಂಬುದು ಸ್ಪಷ್ಟವಿಲ್ಲ.
- ವಿದ್ಯುತ್ (ಗ್ರಾಹಕ ಹಕ್ಕುಗಳು) ನಿಯಮ, 2000ದ ಅನ್ವಯ, 10KWಗಿಂತ ಕೆಳಗಿನ ಉತ್ಪಾದಕರಿಗೆ ಗ್ರಿಡ್ಡಿಗೆ ವಿದ್ಯುತ್ ಮಾರುವಾಗ, ನೆಟ್ ಮೀಟರಿಂಗ್ (ಅಂದರೆ ತಮ್ಮ ಉತ್ಪಾದಿತ ವಿದ್ಯುತ್‌ನಲ್ಲಿ ತಮ್ಮ ಸ್ವಂತದ ಬಳಕೆಯನ್ನು ಕಳೆದು ಉಳಿದದ್ದಕ್ಕೆ ಪಾವತಿ) ಮತ್ತು ಅದಕ್ಕಿಂತ ಮೇಲಿನವರಿಗೆ ಗ್ರಾಸ್ ಮೀಟರಿಂಗ್ (ಅಂದರೆ, ಉತ್ಪಾದಿತ ವಿದ್ಯುತ್ತಿಗೆ ಬಿಲ್ ಪ್ರತ್ಯೇಕ ಪಡೆಯುವುದು ಮತ್ತು ಸ್ವಂತ ಬಳಕೆಯ ವಿದ್ಯುತ್ತಿನ ಬಿಲ್ ಬೇರೆ ಕಟ್ಟುವುದು) ಅನ್ವಯವಾಗುತ್ತದೆ. ಇಲ್ಲಿ ಸೌರ

ಪ್ಯಾನಲ್ಲಿಗೆ ಸಾಲ ಪಡೆದಿರುವ ವ್ಯಕ್ತಿಗೆ ಅದು ಹೇಗೆ ಅನ್ವಯ ಆಗಲಿದೆ ಎಂಬುದು ಇನ್ನೂ ಸ್ಪಷ್ಟವಿಲ್ಲ.

- ಇಷ್ಟೆಲ್ಲ ಮಾಡಿ ಕೂಡ, ಈ ಯೋಜನೆಯಲ್ಲಿ ಫಲಾನುಭವಿಗಳಿಗೆ ಮನೆಯಲ್ಲಿ ವಿದ್ಯುತ್ ಸಂಗ್ರಹಿಸಿಡಲು ಬ್ಯಾಟರಿಗಳ ವ್ಯವಸ್ಥೆ ಇರುವುದಿಲ್ಲ. ಅವರು ವಿದ್ಯುತ್ತಿಗೆ DISCOMಗಳನ್ನೇ ಅವಲಂಬಿಸಿರಬೇಕಾಗುತ್ತದೆ.
- ಸಾಮಾನ್ಯವಾಗಿ ಒಂದು KW ಸೋಲಾರ್ ಪ್ಯಾನಲ್ ಸ್ಥಾವರ ಸ್ಥಾಪಿಸಲು ಮಾರುಕಟ್ಟೆ ದರದಲ್ಲಿ 40,000–90,000 ರೂಪಾಯಿಗಳ ವೆಚ್ಚ ಬರುತ್ತದಂತೆ. ಸರ್ಕಾರ ಒದಗಿಸುವ ಸಬ್ಸಿಡಿ ಹೆಚ್ಚೆಂದರೆ ಒಂದೆರಡು KWಗೆ ಸಾಕಾದೀತು. ಅದಕ್ಕಿಂತ ಹೆಚ್ಚಾಗಿ, ಈ ಪ್ಯಾನಲ್‌ಗಳ ಜೀವಿತಾವಧಿ 25 ವರ್ಷ. (ಹೆಚ್ಚಿನ ವಿವರಗಳಿಗೆ ಸರ್ಕಾರದ FAQ ಇಲ್ಲಿ ಓದಿ: https://pmsuryaghar.gov.in/pdf/faq_national_portal2024021301.pdf)

ಯಾಕೆ ಈ ಹಸ್ತಕ್ಷೇಪ?

ಮೇಲಿನ ಎಲ್ಲ ವಿವರಗಳನ್ನು ಗಮನಿಸಿದಾಗ, ಒಂದು ಸಂಗತಿ ಸ್ಪಷ್ಟ. ಅದೇನೆಂದರೆ ಕರ್ನಾಟಕದಲ್ಲಿ ಈಗಾಗಲೇ ಇರುವ ಗ್ಯಾರಂಟಿ ಸ್ಕೀಮಿನ ಎದುರು ಈ ಸ್ಕೀಮು ಯಶಸ್ಸು ಕಾಣುವ ಸಾಧ್ಯತೆ ಬಹುತೇಕ ಇಲ್ಲ. ಅದು ಒತ್ತಟ್ಟಿಗಿರಲಿ, ರಾಜ್ಯಗಳು ತಮ್ಮ ಪರಿಧಿಯ ಒಳಗೆ, ತಮ್ಮ ಸ್ಥಳೀಯ ಆವಶ್ಯಕತೆಗಳಿಗೆ ತಕ್ಕಂತೆ ರೂಪಿಸಬೇಕಾಗಿದ್ದ ಯೋಜನೆ ಇದಾಗಿತ್ತು. ಸಬ್ಸಿಡಿ ಆಗಿ ಒದಗಿಸಬೇಕಾಗಿದ್ದ ರೂ. 75,000 ಕೋಟಿಯನ್ನು ರಾಜ್ಯಗಳಿಗೆ ಹಂಚಬಹುದಾಗಿತ್ತು. ಅದರ ಬದಲು, "ಒಂದು ದೇಶ; ಒಂದೇ ನೀತಿ" ಮಾಡುವ ಹಠಕ್ಕೆ ಬಿದ್ದು, ಹೀಗೆ ಸಂವಿಧಾನದ ಆಶಯದಲ್ಲೇ ಹಸ್ತಕ್ಷೇಪ ಮಾಡಿದಾಗ ಅದರ ದೂರಗಾಮಿ ಪರಿಣಾಮಗಳೇನು?

ಅಥವಾ ಇದು ಅನುಷ್ಠಾನ ಯೋಗ್ಯ ಅಲ್ಲ ಎಂದು ಗೊತ್ತಿದ್ದೇ ಪ್ರಕಟಿಸಿರುವ ಚುನಾವಣಾ "ಗ್ಯಾರಂಟಿ" ಜುಮ್ಲಾವೇ? ಯಾಕೆಂದರೆ, ಈ ಯೋಜನೆಯ ಒಂದನೇ ಹಂತದಲ್ಲಿ ಅನುಷ್ಠಾನದ ಹೊಣೆ ಹೊತ್ತಿದ್ದ ಅಧಿಕಾರಿಗಳಿಗೆ ಯೋಜನೆಯ ಸಾಧಕ–ಬಾಧಕಗಳೆಲ್ಲ ಪರಿಚಯ ಇರಬೇಕಲ್ಲ! ಅವುಗಳನ್ನು ಪರಿಗಣನೆಗೆ ತೆಗೆದುಕೊಂಡು, ಸಂವಿಧಾನದ ಆಶಯಕ್ಕೆ ತಕ್ಕಂತೆ ಯೋಜನೆಯನ್ನು ರೂಪಿಸಬಹುದಿತ್ತಲ್ಲ?!!

ಫೆಬ್ರವರಿ 17, 2024ಕ್ಕೆ ಪ್ರಕಟಿತ

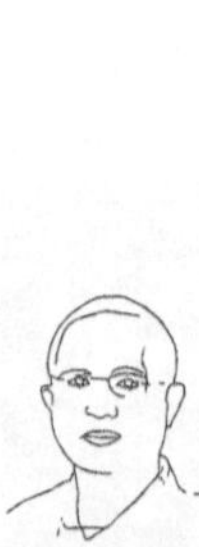

ರಾಜಾರಾಂ ತಲ್ಲೂರು

“ಟೋ(ಕೋ)ಲು ಕೊಟ್ಟು ಪೆಟ್ಟು ತಿನ್ನಿ!”

“ಕಳೆದ ವರ್ಷದಲ್ಲಿ (2023) ದೇಶದ ಹೆದ್ದಾರಿಗಳ ಟೋಲ್ ಪ್ಲಾಝಾಗಳಲ್ಲಿ ಸಂಗ್ರಹವಾದ ಒಟ್ಟು ಮೊತ್ತ 48,000 ಕೋಟಿ ರೂ.ಗಳಾಗಿದ್ದು, ಅದು ಇನ್ನು ಕೇವಲ 2-3 ವರ್ಷಗಳಲ್ಲಿ 1.40 ಲಕ್ಷ ಕೋಟಿ ರೂ.ಗಳಿಗೆ ಏರಲಿದೆ.”

***

“ಟೋಲ್ ಪ್ಲಾಝಾಗಳಲ್ಲಿ ಉಂಟಾಗುತ್ತಿರುವ ಅನಗತ್ಯ ವಾಹನ ದಟ್ಟಣೆ ನಿವಾರಿಸಲು ಮತ್ತು ವಾಹನಗಳು ಹೆದ್ದಾರಿಗಳಲ್ಲಿ ಅಡಚಣೆ ರಹಿತವಾಗಿ ಸಾಗುವಂತಾಗಲು ಇನ್ನು ಮುಂದೆ ವಾಹನ ಚಲಿಸಿದಷ್ಟು ದೂರಕ್ಕೆ ಮಾತ್ರ GNSS ವ್ಯವಸ್ಥೆಯ ಮೂಲಕ ಟೋಲ್ ಸಂಗ್ರಹಿಸಲಾಗುವುದು.”

***

ಮೇಲಿನ ಎರಡೂ ಹೇಳಿಕೆಗಳು ತಮ್ಮ ತಮ್ಮ ನೆಲೆಯಲ್ಲಿ ಬಹಳ ತರ್ಕಬದ್ಧವಾಗಿ ನಿಲ್ಲುತ್ತವೆಯಾದರೂ, ರಸ್ತೆ ಬಳಕೆದಾರರಾಗಿ ನಮಗೆ ಆ ಎರಡು ಹೇಳಿಕೆಗಳ ನಡುವೆ ವೈರುಧ್ಯ ಗೋಚರಿಸಿದರೆ, ನಮ್ಮ ಯೋಚನಾಲಹರಿ ಸರಿಯಾದ ಹಾದಿಯಲ್ಲಿದೆ ಮತ್ತು ಆರೋಗ್ಯಕರವಾಗಿದೆ ಎಂಬ ತೀರ್ಮಾನಕ್ಕೆ ಬರಬಹುದು.

ಭಾರತ ಸರ್ಕಾರವು ಈ ರಂಗೋಲಿಗೆ ಚುಕ್ಕೆಗಳನ್ನು ಇರಿಸಲಾರಂಭಿಸಿ ಹಲವು ವರ್ಷಗಳೇ ಕಳೆದಿವೆ. ಆದರೆ ಈವತ್ತಿಗೂ, ಈ ರಂಗೋಲಿಯ ಪೂರ್ಣ ಚಿತ್ರ ಜನರ ಕಣ್ಣಿಗೆ ಬೀಳದಂತೆ ಎಚ್ಚರ ವಹಿಸಲಾಗುತ್ತಿದೆ. ಹೆದ್ದಾರಿಗಳಿಗೆ ಟೋಲ್ ಸಂಗ್ರಹದ ಹಿನ್ನೆಲೆ-ಮುನ್ನೆಲೆಗಳನ್ನು ಈಗಾಗಲೇ ಇಲ್ಲಿ ವಿವರವಾಗಿ ಚರ್ಚಿಸಿದ್ದೇನೆ. ಈಗ ಈ ಅಂಕಣದ ವ್ಯಾಪ್ತಿಯಲ್ಲಿ ಕೆಲವು ಹೊಸ ಬೆಳವಣಿಗೆಗಳನ್ನು ಮಾತ್ರ ಗಮನಿಸೋಣ.

ಕರ್ನಾಟಕ ಸರ್ಕಾರ ಇತ್ತೀಚೆಗೆ ರಾಜ್ಯದಲ್ಲಿ ವಾಹನಗಳಿಗೆ ಹೈ ಸೆಕ್ಯುರಿಟಿ ರಿಜಿಸ್ಟ್ರೇಷನ್ ಪ್ಲೇಟ್ (HSRP)ಗಳನ್ನು ಕಡ್ಡಾಯಗೊಳಿಸಿದ್ದು ಮತ್ತು ಮೊನ್ನೆ ಅದರ ಅಂತಿಮ ದಿನಾಂಕದ ವಾಯಿದೆಯನ್ನು ವಿಸ್ತರಿಸಿದ್ದರ ಕುರಿತು ನಾವೆಲ್ಲ ಓದಿದ್ದೇವೆ. ಈ ಹೊಸ ನಂಬರ್ ಪ್ಲೇಟ್ ಯಾಕೆ? ಏನದರ ವೈಶಿಷ್ಟ್ಯ ಎಂದು ಎಲ್ಲಾದರೂ ಕೇಳಿದ್ದೀರಾ?

ಭಾರತ ಸರ್ಕಾರವು ಶೀಘ್ರದಲ್ಲೇ ತನ್ನ ರಾಷ್ಟ್ರೀಯ ಹೆದ್ದಾರಿಗಳಲ್ಲಿ ಅಳವಡಿಸಲಿರುವ ಸ್ವಯಂಚಾಲಿತವಾಗಿ ನಂಬರ್‌ಪ್ಲೇಟ್ ಓದಬಲ್ಲ ಕ್ಯಾಮರಾಗಳು (ANPR) ಮತ್ತು 3G ತಂತ್ರಜ್ಞಾನದೊಂದಿಗೆ ಗ್ಲೋಬಲ್ ನ್ಯಾವಿಗೇಷನ್ ಸ್ಯಾಟಲೈಟ್ ಸಿಸ್ಟಮ್ (GNSS) ತಂತ್ರಜ್ಞಾನವನ್ನು ಬಳಸಿಕೊಂಡು, ಒಂದು ವಾಹನ ಹೆದ್ದಾರಿಗೆ ಇಳಿದ ತಕ್ಷಣ ಅದನ್ನು ಗುರುತಿಸಿ, ಅದು ಚಲಿಸಿದಷ್ಟು ದೂರಕ್ಕೆ ರಸ್ತೆ ಟೋಲ್ ಮೊತ್ತವನ್ನು ಆ ವಾಹನ ಮಾಲಕರ ಖಾತೆಯಿಂದ ವಟಾಯಿಸಿಕೊಳ್ಳಲಿದೆ! ಹಾಗಾಗಿ, ಈ ಯೋಜನೆ ಕಾರ್ಯಗತ ಆದಬಳಿಕ, ವಾಹನ ಮಾಲಕರಿಗೆ ಟೋಲ್‌ಗಳಲ್ಲಿ ಕಾಯುವ ತೊಂದರೆಯೇ ಇರುವುದಿಲ್ಲ! ಮತ್ತು ಸರ್ಕಾರದ ಟೋಲ್ ಸಂಗ್ರಹ ಮೂರರಿಂದ ನಾಲ್ಕು ಪಟ್ಟು ಹೆಚ್ಚಲಿದೆ!!

ಅಂದಹಾಗೆ, ಇನ್ನೆರಡು ತಿಂಗಳಲ್ಲಿ ಬರುವ ಲೋಕಸಭಾ ಚುನಾವಣೆಗಳಿಗೆ ಮೊದಲೇ ಬೆಂಗಳೂರು-ಮೈಸೂರು 10 ಲೇನ್‌ಗಳ ಹೊಸ ಹೆದ್ದಾರಿಯಲ್ಲಿ ಈ ಹೊಸ ವ್ಯವಸ್ಥೆ ಪ್ರಾಯೋಗಿಕವಾಗಿ ಜಾರಿಗೆ ಬರಲಿದೆ ಎಂದು ರಾಜ್ಯಸಭೆಯಲ್ಲಿ ಸಾರಿಗೆ ಸಚಿವ ನಿತಿನ್ ಗಡ್ಕರಿ ಅವರು (ಚುಕ್ಕೆ ಗುರುತಿನ ಪ್ರಶ್ನೆ ಸಂಖ್ಯೆ 57, ದಿನಾಂಕ 07-02-2024) ರಾಜ್ಯಸಭಾ ಸದಸ್ಯ ಲೆಹರ್ ಸಿಂಗ್ ಸಿರೋಹಿ ಅವರಿಗೆ ತಿಳಿಸಿದ್ದಾರೆ.

ಈ ಯೋಜನೆ ಇಷ್ಟೇ ಆಗಿದ್ದರೆ, ಹೋಗಲಿ ಬಿಡಿ ಹೇಗೂ ಸರ್ಕಾರಗಳಿರುವುದೇ ಜನಸಾಮಾನ್ಯರ ಕಿಸೆಗೆ ತೆರಿಗೆ ಕತ್ತರಿ ಹಾಕಲು ಎಂದು ಶಪಿಸಿ ಸುಮ್ಮನಿರಬಹುದಿತ್ತು. ಆದರೆ, ಇದು ಇಷ್ಟಕ್ಕೇ ನಿಲ್ಲುವುದಿಲ್ಲ. ಒಂದು ವಾಹನ ಮನೆಯಿಂದ ರಸ್ತೆಗೆ ಇಳಿದ ತಕ್ಷಣ, ಅದು ಸರ್ಕಾರದ ನಿಗಾ ವ್ಯವಸ್ಥೆಯ ಒಳಗೆ ಬರುತ್ತದೆ ಎಂದರೆ, ಪ್ರತಿಯೊಬ್ಬ ಪ್ರಜೆಯ

ರಾಜಾರಾಂ ತಲ್ಲೂರು

ಪ್ರತಿಯೊಂದೂ ಚಲನವಲನಗಳ ಮೇಲೆ ನೇರ ನಿಗಾ ಸರ್ಕಾರಕ್ಕೆ ಸಾಧ್ಯವಾಗಲಿದೆ. ಇಷ್ಟು ಮಾತ್ರವಲ್ಲ; ಈ ರೀತಿಯ ನಿಗಾ ವ್ಯವಸ್ಥೆಗಳಿಂದ ಹುಟ್ಟುವ ಮೆಟಾಡೇಟಾಗಳು, ಆಳುವವರಿಗೆ ನಮ್ಮ ಖಾಸಗಿ ಬದುಕಿನ ಮೇಲೆ, ನಮ್ಮ ಚಲನವಲನಗಳ ಮೇಲೆ ಹೆಕ್ಕಿಕೊಡುವ ಸೂಕ್ಷ್ಮ ವಿವರಗಳು, ಮತ್ತದರ ಪರಿಣಾಮಗಳು ಅನೂಹ್ಯ. ಇನ್ನು ಕೃತಕ ಬುದ್ಧಿಮತ್ತೆ (AI) ತಂತ್ರಜ್ಞಾನ ಅಳವಡಿಸಿದರಂತೂ, ಪ್ರತಿಯೊಬ್ಬ ಪ್ರಜೆಯ ಸಂಪೂರ್ಣ ಜಾತಕ ಆಳುವವರ ಕೈಯಲ್ಲಿ!

ಸ್ವತಃ ಭಾರತ ಸರ್ಕಾರದ ಸಾರಿಗೆ, ಪ್ರವಾಸೋದ್ಯಮ ಮತ್ತು ಸಂಸ್ಕೃತಿ ಇಲಾಖೆಗಳ ಕುರಿತಾಗಿರುವ ಸಂಸದೀಯ ಸ್ಥಾಯೀ ಸಮಿತಿಯು (ಅಧ್ಯಕ್ಷರು: ವಿ. ವಿಜಯಸಾಯಿ ರೆಡ್ಡಿ) ಇದೇ ಫೆಬ್ರವರಿ 08ರಂದು ಸಂಸತ್ತಿನ ಉಭಯ ಸದನಗಳಲ್ಲಿ ಮಂಡಿಸಿದ ತಮ್ಮ ವರದಿಯಲ್ಲಿ (ವರದಿ ಸಂಖ್ಯೆ: 367) ಈ ಹೊಸ ಟೋಲ್ ಪದ್ಧತಿಯಿಂದ ಪ್ರಜೆಗಳ ಖಾಸಗಿತನದ ಉಲ್ಲಂಘನೆ ಆಗುವ ಸಾಧ್ಯತೆಗಳಿರುವ ಬಗ್ಗೆ ಆತಂಕ ವ್ಯಕ್ತಪಡಿಸಿತ್ತು ಮತ್ತು GPS ಆಧರಿತ ಟೋಲ್ ಸಂಗ್ರಹ ವ್ಯವಸ್ಥೆ ಜಾರಿಗೆ ತರುವ ಮುನ್ನ, ಅದು ಸೈಬರ್ ಸೆಕ್ಯುರಿಟಿ ಸಂಬಂಧಿತ ಸಂಭಾವ್ಯ ಅಪಾಯ ಸಾಧ್ಯತೆಗಳನ್ನು ವಿವರವಾಗಿ ಪರಿಶೀಲಿಸಿಕೊಳ್ಳಬೇಕು ಎಂದು ಶಿಫಾರಸು ಮಾಡಿತ್ತು. ಆದರೆ ಸರ್ಕಾರ ಇದನ್ನು ಕಿವಿಗೆ ಹಾಕಿಕೊಂಡಂತಿಲ್ಲ. ಇದಲ್ಲದೇ, ಟೋಲ್ ತಪ್ಪಿಸುವುದು ವಾಹನ ಮಾಲಕರಿಗೆ ದಂಡನಾರ್ಹ ಅಪರಾಧವಾಗಬೇಕೆಂಬ ಹೊಸ ನಿಯಮವನ್ನು ರಾಜ್ಯಗಳು ತರಬೇಕೆಂದೂ ಸ್ಥಾಯೀಸಮಿತಿ ಶಿಫಾರಸು ಮಾಡಿದೆ.

ದೇಶದಲ್ಲಿಂದು 13 ಲಕ್ಷ ಕಿಮೀ ಉದ್ದದ ರಸ್ತೆಗಳಿದ್ದು, ಅವುಗಳಲ್ಲಿ ರಾಷ್ಟ್ರೀಯ ಹೆದ್ದಾರಿಯ ಪಾಲು ಕೇವಲ 2%. ಆದರೆ, ದೇಶದ 40% ವಾಹನ ದಟ್ಟಣೆಯನ್ನು ಹೊರುತ್ತಿರುವುದು ಈ ಹೆದ್ದಾರಿಗಳೇ. ಸದ್ಯ ದೇಶದಲ್ಲಿ 920 ಟೋಲ್ ಪ್ಲಾಝಾಗಳಿದ್ದು, ಅವು 7.65 ಕೋಟಿ ಫಾಸ್ಟ್‌ಟ್ಯಾಗ್‌ಗಳ ಮೂಲಕ ಟೋಲ್ ಸಂಗ್ರಹಿಸುತ್ತಿವೆ. ಆರಂಭದ ದಿನಗಳಲ್ಲಿ ವಾಹನಗಳು ಟೋಲ್ ಪ್ಲಾಝಾದಲ್ಲಿ ಟೋಲ್ ಕಟ್ಟಿ ಮುಂದುವರಿಯಲು ಸರಾಸರಿ 08 ನಿಮಿಷಗಳು ಬೇಕಾಗುತ್ತಿದ್ದರೆ, ಈಗ ಆ ಸರಾಸರಿಯು 47 ಸೆಕುಂಡುಗಳಿಗೆ ಇಳಿದಿದೆಯಂತೆ. ಪರಿಸ್ಥಿತಿಯನ್ನು ಇನ್ನೂ ಸುಧಾರಿಸಲು ಈ ಹೊಸ GPS ಆಧರಿತ ಯೋಜನೆ.

ನ್ಯಾಷನಲ್ ಇಲೆಕ್ಟ್ರಾನಿಕ್ ಟೋಲ್ ಕಲೆಕ್ಷನ್ ಪ್ರೋಗ್ರಾಂ (NETC) ಅಡಿಯಲ್ಲಿ ಇಲ್ಲಿಯ ತನಕ ರೇಡಿಯೊಫ್ರೀಕ್ವೆನ್ಸಿ ಐಡೆಂಟಿಫಿಕೇಷನ್ (RFID) ತಂತ್ರಜ್ಞಾನ ಬಳಸಿ, ಫಾಸ್ಟ್‌ಟ್ಯಾಗ್‌ಗಳ ಮೂಲಕ ಟೋಲ್ ಸಂಗ್ರಹ ನಡೆಯುತ್ತಿತ್ತು. 60ಕಿಮೀಗೆ ಒಂದು ಟೋಲ್ ಪ್ಲಾಝಾ ಇರುವುದರಿಂದ, ಆ ಪ್ಲಾಝಾಗಳನ್ನು ದಾಟದೇ ಓಡಾಡುವ ವಾಹನಗಳಿಗೆ ಇಲ್ಲಿಯ ತನಕ ಸಂಚಾರ ಉಚಿತವಿತ್ತು. ಇನ್ನು GPS ವ್ಯವಸ್ಥೆ ಬಂದ ಬಳಿಕ, ಮನೆಯಿಂದ ವಾಹನ ಹೊರಬಂದು ರಸ್ತೆಗೆ ಇಳಿದ ತಕ್ಷಣ ಟೋಲ್ ಪಾವತಿ ಮಾಡಬೇಕಾಗುತ್ತದೆ. ಇದ್ದರಸ್ತೆ ಕಿತ್ತುಕೊಂಡು, ಸರ್ವೀಸ್ ರಸ್ತೆಗಳ ಸೌಲಭ್ಯವನ್ನೇ

ಒದಗಿಸದೆ, ಟೋಲ್ ಹೆದ್ದಾರಿಗಳನ್ನು ತೆರೆದಿರುವ ಈ ಅವೈಜ್ಞಾನಿಕ ವ್ಯವಸ್ಥೆಯಲ್ಲಿ, ಹೊಸ GPS ಆಧರಿತ ವ್ಯವಸ್ಥೆ ತಂದರೆ, ಕರಾವಳಿಯಂತಹ ಹೆದ್ದಾರಿ ಆಧರಿತ ಬದುಕು ಬದುಕುತ್ತಿರುವ ಜನಸಮುದಾಯಗಳು ಅಪಾರ ನಷ್ಟ ಅನುಭವಿಸಲಿವೆ.

ನಾವು ವಾಹನ ಖರೀದಿಯ ವೇಳೆ ಅದರ ಜೀವಿತಾವಧಿಗೆ ರಸ್ತೆ ತೆರಿಗೆಯನ್ನು ಏಕಗಂಟಿನಲ್ಲಿ ಕಟ್ಟಿದ ಬಳಿಕ ಮತ್ತೆ ಟೋಲ್ ಕಟ್ಟುವುದು "ಡಬ್ಬಲ್ ತೆರಿಗೆ" ಆಗುವುದಿಲ್ಲವೇ ಎಂದು ಕೇಳಿ ಅರ್ಜಿ ಸಲ್ಲಿಸಿದ್ದಕ್ಕೆ ತೆಲಂಗಾಣ ಹೈಕೋರ್ಟು, ಅವೆರಡೂ ಪ್ರತ್ಯೇಕ ತೆರಿಗೆಗಳು ಎಂದು ಹೇಳಿ, ಅರ್ಜಿಯನ್ನು ತಳ್ಳಿಹಾಕಿದೆ. ಹಾಗಾಗಿ, ಆ ವಾದಕ್ಕೆ ಈಗ ಬಲ ಇಲ್ಲ. ಸರ್ಕಾರಗಳು ಇರುವುದೇ ತೆರಿಗೆ ವಿಧಿಸುವುದಕ್ಕಾದ್ದರಿಂದ, ಒಂದಲ್ಲ ಒಂದು ಹಾದಿಯಲ್ಲಿ ಅವು ತೆರಿಗೆ ವಿಧಿಸುತ್ತವೆ. ಆದರೆ, ಅದನ್ನೂ ದಾಟಿ, ಪ್ರಜೆಗಳ ಖಾಸಗಿ ಬದುಕಿನ ಮೇಲೆ ನಿಗಾ ಇರಿಸುವಂತಹ ಈ ಹೊಸ ತಂತ್ರಜ್ಞಾನಗಳನ್ನು ಅಳವಡಿಸಿಕೊಳ್ಳುವುದು ಮತ್ತು ಸರ್ಕಾರ ತನ್ನ ಉದ್ದೇಶಗಳನ್ನು ಪಾರದರ್ಶಕಗೊಳಿಸಿಕೊಳ್ಳದೇ ಈ ವ್ಯವಸ್ಥೆಯನ್ನು ಜಾರಿಗೆ ತರುವುದು ಅಪೇಕ್ಷಿತವಲ್ಲ. ಇಂತಹ ಬೆಳವಣಿಗೆಗಳನ್ನು ಪಕ್ಷ ರಾಜಕೀಯ ಮೀರಿ ಪ್ರಶ್ನಿಸಬೇಕಾದದ್ದು ಅನಿವಾರ್ಯ.

ಫೆಬ್ರವರಿ 24, 2024ಕ್ಕೆ ಪ್ರಕಟಿತ

ರಾಜಾರಾಂ ತಲ್ಲೂರು

17ನೇ ಲೋಕಸಭೆ- ಕಾಯಾ; ವಾಚಾ; ಮನಸಾ

ಸ್ವಾತಂತ್ರ್ಯದ ನಂತರ ಐದು ವರ್ಷಗಳ ಪೂರ್ಣಾವಧಿಗೆ ಕಾರ್ಯಾಚರಿಸಿದ ಲೋಕಸಭೆಗಳ ಪೈಕಿ, ಅತ್ಯಂತ ಕಡಿಮೆ ದಿನಗಳಲ್ಲಿ (274ದಿನ) ಸದನ ಕಲಾಪ ನಡೆಸಿದ ಲೋಕಸಭೆ ಎಂಬ ಹೆಗ್ಗಳಿಕೆಯ ಜೊತೆಗೆ, ಸಂವಿಧಾನದ 93ನೇ ವಿಧಿಯನ್ವಯ ಲೋಕಸಭೆಗೆ ನೇಮಿಸಬೇಕಾಗಿದ್ದ ಉಪಸ್ಪೀಕರ್ ಹುದ್ದೆಯನ್ನು ಕೊನೆಯ ತನಕವೂ ಭರ್ತಿ ಮಾಡದೇ ಉಳಿದ ಮೊದಲ ಲೋಕಸಭೆ ಎಂಬ ಬಿರುದು ಸಹಿತ 17ನೇ ಲೋಕಸಭೆಯ ಕಲಾಪಗಳು ಮುಕ್ತಾಯಗೊಂಡಿದ್ದು, ದೇಶ ಸಾರ್ವತ್ರಿಕ ಚುನಾವಣೆಯತ್ತ ಮುಖಮಾಡಿದೆ. ಸಂವಿಧಾನ ಅಪಾಯದಲ್ಲಿದೆ ಎಂಬ ಮಾತುಗಳು ಮತ್ತೆ ಮತ್ತೆ ಕೇಳಿಬರುತ್ತಿರುವಾಗಲೇ, ಸಂವಿಧಾನದ ದೀಪಧಾರಿಗಳ (ರಾಷ್ಟ್ರಪತಿ, ಉಪರಾಷ್ಟ್ರಪತಿ, ಭಾರತದ ಮುಖ್ಯ ನ್ಯಾಯಮೂರ್ತಿ ಮತ್ತು ಲೋಕಸಭಾ ಸ್ಪೀಕರ್) ಮೌನ, ನಿಷ್ಕ್ರಿಯತೆ, ಪಕ್ಷಪಾತ ಇತ್ಯಾದಿಗಳೂ ಮಡುಗಟ್ಟುತ್ತಿವೆ.

ಮುಂದಿರುವ ಚುನಾವಣೆಗಳ ಹಿನ್ನೆಲೆಯಲ್ಲಿ, 17ನೇ ಲೋಕಸಭೆಯ ಒಟ್ಟು ಸಾಧನೆಯನ್ನು ಪ್ರಜ್ಞಾವಂತ ಮತದಾರರು ಗುರುತಿಸಿಕೊಂಡು, ರಾಜಕೀಯದ ಬಣ್ಣ–ರಾಡಿಗಳಿಗೆ ಬಲಿಯಾಗದೇ, ಸಂಸತ್ತಿನಲ್ಲಿ ನಮ್ಮನ್ನು ಪ್ರತಿನಿಧಿಸುವವರು ಹೇಗಿರಬೇಕು, ಎಷ್ಟು ಪ್ರಜಾತಾಂತ್ರಿಕವಾಗಿರಬೇಕು, ಸಂವಿಧಾನಕ್ಕೆ ಅವರ ಬದ್ಧತೆ ಹೇಗಿರಬೇಕು ಎಂಬಿತ್ಯಾದಿ ವಿಚಾರಗಳ ಬಗ್ಗೆ ತೀರ್ಮಾನಗಳನ್ನು ತೆಗೆದುಕೊಳ್ಳಲು ಇದಕ್ಕಿಂತ ಸಕಾಲ ಇನ್ನೆಲ್ಲಿ?

ಏನೆಲ್ಲ ಆಯಿತು?

ಈ ಲೋಕಸಭೆಯ 15 ಅಧಿವೇಶನಗಳಲ್ಲಿ 11ನ್ನು ನಿಶ್ಚಿತ ಅವಧಿ ಮುಗಿಯುವ ಮುನ್ನವೇ ಮುಂದೂಡಲಾಯಿತು. ಹಾಗಾಗಿ, ಸುಮಾರು 40 ದಿನಗಳ ಅಧಿವೇಶನ ನಡೆಯಲಿಲ್ಲ. ಹಾಗಂತ ಮೊದಲ ಅಧಿವೇಶನ ನಿಗದಿತ ಅವಧಿಗಿಂತ ಏಳುದಿನ ಮತ್ತು ಕೊನೆಯ ಅಧಿವೇಶನ ನಿಗದಿತ ಅವಧಿಗಿಂತ ಒಂದು ದಿನ ಹೆಚ್ಚು ನಡೆದವು.

17ನೇ ಲೋಕಸಭೆಯಲ್ಲಿ ಸಂಸದರನ್ನು ಸದನದಿಂದ ಅಮಾನತುಗೊಳಿಸುವ ಒಟ್ಟು 206 ಘಟನೆಗಳು ನಡೆದವು. ಇದರಲ್ಲಿ, 146 ಮಂದಿಯ ಅಮಾನತು, 2023ರ ಚಳಿಗಾಲದ ಅಧಿವೇಶನದಲ್ಲಿ ನಡೆಯಿತು.

17ನೇ ಲೋಕಸಭೆಯಲ್ಲಿ ಬಜೆಟ್ ಸಂಬಂಧಿ ಮಸೂದೆಗಳನ್ನು ಹೊರತುಪಡಿಸಿ, ಒಟ್ಟು 179 ಮಸೂದೆಗಳು ಅಂಗೀಕಾರಗೊಂಡವು. ಆದರೆ ಅವುಗಳಲ್ಲಿ 58% ಮಸೂದೆಗಳು ಸದನದಲ್ಲಿ ಮಂಡನೆಯಾದ ಎರಡು ವಾರಗಳ ಒಳಗೇ ಅನುಮೋದನೆಗೊಂಡವು; ಅರ್ಥಾತ್ ಸಂಸತ್ತಿನ ಬಹುಮುಖ್ಯ ಕರ್ತವ್ಯವಾದ ಕಾನೂನುಗಳ ಚರ್ಚೆ–ನಿರೂಪಣೆ ಸಾಕಷ್ಟು ನಡೆಯಲಿಲ್ಲ. 70% ಮಸೂದೆಗಳಿಗೆ ಚರ್ಚೆ ನಡೆದದ್ದು ತಲಾ ಮೂರು ಗಂಟೆಗಳಿಗಿಂತ ಕಡಿಮೆ. 35% ಮಸೂದೆಗಳಿಗೆ ಚರ್ಚೆ ನಡೆದದ್ದು ತಲಾ ಒಂದು ಗಂಟೆಗೂ ಕಡಿಮೆ!

ಸಂಸತ್ತು ಅಂಗೀಕರಿಸಿದ ಪ್ರಮುಖ ಮಸೂದೆಗಳೆಂದರೆ: ಮಹಿಳಾ ಮೀಸಲಾತಿ ಮಸೂದೆ 2023, ಜಮ್ಮು ಮತ್ತು ಕಾಶ್ಮೀರ ಮರುಸಂರಚನೆಯ ಮಸೂದೆ 2019, ಮುಖ್ಯ ಚುನಾವಣಾ ಕಮಿಷನರ್ ನೇಮಕಾತಿ ಮಸೂದೆ 2023; ಮೂರು ಕಾರ್ಮಿಕ ಕಾನೂನುಗಳು; ಡಿಜಿಟಲ್ ಡೇಟಾ ಸಂರಕ್ಷಣಾ ಮಸೂದೆ 2023; ಮೂರು ಕೃಷಿ ಕಾಯಿದೆಗಳು (ಕಡೆಗೆ ಇವನ್ನು ರೈತರ ಪ್ರತಿಭಟನೆಗಳ ಬಳಿಕ ಹಿಂದೆಗೆದುಕೊಳ್ಳಲಾಯಿತು); IPC, CrPC ಮತ್ತು ಸಾಕ್ಷ್ಯ ಕಾಯಿದೆಗಳ ಜಾಗದಲ್ಲಿ ಹೊಸ ಮೂರು ಮಸೂದೆಗಳು.

ಸಾಮಾನ್ಯವಾಗಿ ಮಹತ್ವದ ಮಸೂದೆಗಳಿಗೆ ಹೆಚ್ಚಿನ ಪರಿಶೀಲನೆ ಅಗತ್ಯವಿದ್ದಾಗ, ಅದನ್ನು ಸದನಸಮಿತಿಗಳಿಗೆ ಒಪ್ಪಿಸುವುದು ಸಂಪ್ರದಾಯ. ಕೇವಲ 16% ಮಸೂದೆಗಳು ಮಾತ್ರ ಈ ವಿಧದ ಪರಿಶೀಲನೆಗೆ ಒಳಪಟ್ಟವು. ಬರೀ ನಾಲ್ಕು ಮಸೂದೆಗಳು ಮಾತ್ರ ಜಂಟಿ ಸಂಸದೀಯ ಸಮಿತಿಯ ಪರಿಶೀಲನೆಗೆ ಒಳಪಟ್ಟವು.

ರಾಜಾರಾಂ ತಲ್ಲೂರು

ಸದನ ಸಮಿತಿಗಳ ಹೆಚ್ಚುವರಿ ಪರಿಶೀಲನೆಗೆ ಒಳಗಾದ ಮಸೂದೆಗಳಲ್ಲಿ ಅತಿ ಹೆಚ್ಚಿನ ಚರ್ಚೆ ಆದದ್ದು, ಡಿಜಿಟಲ್ ಡೇಟಾ ಸಂರಕ್ಷಣಾ ಕಾಯಿದೆಯ ಕುರಿತು (78 ಸಭೆಗಳು). ಅದು ಬಿಟ್ಟರೆ ಹೆಚ್ಚು ಚರ್ಚೆ ಆದದ್ದು ಜೈವಿಕ ವೈವಿಧ್ಯತೆ (ತಿದ್ದುಪಡಿ) ಕಾಯಿದೆ 2021 (15 ಸಭೆಗಳು). ಉಳಿದವು ಸರಾಸರಿ ಒಂಭತ್ತು ಸಭೆಗಳಲ್ಲೇ ಮುಗಿದಿವೆ.

ಸದನದಲ್ಲಿ ಮಂಡನೆಯಾಗಿ ಹಾಗೇ ವಾಯಿದೆ ತೀರಲು ಬಿಟ್ಟ ಮಸೂದೆಗಳು ನಾಲ್ಕು. ಅವು ಯಾವುವೆಂದರೆ, ಅಂತರ್ ರಾಜ್ಯ ನದಿ ವಿವಾದಗಳ (ತಿದ್ದುಪಡಿ) ಮಸೂದೆ, 2019; ಬಾಲವಿವಾಹ ಪ್ರತಿಬಂಧ (ತಿದ್ದುಪಡಿ) ಮಸೂದೆ 2021; ವಿದ್ಯುತ್ (ತಿದ್ದುಪಡಿ) ಮಸೂದೆ 2022. ಇದರಲ್ಲಿ ಕೊನೆಯ ಎರಡನ್ನು ಸದನ ಸಮಿತಿಗಳ ಪರಾಮರ್ಶೆಗೆ ನೀಡಲಾಗಿತ್ತು.

17ನೇ ಲೋಕಸಭೆಯಲ್ಲಿ ಅತ್ಯಂತ ಹೆಚ್ಚು, ಅಂದರೆ 729 ಖಾಸಗಿ ಸದಸ್ಯರ ಮಸೂದೆಗಳು ಮಂಡಿತವಾಗಿದ್ದವಾದರೂ, ಸದನ ಚರ್ಚೆ ನಡೆಸಿದ್ದು ಅವುಗಳಲ್ಲಿ ಕೇವಲ 2ನ್ನು ಕುರಿತು; ಅಂಗೀಕಾರಗೊಂಡದ್ದು ಶೂನ್ಯ.

ಸಂಸತ್ತಿನಲ್ಲಿ ನಡೆದ 31% ಚರ್ಚೆಗಳು ಶಾಸನ ರಚನೆ ಮತ್ತು ಬಜೆಟ್‌ಗೆ ಸಂಬಂಧಿಸಿದವಾಗಿರಲಿಲ್ಲ. ಸಂಸತ್ತಿಗೆ 75 ವರ್ಷಗಳಾದ ಹಿನ್ನೆಲೆಯಲ್ಲಿ ಮತ್ತು ಬಾಹ್ಯಾಕಾಶದಲ್ಲಿ ಭಾರತದ ಸಾಧನೆಗಳ ಬಗ್ಗೆ ವಿಶೇಷ ಚರ್ಚೆಗಳು ನಡೆದವು. 13 ಅಲ್ಪಾವಧಿಯ ಚರ್ಚೆಗಳು ನಡೆದಿದ್ದು, ಅವುಗಳಲ್ಲಿ ಹವಾಮಾನ ಬದಲಾವಣೆ, ಬೆಲೆ ಏರಿಕೆ, ಕ್ರೀಡೆಗಳಿಗೆ ಪ್ರೋತ್ಸಾಹ, ಉಕ್ರೇನ್‌ನಲ್ಲಿ ಪರಿಸ್ಥಿತಿಗಳು ಚರ್ಚೆ ಆಗಿವೆ. ಕುತೂಹಲಕರ ಸಂಗತಿ ಎಂದರೆ ಹಾಲೀ ಸರ್ಕಾರದ ಎರಡೂ ಅವಧಿಗಳಲ್ಲಿ ಒಂದೇ ಒಂದು ನಿಲುವಳಿ ಸೂಚನೆಯನ್ನು ಸ್ಪೀಕರ್ ಪೀಠ ಅಂಗೀಕರಿಸಿಲ್ಲ. 2023ರ ಆಗಸ್ಟ್ ತಿಂಗಳಿನಲ್ಲಿ ಒಮ್ಮೆ ಸರ್ಕಾರದ ವಿರುದ್ಧ ಅವಿಶ್ವಾಸಮತದ ಚರ್ಚೆ 20 ಗಂಟೆಗಳ ಕಾಲ ನಡೆದಿದೆ.

ಸದನದಲ್ಲಿ ಸಾರ್ವಜನಿಕ ಹಿತಾಸಕ್ತಿಯ ಸಂಗತಿಗಳ ಕುರಿತಾದಂತೆ ಸಚಿವರ ಸ್ವಯಂಪ್ರೇರಿತ ಹೇಳಿಕೆಗಳು ದಾಖಲಾದದ್ದು ಈ ಹಿಂದಿನ ಎರಡು ಲೋಕಸಭೆಗಳಿಗೆ ಹೋಲಿಸಿದರೆ ತೀರಾ ಕಡಿಮೆ, ಕೇವಲ 28 ಬಾರಿ. ಪ್ರಶ್ನೋತ್ತರ ಅವಧಿ ನಿಗದಿತ ಸಮಯದ ಕೇವಲ 60%ನಷ್ಟು ಮಾತ್ರ ಕಾರ್ಯರೂಪಕ್ಕೆ ಬಂತು. ಕೋವಿಡ್ ಅವಧಿಯಲ್ಲಿ (ಮುಂಗಾರು ಅಧಿವೇಶನ, 2020) ಪ್ರಶ್ನೋತ್ತರ ಅವಧಿಯನ್ನೇ ರದ್ದು ಮಾಡಲಾಗಿತ್ತು.

ಬಜೆಟ್ ಮೇಲಣ ಚರ್ಚೆಗಳು ತೀರಾ ಕಡಿಮೆ ಆಗಿದ್ದು, 17ನೇ ಲೋಕಸಭೆಯಲ್ಲಿ 2019ರಿಂದ 2023ರ ನಡುವೆ 80%ನಷ್ಟು ಬಜೆಟ್ ಚರ್ಚೆ ಇಲ್ಲದೆ ಅಂಗೀಕಾರ ಆಯಿತು. 2023ರ ಬಜೆಟ್ ಮೇಲೆ ಚರ್ಚೆಯೇ ನಡೆಯಲಿಲ್ಲ. ಅದು ಹಾಗೆಯೇ ಅಂಗೀಕಾರವಾಯಿತು.

(**ಗಮನಿಸಿ:** ಇಲ್ಲಿ ನೀಡಲಾಗಿರುವ ಅಂಕಿಸಂಖ್ಯೆಗಳಿಗೆ ಆಧಾರ PRSLR ವಿಶ್ಲೇಷಣೆ)

ಮಾರ್ಚ್ 09, 2024ಕ್ಕೆ ಪ್ರಕಟಿತ

“ಹೊಸಮುಖ್ ಭಾಯಿ” ರಾಜಕೀಯ!

ಆಡಳಿತದಲ್ಲಿರುವ ರಾಜಕೀಯ ಪಕ್ಷಗಳು ತಮ್ಮ ವೈಫಲ್ಯ ಮತ್ತು ಅದರ ಫಲವಾಗಿ ಮತದಾರರಲ್ಲಿ ಮೂಡುವ “ಆಡಳಿತ ವಿರೋಧಿ” ಅಲೆಗಳನ್ನು (Anti incumbency) ಹತ್ತಿಕ್ಕಲು ಕಡೆಗೂ ಒಂದು ಪರಿಣಾಮಕಾರಿ ವಿಧಾನವನ್ನು ಕಂಡುಕೊಂಡಂತಿದೆ. ಅದೇನೆಂದರೆ, ಒಂದು ಕ್ಷೇತ್ರದ ಜನಪ್ರತಿನಿಧಿಯಾಗಿ ಒಂದಿಡೀ ಅವಧಿಯನ್ನು ಮುಗಿಸಿರುವ ವ್ಯಕ್ತಿಯನ್ನು ಕೊನೆಯ ಕ್ಷಣದಲ್ಲಿ ಬದಲಿಸಿ, ಹೊಚ್ಚ ಹೊಸ ಮುಖವೊಂದನ್ನು ಮತದಾರರ ಮುಂದೊಡ್ಡಿ, ಅವರ ಸಿಟ್ಟನ್ನು ತಣಿಸಲು ಮತ್ತು ಅವರ ಮುಂಗೈಗೆ ಮತ್ತೊಂದು ಅವಧಿಗೆ ಬೆಲ್ಲ ಸವರಲು ಪ್ರಯತ್ನಿಸುವುದು!

ನೆಲದ ಕಾನೂನು, ನಿರ್ದಿಷ್ಟ ಅರ್ಹತೆಗಳಿದ್ದರೆ ದೇಶದ ಯಾವನೇ ಪ್ರಜೆಗೆ ಚುನಾವಣೆಗಳಿಗೆ ಸ್ಪರ್ಧಿಸಲು ಅವಕಾಶ ಮಾಡಿಕೊಡುತ್ತದೆ. ಈ ಅವಕಾಶವನ್ನು ಕಾಯಾ, ವಾಚಾ,

ರಾಜಾರಾಂ ತಲ್ಲೂರು

ಮನಸಾ ಬಳಸುವ ಬದಲು, ಏನಾದರೊಂದು ಕಥನ ಕಟ್ಟುವ ಮೂಲಕ ಚಾಪೆಯಡಿ, ರಂಗೋಲಿಯಡಿ ತೂರಿಯಾದರೂ ಚುನಾವಣೆ ಗೆಲ್ಲುವ "ಟೂಲ್" ಆಗಿ ಬಳಸಿಕೊಳ್ಳುವುದು ಈಗೀಗ ಬಹಳ ಸಲೀಸಾಗಿ ನಡೆಯುತ್ತಿದೆ. ದೇಶದ ಸಾರ್ವಜನಿಕ ಬದುಕಿನ ನೈತಿಕ ಅದಃಪತನದ ಆಳವನ್ನು ಅಳೆಯಲು ಈಗ ಇದೂ ಒಂದು ಮಾನದಂಡ.

2000ನೇ ಇಸವಿಯ ತನಕ ಎಲ್ಲೋ ಅಪರೂಪಕ್ಕೆ ಬಳಕೆ ಆಗುತ್ತಿದ್ದ ಈ "ಹೊಸಮುಖ್ ಭಾಯಿ" ತಂತ್ರ ಪರಿಣಾಮಕಾರಿ ಟೂಲ್ ಆಗಬಹುದು ಎಂದು ಖಚಿತವಾದದ್ದು 2002ರ ಗುಜರಾತ್ ಚುನಾವಣೆಗಳ ವೇಳೆ. ಅಂದು ಬಿಜೆಪಿ ಪೂರ್ಣಾವಧಿ ಕಾರ್ಯಕರ್ತರಾಗಿದ್ದ ನರೇಂದ್ರ ಮೋದಿಯವರು ಹಠಾತ್ತಾಗಿ ಆ ರಾಜ್ಯದ ಮುಖ್ಯಮಂತ್ರಿ ಆಗಿ ಆಯ್ಕೆಯಾದರು. ಅಲ್ಲಿಂದ 2014ರ ತನಕದ ಅವಧಿ ಭಾರತೀಯ ಜನತಾ ಪಕ್ಷಕ್ಕೆ ದೇಶದಲ್ಲಿ ಒಂದು ಪ್ರಬಲ ಆಡಳಿತಾರೂಢ ಪಕ್ಷವಾಗಿ ರೂಪುಗೊಳ್ಳುವ ಅವಧಿಯಾಗಿತ್ತು. ಆ ಅವಧಿಯಲ್ಲೇ ಬಿಜೆಪಿ ಗೆಲ್ಲಬಲ್ಲ ಅಭ್ಯರ್ಥಿಗಳನ್ನು ಗುರುತಿಸುವ ತನ್ನ ಪ್ರಕ್ರಿಯೆ ಆರಂಭಿಸಿದ್ದು. ಹೀಗೆ ಆರಂಭಗೊಂಡ "ಹೊಸಮುಖ್"ಗಳನ್ನು ಸ್ಪರ್ಧೆಗೆ ಒಡ್ಡುವ ಪ್ರಯತ್ನಗಳು ಯಶಸ್ವಿಯಾಗುತ್ತವೆ ಎಂಬುದು ಖಚಿತಗೊಳ್ಳುತ್ತಲೇ, ಅದೀಗ ಒಂದು "ಗೆಲ್ಲುವ ತಂತ್ರ"ವಾಗಿ ರೂಪುಗೊಂಡಿದೆ. ಬಿಜೆಪಿ ಮಾತ್ರವಲ್ಲದೇ ಬೇರೆ ರಾಜಕೀಯ ಪಕ್ಷಗಳೂ ಈ ತಂತ್ರವನ್ನೀಗ ಯಥೇಚ್ಛ ಬಳಸುತ್ತಿವೆ.

ಈ ತಂತ್ರ ರೂಪುಗೊಂಡ ಹಾದಿಯನ್ನು ಅಂಕಿ–ಅಂಶಗಳ ಮೂಲಕವೂ ಸಮರ್ಥಿಸಿಕೊಳ್ಳಬಹುದು.

- 1999ರ ಸಾರ್ವತ್ರಿಕ ಚುನಾವಣೆಯಲ್ಲಿ ವಿವಿಧ ರಾಜಕೀಯ ಪಕ್ಷಗಳ 83.1% ಅಭ್ಯರ್ಥಿಗಳು ಹಾಲೀ ಸಂಸದರೇ ಆಗಿದ್ದರು. ಅಂದರೆ ಆಗ ಹೊಸ ಮುಖಗಳ ಪ್ರಮಾಣ, ಕೇವಲ 16.9% ಮಾತ್ರ. (ಇದು ಕಾರ್ಗಿಲ್ ಯುದ್ಧದ ಬಳಿಕ ಕೆಲವೇ ತಿಂಗಳುಗಳಲ್ಲಿ ನಡೆದ ಮತ್ತು ವಾಜಪೇಯಿ ಅವರು ಮೊದಲ ಬಾರಿಗೆ ಪ್ರಧಾನಿಯಾಗಿ ಪೂರ್ಣಾವಧಿ ಪೂರೈಸಲು ಅವಕಾಶ ಮಾಡಿಕೊಟ್ಟ ಚುನಾವಣೆ.)
- 2004ರ ಸಾರ್ವತ್ರಿಕ ಚುನಾವಣೆಯಲ್ಲಿ ವಿವಿಧ ರಾಜಕೀಯ ಪಕ್ಷಗಳ 79% ಅಭ್ಯರ್ಥಿಗಳು ಹಾಲೀ ಸಂಸದರೇ ಆಗಿದ್ದರು. ಅಂದರೆ ಆಗ ಹೊಸ ಮುಖಗಳ ಪ್ರಮಾಣ, ಕೇವಲ 21% ಮಾತ್ರ. ಇದರಲ್ಲಿ ಬಿಜೆಪಿಯ ಪಾಲು 19.3%. (ಇದು "ಭಾರತ ಪ್ರಕಾಶಿಸುತ್ತಿದೆ" ಎಂಬ ಘೋಷಣೆಯೊಂದಿಗೆ ಸ್ಪರ್ಧಿಸಿದ ಬಿಜೆಪಿಯು ಅಚ್ಚರಿಯೆಂಬಂತೆ ಚುನಾವಣೆ ಸೋತು, ಯುಪಿಎ ಸರಕಾರ ಆಡಳಿತಕ್ಕೆ ಬರಲು ಕಾರಣವಾದ ಚುನಾವಣೆ.)
- 2009ರ ಸಾರ್ವತ್ರಿಕ ಚುನಾವಣೆಯಲ್ಲಿ ವಿವಿಧ ರಾಜಕೀಯ ಪಕ್ಷಗಳ ಹಾಲೀ ಸಂಸದರ ಸ್ಪರ್ಧೆಯ ಪ್ರಮಾಣ 66.3%ಗೆ ಇಳಿಯಿತು. ಅಂದರೆ ಹೊಸ ಮುಖಗಳ

ಪ್ರಮಾಣ, 33.7%ಗೆ ಏರಿಕೆ ಆಯಿತು. ಇದರಲ್ಲಿ ಬಿಜೆಪಿಯ ಹೊಸ ಮುಖಗಳ ಪ್ರಮಾಣ 41.2%ನಷ್ಟಿತ್ತು. (ಇದು, ಯುಪಿಎ ಸರ್ಕಾರ ಎರಡನೇ ಅವಧಿಗೆ ಆಯ್ಕೆ ಆದ ಚುನಾವಣೆ.)

- 2014ರಲ್ಲಿ ನರೇಂದ್ರ ಮೋದಿಯವರು ಪ್ರಧಾನಿ ಅಭ್ಯರ್ಥಿ ಎಂದು ಮುಂಚೂಣಿಗೆ ಬಂದು ನಡೆದ ಸಾರ್ವತ್ರಿಕ ಚುನಾವಣೆಯಲ್ಲಿ, ಎಲ್ಲ ರಾಜಕೀಯ ಪಕ್ಷಗಳ 72% ಅಭ್ಯರ್ಥಿಗಳು ಹಾಲೀ ಸಂಸದರಾಗಿದ್ದರು. ಅಂದರೆ ಹೊಸ ಮುಖಗಳ ಪ್ರಮಾಣ 28%. ಇವರಲ್ಲಿ ಬಿಜೆಪಿಯ ಹೊಸಮುಖಗಳ ಪಾಲು 29.1%.

- ನರೇಂದ್ರ ಮೋದಿಯವರ ಎರಡನೇ ಅವಧಿಗೆ, ಅಂದರೆ 2019ರ ಸಾರ್ವತ್ರಿಕ ಚುನಾವಣೆಗಳಲ್ಲಿ ಎರಡು ಪ್ರಮುಖ ರಾಜಕೀಯ ಪಕ್ಷಗಳೂ ಮುಖ ಬದಲಾವಣೆಯ ತಂತ್ರವನ್ನು ನೆಚ್ಚಿಕೊಂಡಂತೆ ಕಾಣಿಸುತ್ತದೆ. ಆ ಚುನಾವಣೆಯಲ್ಲಿ ಎಲ್ಲ ರಾಜಕೀಯ ಪಕ್ಷಗಳಲ್ಲಿ ಸ್ಪರ್ಧಿಸಿದ ಹಳೆಯ ಮುಖಗಳು ಒಟ್ಟು ಕೇವಲ 59.3% ಮಾತ್ರ. ಅಂದರೆ 40.7% ಹೊಸಮುಖಗಳೇ. ಇದರಲ್ಲಿ ಬಿಜೆಪಿಯ ಹೊಸಮುಖಗಳ ಪಾಲು 43.3%.

- ಈ ಬಾರಿ 2024ಕ್ಕೆ ಅಭ್ಯರ್ಥಿಗಳ ಆಯ್ಕೆ ಪ್ರಕ್ರಿಯೆ ಜಾರಿಯಲ್ಲಿದೆ. ಆಡಳಿತ ಪಕ್ಷವಾಗಿರುವ ಬಿಜೆಪಿ ತನ್ನ ಆಡಳಿತ ವಿರೋಧಿ ಅಲೆಯನ್ನು ಎದುರಿಸಲು ಮತ್ತೆ ಹೊಸಮುಖಗಳತ್ತ ಗಮನ ಹರಿಸಿರುವುದು ಕರ್ನಾಟಕದಲ್ಲೇ ನಿಚ್ಚಳವಾಗಿ ಕಾಣಿಸುತ್ತಿದೆ. ಪೂರ್ಣ ಚಿತ್ರ ಸಿಗಲು ಇನ್ನೂ ಕೆಲವು ವಾರಗಳು ಬೇಕಾಗಬಹುದು.

ಇದು ಏನು ಹೇಳುತ್ತದೆ?

ಈ ಲೆಕ್ಕಾಚಾರಗಳನ್ನು ಒಟ್ಟಾಗಿ ನೋಡಿದಾಗ, ಅವು ಏನನ್ನು ಬಿಂಬಿಸುತ್ತವೆ ಎಂದರೆ, 2009ರಿಂದ ಈಚೆಗೆ "ಅಧಿಕಾರ ವಿರೋಧಿ ಅಲೆ"ಯ ಬಿಸಿಯನ್ನು ತಪ್ಪಿಸಿಕೊಳ್ಳುವುದಕ್ಕೆ ಹೊಸಮುಖಗಳ ಆಯ್ಕೆ ಒಂದು ಪರಿಣಾಮಕಾರಿ "ಟೂಲ್" ಎಂಬುದೀಗ ಎಲ್ಲ ರಾಜಕೀಯ ಪಕ್ಷಗಳಿಗೂ ಮನಗತ.

ಹೊಸಮುಖ್ ಭಾಯಿ ತಂತ್ರ, ನಮ್ಮ ಬದಲಾಗುತ್ತಿರುವ ಪ್ರಜಾತಾಂತ್ರಿಕ ವ್ಯವಸ್ಥೆಯ ಹಲವು ಮಗ್ಗುಲುಗಳತ್ತ ಕೂಡ ಬೊಟ್ಟು ಮಾಡುತ್ತದೆ. ಪ್ರಜೆಗಳೇ, ಪ್ರಜೆಗಳಿಂದ, ಪ್ರಜೆಗಳಿಗಾಗಿ ಆಯ್ಕೆ ಮಾಡಿಕೊಳ್ಳಬೇಕಾದ ಸರ್ಕಾರಗಳ ಜಾಗದಲ್ಲಿ ಈಗ, ರಾಜಕೀಯ ಪಕ್ಷಗಳ ಹೈಕಮಾಂಡ್‌ಗಳು, ಗರ್ಭಗುಡಿಗಳು ಎಲ್ಲೋ ಕುಳಿತು ತಮ್ಮ ಲೆಕ್ಕಾಚಾರಗಳಿಗೆ ಸರಿಹೊಂದುವಂತೆ ಆಯ್ಕೆ ಮಾಡಿದ ಅಭ್ಯರ್ಥಿಗಳನ್ನು ಮತದಾರರ ಮೇಲೆ ಹೇರುವ ತಂತ್ರಗಾರಿಕೆಯಲ್ಲಿ ಹಂತಹಂತವಾಗಿ ಯಶಸ್ಸು ಕಾಣುತ್ತಿವೆ; ಈ ಟ್ರಯಲ್ ಅಂಡ್ ಎರರ್ ಪ್ರಯೋಗಗಳಿಗೆ ಆ ಜನಪ್ರತಿನಿಧಿಗಳು ಪ್ರತಿನಿಧಿಸುವ ಕ್ಷೇತ್ರದ ಹಿತಾಸಕ್ತಿಗಳು ಮತ್ತು ಮತದಾರರ ಹಿತಾಸಕ್ತಿಗಳು ಬಲಿಪಶು ಆಗುತ್ತಿವೆ. ಇಲ್ಲೀಗ ಜನನಾಯಕರು ನೆಲದಲ್ಲಿ ಮೂಡುವುದಿಲ್ಲ. ಮೇಲಿನಿಂದ ಹೇರಲಾದ ಜನಪ್ರತಿನಿಧಿಗಳು ನಿರೀಕ್ಷೆಯಂತೆ

ಕೆಲಸ ಮಾಡದಿದ್ದಾಗ, ಅವರನ್ನು ತಿರಸ್ಕರಿಸುವ ಮತದಾರರ ಹಕ್ಕನ್ನು ಕೂಡ ಈ ತಂತ್ರದ ಮೂಲಕ ನಿರಾಕರಿಸಲಾಗುತ್ತಿದೆ.

ಇದು ಸಂವಿಧಾನದ ಆಶಯಕ್ಕೆ ವಿರುದ್ಧವಾದ ಬೆಳವಣಿಗೆ. ಇಂದು ನಂಬರ್‌ಗಳನ್ನು ನೆಚ್ಚಿಕೊಂಡ ಸಂಸದೀಯ ವ್ಯವಸ್ಥೆಯಲ್ಲಿ, ಜನಪ್ರತಿನಿಧಿಗಳಿಗೆ ಸಂಸತ್ತಿನ ಒಳಗೆ ತಮ್ಮ ಕ್ಷೇತ್ರದ ಹಿತಾಸಕ್ತಿಗಳನ್ನು ರಕ್ಷಿಸುವ ಅವಕಾಶ ಸಿಗುತ್ತಿಲ್ಲ ಎಂಬುದು ಒಂದು ಕಡೆಯಾದರೆ, ಇನ್ನೊಂದು ಕಡೆ, ಸಂಸತ್ತಿನ ಹೊರಗೂ ತಮ್ಮ ಕ್ಷೇತ್ರದ ಹಿತಾಸಕ್ತಿಗಳಿಗೆ ಉತ್ತರದಾಯಿ ಆಗಿ ಉಳಿಯಲು ಸಾಧ್ಯವಾಗುತ್ತಿಲ್ಲ. ಇದು ಆರೋಗ್ಯಕರ ಬೆಳವಣಿಗೆ ಅಲ್ಲ. ಸಂಸದೀಯ ವ್ಯವಸ್ಥೆಯಲ್ಲಿ "ಜನತಾ ಜನಾರ್ದನ" ಎಂಬ ಮಾತು ಹಳಸಿ ಹೋಗಿ, ಈಗೀಗ ಕೇಳಿಸುವುದೇ ಕಡಿಮೆ ಆಗಿರುವುದಕ್ಕೂ, ವ್ಯಕ್ತಿ ಕೇಂದ್ರಿತ ನಾಯಕತ್ವಗಳು ಬಲಗೊಳ್ಳುತ್ತಿರುವುದಕ್ಕೂ ಸಂಬಂಧಗಳನ್ನು ಸಕಾಲದಲ್ಲಿ ಗುರುತಿಸಿಕೊಳ್ಳದೇ ಹೋದರೆ, ಪರಿಸ್ಥಿತಿ ಇನ್ನಷ್ಟು ಕೆಡಲಿದೆ. ಸ್ವಾತಂತ್ರ್ಯ ಸಿಗುವ ಆಸುಪಾಸಿನಲ್ಲಿ, ದೇಶದಾದ್ಯಂತ ಅರಸೊತ್ತಿಗೆಗಳು ಅಲ್ಲಲ್ಲಿ, ಪ್ರಜಾಪ್ರಭುತ್ವದೆಡೆಗೆ ಸಾಗುವ ಹೆಸರಿನಲ್ಲಿ, ಪ್ರಜಾ ಪ್ರತಿನಿಧಿ ಸಭೆಗಳಿಗೆ "ತಮ್ಮ ಆಯ್ಕೆಯ" ಮಹನೀಯರನ್ನು ಕರೆಸಿಕೊಳ್ಳುತ್ತಿದ್ದ ವ್ಯವಸ್ಥೆಗೂ, ಹಾಲೀ ಹೊಸಮುಖ್ ಭಾಯಿ ವ್ಯವಸ್ಥೆಗೂ ದೊಡ್ಡ ವ್ಯತ್ಯಾಸ ಕಾಣಿಸುತ್ತಿಲ್ಲ. ಅಂದರೆ ನಮ್ಮದೀಗ ಹಿಮ್ಮುಖ ಚಲನೆ.

ಉಡುಪಿ–ಚಿಕ್ಕಮಗಳೂರಿನಲ್ಲಿ

ಹೊಸಮುಖ ಪ್ರಯೋಗ ಉಡುಪಿ–ಚಿಕ್ಕಮಗಳೂರು ಕ್ಷೇತ್ರದಲ್ಲಿ ಗರಿಷ್ಟ ಪ್ರಮಾಣದಲ್ಲಿ ಆದಂತಿದೆ. 1998ರಲ್ಲಿ ಹೊಸಮುಖ ಐಎಂ ಜಯರಾಮ ಶೆಟ್ಟಿ ಅವರು ಆ ಹಿಂದಿನ ಐದು ಅವಧಿಗಳಿಗೆ ಸಂಸದರಾಗಿದ್ದ ಆಸ್ಕರ್ ಫೆರ್ನಾಂಡೆಸ್ ಅವರ ಎದುರು ಚುನಾಯಿತರಾಗುವುದರೊಂದಿಗೆ ಈ ಸರಣಿ ಆರಂಭಗೊಂಡಿತು. ನಡುವಿನಲ್ಲಿ 1999 ಮತ್ತು 2012ರಲ್ಲಿ ಕ್ರಮವಾಗಿ ವಿನಯ ಕುಮಾರ್ ಸೊರಕೆ ಹಾಗೂ ಜಯಪ್ರಕಾಶ್ ಹೆಗ್ಡೆ ಅವರು ಅಲ್ಪಾವಧಿಗೆ ಕಾಂಗ್ರೆಸ್ಸಿನಿಂದ ಚುನಾಯಿತರಾದದ್ದು ಬಿಟ್ಟರೆ, ಇಂದಿನ ತನಕವೂ ಈ ಕ್ಷೇತ್ರ ಬಿಜೆಪಿಯ ಭದ್ರ ಕೋಟೆ. 2004ರಲ್ಲಿ, ಇಲ್ಲಿ ಮನೋರಮಾ ಮಧ್ವರಾಜ್ ಸಂಸದೆಯಾಗಿ ಚುನಾಯಿತರಾದರು. 2009ರಲ್ಲಿ ಸದಾನಂದ ಗೌಡರು, ಬಳಿಕ 2014ರಲ್ಲಿ ಶೋಭಾ ಕಾರಂದ್ಲಾಜೆ ಇಲ್ಲಿ ಚುನಾಯಿತರಾದರು. ಅವರ ಕಾರ್ಯವೈಖರಿಯ ಬಗ್ಗೆ ಅಸಮಾಧಾನಗಳಿತ್ತಾದರೂ 2019ರಲ್ಲಿ ಮತ್ತೆ ಶೋಭಾ ಅವರೇ ಆಯ್ಕೆ ಆದರು. ಈ ಬಾರಿ ಅವರ ವಿರುದ್ಧ ಗೊ ಬ್ಯಾಕ್ ಘೋಷಣೆಗಳು ಮೊಳಗಿದ ಹಿನ್ನೆಲೆಯಲ್ಲಿ, ಅವರನ್ನು ಬೆಂಗಳೂರು ಉತ್ತರಕ್ಕೆ ಸ್ಥಳಾಂತರಿಸಿ, ಇಲ್ಲಿ ಬಿಜೆಪಿಯಿಂದ ಹೊಸಮುಖ ಕೋಟ ಶ್ರೀನಿವಾಸ ಪೂಜಾರಿ ಅವರಿಗೆ ಅವಕಾಶ ನೀಡಲಾಗಿದೆ.

ಮಾರ್ಚ್ 17, 2024ಕ್ಕೆ ಪ್ರಕಟಿತ

ಚುನಾವಣೆ ಗೆಲ್ಲಲು "ಸರಳ" ತಂತ್ರಗಳು!

ಮತದಾನ ನಡೆಯುತ್ತಿರುವ ಜಾಗದ ಆಸುಪಾಸಿನಲ್ಲಿ ರಾಜಕೀಯ ಚಟುವಟಿಕೆಗಳು ನಿಷಿದ್ಧ. ಆದರೆ, ಆ ನಿಷೇಧಿತ ಸ್ಥಳದಲ್ಲಿ "ಆ್ಯಪ್"ಗಳ ಬಳಕೆಯ ಮೂಲಕ ಮತದಾರರನ್ನು ಟಾರ್ಗೆಟೆಡ್ ಆಗಿ ತಲುಪುವ, ಮೈಕ್ರೋಮ್ಯಾನೇಜ್ ಮಾಡುವ ತಂತ್ರಗಾರಿಕೆಯ ಬಳಕೆ, ಇತ್ತೀಚೆಗಷ್ಟೇ ಮುಗಿದಿರುವ ವಿಧಾನಸಭಾ ಚುನಾವಣೆಗಳ ವೇಳೆ ನಡೆದಿರುವ ಬಗ್ಗೆ ಸುದ್ದಿಗಳು ಈಗ ಕೇಳಿಸತೊಡಗಿವೆ. ಈ ತಂತ್ರಜ್ಞಾನದ ಎದುರು, ನಮ್ಮ ಚುನಾವಣಾ ಆಯೋಗವನ್ನು ಕಂಡರೆ ಅಯ್ಯೋ ಪಾಪ ಅನ್ನಿಸುತ್ತದೆ. ರಾಜಕೀಯ ಪಕ್ಷಗಳಲ್ಲಿರುವ ಡಿಜಿಟಲ್ ಹತ್ಯಾರುಗಳು ಅಥವಾ ಆ ಹತ್ಯಾರುಗಳ ಸಾಧ್ಯತೆಯ ಕಲ್ಪನೆಗಳು ಚುನಾವಣಾ ಆಯೋಗದ ಬಳಿ ಇಲ್ಲ. ಅದಕ್ಕಿನ್ನೂ ಬುದ್ಧಿ ಬಡತನ.

ಈಗ ಸಾರ್ವತ್ರಿಕ ಚುನಾವಣೆಗೆ ಪ್ರಚಾರದ ಭರಾಟೆ ಆರಂಭಗೊಂಡಿದೆ. ಕಳೆದ ಎರಡು ಸಾರ್ವತ್ರಿಕ ಚುನಾವಣೆಗಳಲ್ಲಿ

ರಾಜಾರಾಂ ತಲ್ಲೂರು

ಸಾಮಾಜಿಕ ಮಾಧ್ಯಮಗಳ ಪಾತ್ರವನ್ನು ಗಮನಿಸಿದವರಿಗೆ, ಈ ಬಾರಿ ಅಲ್ಲಿ (ಅಂದರೆ X, ಫೇಸ್‌ಬುಕ್, ಇನ್‌ಸ್ಟಾಗ್ರಾಂ ಇತ್ಯಾದಿ) ವಾತಾವರಣ ಬಹಳ "ಚಪ್ಪೆ" ಅನ್ನಿಸಿದ್ದರೆ, ನಿಮ್ಮ ಊಹೆ ಸರಿಯಾಗಿದೆ! ಈ ಬಾರಿ ಚುನಾವಣೆಯಲ್ಲಿ "ಮೈಕ್ರೋ ಮ್ಯಾನೇಜ್ಮೆಂಟ್" ಮತ್ತು "ಟಾರ್ಗೆಟೆಡ್ ರೀಚ್" ತಂತ್ರಗಳು ಕೆಲಸ ಮಾಡುತ್ತಿವೆ. ಈಗ ಲಭ್ಯವಿರುವ ಕೃತಕ ಬುದ್ಧಿಮತ್ತೆಯ (AI) ಆರಂಭಿಕ ಹಂತದ ಸವಲತ್ತುಗಳನ್ನು ಬಳಸಿಕೊಂಡು, ಪ್ರತಿಯೊಬ್ಬ ಮತದಾರರನ್ನು ಅವರಿಗೆಂದೇ ನಿರ್ದಿಷ್ಟವಾದ ಸಂದೇಶದೊಂದಿಗೆ ತಲುಪುವ ತಂತ್ರವನ್ನು ಬಳಸಲಾಗುತ್ತಿರುವುದರಿಂದ, ಸೋಷಿಯಲ್ ಮೀಡಿಯಾ "ಟ್ರೋಲ್‌ಗಳಿಗೆ" ಈ ಬಾರಿ ಕೆಲಸ ಕಡಿಮೆ ಆಗಿದೆ!

2014ರಲ್ಲಿ ಮೊದಲ ಬಾರಿಗೆ ಸೋಷಿಯಲ್ ಮೀಡಿಯಾ ಬಳಕೆ, 2019ರಲ್ಲಿ ವಾಟ್ಸಾಪ್ ತಂತ್ರಜ್ಞಾನ ಬಳಕೆಯ ಮೂಲಕ "ಡಿಜಿಟಲ್" ಚುನಾವಣಾ ಪ್ರಚಾರದಲ್ಲಿ ವಿರೋಧ ಪಕ್ಷಗಳನ್ನೆಲ್ಲ ಮೈಲು ಹಿಂದೆ ಉಳಿಸಿ ಮುಂಚೂಣಿಯಲ್ಲಿದ್ದ ಬಿಜೆಪಿ, ಈ ಬಾರಿ ಕೂಡ ಟಾರ್ಗೆಟೆಡ್ ರೀಚ್ ತಂತ್ರದ ಬಳಕೆಯ ಮೂಲಕ ಮುಂಚೂಣಿಯಲ್ಲೇ ಉಳಿದಿದೆ. ತನ್ನ ಈ ಪ್ರಯೋಗವನ್ನು ಬಿಜೆಪಿ ಇತ್ತೀಚೆಗೆ ಮುಗಿದ ಮಧ್ಯಪ್ರದೇಶ, ಚತ್ತೀಸ್‌ಗಢ, ರಾಜಸ್ಥಾನ ವಿಧಾನಸಭಾ ಚುನಾವಣೆಗಳಲ್ಲಿ ಯಶಸ್ವಿಯಾಗಿ ಪೂರೈಸಿದಂತಿದೆ. ಸಹಜವಾಗಿಯೇ, ಚುನಾವಣೆಯಲ್ಲಿ ತಂತ್ರಜ್ಞಾನದ ಬಳಕೆಯ ಮಾತನಾಡುವಾಗ ಅದು ಬಹುತೇಕ ಬಿಜೆಪಿ ಪಕ್ಷದ ಸುತ್ತವೇ ಸುತ್ತಬೇಕಾಗುತ್ತದೆ.

2023ರ ಪೂರ್ವಾರ್ಧದ ಹೊತ್ತಿಗೆ ಬಿಜೆಪಿ ಆರಂಭಿಸಿರುವ ಸರಳ್ (ಸಂಘಟನ್ ರಿಪೋರ್ಟಿಂಗ್ ಅಂಡ್ ಅನಾಲಿಸಿಸ್) ಆ್ಯಪ್‌ಅನ್ನು ಅವರ ಸೋಷಿಯಲ್ ಮೀಡಿಯಾ ಮುಖ್ಯಸ್ಥರು "ಚುನಾವಣೆ ಗೆಲ್ಲುವ ಯಂತ್ರ" ಎಂದು ವರ್ಣಿಸಿದ್ದು ಮಾಧ್ಯಮಗಳಲ್ಲಿ ವರದಿ ಆಗಿತ್ತು. ಬೂತ್ ಮಟ್ಟದಲ್ಲಿ ಕಾರ್ಯಕರ್ತರ ಮೂಲಕ, ಮತದಾರರನ್ನು ಮತ್ತು ಪಕ್ಷದ ಹಿತೈಷಿಗಳನ್ನು ನೋಂದಾಯಿಸಿಕೊಳ್ಳುವ ಈ ಆಪ್ಲಿಕೇಷನ್, ನೋಂದಾಯಿಸಿಕೊಂಡವರಿಗೆ ಪಕ್ಷದ ಕಾರ್ಯಕ್ರಮಗಳನ್ನು, ಪ್ರಚಾರ ಸಾಮಗ್ರಿಗಳನ್ನು ತಲುಪಿಸುತ್ತಿದೆ. ಬೂತ್ ಮಟ್ಟದ ಕಾರ್ಯಕರ್ತರು ನಿರ್ವಹಿಸುವ ಈ ನಿರ್ದಿಷ್ಟ ಆಪ್ಲಿಕೇಷನ್ ಗೂಗಲ್ ಪ್ಲೇ ಸ್ಟೋರಿನಲ್ಲಿ, ಈಗಾಗಲೇ 30 ಲಕ್ಷಕ್ಕೂ ಹೆಚ್ಚು ಪ್ರಮಾಣದಲ್ಲಿ ಡೌನ್ ಲೋಡ್ ಆಗಿದೆ ಎಂದರೆ, ಅದರ ವ್ಯಾಪ್ತಿಯನ್ನು ಅಂದಾಜಿಸಿಕೊಳ್ಳಬಹುದು. 76ಕೋಟಿ ಭಾರತೀಯರು (40ಕೋಟಿ ಗ್ರಾಮೀಣರು ಮತ್ತು 36ಕೋಟಿ ನಗರವಾಸಿಗಳು) ಈಗ ಇಂಟರ್ನೆಟ್ ಸಂಪರ್ಕ ಹೊಂದಿದ್ದು, ಅವರನ್ನು ಕೈಯೆಟುಕಿನಲ್ಲಿ ಸಂಪರ್ಕಿಸಬಲ್ಲ ಯಾವುದೇ "ಟೂಲ್"ಗಳು ಸಶಕ್ತ ಎಂಬುದಕ್ಕೆ ಅನುಮಾನ ಬೇಡ.

ಒಂದು ಬೂತ್ ಎಂದರೆ 800–1000 ಮತದಾರರಿರುವ ಪ್ರದೇಶ. ಈ ಬೂತ್ ಹಂತದಲ್ಲಿ, ಇಂತಹ ಆ್ಯಪ್‌ಗಳನ್ನು ಬಳಸಿ ಮತದಾರರ ಮೈಕ್ರೊಡೇಟಾ ಸಂಗ್ರಹಿಸಿದಾಗ

ಸಿಗುವ ಚಿತ್ರಣ ಎಷ್ಟು ಸ್ಪಷ್ಟವಾಗಿರಬಲ್ಲುದೆಂದರೆ, ಅದು ಒಂದೇ ಏಟಿಗೆ ಆ ಬೂತ್‌ನ ಫಲಿತಾಂಶವನ್ನೂ, ಬೂತ್ ಮಟ್ಟದ ನಾಯಕರ ಸಾಮರ್ಥ್ಯವನ್ನೂ ನಿಖರವಾಗಿ ವಿಶ್ಲೇಷಿಸಬಲ್ಲುದು. ಈ ಕಾರಣಕ್ಕಾಗಿಯೇ ಈಗೀಗ ಬಿಜೆಪಿ ನಾಯಕರು ಹೆಚ್ಚಾಗಿ ಬೂತ್ ಮಟ್ಟದಲ್ಲಿ ಗೆದ್ದರೆ ಮಾತ್ರ ಚುನಾವಣಾ ಗೆಲುವು ಎಂಬರ್ಥ ಬರುವ ಮಾತುಗಳನ್ನಾಡುತ್ತಿರುತ್ತಾರೆ. ಹೀಗೆ ಸಂಗ್ರಹಿಸಲಾಗಿರುವ ಡೇಟಾಗಳು ಸರಿಯಾಗಿವೆಯೇ ಎಂದು ಅಡ್ಡ ಪರಿಶೀಲಿಸಲು, 2020ರಿಂದೀಚೆಗೆ ಕನಿಷ್ಠ ನಾಲ್ಕೈದು ಬಾರಿ ಡ್ರೈ ರನ್‌ಗಳು ನಡೆದಿವೆ. ಕೋವಿಡ್ ಕಾಲದ ತಟ್ಟೆ–ಜಾಗಟೆ ಬಡಿಯುವಿಕೆ, ದೀಪ ಹಚ್ಚುವಿಕೆ, ಹರ್‌ಘರ್ ತಿರಂಗಾ, ಅಯೋಧ್ಯೆಯಲ್ಲಿ ಪ್ರಾಣ ಪ್ರತಿಷ್ಠೆಯ ಅಕ್ಷತೆ ವಿತರಣೆಯಂತಹ ಕಾರ್ಯಕ್ರಮಗಳನ್ನು ಅವುಗಳ ಘೋಷಿತ ವ್ಯಾಪ್ತಿಯ ಹೊರಗೆ ರಾಜಕೀಯ ದೃಷ್ಟಿಕೋನದಿಂದ ಗಮನಿಸಿದರೆ, ಅವು ಡೇಟಾ ವೆರಿಫಿಕೇಷನ್ ಕಾರ್ಯಕ್ರಮಗಳೇ ಆಗಿ ಕಾಣಿಸುತ್ತವೆ (ಹರ್ ಘರ್ ತಿರಂಗಾ ಕಾರ್ಯಕ್ರಮದ ಅಂತ್ಯದಲ್ಲಿ, ಆ ವೆಬ್‌ಸೈಟಲ್ಲಿ 9.2 ಕೋಟಿಗೂ ಮಿಕ್ಕಿ ಸೆಲ್ಫೀಗಳು ಅಪ್‌ಲೋಡ್ ಆಗಿದ್ದವು!). ಈ ಎಲ್ಲ ಚಟುವಟಿಕೆಗಳ ಮೂಲಕ ಆಡಳಿತದಲ್ಲಿರುವ ಒಂದು ರಾಜಕೀಯ ಪಕ್ಷಕ್ಕೆ ಬೂತ್ ಮಟ್ಟದಲ್ಲಿ ತನ್ನ ಪಕ್ಷದ ಕಟ್ಟಾ ಬೆಂಬಲಿಗರು ಯಾರು, ತನಗೆ ಯಾರು ಮತ ಹಾಕಲಾರರು ಮತ್ತು ಯಾರು ಗೋಡೆಯ ಮೇಲಿನ ದೀಪ ಎಂಬ ಡೇಟಾಗಳನ್ನು ಸಂಗ್ರಹಿಸಿ, ಖಚಿತಪಡಿಸಿಕೊಳ್ಳುವುದು ಸಾಧ್ಯ ಇದೆ.

ಈ ಡೇಟಾಗಳ ಆಧಾರದಲ್ಲಿ, ಈಗಾಗಲೇ ಪಕ್ಷದ ಪರವಾಗಿರುವವರಿಗೆ ಪೂರಕವಾದ ಪ್ರಚಾರ ಸಾಮಗ್ರಿಗಳನ್ನು ತಲುಪಿಸುವುದು ಸಾಧ್ಯವಾದರೆ, ಇನ್ನೂ ತಮ್ಮ ಪಕ್ಷದ ಮತದಾರರೆಂದು ಖಚಿತವಾಗಿರದವರಿಗೆ, ಅವರನ್ನು ತಮ್ಮೆಡೆಗೆ ಆಕರ್ಷಿಸಲು ಅಗತ್ಯವಿರುವ ಪ್ರಚಾರ ಸಾಮಗ್ರಿಗಳನ್ನು ತಲುಪಿಸುವುದು ಸಾಧ್ಯವಾಗುತ್ತದೆ. ಮೊದಲ ಬಾರಿಯ ಮತದಾರರು (ಅಂದಾಜು 1.8 ಕೋಟಿ ಮಂದಿ), ಸರ್ಕಾರಿ ಯೋಜನೆಗಳ ಫಲಾನುಭವಿಗಳು (ಅಂದಾಜು 80 ಕೋಟಿ ಮಂದಿ), ಅಲ್ಪಸಂಖ್ಯಾತರು, ಮಹಿಳಾ ಮತದಾರರು_ ಹೀಗೆ ಪ್ರತಿಯೊಂದು ಆರ್ಥಿಕ/ಸಾಮಾಜಿಕ ವರ್ಗಕ್ಕೂ ಪ್ರತ್ಯೇಕವಾದ ಚುನಾವಣಾ ಪ್ರಚಾರ ಸಾಮಗ್ರಿಗಳು ತಲುಪಲು ಅವಕಾಶ ಆಗುತ್ತದೆ. ಕಡೆಗೆ ಮತದಾನದ ದಿನ ಮತದಾನ ಮಾಡದಿರುವವರನ್ನು "ರಿಯಲ್ ಟೈಮಿನಲ್ಲಿ" ಗುರುತಿಸಿ, ಕರೆತಂದು ಮತದಾನ ಮಾಡಿಸುವುದಕ್ಕೂ ಬೂತ್ ಮಟ್ಟದ ನಾಯಕರಿಗೆ ಅಗತ್ಯವಿರುವ ಲಾಜಿಸ್ಟಿಕ್ಸ್‌ಗಳನ್ನು ಇಂತಹ ಟೂಲ್‌ಗಳು ಒದಗಿಸಬಲ್ಲವು. ಇಂತಹ ಅಪಾರ ಸಾಧ್ಯತೆಗಳಲ್ಲಿ ಬಿಜೆಪಿ ಏನೇನನ್ನೆಲ್ಲ ಬಳಸಿಕೊಂಡಿದೆ ಎಂಬುದು ಗೊತ್ತಾಗಲು ಹೆಚ್ಚಿನಂಶ ಈ ಚುನಾವಣೆ ಮುಗಿಯಬೇಕು!

ಈಗ AI ತಂತ್ರಜ್ಞಾನವನ್ನು ಬಳಸಿಕೊಂಡು ಪ್ರಧಾನಿ ನರೇಂದ್ರ ಮೋದಿ ಅವರ ಲೈವ್ ಚುನಾವಣಾ ಭಾಷಣಗಳನ್ನು ರಿಯಲ್ ಟೈಮಿನಲ್ಲಿ ಭಾರತದ ಪ್ರಮುಖ 8–10

ಭಾಷೆಗಳಲ್ಲಿ ಅನುವಾದಿಸಿ, ಡಬ್ ಮಾಡಿ ಪ್ರಸಾರ ಮಾಡುವುದಾಗಿ ಬಿಜೆಪಿ ಈಗಾಗಲೇ ಪ್ರಕಟಿಸಿದೆ. ಜೊತೆಗೇ, ಈ ಬಾರಿ ಬಿಜೆಪಿ ದೊಡ್ಡ ಗಾತ್ರದ ಚುನಾವಣಾ ಪ್ರಚಾರ ಸಭೆಗಳ ಬದಲು "ಕಾರ್ನರ್ ಮೀಟಿಂಗ್"ಗಳ ಮೂಲಕ ವ್ಯವಹರಿಸುವುದಾಗಿ ಹೇಳಿರುವುದೂ ಗಮನಾರ್ಹ. ಟಾರ್ಗೆಟೆಡ್ ಡೆಲಿವರಿಗಳಿಗೆ ಈ ಕಾರ್ನರ್ ಮೀಟಿಂಗ್‌ಗಳು ಬಹಳ ಉಪಯುಕ್ತ.

ಇನ್ನು ಪ್ರತಿಪಕ್ಷ ಕಾಂಗ್ರೆಸ್ ಕಡೆಯಿಂದ "ಭಾರತ್ ಜೋಡೋ" ತರಹದ ಆಪ್ಲಿಕೇಷನ್‌ಗಳು ಕಾರ್ಯಾಚರಿಸುತ್ತಿವೆಯಾದರೂ, ಅವು ಟಾರ್ಗೆಟೆಡ್ ರೀಚ್ ಬಗ್ಗೆ ಹೆಚ್ಚು ತಲೆಕೆಡಿಸಿಕೊಂಡಂತೆ ಕಾಣಿಸುತ್ತಿಲ್ಲ. ಹೆಚ್ಚಿನ ವಿರೋಧ ಪಕ್ಷಗಳ ಸೋಷಿಯಲ್ ಮೀಡಿಯಾ ವಾರಿಯರ್‌ಗಳು ಸನ್ನದ್ಧರಾಗಿ ಕುಳಿತಿದ್ದಾರಾದರೂ, ಸೋಷಿಯಲ್ ಮೀಡಿಯಾದಲ್ಲಿ ಅವರಿಗೆ ಯುದ್ಧಕ್ಕೆ ಎದುರಾಳಿಗಳು ಕಾಣಿಸುತ್ತಿಲ್ಲ! ಅವರಿಗೆ ಈ ಬಾರಿ ಯುದ್ಧ ನಡೆಯುತ್ತಿರುವುದು ಎಲ್ಲೆಂಬ ಬಗ್ಗೆ ಇನ್ನೂ ಖಬರಿದ್ದಂತಿಲ್ಲ!

ಪಕ್ಷಗಳ ಡಿಜಿಟಲ್ ಬಲಾಬಲದ ಕುರಿತು ಒಂದು ಉದಾಹರಣೆಯನ್ನು ಕರ್ನಾಟಕದಲ್ಲೇ ಕೊಡಬೇಕೆಂದರೆ, ಇಲ್ಲಿ ನಡೆಯುತ್ತಿರುವ ಗ್ಯಾರಂಟಿ ಸಮಾವೇಶಗಳ ವೀಡಿಯೊಗಳು ಸೋಷಿಯಲ್ ಮೀಡಿಯಾಗಳಲ್ಲಿ ಹುಡುಕಿದರೂ ಸಿಗುವುದು ಕಷ್ಟ. ಆದರೆ, ಅದೇ ವೇಳೆ, ಪ್ರಧಾನಮಂತ್ರಿಗಳ ಪ್ರತಿಯೊಂದು ಪ್ರಚಾರ ಭಾಷಣ, ಲೈವ್ ಆರಂಭಗೊಂಡ ಬೆನ್ನಲ್ಲೇ ಅದರ ಲೈವ್ ಲಿಂಕ್‌ಗಳು ಕೈಯೆಟುಕಿನಲ್ಲಿ ಬೆನ್ನು ಬೆನ್ನಿಗೆ ಕಾಣಿಸಿಕೊಳ್ಳತೊಡಗುತ್ತವೆ!

ಹಾಗಾದರೆ, ಇದು ಡಿಜಿಟಲಿ ಏಕಪಕ್ಷೀಯ ಚುನಾವಣೆಯೇ? ಎಂಬ ಪ್ರಶ್ನೆ ಏಳುತ್ತದೆ. ಅದಕ್ಕೆ ಉತ್ತರ– "ಹಾಗೇನಿಲ್ಲ". ಕರ್ನಾಟಕದಲ್ಲೇ ಇದು ಸಾಬೀತಾಗಿದೆ. ಹಳೆಯ ಸಾಂಪ್ರದಾಯಿಕ ಸೋಷಿಯಲ್ ಮೀಡಿಯಾದಲ್ಲೇ ಎದ್ದ #PayCM ಅಲೆಯಲ್ಲಿ ಮತ್ತು ಗ್ಯಾರಂಟಿಗಳ ಮಹಪೂರದಲ್ಲಿ, ಆಳುವ ಬಿಜೆಪಿ ಸೋತು, ಆ ಜಾಗದಲ್ಲಿ ಕಾಂಗ್ರೆಸ್ ಅಧಿಕಾರದ ಚುಕ್ಕಾಣಿ ಹಿಡಿದಿದೆ. ತನ್ನ ಎಲ್ಲ ಪರಿಣಾಮಕಾರಿ ಹತ್ಯಾರುಗಳು ಇರುತ್ತಲೇ, ಬಿಜೆಪಿ ಕರ್ನಾಟಕ ವಿಧಾನಸಭಾ ಚುನಾವಣೆಯಲ್ಲಿ ಸೋಲಬೇಕಾಯಿತು.

ಪಕ್ಷಗಳದು ಈ ತಲೆನೋವಾದರೆ, ಸಾರ್ವಜನಿಕರಿಗೆ ಚುನಾವಣೆಗಳು ಇಷ್ಟೊಂದು ಡಿಜಿಟಲ್ ಆದ ಬಳಿಕವೂ ಹಣ, ಹೆಂಡ, ತೋಳ್ಬಲಗಳು ಚುನಾವಣಾ ಕಣದಿಂದ ಇನ್ನೂ ಹಿಂದೆ ಸರಿದಿಲ್ಲ ಎಂಬ ನೋವು. ಚುನಾವಣಾ ಆಯೋಗದ ಡಿಜಿಟಲ್ ಹತ್ಯಾರು ಪರಿಣಾಮಕಾರಿ ಆದ ದಿನ, ರಾಜಕೀಯ ಪಕ್ಷಗಳಿಗೆ ಈ ರೀತಿಯ ಅಡ್ಡಹಾದಿಗಳು ಕಷ್ಟ ಆಗಬಹುದು.

ಮಾರ್ಚ್ 23, 2024ಕ್ಕೆ ಪ್ರಕಟಿತ

ವಿದೇಶಾಂಗ ನೀತಿಯ "ವಾಟ್ಸಾಪ್ ಆವೃತ್ತಿ"

ಒಂದು ಸಾರ್ವಭೌಮ ದೇಶವು ತನ್ನ ಆಂತರಿಕ ನಿಲುವುಗಳ ಬಗ್ಗೆ ದೇಶದ ಹೊರಗಿನಿಂದ ಯಾವುದೇ ಕಾಮೆಂಟ್‌ಗಳು ಬಂದಾಗ, ತನ್ನ ನಿಲುವಿನ ಕುರಿತು, ಅಗತ್ಯ ಬಿದ್ದಲ್ಲಿ ಆ ದೇಶಕ್ಕೆ ಸ್ಪಷ್ಟನೆ/ಸಮರ್ಥನೆ ಒದಗಿಸುವುದು ಸಂಪ್ರದಾಯ. ಅದಕ್ಕಾಗಿ ಆ ನಿರ್ದಿಷ್ಟ ದೇಶದ ರಾಯಭಾರ ಕಚೇರಿಯ ಅಧಿಕಾರಿಗಳನ್ನು ಸೌತ್‌ಬ್ಲಾಕಿನಲ್ಲಿರುವ ವಿದೇಶಾಂಗ ವ್ಯವಹಾರಗಳ ಮುಖ್ಯಾಲಯಕ್ಕೆ ಕರೆಸುವುದು ಹೊಸದೇನಲ್ಲ. ಆದರೆ ಹಾಲೀ ಭಾರತ ಸರ್ಕಾರ ಹೊಸದೊಂದು ಪದ್ಧತಿಯನ್ನು ಆರಂಭಿಸಿದೆ.

ಅದೇನೆಂದರೆ, ಹೀಗೆ ರಾಯಭಾರ ಕಚೇರಿಯ ಅಧಿಕಾರಿಗಳು ಬರುತ್ತಿರುವ ಸುದ್ದಿಯನ್ನು ಸರ್ಕಾರದ ಪರ ಇರುವ ಮಾಧ್ಯಮಗಳಿಗೆ ತಲುಪಿಸುವುದು; ಆ ಮಾಧ್ಯಮ ಸೇನೆ, ವಿದೇಶೀ ರಾಯಭಾರ ಕಚೇರಿಯ ಅಧಿಕಾರಿಗಳು ಸೌತ್‌ಬ್ಲಾಕ್

ರಾಜಾರಾಂ ತಲ್ಲೂರು

ಪ್ರವೇಶಿಸುವಾಗ ಮತ್ತು ಹೊರಬರುವಾಗ ಅಲ್ಲಿ ಕಾದುನಿಂತು, ಅದರ ವೀಡಿಯೊ ಮಾಡುವುದು ಮತ್ತು ಆಳುವ ಪಕ್ಷದ ಸೋಷಿಯಲ್ ಮೀಡಿಯಾ ಟ್ರೋಲ್‌ಗಳು ಅದನ್ನು ತಮ್ಮ ಪುಟಗಳಲ್ಲಿ ಹಾಕಿಕೊಂಡು, ನೋಡಿ ಒಳಹೋಗುವಾಗ ಅಧಿಕಾರಿಗಳ ಮುಖ-ಭಂಗಿ ಹೀಗಿತ್ತು, ಈಗ ಹೀಗಾಗಿದೆ ಎಂದು "ಬಿಫೋರ್-ಆಫ್ಟರ್" ಚಿತ್ರಣ ನೀಡಿ, ವಿಕೃತ ಆನಂದ ಅನುಭವಿಸುವುದು. ಇಂತಹ ಚೀಪ್ ತಂತ್ರಗಳು, ದೇಶದ ಒಳಗೆ ತಮ್ಮ ಪಕ್ಷದ ಸಮರ್ಥಕರಿಗೆ ಭಾರತ ಹೇಗೆ "ವಿಶ್ವಗುರುವಾಗಿಬಿಟ್ಟಿದೆ" ಎಂಬುದರ "ದರ್ಶನ" ನೀಡುವ ಉದ್ದೇಶದವಾಗಿವೆ ಎಂಬುದನ್ನು ಅರ್ಥ ಮಾಡಿಕೊಳ್ಳಬಹುದು. ಆದರೆ, ಇಂದಿನ ಇಂಟರ್ನೆಟ್ ಯುಗದಲ್ಲಿ, ಇಂತಹ ಸಂಗತಿಗಳು ಜಗತ್ತಿನಾದ್ಯಂತ ವೈರಲ್ ಆದರೆ, ಅದು ದೇಶಕ್ಕೆ ತರಬಹುದಾದ ಮುಜುಗರಗಳ ಬಗ್ಗೆ ಇವರಿಗೆ ಕಲ್ಪನೆ ಇದ್ದಂತಿಲ್ಲ.

ಕಳೆದ ಒಂದು ವರ್ಷದಿಂದೀಚೆಗೆ, ಕೆನಡಾ, ಮಾಲ್ಡೀವ್ಸ್ ಮಾತ್ರವಲ್ಲದೇ, ಈ ವಾರದಲ್ಲೇ ಜರ್ಮನಿ, ಅಮೆರಿಕ ದೇಶಗಳ ರಾಯಭಾರಿಗಳು ಈ ರೀತಿಯ ಟ್ರೀಟ್‌ಮೆಂಟಿಗೆ ಒಳಗಾಗಿದ್ದಾರೆ. ಜಗತ್ತಿನಾದ್ಯಂತ ನಡೆದಿರುವ ಚಟುವಟಿಕೆಗಳ ಬಗ್ಗೆ ಅಮೆರಿಕದಲ್ಲಿ ವಿದೇಶಾಂಗ ಅಧಿಕಾರಿಗಳ ಮಟ್ಟದಲ್ಲಿ ದೈನಂದಿನ ಪತ್ರಿಕಾ ಹೇಳಿಕೆಗಳನ್ನು ಬಿಡುಗಡೆ ಮಾಡುವುದು ಒಂದು ಸಾಮಾನ್ಯ ಚಟುವಟಿಕೆ. ಮೊನ್ನೆ ದಿಲ್ಲಿ ಮುಖ್ಯಮಂತ್ರಿಗಳನ್ನು ಅನುಷ್ಠಾನ ನಿರ್ದೇಶನಾಲಯ (ED) ಬಂಧಿಸಿದ ಹಿನ್ನೆಲೆಯಲ್ಲಿ, "ಭಾರತ ಸರ್ಕಾರವು ದಿಲ್ಲಿ ಮುಖ್ಯಮಂತ್ರಿಗಳ ವಿರುದ್ಧ ತೆಗೆದುಕೊಳ್ಳುತ್ತಿರುವ ಕಾನೂನು ಕ್ರಮಗಳು ನ್ಯಾಯಯುತವಾಗಿ, ಪಾರದರ್ಶಕವಾಗಿ ಮತ್ತು ಸಕಾಲಿಕವಾಗಿರಲಿ" ಎಂಬ ಅಭಿಪ್ರಾಯವನ್ನು ಅಮೆರಿಕದ ವಿದೇಶಾಂಗ ಇಲಾಖೆಯ ಅಧಿಕಾರಿಯೊಬ್ಬರು ವ್ಯಕ್ತಪಡಿಸಿದ್ದರು. ಇದಾದ ಮರುದಿನವೇ, ಭಾರತದಲ್ಲಿ ಅಮೆರಿಕದ ರಾಯಭಾರಿ ಕಚೇರಿಯ ಅಧಿಕಾರಿಗಳು ಸೌತ್‌ಬ್ಲಾಕಿಗೆ ಭೇಟಿ ನೀಡಿದ್ದರು. ಈ ಭೇಟಿಯ ವಿವರಗಳ ಬಗ್ಗೆ ವಿದೇಶಾಂಗ ಇಲಾಖೆ ಅಧಿಕೃತವಾಗಿ ಏನನ್ನಾದರೂ ಹೇಳುವ ಮುನ್ನವೇ ಮಾಧ್ಯಮಗಳು, ಸೋಷಿಯಲ್ ಮೀಡಿಯಾ ಹ್ಯಾಂಡಲ್‌ಗಳು ಈ ಕುರಿತು ತಮ್ಮ "ವೀರರೋಧನ" ಶುರುಹಚ್ಚಿಕೊಂಡಿವೆ. ಇಂತಹ ಬೆಳವಣಿಗೆಗಳಿಂದಾಗಿ ಲಾಭಕ್ಕಿಂತ ನಷ್ಟವೇ ಹೆಚ್ಚು.

1982ರಿಂದಲೂ ಅಮೆರಿಕ, ಶ್ರೀಲಂಕಾ, ಜಪಾನ್ ದೇಶಗಳ ಭಾರತೀಯ ದೂತಾವಾಸಗಳಲ್ಲಿ ಮತ್ತು ಆ ಬಳಿಕ ವಿದೇಶಾಂಗ ಸಚಿವಾಲಯದಲ್ಲಿ ವಿವಿಧ ಹುದ್ದೆಗಳಲ್ಲಿ ಕರ್ತವ್ಯ ನಿರ್ವಹಿಸಿರುವ ಭಾರತದ ಹಾಲೀ ವಿದೇಶಾಂಗ ಸಚಿವ ಸುಬ್ರಹ್ಮಣಂ ಜೈಶಂಕರ್ ಅವರಿಗೆ ದೂತಾವಾಸಗಳಾಗಲೀ, ಭಾರತದ ಸುದೀರ್ಘವಾದ ವಿದೇಶಾಂಗ ಸಂಬಂಧಗಳಾಗಲೀ ಹೊಸದಲ್ಲ. ಆದರೆ, NDA ಸರ್ಕಾರ ಬಂದ ಬಳಿಕ 2015-2018ರ ನಡುವೆ ವಿದೇಶಾಂಗ ಕಾರ್ಯದರ್ಶಿಯಾಗಿ ಮತ್ತು 2019ರಲ್ಲಿ ನರೇಂದ್ರ ಮೋದಿಯವರ ಎರಡನೇ ಅವಧಿಗೆ ವಿದೇಶಾಂಗ ಸಚಿವರಾಗಿ ರಾಜಕೀಯಕ್ಕೆ

ಇಳಿದಿರುವ ಅವರು, ಹಾಲೀ NDA ಸರ್ಕಾರದ ವಿದೇಶ ನೀತಿಗಳನ್ನು ರೂಪಿಸುವಲ್ಲಿ ತಾಯಿಬೇರಾಗಿದ್ದರು ಎಂಬುದನ್ನು ಅಲ್ಲಗಳೆಯುವಂತಿಲ್ಲ.

2014ರ ತನಕವೂ, ಸರ್ಕಾರಗಳು ಬದಲಾದರೂ ದೇಶದ ವಿದೇಶಾಂಗ ನೀತಿಗಳಲ್ಲಿ ಒಂದು ಸಾತತ್ಯ ಇತ್ತು. 120 ದೇಶಗಳ ಅಲಿಪ್ತ ಕೂಟ (NAM), ದಕ್ಷಿಣ ಏಷ್ಯಾದ SAARC ಸಂಘಟನೆಗಳ ಮೂಲಕ, ಭಾರತಕ್ಕೆ ಅದರದೇ ಆದ ಒಂದು ಪ್ರಾದೇಶಿಕ ಮತ್ತು ಜಾಗತಿಕ ಮಹತ್ವ ಇತ್ತು. 1947–1991ರ ವರೆಗಿನ ಅಮೆರಿಕ–USSR ಶೀತಲ ಸಮರದ ಕಾಲದಲ್ಲಾಗಲೀ, 1991–2008ರ ನಡುವಿನ ಉದಾರೀಕರಣದ ಅವಧಿಯಲ್ಲಾಗಲೀ, ಅಲ್ಲಿಂದೀಚೆಗಿನ ಹೊಸ ಜಾಗತಿಕ ಸಮೀಕರಣಗಳ ಅವಧಿಯಲ್ಲಾಗಲೀ, ಭಾರತದ ನಿಲುವುಗಳಲ್ಲಿ ದೊಡ್ಡ ಬದಲಾವಣೆಗಳೇನೂ ಇರಲಿಲ್ಲ. ಆದರೆ 2014ರಲ್ಲಿ ಪ್ರಧಾನಿಯಾಗಿ ಅಧಿಕಾರ ವಹಿಸಿಕೊಂಡ ನರೇಂದ್ರ ಮೋದಿಯವರು ತಮ್ಮದು Look East ನೀತಿ ಎಂದರು. ಈ ಹೊಸ ಚಿಂತನೆಯ ಭಾಗವಾಗಿ, ಅಲಿಪ್ತ ನೀತಿ ಅಡಿ ಬಿದ್ದಿತು; ಸಾರ್ಕ್ ಮರೆತುಹೋಯಿತು. ಚೀನಾದ ಅಧ್ಯಕ್ಷರ ಜೊತೆ ಮಾಮಲ್ಲಪುರಂ ಭೇಟಿ (2019), ಅಮೆರಿಕ ಅಧ್ಯಕ್ಷ ಟ್ರಂಪ್ ಜೊತೆ ನಮಸ್ತೇ ಟ್ರಂಪ್ (2020)ಗಳೆಲ್ಲ ಅದ್ದೂರಿಯಾಗಿಯೇ ನಡೆದವು. ಆರಂಭ ಅಬ್ಬರತಾಳದಲ್ಲೇ ಇತ್ತು.

ಇಂದು ನರೇಂದ್ರ ಮೋದಿಯವರ ಆಡಳಿತದ ಒಂದು ದಶಕದ ಬಳಿಕ, ಭಾರತ ತನ್ನ ವಿದೇಶಾಂಗ ನೀತಿಗಳೊಂದಿಗೆ ಎಲ್ಲಿ ನಿಂತಿದೆ? ಮಹತ್ವಾಕಾಂಕ್ಷೆಯ ಚೀನಾ ಇಂದು ಭಾರತದ ಸುತ್ತಣ ಎಲ್ಲ ನೆರೆಹೊರೆಗಳನ್ನು ಬೇರೆಬೇರೆ ತಂತ್ರಗಾರಿಕೆಗಳನ್ನು ಬಳಸಿ, ತನ್ನ ಬುಟ್ಟಿಯಲ್ಲಿರಿಸಿಕೊಳ್ಳುವ ಪ್ರಯತ್ನದಲ್ಲಿ ಯಶಸ್ಸು ಸಾಧಿಸಿದಂತಿದೆ. ಪಾಕಿಸ್ತಾನ, ಅಫ್ಘಾನಿಸ್ತಾನ, ಬಾಂಗ್ಲಾದೇಶ, ಶ್ರೀಲಂಕಾ, ನೇಪಾಳ, ಮಾಲ್ಡೀವ್ಸ್, ಮಯನ್ಮಾರ್, ಮೊರಿಷಸ್ ಸೇರಿದಂತೆ ಎಲ್ಲ ನೆರೆಹೊರೆಯ ದೇಶಗಳು ಭಾರತದ ಜೊತೆ ಹಿಂದಿನ ಭಾವನಾತ್ಮಕ ಸಂಬಂಧಗಳನ್ನು ಹೊಂದಿಲ್ಲ. ಚೀನಾದ ಹಸ್ತಕ್ಷೇಪಗಳ ಎದುರು ಸಂತುಲನ ಸಾಧಿಸಲು ಭಾರತವು QUAD 4 (ಭಾರತ, ಅಮೆರಿಕ, ಆಸ್ಟ್ರೇಲಿಯಾ, ಜಪಾನ್)ನ್ನು ಅವಲಂಬಿಸಿಕೊಂಡಂತಿದೆ. ಕಳೆದ ಜೂನ್ ತಿಂಗಳಿನಲ್ಲಿ ಕೆನಡಾದ ಜೊತೆ ಭಾರತದ ಸಂಬಂಧಗಳಲ್ಲಿ ಸಂಭವಿಸಿದ ಅನಪೇಕ್ಷಿತ ಬೆಳವಣಿಗೆಗಳ ಹಿನ್ನೆಲೆಯಲ್ಲಿ (ವಿವರಗಳಿಗೆ "ಅಂತಾರಾಷ್ಟ್ರೀಯ ಸಂಬಂಧಗಳ ಕತ್ತಿಯಂಚಿನ ನಡಿಗೆ; 9 ಡಿಸೆಂ 2023 ಪಿಟ್ಕಾಯಣ ನೋಡಿ.) ಭಾರತದ ಕುರಿತು ಅಂತಾರಾಷ್ಟ್ರೀಯ ಅಭಿಪ್ರಾಯಗಳಲ್ಲಿ ಮಹತ್ವದ ಪಲ್ಲಟಗಳು ಸಂಭವಿಸಿವೆ. ಇದರ ದೂರಗಾಮಿ ಪರಿಣಾಮಗಳನ್ನು ಇನ್ನಷ್ಟೇ ಕಾದು ನೋಡಬೇಕಿದೆ. ಆವರ್ತನದ ಮೇರೆಗೆ ಬಂದಿರುವ G20 ಅಧ್ಯಕ್ಷತೆಯನ್ನು ಕೂಡ ಭಾರತವು ಜಾಗತಿಕ ದೃಷ್ಟಿಕೋನದಿಂದ ನೋಡುವ ಬದಲು ದೇಶದೊಳಗಿನ ಲಾಭಗಳಿಗೇ ಸೀಮಿತಗೊಳಿಸಿಕೊಂಡಂತೆ ಕಾಣಿಸುತ್ತಿದೆ.

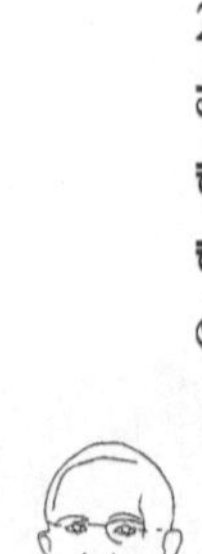

ರಾಜಾರಾಂ ತಲ್ಲೂರು

ಈಗ ಬದಲಾಗುತ್ತಿರುವ ಆರ್ಥಿಕ ಸಾಮರ್ಥ್ಯಗಳ ಜಾಗತಿಕ ಚೌಕಟ್ಟಿನಲ್ಲಿ, ಭಾರತ ತಾನೇನೋ ಮಹತ್ವದ ಪಾತ್ರ ವಹಿಸಲಿದ್ದೇನೆ ಎಂಬ ಊಹೆಯೊಂದಿಗೆ ಕಾರ್ಯಾಚರಿಸುತ್ತಿದೆ. ಆದರೆ, ಇನ್ನೂ ಭಾರತವನ್ನು ಜಗತ್ತು ನೋಡುತ್ತಿರುವುದು "ಸಸ್ತಾ" ಮಾನವ ಸಂಪನ್ಮೂಲ ಸಿಗುವ ಜಾಗವಾಗಿಯೇ ಹೊರತು, ಆರ್ಥಿಕ ಶಕ್ತಿಯಾಗಿ ಅಲ್ಲ. ಜೊತೆಗೆ, 140 ಕೋಟಿ ಜನರಿರುವ ಭಾರತ, ಜಾಗತಿಕ ಉತ್ಪಾದಕರುಗಳಿಗೆ ಒಳ್ಳೆಯ ಮಾರುಕಟ್ಟೆ ಎಂಬ ವಾಸ್ತವ ಕೂಡ ಅವರಿಗೆ ಗಮನದಲ್ಲಿದೆ. ತನ್ನ ಈ "ಶಕ್ತಿ"ಗಳನ್ನು ಪರಿಣಾಮಕಾರಿಯಾಗಿ, ಬುದ್ಧಿವಂತಿಕೆಯಿಂದ ಬಳಸಿಕೊಳ್ಳುವ ಬದಲು, ಸುಖಾಸುಮ್ಮನೇ ನೆರೆಹೊರೆಯ ದೇಶಗಳೆದುರು ಮಲೆತು ನಿಲ್ಲುವುದು ದೀರ್ಘಕಾಲಿಕ ನೆಲೆಯಲ್ಲಿ ಭಾರತವನ್ನು ಏಕಾಂಗಿಯಾಗಿಸಲಿದೆ.

ಮಾರ್ನಿಂಗ್ ಕನ್ಸಲ್ಟ್‌ನಂತಹ ಸಂಶಯಾಸ್ಪದ ಖಾಸಗಿ ಸಂಸ್ಥೆಗಳು ಒದಗಿಸುವ ಕ್ಷುಲ್ಲಕ ಅಪ್ರೂವಲ್ ರೇಟಿಂಗ್‌ಗಳನ್ನು ಮುಂದಿಟ್ಟುಕೊಂಡು, ಭಾರತ ವಿಶ್ವಗುರು ಆಗಿಬಿಟ್ಟಿದೆ ಎಂದು ದೇಶದ ಒಳಗೆ ಪ್ರತೀ ಎರಡು–ಮೂರು ತಿಂಗಳಿಗೊಮ್ಮೆ ಸುದ್ದಿ ಮಾಡುವ ತಂತ್ರಗಳು ದೇಶದ ಒಳಗಿನ ತುರಿಕೆಯನ್ನು ಶಮನ ಮಾಡಿಯಾವೇ ಹೊರತು, ದೇಶದ ಗೌರವವನ್ನು ದೇಶದಿಂದ ಹೊರಗೆ ಹೆಚ್ಚಿಸಲಾರವು. ಈ ಒಣಕಲು ಜಂಬವನ್ನು ಬಳಸಿಕೊಂಡು ಸರ್ಕಾರದ ಸಮರ್ಥಕರು ಬೇರೆ ದೇಶಗಳನ್ನು ಹೀಯಾಳಿಸುವ, ಟ್ರೋಲ್ ಮಾಡುವ ಚಟುವಟಿಕೆಗಳಲ್ಲಿ ತೊಡಗಿಕೊಂಡರೆ, "ಗುಸ್‌ಕೇ ಮಾರೇಂಗೆ" ಎಂದು ಚೀರಿದರೆ, ಈ ಇಂಟರ್ನೆಟ್ ಯುಗದಲ್ಲಿ ಅದರಿಂದ ಹಾನಿಯೇ ಹೆಚ್ಚು. ಇಷ್ಟನ್ನು ಸರ್ಕಾರದ ಸಮರ್ಥಕರು ಅರ್ಥ ಮಾಡಿಕೊಂಡರೂ, ಸದ್ಯದ ಮಟ್ಟಿಗೆ ಅದು ಒಳ್ಳೆಯ ವಿದೇಶಾಂಗ ನೀತಿಯೇ!

ಮಾರ್ಚ್ 30, 2024ಕ್ಕೆ ಪ್ರಕಟಿತ

ದುಡುಕ ಮನ್ನಿಸು ಪ್ರಭುವೆ...

ಇದೇ ಎಪ್ರಿಲ್ 01ರಂದು ಭಾರತೀಯ ರಿಸರ್ವ್ ಬ್ಯಾಂಕ್ (RBI) 90 ವರ್ಷಗಳನ್ನು ಪೂರೈಸಿತು. 1935ರಲ್ಲಿ ಆರಂಭಗೊಂಡ, ದೇಶದ ಈ ಮಹತ್ವದ ಸಂಸ್ಥೆಯ ಸಂಭ್ರಮಾಚರಣೆಯಲ್ಲಿ ಪಾಲ್ಗೊಂಡು ಮಾತನಾಡಿದ ಭಾರತದ ಪ್ರಧಾನಮಂತ್ರಿ ನರೇಂದ್ರಮೋದಿಯವರು, ತನ್ನ ಭಾಷಣದ ಕೊನೆಯಲ್ಲಿ, "ಈ ನೂರು ದಿನಗಳ ಕಾಲ ನಾನು ಚುನಾವಣೆಯಲ್ಲಿ ವ್ಯಸ್ತನಿರುತ್ತೇನೆ. ನಿಮ್ಮ ಬಳಿ (ಆರ್‌ಬಿಐ ಅಧಿಕಾರಿಗಳ ಬಳಿ) ಭರಪೂರ ಸಮಯವಿರುತ್ತದೆ. ಹಾಗಾಗಿ (ಆ ಸಮಯದಲ್ಲಿ) ಯೋಚನೆ ಮಾಡಿ ಇಟ್ಟುಕೊಳ್ಳಿ, ಶಪಥ ಸ್ವೀಕರಿಸಿದ (ನಗು.. ಚಪ್ಪಾಳೆ) ಮರುದಿನವೇ ನಿಮಗೆ ಭರ್ಜರಿ ಕೆಲಸ ಕಾದಿರುತ್ತದೆ" ಎಂದು ಹೇಳಿದರು. ಅವರ ಮಾತಿಗೆ ದೇಶದ ಹಣಕಾಸು ಸಚಿವರಾದಿಯಾಗಿ ವೇದಿಕೆಯ ಮೇಲಿದ್ದ ಎಲ್ಲರೂ ಮೆಚ್ಚುಗೆಯ ಚಪ್ಪಾಳೆ ತಟ್ಟಿದರು.

ರಾಜಾರಾಂ ತಲ್ಲೂರು

ಭಾರತದ ಪ್ರಜಾತಾಂತ್ರಿಕ ವ್ಯವಸ್ಥೆಯ ಆತ್ಮವಾಗಿರುವ ಸೇನಾಪಡೆ, ರಿಸರ್ವ್ ಬ್ಯಾಂಕ್, ಚುನಾವಣಾ ಆಯೋಗ, ಸಿಎಜಿ, ನ್ಯಾಯಾಲಯಗಳಂತಹ ಸಂಸ್ಥೆಗಳು ಸಾಂಪ್ರದಾಯಿಕವಾಗಿ ರಾಜಕೀಯದಿಂದ ಮಾರುದೂರ ಮತ್ತು ಆ ಸಂಸ್ಥೆಗಳಿಗೆ ಅವುಗಳದೇ ಆದ ಒಂದು ಘನತೆಯ ಚರಿತ್ರೆ ಇದೆ. ಎಂತೆಂತಹವರೆಲ್ಲ ಈ ದೇಶದ ಆಡಳಿತ ನಡೆಸಿ ಹೋದರೂ, ಈ ಆತ್ಮಗಳ ಘನತೆಗೆ ಮುಕ್ಕಾಗುವ ಸನ್ನಿವೇಶಗಳು ಎದುರಾಗಿರಲಿಲ್ಲ.

ಮೊನ್ನೆ ರಿಸರ್ವ್ ಬ್ಯಾಂಕಿನಲ್ಲಿ, ಚುನಾವಣಾಸನ್ನ ಪ್ರಧಾನಮಂತ್ರಿಯವರ ಭಾಷಣ ಅವಾಕ್ಕಾಗುವಂತೆ ಮಾಡಿತು. ನಮ್ಮ ಮಾಧ್ಯಮಗಳು ಒಂದೋ ಇದನ್ನು ಗಮನಿಸಿಲ್ಲ ಅಥವಾ ಗಮನಿಸಿಯೂ ಕುರುಡಾಗಿ ಉಳಿದಿವೆ.

ಎರಡು ಅವಧಿಗಳನ್ನು ಪೂರೈಸಿ, ಮೂರನೇ ಅವಧಿಗಾಗಿ ಮತದಾರ ಪ್ರಭುವಿನ ಎದುರು ಮತಯಾಚನೆ ಮಾಡಬೇಕಿರುವ ಜನಪ್ರತಿನಿಧಿಯಾಗಿ, ನರೇಂದ್ರ ಮೋದಿಯವರು ಈಗ ಬಹುದೂರವನ್ನು ಕ್ರಮಿಸಿದ್ದಾರೆ. 2014ರ ಮೇ 20ರಂದು, ಬಿಜೆಪಿ ಪಕ್ಷದ ಸಂಸದೀಯ ಘಟಕದ ನಾಯಕನ ಆಯ್ಕೆಗಾಗಿ ಸಂಸತ್ ಭವನದಲ್ಲಿ ಸಭೆ ನಡೆದಿತ್ತು. ಆ ಸಭೆಯಲ್ಲಿ ಪಾಲ್ಗೊಳ್ಳಲು, ಎನ್‌ಡಿಎ ಕಡೆಯಿಂದ ಪ್ರಧಾನಮಂತ್ರಿ ಅಭ್ಯರ್ಥಿ ಆಗಿ ಬಿಂಬಿತರಾಗಿದ್ದ ನರೇಂದ್ರ ದಾಮೋದರದಾಸ್ ಮೋದಿ ಅವರು ಮೊತ್ತಮೊದಲ ಬಾರಿಗೆ ಸಂಸತ್ ಭವನಕ್ಕೆ ಆಗಮಿಸಿದ್ದರು. ಅವರು ಭವನವನ್ನು ಪ್ರವೇಶಿಸುವ ಮುನ್ನ, ಜಗತ್ತಿನಾದ್ಯಂತದ ಕ್ಯಾಮರಾಗಳ ಪ್ರಖರ ಬೆಳಕಿನಲ್ಲಿ ಸಂಸತ್ತಿನ ಮೆಟ್ಟಿಲುಗಳಿಗೆ ಶಿರಮುಟ್ಟಿಸಿ ನಮಸ್ಕಾರ ಮಾಡಿದ್ದರು. ಆ ಬಳಿಕ ಮಾತನಾಡಿದ ನರೇಂದ್ರ ಮೋದಿಯವರು ತಾನು "ಪ್ರಜಾತಂತ್ರದ ದೇಗುಲಕ್ಕೆ" ನಮಿಸಿದ್ದಾಗಿ ಹೇಳಿದ್ದರು. ಅದಾದ ಬಳಿಕ ಪ್ರಧಾನಿಯಾಗಿ ಮೊದಲ ಬಾರಿಗೆ ಕೆಂಪುಕೋಟೆಯಿಂದ ಭಾಷಣ ನೀಡಿದ ಅವರು, ಭಾಷಣದ ಆರಂಭದಲ್ಲೇ, ತಾನು ದೇಶದ "ಪ್ರಧಾನ ಸೇವಕ" ಎಂದು ಹೇಳಿಕೊಂಡಿದ್ದರು. ಅವರ ಈ ಸಾಂಕೇತಿಕತೆ ಅವರ ಸಮರ್ಥಕರಿಗೆ ಪುಳಕ ತಂದಿತ್ತು.

ಆದರೆ ಈಗ, ಮೂರನೇ ಅವಧಿಗೆ ಚುನಾವಣೆ ಎದುರಿಸುವ ಮುನ್ನ, ಅವರ ಸಾಂಕೇತಿಕತೆ ಹೊಸ ಮಜಲನ್ನು ತಲುಪಿದಂತಿದೆ. ಕಳೆದ ಆರು ತಿಂಗಳಿನಲ್ಲಿ ಕನಿಷ್ಠ ಆರು ಬಾರಿ ಅವರು ಮೂರನೇ ಅವಧಿಗೆ ತಾನು ಪುನಃ ಪ್ರಧಾನಮಂತ್ರಿಯಾಗಿ ದೇಶವನ್ನು ಮುನ್ನಡೆಸಲಿದ್ದೇನೆ ಎಂದು ಬಹಿರಂಗವಾಗಿ ಹೇಳಿಕೊಂಡಿದ್ದಾರೆ.

- ಕಳೆದ ಜುಲೈ ತಿಂಗಳಿನಲ್ಲಿ, ಬಿಜೆಪಿ ರಾಷ್ಟ್ರೀಯ ಕಾರ್ಯಕಾರಿಣಿಸಭೆಯಲ್ಲಿ ಮಾತನಾಡಿದ ಅವರು, ತನಗೆ 2024ರ ಜುಲೈ ತಿಂಗಳಿನಲ್ಲಿ ನಡೆಯಲಿರುವ ಹಲವು ಕಾರ್ಯಕ್ರಮಗಳಲ್ಲಿ ದೇಶದ ಮುಖ್ಯಸ್ಥನಾಗಿ ಪಾಲ್ಗೊಳ್ಳಲು ಹಲವು ದೇಶಗಳಿಂದ ಆಹ್ವಾನಗಳು ಬಂದಿವೆ ಎಂದು ಹೇಳಿಕೊಂಡಿದ್ದರು.

- 2023 ಆಗಸ್ಟ್ 15ರಂದು ಕೆಂಪುಕೋಟೆಯಿಂದ ಸ್ವಾತಂತ್ರ್ಯದಿನ ದೇಶಕ್ಕೆ ಸಂದೇಶ ನೀಡುವಾಗಲೂ ಅವರು, ಮುಂದಿನ ವರ್ಷದ ಸ್ವಾತಂತ್ರ ದಿನದಂದು (ಆಗಸ್ಟ್ 15, 2024) ದೇಶದ ಸಾಧನೆಗಳನ್ನು ಕೆಂಪುಕೋಟೆಯಿಂದ ಜನತೆಯ ಮುಂದಿಡಲು ತಾನೇ ಬರಲಿದ್ದೇನೆ ಎಂದು ಹೇಳಿಕೊಂಡಿದ್ದರು.
- 2024 ಜನವರಿ 31ರಂದು, ಸಂಸತ್ತಿನಲ್ಲಿ ಬಜೆಟ್ ಅಧಿವೇಶನದ ಮುನ್ನ ಮಾಧ್ಯಮಗಳಿಗೆ ಔಪಚಾರಿಕ ಸಂದೇಶ ನೀಡುವಾಗ, ಈ ಅಧಿವೇಶನದಲ್ಲಿ ಓಟ್ ಆನ್ ಅಕೌಂಟ್ ಮಂಡಿಸುತ್ತಿರುವುದಾಗಿಯೂ, ಚುನಾವಣೆಗಳ ಬಳಿಕ ಪೂರ್ಣ ಪ್ರಮಾಣದ ಬಜೆಟನ್ನು ತನ್ನ ನೇತೃತ್ವದ ಸರ್ಕಾರವೇ ಮಂಡಿಸಲಿದೆ ಎಂದೂ ಹೇಳಿದ್ದರು.
- ಇದೇ ವರ್ಷ ಮಾರ್ಚ್ 04ರಂದು, ಪ್ರಧಾನಮಂತ್ರಿಗಳು ತಮ್ಮ ಸಚಿವ ಸಂಪುಟದ ಸದಸ್ಯರ ಸಭೆ ಕರೆದು, ತನ್ನ ಮೂರನೇ ಅವಧಿಗೆ (ಮೋದಿ 3.0) ಮೊದಲ ನೂರು ದಿನಗಳಲ್ಲಿ ಅನುಷ್ಠಾನಗೊಳಿಸಲು ಬೇಕಾದ ಕಾರ್ಯಕ್ರಮಗಳನ್ನು ರೂಪಿಸಲು ಮತ್ತು 2047ರ "ವಿಕಸಿತ ಭಾರತದ" ಕನಸು ನನಸು ಮಾಡುವ ನಿಟ್ಟಿನಲ್ಲಿ ಕೆಲಸ ಆರಂಭಿಸಲು ಸೂಚಿಸಿದ್ದರು.
- ಇದೇ ಮಾರ್ಚ್ 17ರಂದು, ಇಂಡಿಯಾ ಟುಡೇ ಕಾನ್‌ಕ್ಲೇವ್‌ನಲ್ಲಿ ಮಾತನಾಡಿದ ಪ್ರಧಾನಮಂತ್ರಿಗಳು, ಮೂರನೇ ಅವಧಿಗೆ ತಮ್ಮದೇ ಸರ್ಕಾರ ಅಧಿಕಾರಕ್ಕೆ ಮರಳಲಿದೆ ಎಂದು ಪುನರುಚ್ಚರಿಸಿದ್ದರು.

ಖಾಸಗಿ ಕಾರ್ಯಕ್ರಮಗಳಲ್ಲಿ, ಪಕ್ಷದ ಕಾರ್ಯಕ್ರಮಗಳಲ್ಲಿ, ರಾಜಕೀಯದ/ಚುನಾವಣಾ ಪ್ರಚಾರ ಸಭೆಗಳಲ್ಲಿ ಇಂತಹ ಮಾತುಗಳು ಸಹಜ. ತಂಡವೊಂದರ ನಾಯಕನಾಗಿ, ತಂಡದ ಸದಸ್ಯರನ್ನು ಪ್ರೇರಿಸುವ ಪ್ರಯತ್ನವಾಗಿಯೂ ಅದನ್ನು ಪರಿಗಣಿಸಬಹುದು. ಅದಲ್ಲ ಎಂದಾದರೆ, ಚುನಾವಣೆ ಪ್ರಚಾರ/ಗೆಲುವಿನ ತಂತ್ರದ ಭಾಗವಾಗಿಯೂ ಈ ಮಾತುಗಳನ್ನು ಹರಿಬಿಟ್ಟಿರಬಹುದು. ಅದರಲ್ಲಿ ತಪ್ಪೇನಿಲ್ಲ. ಆದರೆ ಈ ಮಾತುಗಳಿಗೆ ಇನ್ನೊಂದು ಮಗ್ಗುಲು ಕೂಡ ಇದೆ ಎಂಬುದನ್ನು, ಪ್ರಜಾತಂತ್ರ ವ್ಯವಸ್ಥೆಯೊಂದರಲ್ಲಿ ಸಂವಿಧಾನದ ಚೌಕಟ್ಟಿನೊಳಗೆ ಕೆಲಸ ಮಾಡುವ ಪ್ರತಿಜ್ಞೆ ಸ್ವೀಕರಿಸಿರುವ ಜನಪ್ರತಿನಿಧಿಗಳೆನ್ನಿಸಿಕೊಂಡವರು ಮರೆಯಬಾರದು.

ತೀರಾ ಇತ್ತೀಚೆಗಿನ ತನಕವೂ ರಾಜಕಾರಣಿಗಳು ತಮ್ಮ ಅಗ್ನಿಪರೀಕ್ಷೆ ಎಂದು ಪರಿಗಣಿಸುತ್ತಿದ್ದುದು, ಜನತಾ ಜನಾರ್ದನರ ನ್ಯಾಯಾಲಯದ ತೀರ್ಪನ್ನು; ಐದು ವರ್ಷಗಳಿಗೊಮ್ಮೆ ಮತದಾರ ಪ್ರಭು ಕೊಡುವ ಜನಮತ/ಆಶೀರ್ವಾದವನ್ನು. ಹಾಗಾಗಿ ಸಕ್ರಿಯ ಪ್ರಜಾಪ್ರಭುತ್ವವೊಂದರಲ್ಲಿ ಮತದಾರನೇ ಪ್ರಭು. ಬೆನ್ನಹಿಂದಿನ ಕುಟಿಲ ರಾಜಕಾರಣಗಳೇನೇ ಇದ್ದರೂ, ಬಹಿರಂಗದ ಕನಿಷ್ಠ ಸೌಜನ್ಯಕ್ಕಾಗಿಯಾದರೂ ರಾಜಕಾರಣಿಗಳು ಇದನ್ನು ಒಪ್ಪುತ್ತಿದ್ದರು. ಮತದಾರರ ತೀರ್ಮಾನ ಸರ್ವೋಚ್ಚ ಎಂಬ

ರಾಜಾರಾಂ ತಲ್ಲೂರು

ಮಾತು ಎಷ್ಟೇ ಔಪಚಾರಿಕವಾದುದಾದರೂ, ಪ್ರಜಾಪ್ರಭುತ್ವ ವ್ಯವಸ್ಥೆಗೆ ಕೊಡುವ ಗೌರವ ಅದಾಗಿತ್ತು. ಸಂವಿಧಾನದ 326ನೇ ವಿಧಿ ಪ್ರಜೆಗಳಿಗೆ ಮತದಾನದ ಹಕ್ಕು ನೀಡಿದೆ. ಮಾನವ ಹಕ್ಕುಗಳ ಜಾಗತಿಕ ಘೋಷಣೆ (1948) ಮತ್ತು ಅಂತಾರಾಷ್ಟ್ರೀಯ ನಾಗರಿಕ ಮತ್ತು ರಾಜಕೀಯ ಹಕ್ಕುಗಳ ಒಪ್ಪಂದ (1966) ಗಳು ಕೂಡ ಮತದಾನದ ಹಕ್ಕನ್ನು, ಅದು ಕೇವಲ ಸವಲತ್ತು ಅಲ್ಲ, ಬದಲಾಗಿ ಮೂಲಭೂತ ಮಾನವ ಹಕ್ಕು ಎಂದು ಪರಿಗಣಿಸಿವೆ. ಇದನ್ನು ಬೈಪಾಸ್ ಮಾಡುವ ಯಾವುದೇ ಪ್ರಯತ್ನಗಳನ್ನು ಸಂಶಯದಿಂದಲೇ ನೋಡಬೇಕಾದುದು ದೇಶದ ಬಗ್ಗೆ, ಪ್ರಜಾತಂತ್ರ ವ್ಯವಸ್ಥೆಯ ಬಗ್ಗೆ ಕಾಳಜಿ ಹೊಂದಿರುವ ಎಲ್ಲರ ಕರ್ತವ್ಯ.

ದೇಶದ ಪ್ರಧಾನಿ ಹುದ್ದೆಯಲ್ಲಿರುವ ನಾಯಕರೊಬ್ಬರು, ಮತದಾರ ಪ್ರಭು ಇನ್ನಷ್ಟೇ ಕೊಡಬೇಕಾಗಿರುವ ತೀರ್ಮಾನವನ್ನು ನಗಣ್ಯಗೊಳಿಸಿ, ತಾನೇ ಮತ್ತೆ ಅಧಿಕಾರಕ್ಕೆ ಬರಲಿದ್ದೇನೆ ಎಂದು ಹೇಳಿಕೊಳ್ಳುವುದು, ಸಾರ್ವಜನಿಕವಾಗಿ ಸೌಜನ್ಯಯುತ ಅನ್ನಿಸಿಕೊಳ್ಳುವುದಿಲ್ಲ. ಒಂದುವೇಳೆ ಈ ರೀತಿಯ ಮಾತುಗಳು ರಾಜಕೀಯ ತಂತ್ರಗಾರಿಕೆಯ ಭಾಗ ಎಂದೇ ಇಟ್ಟುಕೊಂಡರೂ, ಭಾರತೀಯ ರಿಸರ್ವ್ ಬ್ಯಾಂಕಿನಂತಹ ಘನತೆಯ ಜಾಗವೊಂದರಲ್ಲಿ ಈ ರೀತಿಯ ದುಡುಕು ಮಾತುಗಳು ಬರುವುದು ಸತ್ಸಂಪ್ರದಾಯ ಅಲ್ಲ. ಅದು ಆಗಬಾರದಿತ್ತು.

[ರಿಸರ್ವ್ ಬ್ಯಾಂಕ್ ಕಾರ್ಯಕ್ರಮದ ವೀಡಿಯೊ ಇಲ್ಲಿದೆ: https://www.youtube.com/watch?v=-mG21cNAB-w]

ಎಪ್ರಿಲ್ 06, 2024ಕ್ಕೆ ಪ್ರಕಟಿತ

ಗುಣಮಟ್ಟದ ಸೇವೆ ಕೇಳುತ್ತಿದೆ TRAI: ತಾರಮ್ಮಯ್ಯ ಆಡಿಸುತ್ತಿದೆಯೇ COAI?

ಉದಾರೀಕರಣ ಪ್ರಕ್ರಿಯೆ ತನ್ನ ಮೂಲ ಉದ್ದೇಶವನ್ನು ಮರೆತಾಗ, ಅದು ಆಯ್ದ ಕೆಲವರನ್ನು ಮಾತ್ರ ಒಳಗೊಳ್ಳುವ ಖಾಸಗೀಕರಣ ಪ್ರಕ್ರಿಯೆಯಾಗಿ ಮಾರ್ಪಡುತ್ತದೆ. ಈ ಖಾಸಗಿ ಹಿತಾಸಕ್ತಿಗಳ ಕಾರ್ಟೆಲ್, ಸರಕಾರದ ನೀತಿಗಳನ್ನು ತನ್ನ ಮೂಗಿನ ನೇರಕ್ಕೆ ಬಗ್ಗಿಸಿಕೊಳ್ಳಲು ಪ್ರಯತ್ನಿಸುತ್ತದೆ. ಇಂತಹದೊಂದು ಹದ ತಪ್ಪಿದ ಉದಾರೀಕರಣಕ್ಕೆ ಉದಾಹರಣೆ ಈಗ ಟೆಲಿಕಾಂ ರಂಗದಲ್ಲಿ ಗೋಚರಕ್ಕೆ ಬರತೊಡಗಿದೆ.

ಆಗಿರುವುದು ಇಷ್ಟು, ಭಾರತ ಸರ್ಕಾರದ ಟೆಲಿಕಾಂ ವ್ಯವಸ್ಥೆ ಉದಾರೀಕರಣಗೊಂಡ ಬಳಿಕ, ಈ ವ್ಯವಸ್ಥೆಯ ನಿಯಂತ್ರಣಕ್ಕಾಗಿ ಸ್ಥಾಪಿತವಾಗಿರುವ ಭಾರತೀಯ ಟೆಲಿಕಾಂ ನಿಯಂತ್ರಣ ಪ್ರಾಧಿಕಾರವು (TRAI), 2023ರ ಜುಲೈ 25ರಂದು ಹಳೆಯ ನಿಯಮಗಳ ಜಾಗದಲ್ಲಿ ಹೊಸದಾಗಿ ಕೆಲವು ನಿಯಂತ್ರಕ ನಿಯಮಗಳನ್ನು ಪ್ರಕಟಿಸಿತ್ತು. Telecom Regulatory Authority

ರಾಜಾರಾಂ ತಲ್ಲೂರು

of India Repealing Regulations, 2023 (02 of 2023) ಎಂಬ ಹೆಸರಿನ ಈ ಹೊಸ ನಿಯಮಗಳು ಟೆಲಿಕಾಂ ಸೇವೆಗಳ ಗುಣಮಟ್ಟ (QoS) ಸುಧಾರಣೆಯ ನಿಟ್ಟಿನಲ್ಲಿ, ಖಾಸಗಿ ಟೆಲಿಕಾಂ ಸೇವಾದಾತ ಕಂಪನಿಗಳಿಗೆ ಕೆಲವು ಹೊಸ ಷರತ್ತುಗಳನ್ನು ವಿಧಿಸಿತ್ತು. ಮಾತ್ರವಲ್ಲದೇ, ಸೇವೆಯಲ್ಲಿ ಚ್ಯುತಿಗಳಿಗೆ ಇನ್ಸೆಂಟಿವ್ ಕಡಿತಗಳಂತಹ ಶಿಸ್ತುಕ್ರಮಗಳನ್ನು ಸೂಚಿಸಿತ್ತು.

ಆದರೆ ಈ ಹೊಸ ನಿಯಮಗಳಿಗೆ ಟೆಲಿಕಾಂ ಸೇವಾದಾತ ಸಂಸ್ಥೆಗಳು ತಮ್ಮ ಸಮ್ಮತಿಯನ್ನು ನೀಡುತ್ತಿಲ್ಲ. ಮೊನ್ನೆ ಮಂಗಳವಾರ (ಎಪ್ರಿಲ್ 09) TRAI ಈ ಕುರಿತಾಗಿ ನಡೆಸಿದ ಸಮಾಲೋಚನಾ ಸಭೆಯಲ್ಲಿ ಪಾಲ್ಗೊಂಡ ಭಾರತೀಯ ಸೆಲ್ಯೂಲರ್ ಆಪರೇಟರ್ಸ್ ಅಸೋಸಿಯೇಷನ್ (COAI) ಪ್ರತಿನಿಧಿಗಳು ಇದಕ್ಕೆ ಒಕ್ಕೊರಲಿನ ತಗಾದೆ ತೆಗೆದಿದ್ದಾರೆ. ಅಂದ ಹಾಗೆ, ಈ COAIಯು ಖಾಸಗಿ ಟೆಲಿಕಾಂ ಸೇವಾದಾತರಾಗಿರುವ ರಿಲಯನ್ಸ್ ಜಿಯೊ, ಏರ್‌ಟೆಲ್ ಮತ್ತು ವಡಾಫೋನ್-ಐಡಿಯಾಗಳು ಒಳಗೊಂಡಿರುವ ಪ್ರಭಾವೀ ಸಂಘಟನೆಯಾಗಿದೆ.

TRAI ಹೇಳಿರುವುದೇನು?

ಈ ಹಿಂದೆ ಟೆಲಿಕಾಂ ಸೇವೆಗಳ ಗುಣಮಟ್ಟದ ಬಗ್ಗೆ TRAI ನಿಯಮಗಳನ್ನು ಪ್ರಕಟಿಸಿದ್ದು 2001ನೇ ಇಸವಿಯಲ್ಲಿ. ಅದು 2G ಕಾಲದ್ದು. ಆಗ ಇದ್ದದ್ದು ಡಯಲ್ ಅಪ್ ಇಂಟರ್ನೆಟ್ ಸಂಪರ್ಕ ಮಾತ್ರ. ಈಗ ದೇಶ 6Gಗೆ ಸಿದ್ಧತೆಯಲ್ಲಿದೆ. ದೇಶದಾದ್ಯಂತ 4G ಮತ್ತು 5G ತಂತ್ರಜ್ಞಾನಗಳು ಚಾಲ್ತಿಯಲ್ಲಿವೆ. ಅರ್ಥಾತ್, ಹೈಸ್ಪೀಡ್ ಬ್ರಾಡ್‌ಬ್ಯಾಂಡ್ ಸೇವೆಗಳು ವೈರ್ ಸಹಿತ/ರಹಿತವಾಗಿ ಲಭ್ಯವಿವೆ. ಇಂತಹ ಬದಲಾದ ಸನ್ನಿವೇಶದಲ್ಲಿ ಟೆಲಿಕಾಂ ಸೇವೆಗಳ ಗುಣಮಟ್ಟದ ಸುಧಾರಣೆಯ ಬಗ್ಗೆ TRAI ಕಡೆಯಿಂದ ಬಂದಿರುವ ಸೂಚನೆಗಳು ಬಹಳ ಸಕಾಲಿಕವೇ ಆಗಿವೆ. ಆದರೆ, COAI ಪ್ರತಿನಿಧಿಗಳು ಇದನ್ನು ಒಪ್ಪುತ್ತಿಲ್ಲವಂತೆ. ಗ್ರಾಹಕರ ಸೇವಾ ಗುಣಮಟ್ಟದ ಕುರಿತ ಅನುಭವಗಳು ನಿರ್ಧಾರವಾಗುವುದು ಅವರ ಸೆಲ್‌ಫೋನ್ ಉಪಕರಣದ ಗುಣಮಟ್ಟ, ಬಳಸುವ ಆ್ಯಪ್‌ಗಳು, ಲಭ್ಯವಿರುವ ಸ್ಪೆಕ್ಟ್ರಂನ ಪ್ರಮಾಣ, ನೆಟ್‌ವರ್ಕ್ ಹಾಗೂ ಆಕ್ಸೆಸ್ ನೋಡ್‌ಗಳ ನಡುವಿನ ಸಂಪರ್ಕದ ಗುಣಮಟ್ಟ (ಬ್ಯಾಕ್ ಹೌಲ್) ಮತ್ತು ಟೆಲಿಕಾಂ ಟವರ್ ಇತ್ಯಾದಿ ಮೂಲಸೌಕರ್ಯಗಳ ಸ್ಥಾಪನೆಗೆ ಹಾದಿಯ ಹಕ್ಕು (right of the way) ಮೊದಲಾದ ಅಂಶಗಳನ್ನು ಅವಲಂಬಿಸಿರುತ್ತವೆ ಎಂಬುದು ಅವರ ವಾದ. ಇವುಗಳನ್ನೆಲ್ಲ ಸರಿಪಡಿಸದೇ, ತಮ್ಮ ಮೇಲೆ ನಿಯಮಗಳನ್ನು ಬಿಗಿಗೊಳಿಸುವುದು ಸರಿಯಲ್ಲ ಎಂಬುದು COAI ಪ್ರತಿನಿಧಿಗಳ ನಿಲುವು. ಸರ್ಕಾರದ ಈ ನಿಯಮಗಳನ್ನೆಲ್ಲ ಹಂತಹಂತವಾಗಿ ಅಳವಡಿಸಿಕೊಳ್ಳುವುದಕ್ಕೆ ಕನಿಷ್ಠ ಐದು ವರ್ಷಗಳ ಸಮಯಾವಕಾಶ ನೀಡಬೇಕೆಂದು ಅವರು ಬೇಡಿಕೆ ಮುಂದಿಟ್ಟಿದ್ದಾರೆ. ಇದೆಲ್ಲಕ್ಕಿಂತಲೂ ಅಚ್ಚರಿ ಎಂದರೆ, ಜಿಯೊ, ಏರ್‌ಟೆಲ್ ಮತ್ತು ವಡಾಫೋನ್-ಐಡಿಯಾ ಮೂರೂ ಪ್ರಮುಖ ಸಂಸ್ಥೆಗಳು

ಬೇರೆಲ್ಲ ಸಂಗತಿಗಳಲ್ಲಿ ಪರಸ್ಪರ ಸ್ಪರ್ಧಿಗಳಾಗಿ ಮೇಲಾಟದಲ್ಲಿ ನಿರತರಾಗಿದ್ದರೂ, ಈ ವಿಚಾರದಲ್ಲಿ ಮಾತ್ರ ಏಕಕಂಠದಿಂದ ಸರ್ಕಾರದ ಹೊಸನೀತಿಗೆ ವಿರೋಧ ಸೂಚಿಸಿವೆ.

ಗುಣಮಟ್ಟ ಸುಧಾರಣೆ ಸತತವಾಗಿ ನಡೆಯಬೇಕಾದ ಸಂಗತಿಯಾಗಿದೆ. 4G ಅನುಷ್ಠಾನದ ಅವಧಿಯಲ್ಲಿ ಕಾಲ್ ಡ್ರಾಪ್ (ಹಠಾತ್ ಆಗಿ ಕರೆಗಳು ನಿಷ್ಕ್ರಿಯಗೊಳ್ಳುವ) ಸಮಸ್ಯೆ ಇತ್ತು ಅದನ್ನು ಹಂತಹಂತವಾಗಿ ಸುಧಾರಿಸಲಾಗಿದೆ. ಅದೇ ರೀತಿ, ಈಗಲೂ ಕೂಡ ಅನುಷ್ಠಾನಕ್ಕೆ ಸಮಯ ಕೊಡಬೇಕು. ಸಮಯ ಕೊಡದೇ ಏಕಾಏಕಿ ಬಿಗಿ ನಿಯಮಗಳನ್ನು ಹೇರಬಾರದು ಎಂದು COAI ಪ್ರತಿನಿಧಿಗಳು ಅಭಿಪ್ರಾಯ ಪಟ್ಟಿರುವ ಬಗ್ಗೆ ಪತ್ರಿಕೆಗಳಲ್ಲಿ ವರದಿಯಾಗಿದೆ.

5G ತಂತ್ರಜ್ಞಾನ ಬಳಕೆಯ ವೇಳೆ, ನೆಟ್‌ವರ್ಕ್ ಸ್ಲೈಸಿಂಗ್ ತಂತ್ರದ (ಅಂದರೆ ಒಂದೇ ನೆಟ್‌ವರ್ಕಿನಲ್ಲಿ ಹಲವು ಪ್ರತ್ಯೇಕ ಉಪನೆಟ್‌ವರ್ಕ್‌ಗಳನ್ನು ನಿರ್ದಿಷ್ಟ ಉದ್ದೇಶಗಳಿಗಾಗಿ ರೂಪಿಸುವುದು) ಮೇಲೆ ಕಣ್ಣಿಟ್ಟುಕೊಂಡಿರುವ ಈ ಖಾಸಗಿ ಸಂಸ್ಥೆಗಳು, ಅದರಿಂದ ಸಾಮಾನ್ಯ ಟೆಲಿಕಾಂ ಗ್ರಾಹಕರ ಮೇಲೆ ದುಷ್ಪರಿಣಾಮಗಳಾಗುವುದಿಲ್ಲ ಎಂದು ವಾದ ಮಾಡುತ್ತಿವೆ.

ಸೇವೆಗಳ ಗುಣಮಟ್ಟ ಸುಧಾರಣೆಯ ದೃಷ್ಟಿಯಿಂದ ನೆಟ್‌ವರ್ಕ್ ಡೌನ್ ಟೈಮನ್ನು ಟವರ್ (ಬೇಸ್ ಸ್ಟೇಶನ್) ವ್ಯಾಪ್ತಿಯ ಬದಲು, ವೈಯಕ್ತಿಕ ಫೋನ್‌ಗಳ ಮಟ್ಟದಲ್ಲಿ ಲೆಕ್ಕಾಚಾರ ಮಾಡಬೇಕು ಮತ್ತು ಡೇಟಾ ಒಂದು ಫೋನಿನಿಂದ ಇನ್ನೊಂದು ಫೋನಿಗೆ ತಲುಪುವ ಸಮಯದ ಗಾತ್ರ (ಲೇಟೆನ್ಸಿ)ವನ್ನು 4G-5G ತಂತ್ರಜ್ಞಾನಗಳ ಹಿನ್ನೆಲೆಯಲ್ಲಿ, ಈಗಿರುವ 250 ಮೈಕ್ರೊ ಸೆಕುಂಡುಗಳಿಂದ 100 ಮೈಕ್ರೊ ಸೆಕುಂಡುಗಳಿಗೆ ತಗ್ಗಿಸಬೇಕೆಂಬ TRAI ಸೂಚನೆಗೂ ಟೆಲಿಕಾಂ ಸೇವಾದಾತರು ಒಲ್ಲೆ ಎಂದು ಸಬೂಬುಗಳನ್ನು ಹೇಳುತ್ತಿದ್ದಾರಂತೆ.

ಇಷ್ಟೆಲ್ಲ ಅಭಿಪ್ರಾಯಭೇದಗಳು ಇರುವ ಹಿನ್ನೆಲೆಯಲ್ಲಿ, ಟೆಲಿಕಾಂ ಸೇವಾದಾತರಿಗೆ ತಮ್ಮ ಪ್ರತಿಕ್ರಿಯೆಗಳನ್ನು ಎಪ್ರಿಲ್ 22ರ ಒಳಗೆ ತನಗೆ ನೀಡುವಂತೆ TRAI ನಿರ್ದೇಶಿಸಿದೆ. ಇವೆಲ್ಲ ಎಲ್ಲಿಗೆ ತಲುಪಲಿವೆ ಎಂಬುದು ಸಾರ್ವತ್ರಿಕ ಚುನಾವಣೆಗಳ ಬಳಿಕ ಗೊತ್ತಾಗಬಹುದು.

ಸಾರ್ವಜನಿಕರು ಗಮನಿಸಬೇಕಾದದ್ದು

BSNL, MTNL, VSNLನಂತಹ ಸಾರ್ವಜನಿಕ ಸಂಸ್ಥೆಗಳನ್ನು ಬಲಿಕೊಟ್ಟು, ಖಾಸಗಿಯವರಿಗೆ ದೇಶದ ಟೆಲಿಕಾಂ ವ್ಯವಸ್ಥೆಯನ್ನು ಹರಿವಾಣದಲ್ಲಿಟ್ಟು ಕೊಟ್ಟ ಬಳಿಕ, ಈಗ ಅವರು ನೀಡುತ್ತಿರುವ ಸೇವೆಯ ಗುಣಮಟ್ಟದ ಬಗ್ಗೆ ನಿಯಂತ್ರಣ ಪ್ರಾಧಿಕಾರ ಪ್ರಶ್ನಿಸಿದರೆ ಗುರ್ರೆನ್ನುವುದು ಮತ್ತು ಸೇವಾದಾತರೆಲ್ಲ ಕಾರ್ಟೆಲ್ ಮಾಡಿಕೊಂಡು, ಸಾರ್ವಜನಿಕ ಹಿತಾಸಕ್ತಿಗಳ ವಿರುದ್ಧ ವಾದಿಸುವುದು ಸತ್ಸಂಪ್ರದಾಯ ಅಲ್ಲ.

ರಾಜಾರಾಂ ತಲ್ಲೂರು

ಜಾಗತಿಕವಾಗಿ ಒಪ್ಪಿತವಾದ ಗುಣಮಟ್ಟಗಳನ್ನು ಅನುಸರಿಸುವುದು ಅವರ ಕರ್ತವ್ಯ ಆಗಬೇಕಾಗಿತ್ತು. ಹಾಗಾಗುತ್ತಿಲ್ಲ ಎಂಬುದನ್ನು ಸರ್ಕಾರ ಮತ್ತು ಸಾರ್ವಜನಿಕರಿಬ್ಬರೂ ಗಮನಿಸಿಕೊಳ್ಳಬೇಕಾಗಿದೆ.

ಟೆಲಿಕಾಂ ಸೇವೆಯದು ಈ ಕಥೆ ಆಗಿರುವಾಗ, ಇನ್ನು ದೇಶದ ವಿದ್ಯುತ್ ವಿತರಣಾ ವ್ಯವಸ್ಥೆಯನ್ನು ಖಾಸಗಿಯವರ ಕೈಗೆ ಕೊಡಲು ಭಾರತ ಸರ್ಕಾರ ಕಳೆದ 5–6 ವರ್ಷಗಳಿಂದ ಭರಪೂರ ಪ್ರಯತ್ನದಲ್ಲಿದೆ. ಒಂದು ವೇಳೆ ಇದು ಕಾರ್ಯರೂಪಕ್ಕೆ ಬಂದರೆ, ಆಗ ಈ ಖಾಸಗಿ ಕಾರ್ಟೆಲ್‌ಗಳು ಯಾವ ರೀತಿಯಲ್ಲಿ ವರ್ತಿಸಬಹುದೆಂಬುದನ್ನು ಊಹಿಸಿದರೆ ಆತಂಕವಾಗುತ್ತದೆ. ಇನ್ನು ಕೆಲವೇ ವರ್ಷಗಳಲ್ಲಿ ವಿದ್ಯುತ್ ದೇಶದ ಅತಿದೊಡ್ಡ ಇಂಧನ ಮೂಲ ಅನ್ನಿಸಿಕೊಳ್ಳಲಿದೆ ಮತ್ತು ಈಗಾಗಲೇ ಅದರ ಉತ್ಪಾದನೆ ಬಹುತೇಕ ಖಾಸಗಿ ಕೈಸೇರಿದೆ. ಹಾಗಾಗಿ ತಮ್ಮದೇ ಉತ್ಪಾದನೆಯ ವಿದ್ಯುತ್ತನ್ನು ತಾವೇ ಗ್ರಾಹಕರಿಗೆ ವಿತರಿಸುವ ವ್ಯವಸ್ಥೆ ಮಾಡಿಕೊಂಡ ಸನ್ನಿವೇಶದಲ್ಲಿ, ಖಾಸಗಿಯವರು ತಮ್ಮ ಲಾಭ–ಸ್ವಾರ್ಥ ಬಿಟ್ಟು ಸಾರ್ವಜನಿಕರ ಹಿತಾಸಕ್ತಿಗಳನ್ನು ಗಣನೆಗೆ ತೆಗೆದುಕೊಂಡು, ಸೇವೆಗೆ ಸನ್ನದ್ಧರಾಗಿರುತ್ತಾರೆಂಬುದು ಕನಸಿನ ಮಾತು.

ಹಾಗಾಗಿ, ಟೆಲಿಕಾಂ ಕ್ಷೇತ್ರದ ಈ ಎಲ್ಲ ಬೆಳವಣಿಗೆಗಳು, ಉದಾರೀಕರಣದ ಹೆಸರಲ್ಲಿ ನಡೆದಿರುವ ಖಾಸಗೀಕರಣದ ಅಪಾಯಗಳ ಬಗ್ಗೆ ದೇಶಕ್ಕೆ ಪಾಠ ಆಗಬೇಕು.

ಎಪ್ರಿಲ್ 13, 2024ಕ್ಕೆ ಪ್ರಕಟಿತ

ನಾವು ಮಾಡಿದರೆ ಸೇವೆ; ನೀವೆಲ್ಲ ಮಾಡುವುದು ದ್ರೋಹ

ಇದು ನಾಲ್ಕು ಚುಕ್ಕಿಗಳ ರಂಗೋಲಿ. ಈ ಚುಕ್ಕಿಗಳನ್ನು ನಾನಿಲ್ಲಿ ಇರಿಸುತ್ತೇನೆ. ಅವುಗಳನ್ನು ಒಟ್ಟು ಸೇರಿಸಿದಾಗ ಬರುವ ರಂಗೋಲಿಯ ಚಿತ್ರವನ್ನು ಕೊನೆಯಲ್ಲಿ ಅಂದಾಜಿಸಿಕೊಳ್ಳುವುದು ಸುಲಭವಾಗುತ್ತದೆ ನೋಡಿ.

ಚುಕ್ಕಿ–1

ಕೆಲವು ಸ್ವಯಂಸೇವಾ ಸಂಸ್ಥೆಗಳು (NGO) ವಿದೇಶೀ ಮೂಲಗಳಿಂದ ಅಪಾರ ಹಣ ಪಡೆದು, ಆ ಹಣವನ್ನು ದೇಶದೊಳಗೆ ಅಭಿವೃದ್ಧಿ ಯೋಜನೆಗಳನ್ನು (ಪರಿಸರ, ಇತ್ಯಾದಿ ಕಾರಣ ಕೊಟ್ಟು) ವಿರೋಧಿಸುವುದಕ್ಕೆ ಚಿತಾವಣೆಗಾಗಿ ವ್ಯಯಿಸುವ ಮೂಲಕ ದೇಶದ ಆರ್ಥಿಕ ಹಿತಾಸಕ್ತಿಗಳಿಗೆ ವಿರುದ್ಧವಾಗಿ ವರ್ತಿಸುತ್ತಿವೆ ಎಂಬ ಗಂಭೀರ ಸ್ವರೂಪದ ಆಪಾದನೆಯನ್ನು ಭಾರತದ ಆದಾಯತೆರಿಗೆ ಇಲಾಖೆಯು ಸೋಮವಾರ (ಎಪ್ರಿಲ್

ರಾಜಾರಾಂ ತಲ್ಲೂರು

15) ಸುಪ್ರೀಂಕೋರ್ಟಿನಲ್ಲಿ ಸಲ್ಲಿಸಿರುವ ಅಫಿದಾವಿತ್‌ನಲ್ಲಿ (ಎನ್ವಿರಾನಿಕ್ಸ್ ಟ್ರಸ್ಟ್ v/s ಆದಾಯ ತೆರಿಗೆ ಡೆಪ್ಯುಟಿ ಕಮಿಷನರ್ ಪ್ರಕರಣ) ಮಾಡಿದೆ.

ಈಗಾಗಲೇ ವಿದೇಶದಿಂದ ನಿಧಿ ಪಡೆಯಲು FCRA ಅನುಮತಿ ನಿರಾಕೃತವಾಗಿರುವ ಎನ್ವಿರಾನಿಕ್ಸ್ ಟ್ರಸ್ಟ್, ಆಕ್ಸ್‌ಫಾಮ್ ಇಂಡಿಯಾ, CPR, LIFE, CISSD ಮೊದಲಾದ ದೇಶದ ಪ್ರಮುಖ, ಸಕ್ರಿಯ NGOಗಳನ್ನು ನ್ಯಾಸಂಜೀವ್ ಖನ್ನಾ, ನ್ಯಾ। ದೀಪಂಕರ್ ದತ್ತಾ ಅವರ ನ್ಯಾಯಪೀಠದ ಎದುರು ಸಲ್ಲಿಸಲಾಗಿರುವ ಅಫಿದಾವಿತ್‌ನಲ್ಲಿ ಹೆಸರಿಸಲಾಗಿದ್ದು, ಈ NGOಗಳ ಮುಖ್ಯಸ್ಥರ ನಡುವೆ ಸಂಬಂಧಗಳಿವೆ. ಅವರು ತಮ್ಮ ಸಂಸ್ಥೆಗಳ ವ್ಯಾಪ್ತಿ ಮೀರಿ, ಪರಿಸರ ರಕ್ಷಣೆಯ ಹೆಸರಿನಲ್ಲಿ ಅಭಿವೃದ್ಧಿ ಕಾರ್ಯಗಳಿಗೆ ಅಡ್ಡಿ ಆಗುತ್ತಿದ್ದಾರೆ ಎಂದು ಅಫಿದಾವಿತ್‌ನಲ್ಲಿ ಹೇಳಲಾಗಿದೆ.

ಚುಕ್ಕಿ–2

2012ರಿಂದೀಚೆಗೆ ದೇಶದಲ್ಲಿ 20,721 NGOಗಳ FCRA ಅನುಮತಿ ರದ್ದಾಗಿದೆ. ನರೇಂದ್ರ ಮೋದಿಯವರ ಸರ್ಕಾರ ಆಡಳಿತಕ್ಕೆ ಬಂದ ಬಳಿಕವಂತೂ ಇದು ಕ್ಷಿಪ್ರಗತಿ ಪಡೆದುಕೊಂಡಿದೆ.

2014ರಲ್ಲಿ 59; 2015ರಲ್ಲಿ 10,002; 2016ರಲ್ಲಿ 06; 2017ರಲ್ಲಿ 4863; 2018ರಲ್ಲಿ 01; 2019ರಲ್ಲಿ 1839; 2020ರಲ್ಲಿ 0; 2021ರಲ್ಲಿ 03; 2022ರಲ್ಲಿ 15; ಮತ್ತು 2023ರಲ್ಲಿ 04 NGOಗಳಿಗೆ ಕೇಂದ್ರ ಗೃಹಖಾತೆ FCRA ಅನುಮತಿ ರದ್ದುಮಾಡಿದೆ. ಆದರೆ, 2019–20ರಿಂದ 2021–22ರ ನಡುವೆ 3 ವರ್ಷಗಳಲ್ಲಿ, 13,520 NGOಗಳಿಗೆ 55,741.51ಕೋಟಿ ರೂ.ಗಳ ವಿದೇಶಿ ಧನಸಹಾಯ ಬಂದಿದೆ ಎಂದು ಸಂಸತ್ತಿನಲ್ಲಿ ಸರ್ಕಾರ ಹೇಳಿದೆ. ವ್ಯವಸ್ಥೆಯ ವಿರುದ್ಧ ಧ್ವನಿ ಎತ್ತುತ್ತಿರುವ CPR, LIFE, CARE, Oxfam ಇತ್ಯಾದಿ ಹಲವು ಪ್ರಮುಖ NGOಗಳು, ಥಿಂಕ್–ಟ್ಯಾಂಕ್‌ಗಳು ಮಾತ್ರವಲ್ಲದೇ, ರಾಜೀವ್ ಗಾಂಧಿ ಫೌಂಡೇಷನ್‌ನಂತಹ ಕಾಂಗ್ರೆಸ್ ಪಕ್ಷದ ಪರ ಇರುವವರಿಗೆ ಸೇರಿದ NGOಗಳು ಕೂಡ ಹೀಗೆ ಅನುಮತಿ ರದ್ದಾದ NGOಗಳಲ್ಲಿ ಸೇರಿವೆ.

ಚುಕ್ಕಿ–3

ಹಿಂಡೆನ್‌ಬರ್ಗ್ ಗದ್ದಲದ ಬಳಿಕ ಮುಕ್ಕಾಗಿರುವ ತನ್ನ ಇಮೇಜನ್ನು ಮತ್ತೆ ಬೆಳಗಿಕೊಳ್ಳುವ ಹಾದಿಯಲ್ಲಿರುವ ಅದಾನಿ ಬಳಗವು, ಬೃಹತ್ ಗಾತ್ರದ ಥಿಂಕ್–ಟ್ಯಾಂಕ್ ಒಂದನ್ನು ಸ್ಥಾಪಿಸಲು ಉದ್ದೇಶಿಸಿರುವುದಾಗಿ ಫಿನಾನ್ಷಿಯಲ್ ಟೈಮ್ಸ್, ಮೊನ್ನೆ ಮಂಗಳವಾರ ವರದಿ ಮಾಡಿದೆ. "ಚಿಂತನ್ ರೀಸರ್ಚ್ ಫೌಂಡೇಷನ್" ಎಂಬ ಹೆಸರಿನ ಈ ಥಿಂಕ್–ಟ್ಯಾಂಕ್ "ಗ್ಲೋಬಲ್ ಸೌತ್"ಗೆ ಆದ್ಯತೆ ನೀಡುವ ಹಾಲೀ ಸರ್ಕಾರದ ಯೋಚನೆಗಳಿಗೆ ಪೂರಕವಾಗಿ ಕಾರ್ಯಾಚರಿಸಲಿದ್ದು, ಜಗತ್ತಿನಾದ್ಯಂತ

ಪ್ರಮುಖ ನಗರಗಳಲ್ಲಿ ಕಚೇರಿ ಹೊಂದಲಿದೆ. ಹವಾಮಾನ ಬದಲಾವಣೆ, ಹೊಸ ಇಂಧನ ಮೂಲಗಳ ಚಿಂತನೆ, ಅಂತಾರಾಷ್ಟ್ರೀಯ ಜಿಯೊಪೊಲಿಟಿಕ್ಸ್ ಮತ್ತಿತರ ವಿಚಾರಗಳ ಬಗ್ಗೆ ಗಮನ ಹರಿಸಲಿರುವ ಈ ಥಿಂಕ್-ಟ್ಯಾಂಕಿಗೆ ಪರಿಣತರ ನೇಮಕಾತಿ ಪ್ರಕ್ರಿಯೆ ಆರಂಭಗೊಂಡಿದ್ದು, 100 ಕೋಟಿ ರೂ.ಗಳ ಬೀಜಧನವನ್ನು ಅದಾನಿ ಬಳಗ ಇದಕ್ಕಾಗಿ ತೆಗೆದಿರಿಸಿರುವುದಾಗಿ FT ವರದಿ ವಿವರಿಸಿದೆ.

ಅಂಬಾನಿಗಳಿಗೆ ಸೇರಿದ "ಆಬ್ಸರ್ವರ್ ರೀಸರ್ಚ್ ಫೌಂಡೇಷನ್" ಈಗಾಗಲೇ ಕಾರ್ಯಾಚರಣೆ ಆರಂಭಿಸಿದ್ದು, ಭಾರತದ ವಿದೇಶಾಂಗ ಸಚಿವಾಲಯದ ಸಹಯೋಗದಲ್ಲಿ "ರೈಸಿನಾ ಡೈಲಾಗ್" ಫೋರಂ ಮೂಲಕ, ಜಿಯೊಪೊಲಿಟಿಕಲ್ ಸಂವಾದಗಳಿಗೆ ವೇದಿಕೆ ಒದಗಿಸುತ್ತಿದೆ.

ಚುಕ್ಕಿ-4

ಹಾಲೀ ನರೇಂದ್ರ ಮೋದಿಯವರ ಸರ್ಕಾರ ಅಧಿಕಾರಕ್ಕೆ ಬಂದ ಬಳಿಕ ದೇಶದಿಂದ ಹೊರಗೆ ಕಾರ್ಯಾಚರಿಸುವ ಸಂಘ ಪರಿವಾರದ ಪರ ಸಹಾನುಭೂತಿ ಇರುವ ಸಂಸ್ಥೆಗಳು ಮತ್ತು ಸಹಸಂಸ್ಥೆಗಳು ನಿಧಿ ಸಂಗ್ರಹಕ್ಕೆ ಸಂಬಂಧಿಸಿ ಬಹಳ ಚುರುಕಾಗಿವೆ. ವಿದೇಶದಿಂದ ಹರಿದು ಬರುವ ಸಹಾಯ ನಿಧಿಗಳನ್ನು ತಮಗೆ ಬೇಕಾದಂತೆ ಚಾನಲೈಸ್ ಮಾಡಿಕೊಳ್ಳಲು ಹಾದಿಯನ್ನು ಅಲ್ಲಿ ಕೋವಿಡ್ ಕಾಲದಲ್ಲಿ ಸುಗಮಗೊಳಿಸಿಕೊಳ್ಳಲಾಗಿದೆ.

ತನ್ನ ಚಿಂತನೆಗಳ ಪರವಾಗಿರುವ ಸೇವಾ ಇಂಟರ್‌ನ್ಯಾಷನಲ್‌ನಂತಹ NGOಗಳ ಜಗತ್ತಿನಾದ್ಯಂತ ಇರುವ ಶಾಖೆಗಳ ಮೂಲಕ, ಅಪಾರ ಪ್ರಮಾಣದ ಹಣವನ್ನು ಸಂಘ ಪರಿವಾರದ ಸಹಸಂಸ್ಥೆಗಳಿಗೆ ಪಡೆಯಲಾಗುತ್ತಿದೆ. ಆ ವಿದೇಶೀ ಸಂಸ್ಥೆಗಳ ವಾರ್ಷಿಕ ಲೆಕ್ಕಪತ್ರಗಳಲ್ಲಿ ಈ ಬಗ್ಗೆ ವಿವರಗಳು ಲಭ್ಯವಿವೆ. ಸಣ್ಣ ಉದಾಹರಣೆ ಬೇಕೆಂದರೆ, ಸೇವಾ ಇಂಟರ್‌ನ್ಯಾಷನಲ್ ಸಂಸ್ಥೆ 2021-22ರಲ್ಲಿ 108.22 ಕೋಟಿ ಮತ್ತು 2022-23ನೇ ಸಾಲಿನಲ್ಲಿ 24.79 ಕೋಟಿ ಒಟ್ಟು ದೇಣಿಗೆ ಪಡೆದಿದೆ. ಅದೇ ಸಂಸ್ಥೆಯ ಅಮೆರಿಕ ಘಟಕವೊಂದೇ 2022ನೇ ಸಾಲಿನಲ್ಲಿ ಭಾರತಕ್ಕೆ 54,27,106$ (ಸುಮಾರು 45 ಕೋಟಿ ರೂ.)ಗಳನ್ನು ತನ್ನ ಚಟುವಟಿಕೆಗಳಿಗಾಗಿ ವ್ಯಯ ಮಾಡಿದೆ. ಆ ಸಂಸ್ಥೆಯ ಅಮೆರಿಕದ ಒಟ್ಟು ವಾರ್ಷಿಕ ಆದಾಯ, ಸುಮಾರು 75 ಕೋಟಿ ರೂ. ಈಗ ಜಗತ್ತಿನಾದ್ಯಂತ ಇರುವ ಪರಿವಾರದ ಈ ಸಹಯೋಗಿ ಸಂಸ್ಥೆಗಳ ಒಟ್ಟು ಆದಾಯ ಲೆಕ್ಕಾಚಾರ ಮಾಡಿದರೆ, ದೇಶಕ್ಕೆ ಕಳೆದ ಮೂರು ವರ್ಷಗಳಲ್ಲಿ ಬಂದಿರುವ ವಿದೇಶಿ ಸಹಾಯ ನಿಧಿಗಳ ಪೈಕಿ ಅರ್ಧಕ್ಕಿಂತ ಹೆಚ್ಚು ಪಾಲು, ಈ ಸಂಸ್ಥೆಗಳದೇ ಆಗಿರುತ್ತದೆ ಎಂಬುದರಲ್ಲಿ ಸಂಶಯ ಇಲ್ಲ.

ರಾಜಾರಾಂ ತಲ್ಲೂರು

ರಂಗೋಲಿ

ಈಗ, ಈ ನಾಲ್ಕು ಚುಕ್ಕಿಗಳನ್ನು ಸೇರಿಸಿ ಮೂಡಿರುವ ರಂಗೋಲಿ ಏನು ಹೇಳುತ್ತಿದೆ ಎಂದರೆ, ಕಳೆದ 10 ವರ್ಷಗಳಲ್ಲಿ ತಮ್ಮ ಸಮರ್ಥಕರ ಮೂಲಕ ವ್ಯವಸ್ಥಿತವಾಗಿ "Occupy their space" ಆಂದೋಲನ ನಿರತವಾಗಿರುವ ಸಂಘಪರಿವಾರವು, ಸಾಹಿತ್ಯ, ಕಲೆ, ಸಂಸ್ಕೃತಿ, ಮಾಧ್ಯಮ, ಚರಿತ್ರೆ, ಶಿಕ್ಷಣ, ವ್ಯವಹಾರ ಮಾತ್ರವಲ್ಲದೇ ಈಗ ಥಿಂಕ್ ಟ್ಯಾಂಕ್, ಸ್ವಯಂಸೇವೆಗಳಂತಹ ರಂಗಗಳಲ್ಲೂ ತಮ್ಮವರನ್ನು ಭರ್ತಿಮಾಡಿ, ಆ ಜಾಗದಿಂದ ಅವರ ಚಿಂತನೆಗಳನ್ನು ಒಪ್ಪದವರನ್ನು ಬದಿಗೆ ಸರಿಸುವ ಯಾವತ್ತೂ ಪ್ರಯತ್ನಗಳಿಗೆ ವೇಗ ನೀಡುತ್ತಿದೆ. ಬೇರೆಲ್ಲ ರಂಗಗಳಲ್ಲಿ ಮಾಡಿದಂತೆ NGOಗಳಿಗೆ ಕೂಡ, "ಅವರು ದೇಶದ ಹಿತಾಸಕ್ತಿಗಳಿಗೆ ವಿರುದ್ಧವಾಗಿ ಕಾರ್ಯಾಚರಿಸುವವರು" ಎಂಬ ನೆರೇಟಿವ್‌ಅನ್ನು ಎಚ್ಚರಿಕೆಯಿಂದ ಕಟ್ಟಲಾಗುತ್ತಿದೆ. ಮೊನ್ನೆ ಸುಪ್ರೀಂಕೋರ್ಟಿನಲ್ಲಿ ಸಾಲಿಸಿಟರ್ ಜನರಲ್ ತುಷಾರ್ ಮೆಹ್ತಾ ಅವರು ನ್ಯಾಯಪೀಠದ ಎದುರು ಸರ್ಕಾರದ ಪರವಾಗಿ ಸಲ್ಲಿಸಿದ ಅಫಿದಾವಿತ್ ಕೂಡ ಇಂತಹದೇ ಸುಸಂರಚಿತ "ನೆರೇಟಿವ್ ಕಟ್ಟುವ" ವ್ಯೂಹದ ಭಾಗವಾಗಿರಬಹುದು.

ಎಪ್ರಿಲ್ 20, 2024ಕ್ಕೆ ಪ್ರಕಟಿತ

ಹಂಗಿನರಮನೆ ಪ್ರಾಪ್ತಿರಸ್ತು!

18ನೇ ಲೋಕಸಭೆಗಾಗಿ ಸಾರ್ವತ್ರಿಕ ಚುನಾವಣೆಗಳ ಎರಡನೇ ಹಂತ ನಿನ್ನೆ (ಎ. 26) ಮುಗಿದಿದೆ. ಇಲ್ಲಿಯ ತನಕದ ಬೆಳವಣಿಗೆಗಳನ್ನಾಧರಿಸಿ, ಈ ಚುನಾವಣೆಯ ಬಲುದೊಡ್ಡ "ಟೇಕ್ ಹೋಂ" ಏನೆಂದರೆ, ಅದು– ಭಾರತದ ಮತದಾರರ ನಾಡಿಮಿಡಿತ ಅರಿಯುವ ಕೌಶಲವು ಸಮಕಾಲೀನ ರಾಜಕೀಯ ನಾಯಕರಲ್ಲಿ ಗಮನಾರ್ಹವಾಗಿ ಕುಸಿದಿದೆ ಎಂಬ ವಾಸ್ತವದ [ಇಂತಹದೊಂದು ಖಚಿತ ಅಭಿಪ್ರಾಯಕ್ಕೆ ಜೂನ್ 04ರ ತನಕ ಕಾಯಬೇಕಾಗುತ್ತದೆ ಎಂಬ ಅರಿವಿನೊಂದಿಗೇ] ಅನಾವರಣ.

ಸೋಪು, ಶ್ಯಾಂಪೂ, ಕ್ರೀಮು ಮಾರುವ ಸೇಲ್ಸ್ ತಂಡಗಳನ್ನು ಹುಟ್ಟುಹಾಕಿ, ಅವರಿಗೆ ತಲುಪಲು ಗುರಿ ನೀಡುವ ರೀತಿಯಲ್ಲೇ, ಆಡಳಿತ ಪಕ್ಷವು ಈ ಬಾರಿ, ಪೇಜ್ ಪ್ರಮುಖರಿಂದಾದಿಯಾಗಿ ಬೃಹತ್ ಚುನಾವಣೆ ಗೆಲ್ಲುವ ಯಂತ್ರವನ್ನು ಸೃಜಿಸಿಕೊಂಡು,

ರಾಜಾರಾಂ ತಲ್ಲೂರು

"ಅಬ್ ಕೀ ಬಾರ್ 400 ಪಾರ್" ಎಂದು ತನ್ನ ಗುರಿಯನ್ನು ಆರಂಭದಲ್ಲೇ ಪ್ರಕಟಿಸಿತ್ತು. ಆದರೀಗ ಎರಡು ಹಂತಗಳ ಚುನಾವಣೆ ಮುಗಿಯುತ್ತಿರುವಾಗಲೇ ಮೋದಿ 3.0ಗೆಂದು ಸನ್ನದ್ಧಗೊಂಡಿದ್ದ ಆಡಳಿತ ಪಕ್ಷಕ್ಕೆ, ತನ್ನ ಈ ನಿಗದಿತ ಗುರಿಯ ಕುರಿತು ಸಂಶಯಗಳು ಏಳತೊಡಗಿದ್ದು, ಗುರಿ ಮತ್ತೆಮತ್ತೆ ಪರಿಷ್ಕೃತಗೊಳ್ಳತೊಡಗಿದೆ. ಚುನಾವಣಾ ಫಲಿತಾಂಶದ ಹೊತ್ತಿಗೆ ಅದು ಎಲ್ಲಿಗೆ ತಲುಪಲಿದೆ ಎಂಬುದನ್ನು ಕಾದು ನೋಡಬೇಕು.

ಇಂತಹದೊಂದು ಸನ್ನಿವೇಶಕ್ಕೆ ಕಾರಣಗಳು ಇಲ್ಲದಿಲ್ಲ. 2019ರಲ್ಲಿ NDA ಮೈತ್ರಿಕೂಟ 352 ಸ್ಥಾನಗಳನ್ನು (ಬಿಜೆಪಿ–303) ಗಳಿಸಿತ್ತು. ಅವರಿಗೆ ಗುಜರಾತ್, ರಾಜಸ್ಥಾನ, ದಿಲ್ಲಿ, ಹರ್ಯಾಣ, ಹಿಮಾಚಲ ಪ್ರದೇಶ, ಉತ್ತರಾಖಂಡ್ ರಾಜ್ಯಗಳಲ್ಲಿ 100% ಅಂದರೆ ಎಲ್ಲ 77 ಸೀಟುಗಳು ದೊರೆತಿದ್ದವು. ಕರ್ನಾಟಕ, ಮಧ್ಯಪ್ರದೇಶಗಳಲ್ಲಿ ಒಂದು ಸೀಟು ಬಿಟ್ಟು ಉಳಿದೆಲ್ಲ (54ರಲ್ಲಿ 52) ಅವರ ಪಾಲಾಗಿತ್ತು. ಬಿಹಾರ, ಮಹಾರಾಷ್ಟ್ರ, ಉತ್ತರ ಪ್ರದೇಶ, ಪ. ಬಂಗಾಳಗಳಲ್ಲಿ ಅವರದೇ ಹೆಚ್ಚಿನ (210ರಲ್ಲಿ 162) ಸೀಟುಗಳು. ಅಂದರೆ, ಈ 12 ರಾಜ್ಯಗಳ ಸುಮಾರು 341 ಸೀಟುಗಳಲ್ಲಿ 291ನ್ನು NDA ಬಣ ತನ್ನ ಬಳಿ ಇರಿಸಿಕೊಂಡಿತ್ತು. ಅಲ್ಲಿನ ಎಲ್ಲ ಸೀಟುಗಳನ್ನು ಮತ್ತೆ ಗೆದ್ದರೆ, ಸುಲಭವಾಗಿ 18ನೇ ಲೋಕಸಭೆಗೆ ಉಸ್ತುವಾರಿ ಅವರದೇ. ಇದರಿಂದಾಚೆ 400ರ ಉದ್ದೇಶಿತ ಗಡಿ ದಾಟಬೇಕೆಂದರೆ, ದಕ್ಷಿಣದ ರಾಜ್ಯಗಳಲ್ಲಿ (ತಮಿಳುನಾಡು, ಕೇರಳ, ಆಂಧ್ರ, ತೆಲಂಗಾಣ) NDA ಗಮನಾರ್ಹ ಸೀಟುಗಳನ್ನು ಪಡೆಯಬೇಕಾಗುತ್ತದೆ. ಆ ನಿಟ್ಟಿನಲ್ಲಿ ಪ್ರಯತ್ನಗಳು ನಡೆದಿವೆಯಾದರೂ, ಫಲಿತಾಂಶ ಬಂದ ಬಳಿಕವಷ್ಟೇ ಪರಿಸ್ಥಿತಿ ಗೊತ್ತಾದೀತು. ಬದಲಾದ ರಾಜಕೀಯ ಸನ್ನಿವೇಶದಲ್ಲಿ NDAಗೆ, ಈ ಚುನಾವಣೆಯಲ್ಲಿ, ದಕ್ಷಿಣದ ದಿಗ್ವಿಜಯದ ಬದಲು, ತಾನು ಮಹಾರಾಷ್ಟ್ರ, ಬಿಹಾರ, ಕರ್ನಾಟಕ, ಪ. ಬಂಗಾಳ, ಜಾರ್ಖಂಡ್, ಓಡಿಶಾಗಳಲ್ಲಿ ಗಳಿಸಲಿರುವ ಸೀಟುಗಳು 18ನೇ ಲೋಕಸಭೆಯ ಸಮೀಕರಣವನ್ನು ನಿರ್ಧರಿಸಲಿವೆ ಎಂಬುದು ಅರಿವಾಗತೊಡಗಿದೆ. ಹಾಗಾಗಿಯೇ "400 ಪಾರ್" ಪರಿಷ್ಕರಣಗೊಂಡಿರುವುದು.

ಪ್ರಮುಖ ವಿರೋಧಪಕ್ಷ ಕಾಂಗ್ರೆಸ್, ಪ್ರೀತಿಯ ಅಂಗಡಿ ತೆರೆದು ದೇಶದ ಉದ್ದಗಲಕ್ಕೂ ಓಡಾಡಿತಾದರೂ, ಈ ಬಾರಿ ಅದರ ಇತಿಹಾಸದಲ್ಲೇ ಅತ್ಯಂತ ಕಡಿಮೆ ಸ್ಥಾನಗಳಿಗೆ ಸ್ಪರ್ಧೆಗೆ ಇಳಿಯುತ್ತಿದೆಯಂತೆ. ತನ್ನ ಸಹಪಕ್ಷಗಳೊಂದಿಗೆ INDI ಅಲಯನ್ಸ್ ರಚಿಸಿಕೊಂಡು ಅದು ಆರಂಭದಲ್ಲಿ ತೋರಿದ ಇಚ್ಛಾಶಕ್ತಿ, ಡಿಸೆಂಬರಿನಲ್ಲಿ ನಡೆದ ಪಂಚರಾಜ್ಯಗಳ ವಿಧಾನಸಭಾ ಚುನಾವಣೆ ಫಲಿತಾಂಶಗಳ ಬಳಿಕ ಸಡಿಲಗೊಂಡದ್ದಕ್ಕೂ INDI ಅಲಯನ್ಸ್‌ಗೆ ಮತದಾರರ ನಾಡಿಮಿಡಿತವನ್ನು ಗ್ರಹಿಸಿಕೊಳ್ಳಲು ಸಾಧ್ಯವಾಗದಿರುವುದೇ ಕಾರಣ.

ಈಗ ಆಡಳಿತದಲಿರುವ ಪಕ್ಷದ ಪರವಾಗಿ 2014ರಲ್ಲಿ ಕಾಣಿಸಿದ ನಿರೀಕ್ಷೆಯ ಅಲೆ, 2019ರಲ್ಲಿ ಕಾಣಿಸಿಕೊಂಡ ಹುಮ್ಮಸ್ಸಿನ ಅಲೆಗಳು ಈಗ 2024ರಲ್ಲಿ ಕಾಣಿಸುತ್ತಿಲ್ಲ. ಬೆಲೆ ಏರಿಕೆ, ನಿರುದ್ಯೋಗ, ಆಡಳಿತ ಯಂತ್ರದ ಸಾಲು ಸಾಲು ವೈಫಲ್ಯಗಳು, ಕಣ್ಣಿಗೆ

ರಾಚುವಷ್ಟು ಹೆಚ್ಚಿರುವ ಸಂಪತ್ತಿನ ಅಸಮತೋಲನ, ಭ್ರಷ್ಟಾಚಾರ ತಡೆಯುವಲ್ಲಿ ಘೋರ ವೈಫಲ್ಯ, ಹಗರಣಗಳ ಸರಮಾಲೆ ಮತ್ತವನ್ನು ಮುಚ್ಚಿಡುವ ಪ್ರಯತ್ನಗಳು ಮತದಾರರ ಗಮನಕ್ಕೆ ಬಂದಿವೆ. ವ್ಯಕ್ತಿಕೇಂದ್ರಿತ ರಾಜಕೀಯದ ಕಾರಣದಿಂದಾಗಿ ಕಳೆಗುಂದಿದ ಸಂಸದರು ಎದುರಿಸಬೇಕಾಗಿ ಬಂದಿರುವ "ಆಡಳಿತ ವಿರೋಧಿ ಅಲೆ" ಈ ಬಾರಿ ಅಂತರ್ಗಾಮಿನಿಯಾಗಿ ಹರಿಯತೊಡಗಿದೆ. ನೋಟು ರದ್ದತಿ, ಕೋವಿಡ್ ಅಲೆ, ಆರ್ಥಿಕ ಸಂಕಟಗಳು ಮತ್ತು ಹದಗೆಟ್ಟ ಸಾಮಾಜಿಕ ಬದುಕುಗಳು – ದೇಶದ ಮಾಧ್ಯಮಗಳು ಸಂಪೂರ್ಣವಾಗಿ ಆಡಳಿತದ ಪರ ನಿಂತಿರುವ ಹೊರತಾಗಿಯೂ – ಜನಸಾಮಾನ್ಯರಲ್ಲಿ ಸಿಟ್ಟು, ಹತಾಶೆ, ಅಸಹಾಯಕತೆಗಳ ರೂಪದಲ್ಲಿ ಕಾಣಿಸತೊಡಗಿದೆ. ಇದನ್ನು ತನ್ನ ಪರವಾದ ಅಲೆಯಾಗಿ ಪರಿವರ್ತಿಸಿಕೊಳ್ಳಬಲ್ಲ ಸಂಘಟಿತ ಕಾರ್ಯಕರ್ತರ ಪಡೆ, ಅದಕ್ಕೆ ಬೇಕಾದ ಆರ್ಥಿಕ ಸಂಪನ್ಮೂಲಗಳು ಪ್ರತಿಪಕ್ಷಗಳ ಬಳಿ ಕಾಣಿಸುತ್ತಿಲ್ಲ.

ಹಾರೈಕೆ!

NDA ತನಗೆ ಏಕೆ 400+ ಸೀಟುಗಳು ಸಂಸತ್ತಿನಲ್ಲಿ ಬೇಕೆಂಬ ಬಗ್ಗೆ ಈಗಾಗಲೇ ಹಲವಾರು ನಾಯಕರ ಬಾಯಿಯಿಂದ ಆಯಕಟ್ಟಿನ ಜಾಗಗಳಲ್ಲಿ ಹೇಳಿಸಿದೆ. ಬಿಜೆಪಿಯ ಇಲ್ಲಿಯ ತನಕದ ರಾಜಕೀಯ ಚರಿತ್ರೆಯನ್ನು ಗಮನಿಸಿದವರು, ಬಹಳ ಸುಲಭವಾಗಿ ಈ ಬಿಂದುಗಳನ್ನು ಜೋಡಿಸಿಕೊಂಡು, ಪೂರ್ಣಚಿತ್ರ ಕಾಣಬಲ್ಲರು. ಬಹಳ ಸರಳವಾಗಿ ಹೇಳಬೇಕೆಂದರೆ, ದೇಶದ ಸದ್ಯದ ಸಾಮಾಜಿಕ–ಆರ್ಥಿಕ ಸ್ಥಿತಿಯಲ್ಲಿ, ಸಂವಿಧಾನ ಬದಲಾವಣೆ ಎಂಬುದು ಸಾಮಾಜಿಕ–ರಾಜಕೀಯ ಅಶಾಂತಿಗೆ ಹೂರಣ.

ಇಲ್ಲಿಯ ತನಕದ ಚುನಾವಣಾ ವಿಶ್ಲೇಷಣೆಗಳು, ಸಮೀಕ್ಷೆಗಳು, ಲೆಕ್ಕಾಚಾರಗಳು ಸದ್ಯದ ಸ್ಥಿತಿಯಲ್ಲಿ ಇಂತಹದೊಂದು ಬ್ರೂಟಲ್ ಬಹುಮತ NDAಗೆ ಸಿಗುವುದು ಸಾಧ್ಯವಿಲ್ಲ ಎಂದೇ ವ್ಯಾಖ್ಯಾನಿಸುತ್ತಿವೆ. ಆ ಹಿನ್ನೆಲೆಯಲ್ಲಿ, 18ನೇ ಲೋಕಸಭೆಯ ಬಲಾಬಲ ಸಾಧ್ಯತೆಗಳು ಈ ಎರಡರಲ್ಲಿ ಒಂದಾಗಿದ್ದರೆ ದೇಶಕ್ಕೆ ಒಳಿತು.

1. ಒಂದು ವೇಳೆ NDA ಬಣವು ಆಡಳಿತ ವಿರೋಧಿ ಅಲೆಯನ್ನು ಮೀರಿ ಮೂರನೆಯ ಬಾರಿಗೆ ಅಧಿಕಾರ ಹಿಡಿಯುವುದಿದ್ದರೆ, ಅದು ಹೇಗಿರಬೇಕು? ನರೇಂದ್ರ ಮೋದಿಯವರ ಪೂರ್ಣ ಬಹುಮತದ ಎರಡು ಅವಧಿಗಳನ್ನು ಕಂಡಿರುವ ದೇಶ, ಈ ಬಾರಿ ಒಂದು ಅಲ್ಪಮತದ ಸಮ್ಮಿಶ್ರ ಅಥವಾ ತೀರಾ ಸರಳ ಬಹುಮತದ ಸರ್ಕಾರವೊಂದನ್ನು ನರೇಂದ್ರಮೋದಿಯವರು ಮುನ್ನಡೆಸುವುದನ್ನು ಕಾಣುವಂತಾಗಲಿ. ಎಲ್ಲರನ್ನು ಒಳಗೊಂಡು ದೇಶ–ಸರ್ಕಾರ ಮುನ್ನಡೆಸುವ ಕೌಶಲ ತನಗಿದೆ ಎಂಬುದನ್ನು ಸಾಬೀತುಪಡಿಸುವ ಅವಕಾಶ ಅವರಿಗೆ ಒದಗಿಬರಲಿ.

2. ಅಕಸ್ಮಾತ್ NDA ತನ್ನ ಸೀಟುಗಳಿಕೆಯಲ್ಲಿ ಹಿಂದುಳಿದು, INDI ಅಲಯನ್ಸ್ ಅಧಿಕಾರಕ್ಕೆ ಏರುವ ಸನ್ನಿವೇಶ ಎದುರಾದರೆ, ಅದೂ ದೊಡ್ಡ ಬಹುಮತದ

ರಾಜಾರಾಂ ತಲ್ಲೂರು

ಸರ್ಕಾರ ಆಗಿರುವ ಸಾಧ್ಯತೆಗಳು ತೀರಾ ಕಡಿಮೆ. ಆದರೆ, ಈಗಾಗಲೇ ಅಲ್ಪಮತದ ಸಮ್ಮಿಶ್ರ ಸರ್ಕಾರಗಳನ್ನು ಎರಡು ಅವಧಿಗಳಿಗೆ ಯಶಸ್ವಿಯಾಗಿಯೇ ನಡೆಸಿ ಅವಧಿ ಪೂರೈಸಿದ ಹಿನ್ನೆಲೆ ಇರುವುದರಿಂದ, ಅಂತಹದೇ ಇನ್ನೊಂದು ಪ್ರಯೋಗಕ್ಕೆ ದೇಶ ಸನ್ನದ್ಧವಾಗುತ್ತದೆ. ಸನ್ನಿವೇಶದ ಗಾಂಭೀರ್ಯವನ್ನು ಅರಿತರೆ, INDI ಅಲಯನ್ಸ್‌ನ ಎಲ್ಲ ಪಕ್ಷಗಳು ತಮ್ಮ ನಡುವಿನ ಅಭಿಪ್ರಾಯಭೇದಗಳನ್ನು ಮರೆತು, ದೇಶದ ಹಿತಾಸಕ್ತಿಯನ್ನು ಮುಂದಿಟ್ಟುಕೊಂಡು ಆರೋಗ್ಯಕರ ಆಡಳಿತವೊಂದನ್ನು ಕೊಡುವುದು ಸಾಧ್ಯವಿದೆ.

ಈ ಎರಡೂ ಸನ್ನಿವೇಶಗಳಲ್ಲಿ ಬ್ರೂಟಲ್ ಬಹುಮತದ ಸಾಧ್ಯತೆಗಳು ಕಡಿಮೆ ಇರುವುದರಿಂದ, 18ನೇ ಲೋಕಸಭೆಗೊಂದು ಪ್ರಬಲ ಪ್ರತಿಪಕ್ಷ ಸಿಗುವುದು ಖಚಿತ. ಅದು ತೀರಾ ಅಗತ್ಯವಿದೆ. ಹಾಗಾಗಿಯೇ ಈ ಚುನಾವಣೆಯಲ್ಲಿ ದೇಶದ ಹಿತ ಬಯಸುವ ಎಲ್ಲರ ಹಾರೈಕೆ ಇರಬೇಕಾದುದು "ಹಂಗಿನರಮನೆ (Hung Parliament) ಪ್ರಾಪ್ತಿರಸ್ತು!"

ಎಪ್ರಿಲ್ 27, 2024ಕ್ಕೆ ಪ್ರಕಟಿತ

ವಾಷಿಂಗ್ ಮಷೀನು ಮತ್ತದರ "ಸ್ವಿಚ್ಚು"

ನಡೆಯುತ್ತಿರುವ ಸಾರ್ವತ್ರಿಕ ಚುನಾವಣೆಗಳಲ್ಲಿ ಸಂಘ ಪರಿವಾರದ ತಾಯಿಬೇರು ಆರೆಸ್ಸೆಸ್ ಪಾತ್ರದ ಬಗ್ಗೆ ಬಹಳ ಕುತೂಹಲಕರ ಸಂಗತಿಗಳು, ವದಂತಿಗಳ ರೂಪದಲ್ಲಿ ಹರಿದಾಡುತ್ತಿವೆ. ಈ ಬಾರಿಯ ಚುನಾವಣೆಯಲ್ಲಿ ಒಂದಕ್ಕಿಂತ ಹೆಚ್ಚು ಸಂಗತಿಗಳು ಅಂತರ್ಗಾಮಿನಿಯಾಗಿ ಹರಡುತ್ತಿರುವುದರಿಂದ, ಈ ಆರೆಸ್ಸೆಸ್ ಕುರಿತ ವದಂತಿಗಳೂ ಅದರ ಜೊತೆಜೊತೆಯಾಗಿಯೇ ಹರಡುತ್ತಿದ್ದು, ಎದ್ದು ಕಾಣಿಸುತ್ತಿಲ್ಲ. ಆರೆಸ್ಸೆಸ್ ಕುರಿತ ಒಂದು ನಿರ್ದಿಷ್ಟ ವದಂತಿಯನ್ನು ಸ್ವಲ್ಪ ಪ್ರತ್ಯೇಕಿಸಿ ನೋಡುವುದು ಸಾಧ್ಯವೇ ಎಂಬ ಪ್ರಯತ್ನ ಇದು.

ಕರ್ನಾಟಕದಲ್ಲಿ ವಿಧಾನಸಭಾ ಚುನಾವಣೆಗಳು ಮುಗಿದ ಬೆನ್ನಿಗೇ, ಕಳೆದ ವರ್ಷ ಮೇ 23ರಂದು, ಆರೆಸ್ಸೆಸ್ ಮುಖವಾಣಿ "ಆರ್ಗನೈಸರ್" ಒಂದು ಸಂಪಾದಕೀಯ ಬರೆದಿತ್ತು. Karnataka results: Opportune time for Introspection ಶೀರ್ಷಿಕೆಯಲ್ಲಿ

ರಾಜಾರಾಂ ತಲ್ಲೂರು

ಬರೆಯಲಾಗಿದ್ದ ಈ ಸಂಪಾದಕೀಯವು, 2024ರ ಸಾರ್ವತ್ರಿಕ ಚುನಾವಣೆಗಳ ಹಿನ್ನೆಲೆಯಲ್ಲಿ ಬಿಜೆಪಿಗೆ ಸ್ಪಷ್ಟ ಶಬ್ದಗಳಲ್ಲಿ ಒಂದು ಬಲವಾದ ಸಂದೇಶ ನೀಡಿತ್ತು: "ಬಿಜೆಪಿಗೆ ಪರಿಸ್ಥಿತಿಯನ್ನು ಅವಲೋಕಿಸಿಕೊಳ್ಳಲು ಇದು ಸಕಾಲ. ಪ್ರಾದೇಶಿಕ ಮಟ್ಟದಲ್ಲಿ ಪ್ರಬಲ ನಾಯಕತ್ವ ಮತ್ತು ಪರಿಣಾಮಕಾರಿ ಆಡಳಿತ ಇಲ್ಲದಿದ್ದರೆ, ಪ್ರಧಾನಮಂತ್ರಿ ಮೋದಿಯವರ ಚರಿಷ್ಮಾ ಮತ್ತು ಸೈದ್ಧಾಂತಿಕ ಅಂಟಿನ ರೂಪದಲ್ಲಿರುವ ಹಿಂದುತ್ವ (ಗೆಲುವಿಗೆ) ಸಾಕಾಗುವುದಿಲ್ಲ. ರಾಜ್ಯ ಮಟ್ಟದಲ್ಲಿ ಆಡಳಿತ ಪರಿಣಾಮಕಾರಿಯಾಗಿದ್ದರೆ ಮಾತ್ರ ಹಿಂದುತ್ವದ ಸಿದ್ಧಾಂತ ಮತ್ತು ಪ್ರಧಾನಿ ಮೋದಿಯವರ ನಾಯಕತ್ವಗಳು ಧನಾತ್ಮಕ ಅಂಶಗಳಾಗಿ ಒದಗಿಬರುತ್ತವೆ."

ಈ ಸಂಪಾದಕೀಯದ ಮಾತುಗಳು ಕೇವಲ ಅಕ್ಷರಗಳಾಗಿ ಉಳಿದಂತಿಲ್ಲ. ಈ ಬಾರಿಯ ಚುನಾವಣೆಯಲ್ಲಿ ಎರಡು ಬಗೆಯ ಹಿಂದುತ್ವಗಳು ತಳಮಟ್ಟದಲ್ಲಿ ಕಾಣಸಿಕ್ಕಿವೆ. ಒಂದು ನಾಗಪುರ ಮೂಲದ ಹಿಂದುತ್ವವಾದರೆ, ಇನ್ನೊಂದು ಮೋದಿ ಚರಿಷ್ಮಾ ಪ್ರೇರಿತ ಹಿಂದುತ್ವ ಎಂಬುದು ಕರ್ನಾಟಕದಲ್ಲಿ ಚುನಾವಣಾ ಪ್ರಕ್ರಿಯೆಗಳನ್ನು ತಳಮಟ್ಟದಲ್ಲಿ ಕಂಡವರ ಅನ್ನಿಸಿಕೆ. ಮೊದಲನೆಯ ವರ್ಗದ ಹಿಂದುತ್ವ, ಈ ಬಾರಿ ಪರಿಸ್ಥಿತಿಯ ಬಗ್ಗೆ ನಿರಾಶೆ, ಅಸಹಾಯಕತೆಗಳ ನಿಟ್ಟುಸಿರು ಹೊಂದಿದ್ದರೆ, ಎರಡನೆಯದು ಎಂದಿನಂತೆ ಉಬ್ಬಾಳ್ತನದ ಪ್ರದರ್ಶನದಲ್ಲಿತ್ತು. ಹೊರನೋಟಕ್ಕೆ ಎದ್ದು ಕಾಣಿಸದ ಈ ಸೂಕ್ಷ್ಮವಾದ ವಿಭಜನೆ, ಈ ಬಾರಿಯ ಚುನಾವಣೆ ಫಲಿತಾಂಶಗಳ ಮೇಲೆ ಪ್ರಭಾವ ಬೀರಲಿದೆಯೆ? ಹೌದೆಂದಾದರೆ ಎಷ್ಟು ಪ್ರಭಾವ ಬೀರಲಿದೆ? ಎಂಬುದು ಬಹಳ ಕುತೂಹಲಕರ.

80–90ರ ದಶಕಗಳಲ್ಲಿ ಬಿಜೆಪಿ ನಾಯಕ ಕೆ. ಆರ್. ಮಲ್ಕಾನಿ ಅವರು ಹರಿಬಿಟ್ಟಿದ್ದ "ಪಾರ್ಟಿ ವಿದ್ ಅ ಡಿಫರೆನ್ಸ್" ಎಂಬ ಗುರುತು, ಈಗ 2014ರಿಂದ ಈಚೆಗೆ, ಬಿಜೆಪಿ ಪಾಲಿಗೆ ಸಂಪೂರ್ಣವಾಗಿ ಅಪ್ರಸ್ತುತಗೊಂಡಿದೆ. ಕಳೆದ ಹತ್ತು ವರ್ಷಗಳಲ್ಲಿ ಹಿಂದುತ್ವದ ಎಪಿಸೆಂಟರ್ ನಾಗಪುರದಿಂದ ದಿಲ್ಲಿಯ PMOಗೆ ಜಾಗ ಬದಲಾಯಿಸಿದೆ. ಎದ್ದು ಕಾಣಿಸುವಂತೆ, ಕಾಂಗ್ರೆಸ್ ಅಥವಾ ಬೇರೆ ಪ್ರತಿಪಕ್ಷಗಳಲ್ಲಿದ್ದ ಕಳಂಕಿತ, ಹಗರಣದ ಹೊರೆ ಹೊತ್ತಿರುವ ಹಲವು ಪ್ರಮುಖ ನಾಯಕರನ್ನು ಬಿಜೆಪಿ ತನ್ನ ತೆಕ್ಕೆಗೆ ತೆಗೆದುಕೊಂಡಿದೆ. ಬಿಜೆಪಿಯ ಚುನಾವಣೆ ಗೆಲ್ಲುವ ಯಂತ್ರದ ಈ ಕ್ರಮವು, ಪ್ರತಿಪಕ್ಷಗಳಿಗೆ ಬಲವಾದ ಅಸ್ತ್ರವನ್ನು ಒದಗಿಸಿದೆ. ಆದಾಯ ತೆರಿಗೆ ಇಲಾಖೆ, ಅನುಷ್ಠಾನ ನಿರ್ದೇಶನಾಲಯ, ಸಿಬಿಐನಂತಹ ತನ್ನ ಆಯಕಟ್ಟಿನ ಬಲಗಳನ್ನು ಬಳಸಿಕೊಂಡು ಕಳಂಕಿತ ನಾಯಕರನ್ನೆಲ್ಲ ಬಿಜೆಪಿ ತನ್ನ ತೆಕ್ಕೆಗೆ ತೆಗೆದುಕೊಂಡಿದೆ. ಅವರು ಬಿಜೆಪಿ ವಾಷಿಂಗ್ ಮಷೀನಿನಲ್ಲಿ ಶುದ್ಧರಾಗಿ ಕಳಂಕಮುಕ್ತರಾಗುತ್ತಿದ್ದಾರೆ ಎಂಬ ಪ್ರತಿಪಕ್ಷಗಳ ನೆರೇಟಿವ್ ಗಟ್ಟಿಗೊಳ್ಳುತ್ತಿದೆ.

ರಾಜಕೀಯವಾಗಿ ಪ್ರಬಲ ಜಾಗಕ್ಕೆ ಬರುವ ತನಕವೂ ತನ್ನ ಸ್ಲೇಟನ್ನು ಸ್ವಚ್ಛವಾಗಿ ಇರಿಸಿಕೊಳ್ಳುವುದಕ್ಕೆ ಆದ್ಯತೆ ನೀಡಿದ್ದ ಆರೆಸ್ಸೆಸ್‌ಗೆ, ಈಗ ಪ್ರಬಲ ಜಾಗದಲ್ಲಿ ಕುಳಿತು, 10 ವರ್ಷಗಳ ಕಾಲ ತನ್ನ ಪರಿವಾರದ ಆಡಳಿತವನ್ನು ನೋಡಿದ

ಬಳಿಕ, ಎಲ್ಲವನ್ನೂ ಸಮರ್ಥಿಸಿಕೊಳ್ಳುವುದು ಮೊದಲಿನಷ್ಟು ಸುಲಭವಿಲ್ಲ ಎಂದು ಅರ್ಥವಾಗತೊಡಗಿದೆ. ಅಬ್ ಕೀ ಬಾರ್ 400 ಪಾರ್ ಘೋಷಣೆ ಹೊರಟ ಬಳಿಕ, "ಸಂವಿಧಾನಕ್ಕಿಂತ ಹೊರತಾದ ಬೇರೆ ಅಧಿಕಾರ ಕೇಂದ್ರವಿಲ್ಲ", "ಸಂವಿಧಾನದಲ್ಲಿ ಹೇಳಲಾಗಿರುವ ಮೀಸಲಾತಿಗಳನ್ನು ಆರೆಸ್ಸೆಸ್ ಬೆಂಬಲಿಸುತ್ತದೆ" ಎಂಬಂತಹ ಹೇಳಿಕೆಗಳ ಮೂಲಕ ಅಗತ್ಯ ಕೋರ್ಸ್ ಕರೆಕ್ಷನ್‌ಗಳನ್ನು ಆರೆಸ್ಸೆಸ್ ಮುಖ್ಯಸ್ಥರಾದ ಮೋಹನ್ ಭಾಗ್ವತ್ ಕಾಲಕಾಲಕ್ಕೆ ಮಾಡುತ್ತಾ ಬಂದಿದ್ದಾರೆ. ಸಾಂವಿಧಾನಿಕ ಚೌಕಟ್ಟಿನ ಒಳಗಿನ ಸಂಗತಿಗಳನ್ನು ಹೀಗೆ ಸ್ಪಷ್ಟಪಡಿಸಿದಷ್ಟು ಸುಲಭವಾಗಿ, ಬಿಜೆಪಿ ನೇತೃತ್ವದ ಸರ್ಕಾರದಲ್ಲಿರಬಹುದಾದ ಭ್ರಷ್ಟಾಚಾರದ, ನೈತಿಕತೆಯ, ಆಡಳಿತ ವೈಫಲ್ಯಗಳ ಮತ್ತು ಹೊಂದಾಣಿಕೆ ರಾಜಕಾರಣದ ಪ್ರಶ್ನೆಗಳನ್ನು ವಿಶ್ವಾಸದಿಂದ ಉತ್ತರಿಸುವ ಸ್ಥಿತಿಯಲ್ಲಿ ಇಂದು ಆರೆಸ್ಸೆಸ್ ಉಳಿದಿಲ್ಲ. ಈ ಕಾರಣದಿಂದಾಗಿಯೇ ಅಲ್ಲೊಂದು ಕಂದಕ ಮೂಡಿರುವುದು ನಿಧಾನಕ್ಕೆ ಕಾಣಿಸತೊಡಗಿದೆ.

ಈ ವರ್ಷ ಜನವರಿ 22ರಂದು ರಾಮಮಂದಿರ ಪ್ರತಿಷ್ಠೆಯ ವೇಳೆಗೆ, ಸಂಘಪರಿವಾರ ಮುಂದಿನ ನಾಲ್ಕು ತಿಂಗಳುಗಳಲ್ಲಿ ಸಾರ್ವತ್ರಿಕ ಚುನಾವಣೆಯನ್ನು ಎದುರಿಸಲಿರುವ ಬಗ್ಗೆ ಸ್ಪಷ್ಟ ಕಲ್ಪನೆ ಹೊಂದಿತ್ತು. ಪ್ರತಿಷ್ಠೆ ಸಮಾರಂಭಕ್ಕೆ ಮುನ್ನ ದೇಶದಾದ್ಯಂತ 19.39 ಕೋಟಿ ಕುಟುಂಬಗಳನ್ನು ಅಕ್ಷತೆಯೊಂದಿಗೆ ತಲುಪಲಾಗಿದೆ ಎಂದು ಆರೆಸ್ಸೆಸ್ ಪ್ರಧಾನ ಕಾರ್ಯದರ್ಶಿ ಮನಮೋಹನ್ ವೈದ್ಯ ಹೇಳಿಕೆ ನೀಡಿದ್ದರು. ಚುನಾವಣೆಗೆ ಕೆಲವೇ ದಿನಗಳ ಮುನ್ನ ಇಂತಹದೊಂದು ಜನಸಂಪರ್ಕ ಎಕ್ಸರ್ಸೈಸ್ ನಡೆದಿರುವುದು ಯಾವುದೇ ರಾಜಕೀಯ ಪಕ್ಷದ ಮಟ್ಟಿಗೆ ಬಹಳ ಮಹತ್ವಾಕಾಂಕ್ಷೆಯ ಬೆಳವಣಿಗೆ. 2020ರ ಆಗಸ್ಟ್ 05ರಂದು ಅಯೋಧ್ಯೆಯಲ್ಲಿ ನಡೆದ ಭೂಮಿಪೂಜನಕ್ಕೆ ಮತ್ತು ಆ ಬಳಿಕ, ಜನವರಿ 22, 2024ರ ಪ್ರಾಣ ಪ್ರತಿಷ್ಠೆಗಳೆರಡಕ್ಕೂ ಆರೆಸ್ಸೆಸ್ ಮುಖ್ಯಸ್ಥ ಮೋಹನ್ ಭಾಗ್ವತ್ ಪ್ರಧಾನಮಂತ್ರಿಗಳ ಜೊತೆ ಹಾಜರಿದ್ದರು. ಆದರೆ, ಈ ಬೃಹತ್ ಜನಸಂಪರ್ಕ, ತಯಾರಿ ಮತ್ತು ಅಯೋಧ್ಯೆಯಲ್ಲಿ ರಾಮಮಂದಿರ ಪ್ರತಿಷ್ಠಾಪನೆ ಈಗ ಎರಡು ಹಂತಗಳ ಚುನಾವಣೆ ಮುಗಿಯುವ ವೇಳೆಗೂ, ಊಹಿಸಿದ್ದಂತಹ ಅಭೂತಪೂರ್ವ ಚುನಾವಣಾ ಸಂಗತಿ ಆಗಿರದಿರುವುದು ಕುತೂಹಲಕರ. ಆದರೆ ಮೇ 01ರಂದು ರಾಷ್ಟ್ರಪತಿ ದ್ರೌಪದಿ ಮುರ್ಮು ಅವರ ಅಯೋಧ್ಯೆ ಭೇಟಿ ಮತ್ತು ಆ ಬಳಿಕ ಮೇ 05ರಂದು (ನಾಳೆ) ಅಯೋಧ್ಯೆಯಲ್ಲಿ ಪ್ರಧಾನಮಂತ್ರಿಗಳ ರೋಡ್ ಶೋ ನಿಗದಿಯಾಗಿದ್ದು, ಉತ್ತರಭಾರತದಲ್ಲಿ ಅವುಗಳ ಚುನಾವಣಾ ಪರಿಣಾಮಗಳನ್ನು ಕಾದು ನೋಡಬೇಕಿದೆ.

1925ರಲ್ಲಿ ಆರಂಭಗೊಂಡ ರಾಷ್ಟ್ರೀಯ ಸ್ವಯಂಸೇವಕ ಸಂಘ (ಆರೆಸ್ಸೆಸ್) ಇಂದು ದೇಶದಾದ್ಯಂತ 45 ಪ್ರಾಂತ್ಯಗಳಲ್ಲಿ 73,117 ದೈನಂದಿನ ಶಾಖೆಗಳನ್ನು ನಡೆಸುತ್ತಿದೆ; 60 ಲಕ್ಷದಷ್ಟು ಸ್ವಯಂಸೇವಕರನ್ನು ಹೊಂದಿರುವ ಬೃಹತ್ ಸಂಘಟನೆಯಾಗಿದೆ.

ರಾಜಾರಾಂ ತಲ್ಲೂರು

ಚುನಾವಣೆಗಳ ಕಾಲದಲ್ಲಿ ಸಹಜವಾಗಿಯೇ ತನ್ನ ಸೈದ್ಧಾಂತಿಕ ಕವಲಾಗಿರುವ ಬಿಜೆಪಿಯ ಪರವಾಗಿ ಚುನಾವಣಾ ಪ್ರಚಾರದಲ್ಲಿ, ಆಯಕಟ್ಟಿನ ಜಾಗಗಳಲ್ಲಿ ಚುನಾವಣಾ ತಂತ್ರಗಾರಿಕೆಯಲ್ಲಿ ಅದು ತೊಡಗಿಕೊಳ್ಳುವುದು ಸಾಮಾನ್ಯ ದೃಶ್ಯವಾಗಿತ್ತು. ಆದರೆ 2024ರ ಈ ಚುನಾವಣೆಗಳಲ್ಲಿ ಆರೆಸ್ಸೆಸ್ ಹಿಂದಿನಷ್ಟು ಪ್ರಖರವಾಗಿ ತನ್ನನ್ನು ತೊಡಗಿಸಿಕೊಂಡಿಲ್ಲ ಎಂಬುದು, ತಳಮಟ್ಟದಲ್ಲಿ ಚುನಾವಣೆಗಳನ್ನು ಗಮನಿಸಿದವರ ಅಭಿಪ್ರಾಯ. ಇದು ಸತ್ಯವಾಗಿದ್ದರೆ, ಇಂತಹದೊಂದು ನಿರ್ಧಾರದ ಹಿಂದಿರುವ ಚಿಂತನೆಗಳು ಮತ್ತು ಅದರ ಸಂಭಾವ್ಯ ಪರಿಣಾಮಗಳು ಬಹಳ ಕುತೂಹಲಕರ.

ಅಂತಿಮವಾಗಿ ಪ್ರಶ್ನೆ ಇಷ್ಟೇ. ಕರೆತಂದು ಕಂತೆಹಾಕಿಕೊಂಡಿರುವ ಬೇರೆ ಪಕ್ಷಗಳ ರಾಜಕಾರಣಿಗಳನ್ನು ಬಿಜೆಪಿ ವಾಷಿಂಗ್ ಮಷೀನಿಗೆ ತುಂಬಲಾಗಿರುವುದು ಹೊರನೋಟಕ್ಕೆ ಕಾಣಿಸುತ್ತಿದೆ. ಆದರೆ, ನಾಗಪುರದಲ್ಲಿರುವ ವಾಷಿಂಗ್ ಮಷೀನಿನ "ಸ್ವಿಚ್ ಆನ್ ಆಗದಿದ್ದರೆ," ಆಗ ಏನಾದೀತು? ಮತ್ತು ಆ ಸ್ವಿಚ್, "ಊಹಿಸಿರುವಂತೆ ಆಫ್ ಆಗಿರದಿದ್ದರೆ" ಆಗ ಏನಾದೀತು?!!

ಮೇ 04, 2024ಕ್ಕೆ ಪ್ರಕಟಿತ

ಲಸಿಕೆ: ಅತಿ ಬುದ್ಧಿವಂತಿಕೆ, ಅತಿ ಮೂರ್ಖತನ ಎರಡೂ ತನಿಖೆ ಆಗಲಿ

ಆಸ್ಟ್ರಜೆನೆಕಾ ಔಷಧಿ ಕಂಪನಿ ತನ್ನ ಕೋವಿಡ್ ಲಸಿಕೆಯನ್ನು ಮಾರುಕಟ್ಟೆಯಿಂದ ಹಿಂತೆಗೆದುಕೊಂಡಿರುವುದು ಎರಡು ಹಂತಗಳಲ್ಲಿ ಹಲವಾರು ಪ್ರಶ್ನೆಗಳನ್ನು ಮೂಡಿಸಿದೆ. ಜಾಗತಿಕ ಹಂತದಲ್ಲಿ ಲಸಿಕೆಯ ಕುರಿತಾದ ಅತಿಬುದ್ಧಿವಂತಿಕೆ ಮತ್ತು ಭಾರತದ ಮಟ್ಟದಲ್ಲಿ ಲಸಿಕೆಯ ಕುರಿತು ತೋರಿಸಲಾಗಿದ್ದ ಅತಿಮೂರ್ಖತನಗಳೆರಡೂ ಈಗ ಜಗಜ್ಜಾಹೀರಾಗಿದ್ದು, ಇವೆರಡೂ ಸಮಗ್ರವಾಗಿ ತನಿಖೆ ಆದಾಗಲಷ್ಟೇ ಜಾಗತಿಕ ಆರೋಗ್ಯ ವ್ಯವಸ್ಥೆಯು ತಾನು ಈಗ ಕಳೆದುಕೊಂಡಿರುವ ಜನವಿಶ್ವಾಸವನ್ನು ಮರಳಿ ಗಳಿಸಿಕೊಳ್ಳುವುದು ಸಾಧ್ಯ.

ಅತಿ ಬುದ್ಧಿವಂತಿಕೆ

ಜಗತ್ತಿಗೆ ಕೋವಿಡ್ ಲಸಿಕೆ ತುರ್ತಾಗಿ ಲಭ್ಯವಾಗಲು, 2020 ಸೆಪ್ಟಂಬರ್ ವೇಳೆಗೆ Gavi ಎಂಬ ಜಾಗತಿಕ ಲಸಿಕೆ

ರಾಜಾರಾಂ ತಲ್ಲೂರು

ಒಕ್ಕೂಟ (ಇದು WHO, UNICEF, ವಿಶ್ವ ಬ್ಯಾಂಕ್, ಬಿಲ್ ಅಂಡ್ ಮೆಲಿಂಡಾ ಗೇಟ್ಸ್ ಫೌಂಡೇಷನ್ ಮತ್ತು ಐದು ದೇಶಗಳ ಸರ್ಕಾರಗಳು ಸೇರಿದಂತೆ ಹಲವು ಸಂಘಟನೆಗಳ ಒಕ್ಕೂಟವಾಗಿದ್ದು, ಬಡ ರಾಷ್ಟ್ರಗಳಿಗೆ ಕಡಿಮೆ ದರದಲ್ಲಿ ಲಸಿಕೆ ಒದಗಿಸುವ ಉದ್ದೇಶ ಹೊಂದಿದೆ), CEPI (Coalition for Epidemic Preparedness Innovations), WHO ಮತ್ತು UNICEFಗಳ ನಡುವೆ ಒಪ್ಪಂದವಾಗಿ, COVAX ಎಂಬ ಆಧಾರಸ್ತಂಭ ರೂಪುಗೊಂಡಿತ್ತು. ಇದು 2023 ಡಿಸೆಂಬರ್ ಕೊನೆಯ ತನಕ ಅಸ್ತಿತ್ವದಲ್ಲಿತ್ತು. ಲಸಿಕೆಗೆ ನೀತಿ, ನಿಯಮ, ಸುರಕ್ಷೆಗಳ ಹೊಣೆ ಇದ್ದುದು WHOದ SAGE (Strategic Advisory Group of Experts) ತಂಡಕ್ಕೆ. ಸುಮಾರು 7 ವಿವಿಧ ಲಸಿಕೆಗಳಿಗೆ COVAX ವೇದಿಕೆಯಾಗಿ ಕೆಲಸ ಮಾಡಿತ್ತು. 146 ದೇಶಗಳಲ್ಲಿ, 20ಸಾವಿರ ಕೋಟಿ ಲಸಿಕೆಗಳನ್ನು ಈ ವ್ಯವಸ್ಥೆಯ ಅಡಿಯಲ್ಲಿ ಹಂಚಿಕೆ ಮಾಡಲಾಗಿದೆ.

ಇಂಗ್ಲಂಡಿನ ಆಕ್ಸ್‌ಫರ್ಡ್ ವಿವಿಯ ಜೆನ್ನರ್ ಇನ್ಸ್ಟಿಟ್ಯೂಟ್‌ನಲ್ಲಿ ಸಂಶೋಧಕಿ ಡಾ।ಆಡ್ರಿಯಾನ್ ಹಿಲ್ ಸಂಶೋಧಿಸಿದ ಕೋವಿಡ್ ಲಸಿಕೆಯನ್ನು ಆಸ್ಟ್ರಜೆನೆಕಾ ಸಂಸ್ಥೆ ಉತ್ಪಾದನೆ ಆರಂಭಿಸಿದ್ದು 2020 ಜೂನ್ 04ರಂದು. ಈ ಕುರಿತು Gavi, CEPI ಮತ್ತು ಆಸ್ಟ್ರಜೆನೆಕಾ ನಡುವೆ 75 ಕೋಟಿ ಡಾಲರ್‌ಗಳ ಒಪ್ಪಂದ ಆಗಿತ್ತು. COVAX ವ್ಯವಸ್ಥೆಯ ಮೂಲಕ ಹಂಚಿಕೆಯಾದ ಈ ಲಸಿಕೆ ಈಗ ಅಡ್ಡಪರಿಣಾಮಗಳ ಅಪವಾದಕ್ಕೆ ತುತ್ತಾಗಿದ್ದು, ಮಾರುಕಟ್ಟೆಯಿಂದ ಹೊರತೆರಳಿದೆ.

ಈಗ COVAX ವ್ಯವಸ್ಥೆ ಸಕ್ರಿಯವಿಲ್ಲ, ಆಸ್ಟ್ರಜೆನೆಕಾ ಮಾಡಿದಂತೆ, ಕೋವಿಡ್ ಲಸಿಕೆಗಳು ಒಂದೊಂದಾಗಿ ಮಾರುಕಟ್ಟೆಯಿಂದ ಹೊರತೆರಳತೊಡಗಿದರೆ, ಲಸಿಕೆಯ ದೀರ್ಘಕಾಲಿಕ ಅಡ್ಡಪರಿಣಾಮಗಳಿಗೆ ಹೊಣೆ ಹೊರಬೇಕಾದವರು ಯಾರು? ಸಹಜ ಹಾದಿಯಲ್ಲಿ ಸುಮಾರು 8–15 ವರ್ಷಗಳ ಕಾಲ ಸಮಗ್ರ ಸಂಶೋಧನೆಗಳ ಬಳಿಕ ಜನಬಳಕೆಗೆ ಸಿಗಬೇಕಾಗಿದ್ದ ಲಸಿಕೆಯೊಂದನ್ನು ಜಗನ್ಮಾರಿಯ ಹೆಸರಿನಲ್ಲಿ ಒಂದು ವರ್ಷದ ಒಳಗೇ ಸಿದ್ಧಪಡಿಸಿ ಮಾರುಕಟ್ಟೆಗೆ ಬಿಡುಗಡೆ ಮಾಡಿದ ಅತಿಬುದ್ಧಿವಂತಿಕೆಯ ಫಲವನ್ನು ಜಗತ್ತು ಈಗ ಉಣ್ಣುತ್ತಿದೆ. ವಿಜ್ಞಾನವನ್ನು ಸಹಜ ಹಾದಿಯಲ್ಲಿ ಮುನ್ನಡೆಸುವ ಹೊಣೆ ಹೊರಬೇಕಾಗಿದ್ದ WHOದಂತಹ ಸಂಸ್ಥೆಗಳೇ ಈ ರೀತಿಯ ಅಪಸವ್ಯದ ಮುಂಚೂಣಿಯಲ್ಲಿರುವಾಗ, ಆಗಿರುವ ತಪ್ಪನ್ನು ಪರಿಶೀಲಿಸಿ ಸರಿಪಡಿಸಬೇಕಾಗಿರುವವರು ಯಾರು? ನಡೆದಿರುವ ಈ ಎಲ್ಲ ಚಾರಿತ್ರಿಕ ತಪ್ಪುಗಳ ಸಮಗ್ರ ತನಿಖೆ ನಡೆದು, ಮತ್ತೆ ಜಗನ್ಮಾರಿಗಳು ಬಂದಾಗ ಹೇಗೆ ಮುನ್ನಡೆಯಬೇಕೆಂಬ ಪಾಠ ಕಲಿಯುವುದು ಅಗತ್ಯವಲ್ಲವೆ?

ಅತಿ ಮೂರ್ಖತನ

2020 ಎಪ್ರಿಲ್ ತನಕವೂ ಅಮೆರಿಕದ ಕೊಡಾಜೆನಿಕ್ಸ್ ಜೊತೆ ಸೇರಿ ಕೋವಿಡ್ ಲಸಿಕೆ ಉತ್ಪಾದಿಸಲಿದ್ದೇವೆ ಎನ್ನುತ್ತಿದ್ದ ಭಾರತದ ಸೀರಂ ಇನ್ಸ್ಟಿಟ್ಯೂಟ್ ಆಫ್ ಇಂಡಿಯಾ **(SII)**, ಏಕಾಏಕಿ ಎಪ್ರಿಲ್ ಕೊನೆಯ ವಾರದಲ್ಲಿ ಆಸ್ಟ್ರಜೆನೆಕಾ ಲಸಿಕೆ ಲೈಸನ್ಸ್ ಪಡೆದು

ಉತ್ಪಾದನೆ ನಡೆಸಲಿದ್ದೇವೆ ಎಂದು ಪ್ರಕಟಿಸಿತು. ಆಗಸ್ಟ್ ತಿಂಗಳಿನಲ್ಲಿ ಭಾರತದ 20 ರಾಜ್ಯಗಳಲ್ಲಿ ಆ ಲಸಿಕೆ ಸಂಶೋಧನಾ ಪ್ರಯೋಗಗಳು ಆರಂಭಗೊಂಡವು. ಡಿಸೆಂಬರ್ 07, 2020ರಂದು ಈ ಲಸಿಕೆ ಬಳಕೆಗೆ ಅನುಮತಿ ಕೋರಿ SII ಭಾರತ ಸರ್ಕಾರಕ್ಕೆ ಅರ್ಜಿ ಸಲ್ಲಿಸಿತು ಮತ್ತು 2021 ಜನವರಿ 03ರಂದು ಭಾರತ ಸರ್ಕಾರದ CDSCO, ಲಸಿಕೆಯ ನಿಯಂತ್ರಿತ ತುರ್ತು ಬಳಕೆಗೆ ಅನುಮತಿ ನೀಡಿತು. ಅಂದರೆ ಒಂದೇ ವರ್ಷದ ಒಳಗೆ ಭಾರತದಲ್ಲಿ ಎಲ್ಲ ವೈಜ್ಞಾನಿಕ ಸಂಶೋಧನಾ ಪ್ರಕ್ರಿಯೆಗಳು ಮುಗಿದವು!

ವಿಜ್ಞಾನ ಅದರದೇ ಆನಿಕೆಯಲ್ಲಿ ಸಾಗುತ್ತಿರುವಾಗ, ಈ ದೇಶದ ರಾಜಕೀಯ ಕೂಡ ಅಲ್ಲಿ ತನ್ನ ಬೇಳೆ ಬೇಯಿಸಿಕೊಳ್ಳಲು ಪ್ರಯತ್ನಿಸಿತು. 2020ರ ಎಪ್ರಿಲ್ 20ರಂದು ದೇಶವನ್ನುದ್ದೇಶಿಸಿ ಮಾತನಾಡಿದ ಭಾರತದ ಪ್ರಧಾನಮಂತ್ರಿಗಳು, ಭಾರತದ ವಿಜ್ಞಾನಿಗಳು ಕಿರು ಅವಧಿಯಲ್ಲಿ ನಮ್ಮದೇ ಲಸಿಕೆ ತಯಾರಿಸುತ್ತಿದ್ದಾರೆ. ಭಾರತ ಜಗತ್ತಿನಲ್ಲೇ ಅತಿ ಅಗ್ಗದ ಲಸಿಕೆ ಹೊಂದಲಿದೆ, ಅದರ ಅನುಮತಿ ಪ್ರಕ್ರಿಯೆಗಳಿಗೆ ವೇಗ ನೀಡಿದ್ದು, ಎರಡು "ಮೇಡ್ ಇನ್ ಇಂಡಿಯಾ" ಲಸಿಕೆಗಳೊಂದಿಗೆ ಜಗತ್ತಿನ ಅತಿದೊಡ್ಡ ಲಸಿಕೆ ಆಂದೋಲನವನ್ನು ಶೀಘ್ರ ಆರಂಭಿಸಲಿದ್ದೇವೆ ಎಂದು ಪ್ರಕಟಿಸಿದ್ದರು.

2020 ನವೆಂಬರ್ 28ರಂದು ಪುಣೆಯ ಸೀರಂ ಇನ್‌ಸ್ಟಿಟ್ಯೂಟ್ ಕಾರ್ಖಾನೆಗೆ ಸ್ವತಃ ಪ್ರಧಾನಮಂತ್ರಿಗಳು ಭೇಟಿ ನೀಡಿ, ಲಸಿಕೆ ಕುರಿತ ಸಂಚಲನ ಹೆಚ್ಚಿಸಿದ್ದರು. ಈ ನಡುವೆ ಕೋವಿಶೀಲ್ಡ್ ಮತ್ತು ಕೊವ್ಯಾಕ್ಸೀನ್‌ಗಳ ಮಾಲಕರ ನಡುವೆ, ಅವರ ಲಸಿಕೆಯಲ್ಲಿರುವುದು (ಕೊವ್ಯಾಕ್ಸೀನ್) ಬರೀ ನೀರು – ಇವರು ಲಸಿಕೆ ಕೊಟ್ಟಾಗ (ಕೋವಿಶೀಲ್ಡ್) ಕಾಣಿಸಿಕೊಳ್ಳುತ್ತಿರುವ ಜ್ವರ ತಗ್ಗಿಸಲು ಪಾರಾಸೆಟಮಾಲ್ ನೀಡುತ್ತಿದ್ದಾರೆ ಎಂದೆಲ್ಲ ಕೋಳಿಜಗಳ ನಡೆದಾಗ, "ಉನ್ನತ ಮಟ್ಟದಲ್ಲಿ" ಅವರನ್ನು ಸುಮ್ಮನಿರಿಸಬೇಕಾಯಿತು.

2021ರ ಜನವರಿ 16ರಂದು ಪ್ರಧಾನಮಂತ್ರಿಗಳು ಭಾರತದಲ್ಲಿ ಲಸಿಕೆ ನೀಡಿಕೆ ಅಭಿಯಾನವನ್ನು ಆರಂಭಿಸಿ, "ಲಸಿಕೋತ್ಸವ"ಕ್ಕೆ ಹಾದಿ ತೆರೆದರು. ಇದಲ್ಲದೇ 93 ದೇಶಗಳಿಗೆ COVAX ಒಪ್ಪಂದದ ಭಾಗವಾಗಿ ಲಸಿಕೆಗಳನ್ನು ನೀಡಿದ್ದನ್ನೂ, ಇದು "ವ್ಯಾಕ್ಸೀನು ಮೈತ್ರಿ"; ಜಗತ್ತಿಗೇ ಲಸಿಕೆ ಸರಬರಾಜು ಮಾಡುತ್ತಿರುವ ದೇಶ ನಮ್ಮದು ಎಂದೆಲ್ಲ ಪ್ರಚಾರ ಪಡೆಯಲಾಯಿತು. ಈ ನಡುವೆ ಎರಡನೇ ಅಲೆಯ ಅಬ್ಬರದ ವೇಳೆ, ಎಂಟು ತಿಂಗಳ ಕಾಲ ಲಸಿಕೆ ದೇಶದಿಂದ ಹೊರಹೋಗಲು ನಿಷೇಧ ಹೇರಿದ್ದರಿಂದಾಗಿಯೂ ಭಾರತ ಸುದ್ದಿಯಲ್ಲಿತ್ತು.

ದೇಶದಲ್ಲಿ ಲಸಿಕೆಯನ್ನು ಪರೋಕ್ಷವಾಗಿ ಕಡ್ಡಾಯಗೊಳಿಸಿ, ಎಲ್ಲರೂ ಲಸಿಕೆ ಪಡೆದುಕೊಳ್ಳುವಂತೆ ಒತ್ತಡ ಹೇರಿದ್ದು ಒಂದೆಡೆಯಾದರೆ, ಇನ್ನೊಂದೆಡೆ, ಲಸಿಕೆಗೆ ಕೇಂದ್ರ ಸರ್ಕಾರ 35,000ಕೋಟಿ ರೂ.ಗಳನ್ನು ತೆಗೆದಿರಿಸಿದೆ ಎಂದು ಪ್ರಕಟಿಸಿದ

ಹೊರತಾಗಿಯೂ, ರಾಜ್ಯ ಸರ್ಕಾರಗಳು ತಮಗೆ ಅಗತ್ಯ ಇರುವ ಲಸಿಕೆಯನ್ನು ತಾವೇ ಹಣತೆತ್ತು ಖರೀದಿಸಲಿ ಎಂಬ ನಿಲುವು; ಚುನಾವಣೆ ಕಾಲದಲ್ಲಿ ಕೆಲವು ರಾಜ್ಯಗಳಿಗೆ ಉಚಿತ ಲಸಿಕೆ ನೀಡಿದ್ದು... ಇವೆಲ್ಲ ಸೇರಿ ಗೊಂದಲ ಎದ್ದಾಗ, ಸುಪ್ರೀಂಕೋರ್ಟು 2021 ಮೇ 03ರಂದು ಚಾಟಿ ಬೀಸಿ, ಸಂವಿಧಾನದ 14, 21ನೇ ವಿಧಿಗಳ ಅನ್ವಯ ಕೇಂದ್ರ ಸರ್ಕಾರವೇ ಲಸಿಕೆಗಳನ್ನು ಉತ್ಪಾದಕರ ಜೊತೆ ಚರ್ಚಿಸಿ, ದರ ನಿರ್ಧರಿಸಿ, ಜನರಿಗೆ ಉಚಿತವಾಗಿ ಒದಗಿಸಬೇಕೆಂದು ಹೇಳಿತು. ಕಡೆಗೆ ಜೂನ್ 07, 2021ರಂದು ದೇಶವನ್ನುದ್ದೇಶಿಸಿ ಮಾತನಾಡಿದ ಪ್ರಧಾನಮಂತ್ರಿಗಳು, 18 ವರ್ಷ ಮೇಲ್ಪಟ್ಟವರಿಗೆಲ್ಲ ಭಾರತ ಸರ್ಕಾರ ಲಸಿಕೆಯನ್ನು ಉಚಿತವಾಗಿ ನೀಡಲಿದೆ ಎಂದು ಪ್ರಕಟಿಸಿದರು. ಅಕ್ಟೋಬರಿನಲ್ಲಿ ಲಸಿಕೆ 100 ಕೋಟಿ ಜನರಿಗೆ ನೀಡಿದ್ದನ್ನು ಸಂಭ್ರಮಿಸಿ, ಮತ್ತೊಮ್ಮೆ ದೇಶವನ್ನುದ್ದೇಶಿಸಿ ಅವರು ಮಾತನಾಡಿದ್ದರು.

ಇಷ್ಟೆಲ್ಲ ಆಗಿ, ಈಗ ಲಸಿಕೆಯ ಅಡ್ಡಪರಿಣಾಮಗಳ ಸುದ್ದಿ ಬರತೊಡಗಿದಾಗ, ದೇಶದೆಲ್ಲೆಡೆ ಹೃದಯಾಘಾತ, ಕುಸಿದು ಬಿದ್ದು ಸಾವಿನ ಪ್ರಶ್ನೆಗಳು ಏಳತೊಡಗಿದಾಗ, ಅದಕ್ಕೂ ಲಸಿಕೆಗೂ ಸಂಬಂಧಗಳಿವೆಯೇ ಎಂದು ಪರಿಶೀಲಿಸಲು ಕೋರಿಕೊಂಡಾಗ, ಸರ್ಕಾರ ಬಾಯಿ ತೆರೆಯುತ್ತಿಲ್ಲ. ಅದಕ್ಕಿಂತ ದೊಡ್ಡ ದುರಂತ ಎಂದರೆ, ಕೋವಿಡ್ ಅಥವಾ ಕೋವಿಡ್ ಲಸಿಕೆಯ ದೀರ್ಘಕಾಲಿಕ/ಅಡ್ಡ ಪರಿಣಾಮಗಳ ಕುರಿತಾದ ನಿಗಾ ವ್ಯವಸ್ಥೆಯನ್ನು ಕೂಡ ಸರ್ಕಾರ ಇಂದು ಹೊಂದಿಲ್ಲ. ಈ ಬಗ್ಗೆ ಪ್ರಶ್ನಿಸಿದರೆ, ಕೋವಿಡ್ ಲಸಿಕೆಯ ಅಪಾಯಗಳಿಗಿಂತ ಲಾಭ ಹೆಚ್ಚು; ಅದು ದೇಶದ ಜನರ ಜೀವ ಉಳಿಸಿದೆ ಎಂಬ ಹಾರುತ್ತರ ಸಿಗುತ್ತಿದೆ.

ಲಸಿಕೆ ಬರುವಾಗ ಇಂಚಿಂಚಲ್ಲೂ ಮುಂದೆ ನಿಂತು ಪ್ರಚಾರ ಪಡೆದ, ತನ್ನ ಬೆನ್ನು ತಾನೇ ತಟ್ಟಿಕೊಂಡ ಸರ್ಕಾರ, ಈಗ ಅದರ ಅಡ್ಡಪರಿಣಾಮಗಳ ಪ್ರಶ್ನೆ ಬಂದಾಗ, ಜನ ಅಕಾರಣವಾಗಿ ಸಾಯುತ್ತಿರುವಾಗ, ಅದಕ್ಕೆ ಕಾರಣಗಳನ್ನು ಪತ್ತೆ ಮಾಡಿ, ಅಪಾಯವರ್ಗದಲ್ಲಿ ಬರುವವರನ್ನು ಗುರುತಿಸಿ, ಅವರ ರಕ್ಷಣೆಗೆ ಕ್ರಮ ತೆಗೆದುಕೊಳ್ಳಿ ಎಂದಾಗ, ಮುಂಚೂಣಿಯಲ್ಲಿ ನಿಲ್ಲುವ ಬದಲು ತಾರಮ್ಮಯ್ಯ ಆಡಿಸುತ್ತಿರುವುದು ಆಘಾತಕಾರಿ. ಈ ಎಲ್ಲ ಸಂಗತಿಗಳು ಕೂಡ ಸಮಗ್ರ ತನಿಖೆಗೆ ಅರ್ಹ.

ಮೇ 11, 2024ಕ್ಕೆ ಪ್ರಕಟಿತ

ಕೂಸಿಗೆ ಮುನ್ನ ಕುಲಾವಿ 2.0

ಪ್ರಧಾನಮಂತ್ರಿಗಳು ತಮ್ಮ ಮೂರನೇ ಅವಧಿಗೆ (ಅವರದೇ ಮಾತುಗಳಲ್ಲಿ ಮೋದಿ 3.0 ಆವೃತ್ತಿಗೆ) ಭರಪೂರ ಸಿದ್ಧತೆ ನಡೆಸಿದ್ದು, ಜೂನ್ ಮೊದಲ ವಾರದಲ್ಲಿ ಅಧಿಕಾರ ಸ್ವೀಕರಿಸಿದ ತಕ್ಷಣ ಮೊದಲ ನೂರು ದಿನಗಳಲ್ಲಿ ಏನೇನು ಕ್ರಮಗಳನ್ನು ಕೈಗೊಳ್ಳಬೇಕು ಎಂಬ ಬಗ್ಗೆ ಈಗಾಗಲೇ ತೀರ್ಮಾನ ಆಗಿರುವಂತಿದೆ. ಚುನಾವಣೆಗಳ ಘೋಷಣೆಗೆ ಮುನ್ನವೇ 2024ರ ಫೆಬ್ರವರಿಯಲ್ಲಿ ಸೆಕ್ಟರ್‌ವಾರು ಕಾರ್ಯದರ್ಶಿಗಳ 10 ಗುಂಪುಗಳನ್ನು (SGoS) ರಚಿಸಲಾಗಿದೆ. ಮಾರ್ಚ್ ಕೊನೆಯ ವಾರದಲ್ಲಿ ಭಾರತ ಸರ್ಕಾರದ ಎಲ್ಲ ಇಲಾಖೆಗಳ ಕಾರ್ಯದರ್ಶಿಗಳ ಸಭೆ ಕರೆದು, ಅಲ್ಲಿ ಹೊಸ ಸರ್ಕಾರದ ಮೊದಲ ನೂರು ದಿನಗಳಿಗೆ ಹೊಸ ಹೊಸ ಐಡಿಯಾಗಳನ್ನು ತರಲು ಹೇಳಿದ್ದಾರೆ ಮತ್ತು ಪ್ರಧಾನಮಂತ್ರಿ ಕಾರ್ಯಾಲಯದ ನಾಲ್ವರು ಅಡಿಷನಲ್ ಕಾರ್ಯದರ್ಶಿಗಳಿಗೆ ಈ ತಯಾರಿಗಳನ್ನು

ರಾಜಾರಾಂ ತಲ್ಲೂರು

ಸಮನ್ವಯಗೊಳಿಸುವ ಹೊಣೆ ನೀಡಲಾಗಿದೆ ಎಂಬ ಪತ್ರಿಕಾ ವರದಿಗಳು ಕಾಣಿಸಿಕೊಂಡಿವೆ.

ಹೊಸ ಸರ್ಕಾರದ ಧ್ವನಿ–ಉದ್ದೇಶಗಳನ್ನು ಬಿಂಬಿಸಬಲ್ಲ 75–80 ಗುರಿ ಹಾಗೂ ಶಿಫಾರಸು ಪ್ರಸ್ತಾಪಗಳು ಈಗಾಗಲೇ ಸಿದ್ಧಗೊಂಡಿದ್ದು, ಅವುಗಳನ್ನು 50ಕ್ಕೆ ಇಳಿಸುವ ಕೆಲಸ ನಡೆಯುತ್ತಿದೆ. ಇದರಲ್ಲಿ ಮೊದಲ 100 ದಿನಗಳ ಯೋಜನೆಗಳಲ್ಲದೇ ಮಧ್ಯಾವಧಿಯ ಮತ್ತು ದೀರ್ಘಾವಧಿಯ ಚಿಂತನೆಗಳೂ ಒಳಗೊಂಡಿವೆಯಂತೆ. ಈ ಚಿಂತನೆಗಳನ್ನು ಎ, ಬಿ, ಸಿ ಎಂಬ ಮೂರು ವರ್ಗಗಳಾಗಿ ವಿಂಗಡಿಸಲಾಗಿದ್ದು, ಅದರಲ್ಲಿ ಎ ವರ್ಗದ ಐಟಂಗಳನ್ನು ಪ್ರಧಾನಮಂತ್ರಿಗಳು ಅಧಿಕಾರ ಸ್ವೀಕರಿಸಿದ ತಕ್ಷಣ ಪ್ರಕಟಿಸಲಿದ್ದಾರೆ, ಬಿ ವರ್ಗದ ಐಟಂಗಳನ್ನು ಆರಂಭದ ಕೆಲವು ದಿನಗಳಲ್ಲಿ ಕೇಂದ್ರದ ವಿವಿಧ ಇಲಾಖೆಗಳ ಹೊಸ ಸಚಿವರುಗಳು ಪ್ರಕಟಿಸಲಿದ್ದಾರೆ ಮತ್ತು ಸಿ ವರ್ಗದವು ನಿಧಾನಕ್ಕೆ ದೀರ್ಘಾವಧಿಯಲ್ಲಿ ಪ್ರಕಟಗೊಳ್ಳಲಿವೆ ಎಂಬುದು ಪತ್ರಿಕಾವರದಿಗಳ ಸಾರ.

ತಮ್ಮ ಒಕ್ಕೂಟ 2024ರ ಚುನಾವಣೆಗಳನ್ನು ಗೆಲ್ಲಲಿದೆ ಎಂಬ ಭರವಸೆಯನ್ನು ಎನ್‌ಡಿಎ ವ್ಯಕ್ತಪಡಿಸಿರುವುದು ಹೊಸ ಬೆಳವಣಿಗೆಯೇನಲ್ಲ. ಸ್ವತಃ ಪ್ರಧಾನಮಂತ್ರಿಗಳೇ ಜನವರಿ 31ರಂದು ಸಂಸತ್ತಿನಲ್ಲಿ ಬಜೆಟ್ ಅಧಿವೇಶನದ ವೇಳೆ, ತಮ್ಮ ಸರ್ಕಾರ ಮತ್ತೊಮ್ಮೆ ಅಧಿಕಾರಕ್ಕೆ ಬರುವುದಾಗಿ ಹೇಳಿದ್ದರು. ಅದನ್ನು ಅವರ ಸಚಿವ ಸಂಪುಟದಲ್ಲಿ ಹಲವರು ಮತ್ತೆ ಮತ್ತೆ ಪ್ರತಿಧ್ವನಿಸುತ್ತಾ ಬಂದಿದ್ದಾರೆ. ಈ ಎಲ್ಲ ಸಂಚಲನಗಳ ಫಲವಾಗಿಯೇ "ಅಬ್ ಕೀ ಬಾರ್ 400 ಪಾರ್" ಘೋಷಣೆ ಹೊರಟದ್ದು.

ಪ್ರಧಾನಮಂತ್ರಿಗಳ ಈ ಉದ್ದೇಶಿತ ಮೂರನೇ ಅವಧಿಗೆ "ಅವಧಿ ಪೂರ್ವ" ತಯಾರಿಗಳು, ಕೇವಲ "ಚುನಾವಣಾ ಗಿಮಿಕ್" ಸ್ವರೂಪದ ಹೊರಪದರದ ತಯಾರಿ ಆಗಿರಬಹುದೆಂಬ ಗುಮಾನಿ ಇದೆ. ಇಂತಹದೊಂದು ಗುಮಾನಿ ಮೂಡುವುದಕ್ಕೆ ಕೆಲವು ಕಾರಣಗಳಿವೆ. ಒಂದು ವೇಳೆ, ಇದು ಗಂಭೀರ ತಯಾರಿ ಎಂದಾಗಿದ್ದರೆ, ಈ ಸರ್ಕಾರ 2014ರಲ್ಲಿ ಯೋಜನಾ ಆಯೋಗವನ್ನು ರದ್ದುಪಡಿಸಿ, ಅದರ ಜಾಗದಲ್ಲಿ ತಂದು ಕುಳ್ಳಿರಿಸಿರುವ "ನೀತಿ ಆಯೋಗ" ಎಂಬ ಬೆದರುಬೊಂಬೆ, ದೇಶದ "ಪ್ಲಾನಿಂಗ್" ವ್ಯವಸ್ಥೆಯನ್ನು ಸರ್ವನಾಶ ಮಾಡಿದೆ ಎಂಬುದಕ್ಕೆ ಸಾಂದರ್ಭಿಕ ಸಾಕ್ಷ್ಯವಾಗಿಯೂ ಈ ಬೆಳವಣಿಗೆ ಒದಗಿಬರುತ್ತದೆ. ಅದು ಯಾಕೆಂದು ವಿವರಿಸುತ್ತೇನೆ.

ಇಂಡಿಯಾ 2047

2021ರ ಸ್ವಾತಂತ್ರ್ಯ ದಿನದಂದು ಕೆಂಪುಕೋಟೆಯಿಂದ ದೇಶವನ್ನುದ್ದೇಶಿಸಿ ಮಾತನಾಡಿದ್ದ ಪ್ರಧಾನಮಂತ್ರಿಗಳು, 2047ರ ಹೊತ್ತಿಗೆ ದೇಶ ಸ್ವತಂತ್ರಗೊಂಡು 100 ವರ್ಷಗಳಾಗುವ ಹೊತ್ತನ್ನು "ಅಮೃತಕಾಲ" ಎಂದು ಘೋಷಿಸಿದ್ದರು. ಅದಕ್ಕಾಗಿ ತಯಾರಿ ನಡೆಸಲು ಭಾರತ ನೀತಿ ಆಯೋಗಕ್ಕೆ ವಿಷನ್ ಇಂಡಿಯಾ 2047

ಸಿದ್ಧಪಡಿಸುವಂತೆ ಸೂಚಿಸಲಾಗಿತ್ತು. 2023ರ ಡಿಸೆಂಬರ್ ಹೊತ್ತಿಗೆ ಈ ಕರಡು ಯೋಜನೆ ಸಿದ್ಧಪಡಿಸಿ ಬಿಡುಗಡೆ ಮಾಡುತ್ತೇವೆ ಎಂದು ನೀತಿ ಆಯೋಗದ CEO ಬಿ.ವಿ.ಆರ್.ಸುಬ್ರಹ್ಮಣ್ಯಂ ಹೇಳಿದ್ದರು. ದೇಶದ ಅಪಾರ ಜನಸಂಖ್ಯೆಯ ಸದುಪಯೋಗ, ಚಿಗುರಿಕೊಳ್ಳುತ್ತಿರುವ ಮಧ್ಯಮವರ್ಗ, ವಿಸ್ತಾರಗೊಳ್ಳುತ್ತಿರುವ ಡಿಜಿಟಲ್ ಆರ್ಥಿಕತೆ ಮತ್ತು ಸುಸ್ಥಿರ ಅಭಿವೃದ್ಧಿ ಆಧರಿಸಿದ ಆರ್ಥಿಕತೆಗಳು ಈ ವಿಷನ್‌ನ ಆಧಾರಸ್ಥಂಭಗಳಾಗಲಿವೆ ಎಂದು ಹೇಳಲಾಗಿತ್ತು. ಅಂದರೆ ಸುಮಾರು ಎರಡು ವರ್ಷಗಳ ಕಾಲ ಅಮೃತಕಾಲದ ವಿಷನ್‌ಗಾಗಿ ನೀತಿ ಆಯೋಗ ಶ್ರಮಿಸಿದೆ. ನೀತಿ ಆಯೋಗ ಸಿದ್ಧಪಡಿಸಿದ "ವಿಕಸಿತ್ ಭಾರತ್2047" ಕರಡನ್ನು ಪ್ರಧಾನಮಂತ್ರಿಗಳ ಕ್ಯಾಬಿನೆಟ್ ಕಾರ್ಯದರ್ಶಿ ರಾಜೀವ್ ಗೌಬಾ ಅವರಿಗೆ 2023 ಅಕ್ಟೋಬರಿನಲ್ಲಿ ಸಲ್ಲಿಸಲಾಗಿತ್ತು. ನವೆಂಬರಿನಲ್ಲಿ ಸರ್ಕಾರದ ಹೊರಗಿನ "ಥಿಂಕ್ ಟ್ಯಾಂಕ್" ಜೊತೆ ಈ ಬಗ್ಗೆ ಚರ್ಚೆಗಳೂ ನಡೆದಿದ್ದವು.

ಇದಲ್ಲದೇ, ಎಪ್ರಿಲ್ 14, 2024ರಂದು ಬಿಜೆಪಿ ಬಿಡುಗಡೆ ಗೊಳಿಸಿದ ಚುನಾವಣಾ ಪ್ರಣಾಳಿಕೆ "ಮೋದಿ ಕೀ ಗ್ಯಾರಂಟಿ"ಯಲ್ಲಿ ಕೂಡ ಸರ್ಕಾರ ಹೆದ್ದಾರಿ, ರೈಲ್ವೇ, ವಸತಿ, ವಾಣಿಜ್ಯ, ಕಾರ್ಮಿಕ ಮತ್ತು ಕಲ್ಲಿದ್ದಲು ಇಲಾಖೆಗಳ 100 ದಿನಗಳ ಅಜೆಂಡಾ ಬಗ್ಗೆ ನಿರ್ದಿಷ್ಟವಾಗಿ ವಿವರಿಸಿದೆ.

ಇಷ್ಟೆಲ್ಲ ತಯಾರಿಗಳು ಬಹಳ ಕಾಂಕ್ರೀಟ್ ಆಗಿ ನಡೆದಿವೆ ಎಂದಾದರೆ, ಇವೆಲ್ಲದರ ಅನುಷ್ಠಾನವನ್ನು ಯೋಜಿಸುವ ಬದಲು, ನೀತಿ ಆಯೋಗವನ್ನು ಬದಿಗೆ ಸರಿಸಿ, ಅದರ ಜಾಗದಲ್ಲಿ ಕಾರ್ಯದರ್ಶಿಗಳ ಮಟ್ಟದಲ್ಲಿ ಹೊಸದಾಗಿ ಯೋಜನೆಗಳು ಸಿದ್ಧಗೊಳ್ಳುತ್ತಿರುವುದು ಸ್ವಲ್ಪ ಆಶ್ಚರ್ಯಕರ ಬೆಳವಣಿಗೆ. ಇದು ಸರ್ಕಾರದ ಪ್ಲಾನಿಂಗ್ ಮಟ್ಟದಲ್ಲಿರುವ ಗೊಂದಲಗಳತ್ತ ಬೊಟ್ಟು ಮಾಡುತ್ತದೆ.

ಅದಕ್ಕಿಂತ ಹೆಚ್ಚಾಗಿ, ಸಾರ್ವತ್ರಿಕ ಚುನಾವಣೆಯಲ್ಲಿ ಜನಮತಕ್ಕಾಗಿ ಕಾಯಬೇಕಾಗಿರುವ ರಾಜಕೀಯ ಪಕ್ಷವೊಂದು, ಚುನಾವಣೆಗಳು ನಡೆದು, ಫಲಿತಾಂಶ ಹೊರಬರುವ ಮುನ್ನವೇ "ತನ್ನದೇ ಸರ್ಕಾರ ಖಚಿತ" ಎಂದು ಸಾರಿಕೊಂಡು ಕಾರ್ಯಾಂಗವನ್ನು ಕಾರ್ಯಾಚರಣೆಗೆ ಇಳಿಸಿರುವುದು ಒಳ್ಳೆಯ ಪೂರ್ವೋದಾಹರಣೆ ಅನ್ನಿಸುತ್ತಿಲ್ಲ.

ಹಳೇಕಥೆ–M ಡಾಕ್ಯುಮೆಂಟ್

ಸರ್ಕಾರವೊಂದು ಚುನಾಯಿಸಿ ಬರುವ ಮೊದಲೇ ಕಾರ್ಯಾಂಗದ ಕಡೆಯಿಂದ ಹೊಸ ಸರ್ಕಾರಕ್ಕಾಗಿ ಯೋಜನೆ ರೂಪುಗೊಂಡದ್ದು ಇದೇ ಮೊದಲೇನಲ್ಲ. 1989ರಲ್ಲಿ ಪ್ರಧಾನಿ ರಾಜೀವ್ ಗಾಂಧಿ ಅವರ ಸರ್ಕಾರ ಚುನಾವಣೆ ಎದುರಿಸುತ್ತಿದ್ದಾಗ, ಅಂದಿನ ಪ್ರಧಾನಮಂತ್ರಿ ಕಚೇರಿಯ ಪ್ರಿನ್ಸಿಪಲ್ ಕಾರ್ಯದರ್ಶಿ ಬಿ.ಜಿ. ದೇಶಮುಖ್ ಅವರು ಆರ್ಥಿಕತೆಗೆ ಸಂಬಂಧಿಸಿ ಕ್ರಿಯಾಯೋಜನೆಯೊಂದನ್ನು ರೂಪಿಸುವಂತೆ PMOದಲ್ಲಿ ಆರ್ಥಿಕ ವ್ಯವಹಾರಗಳ ಕಾರ್ಯದರ್ಶಿ ಆಗಿದ್ದ ಮೊಂಟೆಕ್ ಸಿಂಗ್ ಅಹ್ಲೂವಾಲಿಯಾ

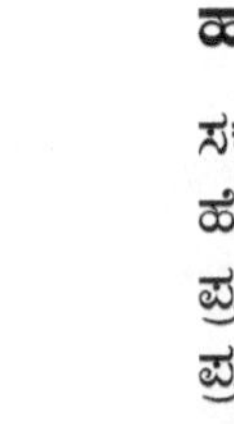

ರಾಜಾರಾಂ ತಲ್ಲೂರು

ಅವರಿಗೆ ಸೂಚಿಸಿದ್ದರು. ರಾಜೀವ್ ಸರ್ಕಾರ ಮತ್ತೆ ಆರಿಸಿಬಂದರೆ, ಅದನ್ನು ಅವರ ಮುಂದಿರಿಸುವುದು ದೇಶಮುಖ್ ಅವರ ಉದ್ದೇಶವಾಗಿತ್ತು.

ಆದರೆ ಚುನಾವಣೆ ಫಲಿತಾಂಶ ಬಂದಾಗ ಕಾಂಗ್ರೆಸ್ ಬಹುಮತ ಸಿಗದೆ ಸೋತು, ನ್ಯಾಷನಲ್ ಫ್ರಂಟ್ ಅಧಿಕಾರಕ್ಕೆ ಏರಿತ್ತು, ವಿಶ್ವನಾಥ ಪ್ರತಾಪ್ ಸಿಂಗ್ ಪ್ರಧಾನಮಂತ್ರಿ ಆಗಿದ್ದರು!

ಹೊಸ ಪ್ರಧಾನಿ ವಿ.ಪಿ.ಸಿಂಗ್ ಅವರು, ಉದಾರೀಕರಣಕ್ಕೆ ಹಾದಿ ತೆರೆಯುವ ಮೊಂಟೆಕ್ ಅವರ ಈ ಆರ್ಥಿಕ ಕ್ರಿಯಾ ಯೋಜನೆಯನ್ನು ಸ್ವೀಕರಿಸಿದರಾದರೂ, ಅದರ ಅನುಷ್ಠಾನಕ್ಕೆ ಮುಂದೆ ಪಿ.ವಿ.ನರಸಿಂಹರಾವ್ ಅವರು ಪ್ರಧಾನಿ ಆಗುವ ತನಕ ಕಾಯಬೇಕಾಯಿತು. ವಿ.ಪಿ.ಸಿಂಗ್ ಅವರಿಗೆ ಕ್ರಿಯಾಯೋಜನೆ ಸಲ್ಲಿಸುವ ಸಂದರ್ಭದಲ್ಲಿ ದೇಶಮುಖ್ ಅವರು, “ಕಪ್ ಬದಲ್ತೇ ಹೈಂ, ಚಮಚೇ ನಹೀ ಬದಲ್ತೇ” ಎಂದು ಮೊಂಟೆಕ್ ಸಿಂಗ್ ಅವರಿಗೆ ಚಟಾಕಿ ಹಾರಿಸುವ ಮೂಲಕ, ಸರ್ಕಾರ ಯಾವುದೇ ಬಂದರೂ ಕಾರ್ಯಾಂಗ ಹೆಚ್ಚು ಬದಲಾಗದು ಎಂದು ಸೂಚಿಸಿದ್ದರು.

ಈ ಚರಿತ್ರೆಯ ಹಿನ್ನೆಲೆಯಲ್ಲಿ, ಸದ್ಯ ಇರುವ ಕುತೂಹಲ ಎಂದರೆ, ಒಂದು ವೇಳೆ ಚುನಾವಣೆಗಳ ಬಳಿಕ ಸರ್ಕಾರ ಬದಲಾದರೆ, ಅಥವಾ ಮೋದಿಯವರು ಮತ್ತೆ ಪ್ರಧಾನಿ ಆಗದಿದ್ದರೆ, ಆಗಲೂ ಈ ಮೋದಿ 3.0ದ ಮೊದಲ ನೂರು ದಿನಗಳ ಪ್ಲಾನ್ ಆಚರಣೆಗೆ ಬರಲಿದೆಯೆ?! ಇದು ಯಾಕೆ ಮಹತ್ವದ ಪ್ರಶ್ನೆ ಆಗಲಿದೆ ಎಂದರೆ, ಹಾಲೀ ಸರ್ಕಾರದ ಉದಾರೀಕರಣದ ಹಾದಿಯು, ದೇಶದಲ್ಲಿ ಸಂಪತ್ತಿನ ಹಂಚಿಕೆಯಲ್ಲಿ ಎದ್ದುಕಾಣುವ ಅಸಮತೋಲನಕ್ಕೆ ಕಾರಣವಾಗಿದೆ. ಹೊಸ ಸರ್ಕಾರ ಅದನ್ನೇ ಮುಂದುವರಿಸಲಿದೆಯೇ ಎಂಬ ಪ್ರಶ್ನೆ ಎಲ್ಲರಲ್ಲೂ ಇದೆ.

ಮೇ 18, 2024ಕ್ಕೆ ಪ್ರಕಟಿತ

“ಅಂಬ್ರೆಲ್ಲಾ ಪೊಲಿಟಿಕ್ಸ್” ಮತ್ತು ಕಾಂಗ್ರೆಸ್

ಒಂದು ವಿಚಿತ್ರವಾದ ಮೌನವನ್ನು ಗಮನಿಸಿದ್ದೀರಾ? ಸಾರ್ವತ್ರಿಕ ಚುನಾವಣೆಯ ನೆಪದಲ್ಲಿ ಊರ ಪಂಚಾಯ್ತಿಕೆಗಳನ್ನೆಲ್ಲ ಎತ್ತಿ ಆಡುವ ಮಾಧ್ಯಮಗಳಲ್ಲಾಗಲೀ, ರಾಜಕೀಯ ವಲಯಗಳಲ್ಲಾಗಲೀ ಒಂದು ವಿಚಾರದ ಬಗ್ಗೆ ಸೊಲ್ಲೇ ಇಲ್ಲ. ಆ ವಿಚಾರ ಯಾವುದು ಎಂದರೆ, ಒಂದು ವೇಳೆ 2024ರ ಸಾರ್ವತ್ರಿಕ ಚುನಾವಣೆಗಳಲ್ಲಿ ಕಾಂಗ್ರೆಸ್ ಮತ್ತು ಅದರ INDI ಅಲಯನ್ಸ್ ಸೋತುಬಿಟ್ಟರೆ, ಆಗ ಸಂಸತ್ತಿನಲ್ಲಿ ವಿರೋಧ ಪಕ್ಷಗಳ ಸ್ಥಿತಿ ಏನು? ದೇಶದ ಅತ್ಯಂತ ಹಳೆಯ ರಾಜಕೀಯ ಪಕ್ಷವಾಗಿರುವ ಕಾಂಗ್ರೆಸ್ ಸ್ಥಿತಿ ಏನು?

ಕಳೆದ ಹತ್ತು ವರ್ಷಗಳಲ್ಲಿ, ಒಂದೆಡೆ ತಮ್ಮ ಸ್ವಯಂಕೃತ ಅಪರಾಧದ ಕಾರಣದಿಂದಾಗಿ ಮತ್ತು ಇನ್ನೊಂದೆಡೆ, ಆಡಳಿತ ಪಕ್ಷವು ನಿರ್ದಾಕ್ಷಿಣ್ಯದಿಂದ ಚುನಾವಣೆ ಗೆಲ್ಲುವ ಮಷೀನೇ ಆಗಿಬಿಟ್ಟಿರುವ ಕಾರಣದಿಂದಾಗಿ, ದೇಶದ ಪ್ರಜಾಸತ್ತೆಯ

ರಾಜಾರಾಂ ತಲ್ಲೂರು

ಪ್ರಮುಖ ಅಂಗವಾಗಬೇಕಾಗಿದ್ದ ಪ್ರತಿಪಕ್ಷಗಳು ಸ್ವಾರಸ್ಯ ಕಳೆದುಕೊಳ್ಳುತ್ತಾ ಬಂದಿವೆ. ಇದಕ್ಕೆ ಆರ್ಥಿಕವಾದ, ಸಾಮಾಜಿಕವಾದ, ಸಂಘಟನಾತ್ಮಕವಾದ, ಸಂವಹನಾತ್ಮಕವಾದ ನೂರಾರು ಕಾರಣಗಳಿರಬಹುದು. ಆದರೆ, ಇದು ಆಗಿರುವುದಂತೂ ನಿಜ.

ಹಾಲೀ ಆಡಳಿತ ಪಕ್ಷ NDA ಕಳೆದ 10 ವರ್ಷಗಳಲ್ಲಿ, ತನ್ನದೇ ವೈಫಲ್ಯಗಳ ಕಾರಣದಿಂದಾಗಿ ಪ್ರತಿಪಕ್ಷಗಳಿಗೆ ಅಯಾಚಿತವಾಗಿ ಒದಗಿಸಿಕೊಟ್ಟ ಆಯುಧಗಳು ಒಂದೆರಡಲ್ಲ. ನೋಟು ರದ್ದತಿ, GST ಅನುಷ್ಠಾನದಲ್ಲಿ ಗೊಂದಲ, ಕೋವಿಡ್ ಕಾಲದಲ್ಲಿ ಲಾಕ್‌ಡೌನ್, ಕೋವಿಡ್ ಅವ್ಯವಹಾರಗಳು, ಬೆಲೆ ಏರಿಕೆ, ಆರ್ಥಿಕ ಅಸಮತೋಲನ, ವಿದೇಶಾಂಗ ನೀತಿಯ ವೈಫಲ್ಯಗಳು, ರಕ್ಷಣಾ ಅವ್ಯವಹಾರಗಳು, ಖಾಸಗಿತನದಲ್ಲಿ ಹಸ್ತಕ್ಷೇಪ, ರೈತರ ಪಡಿಪಾಟಲು, ನಿರುದ್ಯೋಗ... ಹೀಗೆ.

ಆದರೆ, ಈ ಯಾವುದೇ ಆಯುಧವನ್ನು ಕಾಂಗ್ರೆಸ್ ಆಗಲೀ, INDI ಅಲಯನ್ಸ್‌ನ ಬೇರೆ ಪಾಲುದಾರರಾಗಲೀ, ಪರಿಣಾಮಕಾರಿಯಾಗಿ ಬಳಸಿಕೊಳ್ಳಲೇ ಇಲ್ಲ. ಪ್ರತೀ ಬಾರಿ ಪ್ರತಿಪಕ್ಷಗಳು ಇನ್ನೇನು ತಲೆ ಎತ್ತಿದವು ಎಂಬಷ್ಟರಲ್ಲಿ, ಆಡಳಿತ ಪಕ್ಷ ಮತ್ತೆ ಗಟ್ಟಿಯಾಗಿ ನೆಲೆಗೊಳ್ಳುತ್ತಾ ಬಂದಿದೆ. ಇದಕ್ಕೆ ತೀರಾ ಇತ್ತೀಚೆಗಿನ ಉದಾಹರಣೆ ಎಂದರೆ, ರಾಹುಲ್ ಗಾಂಧಿಯವರ ದೇಶವ್ಯಾಪಿ "ಭಾರತ್ ಜೋಡೊ" ಪಾದಯಾತ್ರೆ ಇನ್ನೇನು ಜನಮಾನಸ ತಲುಪಿತು ಎನ್ನುವಷ್ಟರಲ್ಲಿ, ವಿಧಾನಸಭೆಗಳ ಉಪಚುನಾವಣೆ ಫಲಿತಾಂಶಗಳು ಆಡಳಿತ ಪಕ್ಷದ ಪರವಾಗಿ ಬಂದದ್ದು.

ಹಾಗಾಗಿ, 2024ರ ಸಾರ್ವತ್ರಿಕ ಚುನಾವಣೆ ಪ್ರಕಟವಾಗುವ ಆಸುಪಾಸಿನಲ್ಲಿ, ನರೇಂದ್ರ ಮೋದಿ ಅವರ NDA ಮತ್ತೊಮ್ಮೆ ನಿಚ್ಚಳ ಬಹುಮತ ಪಡೆದು, ಸತತ ಮೂರನೇ ಬಾರಿಗೆ ಅಧಿಕಾರ ಹಿಡಿಯಲಿದೆ ಎಂಬ ಸನ್ನಿವೇಶ ಉಂಟಾಗಿತ್ತು. ಆದರೆ ಬರಬರುತ್ತಾ, 2019ರ ಮೋದಿ ಅಲೆ ಈ ಬಾರಿ ಚುನಾವಣೆಯಲ್ಲಿ ಇಲ್ಲ, ಆಡಳಿತ ವಿರೋಧಿ ಅಲೆ ಇದೆ. ಹಾಗಾಗಿ ನರೇಂದ್ರ ಮೋದಿಯವರು ಊಹಿಸಿದಂತೆ 400+ ಸೀಟುಗಳನ್ನು NDA ಗೆಲ್ಲದು ಎಂಬ ನೆರೇಟಿವ್ ಹುಟ್ಟಿಕೊಂಡಿತು. ಈಗ ಚುನಾವಣಾ ಆಯೋಗವು ಉದಾರತೆ ತೋರಿ, ಸಾರ್ವತ್ರಿಕ ಚುನಾವಣೆಯು ದೇಶದ ಚರಿತ್ರೆಯಲ್ಲೇ ಸುದೀರ್ಘ ಅವಧಿಗೆ ನಡೆಯಲು ಅನುವು ಮಾಡಿಕೊಟ್ಟಿರುವ ಹಿನ್ನೆಲೆಯಲ್ಲಿ, ಪ್ರಧಾನಿ ನರೇಂದ್ರ ಮೋದಿಯವರು ತನ್ನ ಚುನಾವಣೆ ಗೆಲ್ಲುವ ಯಂತ್ರಕ್ಕೆ ಪ್ರತೀ ಹಂತದಲ್ಲಿ ಇಂಚಿಂಚಾಗಿ ಚುರುಕು ಮುಟ್ಟಿಸುವ ಕೆಲಸದಲ್ಲಿ ತೊಡಗಿಕೊಂಡಿದ್ದಾರೆ. ಈಗ ಕೊನೆಯ ಎರಡು ಸುತ್ತುಗಳು ಬಾಕಿ ಇವೆ. ಜೂನ್ 04ಕ್ಕೆ ಫಲಿತಾಂಶವೇನೋ ಬರಲಿದೆ. ಆದರೆ, ತಾವು ಗೆಲ್ಲುತ್ತೇವೆ ಎಂದು ಗಟ್ಟಿ ಧ್ವನಿಯಲ್ಲಿ ಹೇಳುವ ಸ್ಥಿತಿಯಲ್ಲಿ ಪ್ರತಿಪಕ್ಷಗಳು ಇದ್ದಂತಿಲ್ಲ. ಅಕಸ್ಮಾತ್ ಪ್ರತಿಪಕ್ಷಗಳು ಗೆದ್ದವು ಅಥವಾ "ಹಂಗ್ ಪಾರ್ಲಿಮೆಂಟ್" ಸ್ಥಿತಿ ಬಂದರೂ, ಅದು ಮೋದಿಯವರ ಸೋಲು ಎಂದು ದಾಖಲಾಗಲಿದೆಯೇ ಹೊರತು INDI ಅಲಯನ್ಸ್ ಗೆಲುವು ಎಂದಲ್ಲ!

ಕಾಂಗ್ರೆಸ್ಸಿಗೆ ತನ್ನ ಪಾತ್ರದ ಗೊಂದಲ

ಸ್ವಾತಂತ್ರ್ಯ ಹೋರಾಟದ ಕಾಲದಲ್ಲಿ, ಹೋರಾಟದ ಎಲ್ಲ ತೊರೆಗಳಿಗೂ "ಅಂಬ್ರೆಲ್ಲಾ" ಆಗಿದ್ದ ಕಾಂಗ್ರೆಸ್ ಚಳುವಳಿ, ಈಗ ಒಂದು ರಾಜಕೀಯ ಪಕ್ಷವೆಂಬ ಚೌಕಟ್ಟಿನೊಳಗೆ ಬಂಧಿಯಾಗಿರುವಾಗ ಎದುರಾಗುತ್ತಿರುವ ಬಿಕ್ಕಟ್ಟು ಬಹಳ ಚಾರಿತ್ರಿಕ ಮಹತ್ವದ್ದು ಅನ್ನಿಸುತ್ತದೆ. ಒಂದೆಡೆ ತಳಮಟ್ಟದಲ್ಲಿ ಸಂಘಟನಾತ್ಮಕ ಶಿಸ್ತು ಇಲ್ಲದ, ಇನ್ನೊಂದೆಡೆ ರಾಜ್ಯಗಳಲ್ಲಿ ಪ್ರಾದೇಶಿಕ ಪಕ್ಷಗಳ ಜೊತೆ ಹೊಂದಾಣಿಕೆ ಬೇಕೇ ಬೇಡವೇ ಎಂಬ ಗೊಂದಲದಲ್ಲಿರುವ ಕಾಂಗ್ರೆಸ್ಸಿಗೆ (ಗಮನಿಸಿ: ಇಂತಹ ಹೆಚ್ಚಿನ ಪ್ರಾದೇಶಿಕ ಪಕ್ಷಗಳು ಮೂಲತಃ ಕಾಂಗ್ರೆಸ್ಸಿಗರಾಗಿದ್ದವರದೇ! ಕಾಂಗ್ರೆಸ್ ಜೊತೆ ಇರುವುದಕ್ಕಿಂತ ಹೊರಗೆ ಪ್ರತ್ಯೇಕವಾಗಿದ್ದರೆ ಹೆಚ್ಚು ಲಾಭ ಎಂಬುದನ್ನು ಅರ್ಥ ಮಾಡಿಕೊಂಡವರು ಅವರೆಲ್ಲ!) ತನ್ನ ಮೂಲದ ಮರೆವು ಕಾಡುತ್ತಿರುವಂತಿದೆ. ಇದರಿಂದಾಗಿ ಕಾಂಗ್ರೆಸ್ ಈಗ ಒಂದು ನಿರ್ದಿಷ್ಟ ಓಟ್‌ಬ್ಯಾಂಕ್ ಆಧರಿತ ರಾಜಕೀಯ ಆಗಿ ಕಾಣಿಸತೊಡಗಿದೆ. ಅದೀಗ "ಅಂಬ್ರೆಲ್ಲಾ" ಆಗಿ ಉಳಿದಿಲ್ಲ.

ಗಮನಿಸಬೇಕಾಗಿರುವ ಸಂಗತಿ ಎಂದರೆ, ಈಗ ಸ್ವತಂತ್ರ ಭಾರತದಲ್ಲಿ ಆರೆಸ್ಸೆಸ್ ಆ "ಅಂಬ್ರೆಲ್ಲಾ" ಪಾತ್ರವನ್ನು ಯಶಸ್ವಿಯಾಗಿ ನಿರ್ವಹಿಸಲು ಕಲಿತಿದೆ. ದೊಡ್ಡ ಪ್ರಮಾಣದ ಕಾಂಗ್ರೆಸ್ಸಿಗರು, ಅವಕಾಶವಾದಿಗಳು ಸೇರಿದಂತೆ, ಸಂಘ ಪರಿವಾರದಲ್ಲಿ ಈಗ ಬಗೆಬಗೆಯ "ತೊರೆಗಳು" ಕಾಣಸಿಗುತ್ತಿವೆ. ಸಂಘಟನಾತ್ಮಕ ಶಿಸ್ತು, ಆರ್ಥಿಕ ಬಲಗಳ ಕಾರಣದಿಂದಾಗಿ ಈ "ಅಂಬ್ರೆಲ್ಲಾ" ಈಗ ಯಶಸ್ವಿ ಕೂಡ. ಅವರ ಒಂದೇ ಒಂದು ಕೊರತೆ ಎಂದರೆ, "ಎಲ್ಲರನ್ನು ಒಳಗೊಳ್ಳುವ" ರಾಜಕೀಯ ಸಾಧ್ಯ ಆಗದಿರುವುದು. ಅದು ಸಾಧ್ಯ ಆಗಿದ್ದರೆ, ಈ ಹೊತ್ತಿಗಾಗಲೇ ಕಾಂಗ್ರೆಸ್ ಅಪ್ರಸ್ತುತ ಆಗಿರುತ್ತಿತ್ತೇನೋ!

ಕಾಂಗ್ರೆಸ್ ಈ ಹಂತದಲ್ಲಿ ಅರ್ಥ ಮಾಡಿಕೊಳ್ಳಬೇಕಾಗಿರುವುದು ಈ ಸಂಗತಿಯನ್ನೇ. ತನ್ನ ಅತ್ಯಂತ ದುರ್ಬಲ ಸ್ಥಿತಿಯಲ್ಲಿರುವ ಕಾಂಗ್ರೆಸ್ಸಿಗೆ ಇನ್ನೂ ಮತದಾರರಿದ್ದಾರೆ; ಓಟ್ ಬ್ಯಾಂಕ್ ಇದೆ. ಹಾಗಾಗಿ ಕಾಂಗ್ರೆಸ್ ಒಂದು ರಾಜಕೀಯ ಪಕ್ಷವಾಗಿ ತನ್ನ ಯಶಸ್ಸಿನ ಕುರಿತು ತಲೆ ಕೆಡಿಸಿಕೊಳ್ಳುವ ಬದಲು, ದೇಶದ ವೈವಿಧ್ಯತೆಯನ್ನು ಬಿಂಬಿಸುವ, ಎಲ್ಲರನ್ನು ಒಳಗೊಳ್ಳಬಲ್ಲ ಸಾಮಾಜಿಕ-ರಾಜಕೀಯ ಚಳುವಳಿಯ ನೆರೇಟಿವ್ ಒಂದನ್ನು ಮುಂದಿಡುವುದು ಸಾಧ್ಯವಾದರೆ, ಮತ್ತೆ ರಾಷ್ಟ್ರ ರಾಜಕಾರಣದಲ್ಲಿ ಮುಂಚೂಣಿಯಲ್ಲಿ ನಿಲ್ಲುವುದು ಸಾಧ್ಯವಿದೆ. ಸ್ವತಃ ನರೇಂದ್ರ ಮೋದಿ ಮತ್ತು ಅಮಿತ್ ಷಾ, ಈ ಸಾಧ್ಯತೆಯನ್ನು ಅವರದೇ ಭಾಷೆಯಲ್ಲಿ ಗುರುತಿಸಿದ್ದಾರೆ. ಆದರೆ ಕಾಂಗ್ರೆಸ್ಸಿಗೆ ಅದಿನ್ನೂ ಅರ್ಥ ಆದಂತಿಲ್ಲ. ಇತ್ತೀಚೆಗೆ ಭಾಷಣಗಳಲ್ಲಿ ಅವರು ಕಾಂಗ್ರೆಸ್ ಈಗ, "ಮಾವೊವಾದಿಗಳ, ನಕಲಿ ಹೋರಾಟಗಾರರ, ಭ್ರಷ್ಟರ, ತುಕ್ಡೇ ಗ್ಯಾಂಗ್‌ಗಳ ಪಕ್ಷ ಆಗುತ್ತಿದೆ" ಎಂದದ್ದಿದೆ!

ರಾಜಾರಾಂ ತಲ್ಲೂರು

ಹಾಗಾಗದಿದ್ದರೆ ಏನಾದೀತು?

ಬಿಜೆಪಿ ರಾಷ್ಟ್ರಾಧ್ಯಕ್ಷ ಜೆ.ಪಿ. ನಡ್ಡಾ ಅವರು ವಾರದ ಹಿಂದೆ ಇಂಡಿಯನ್ ಎಕ್ಸ್‌ಪ್ರೆಸ್ ಪತ್ರಿಕೆಗೆ ನೀಡಿದ ಸಂದರ್ಶನದಲ್ಲಿ, "ಆರಂಭದಲ್ಲಿ ನಾವು ಆರೆಸ್ಸೆಸ್ ಸಹಾಯ ಪಡೆಯುತ್ತಿದ್ದೆವು, ಆದರೆ ಈಗ ಬೆಳೆದಿದ್ದೇವೆ, ಸಕ್ಷಮಗೊಂಡಿದ್ದೇವೆ... ಬಿಜೆಪಿ ತನ್ನ ಬಲದ ಮೇಲೆ ನಡೆಯುತ್ತಿದೆ" ಎಂದು ಹೇಳಿದ್ದನ್ನು ನೀವು ಗಮನಿಸಿರಬಹುದು. ಇದು ಈ ಹಂತದಲ್ಲಿ ಬಹಳ ದೀರ್ಘಗಾಮಿ ಪರಿಣಾಮಗಳುಳ್ಳ ಹೇಳಿಕೆ. ಸಂಘ ಪರಿವಾರ ಎಂಬ "ಅಂಬ್ರೆಲ್ಲಾ"ದ ಅವಿಭಾಜ್ಯ ಭಾಗವಾಗಿದ್ದ ಬಿಜೆಪಿಯ ಅಧ್ಯಕ್ಷರು, ತಮ್ಮ ಪಕ್ಷವು ಸಂಘದ ಪರಿಧಿಯನ್ನು ಮೀರಿ ಬೆಳೆದಿದೆ ಎಂದದ್ದನ್ನು ಯಾವ ರೀತಿಯಲ್ಲಿ ಸ್ವೀಕರಿಸಿದರೂ, ಆರೆಸ್ಸೆಸ್ ಈಗ ಹೊಸದೊಂದು ರಾಜಕೀಯದ ಜೊತೆಯಾಗಲು ಸನ್ನದ್ಧವಾಗಿದೆ ಎಂದೇ ಅನ್ನಿಸುತ್ತಿದೆ. "ಅಂಬ್ರೆಲ್ಲಾ" ರಾಜಕೀಯದ ಶಕ್ತಿ ಅದು.

ಹಿಂದೊಮ್ಮೆ ಇಂತಹದೇ "ಅಂಬ್ರೆಲ್ಲಾ" ಆಗಿದ್ದ ಕಾಂಗ್ರೆಸ್, ಮತ್ತೆ ಆ ಪಾತ್ರ ವಹಿಸಲು ಸಕಾಲದಲ್ಲಿ ಮುಂದಾಗದಿದ್ದರೆ, ಆ "ಅಂಬ್ರೆಲ್ಲಾ" ಸ್ಥಾನವನ್ನು ಸಂಘ ಪರಿವಾರ ಇನ್ನಷ್ಟು ಭರ್ತಿಯಾಗಿ ತುಂಬಲಿದೆ. ಆಗ, ಆಡಳಿತ ಪಕ್ಷ–ಪ್ರತಿಪಕ್ಷಗಳೆರಡೂ ಸಂಘ ಪರಿವಾರದ್ದೇ ಅಂಶಗಳಾಗಿರುವ ದಿನಗಳು ಬರಲಾರವು ಎಂದು ಹೇಳುವಂತಿಲ್ಲ. ಪ್ರಸ್ತುತವೆನ್ನಿಸುವ ರಾಜಕೀಯ ಚಳುವಳಿ ಆಗಿ ಉಳಿಯುವಲ್ಲಿ ಕಾಂಗ್ರೆಸ್ಸಿನ ದೌರ್ಬಲ್ಯವೇ ಸಂಘ ಪರಿವಾರದ ಶಕ್ತಿ ಆಗಲಿದೆ. 2014ರಿಂದ ಈಚೆಗೆ, ಸುಮಾರು 8000ಕ್ಕೂ ಮಿಕ್ಕಿ ಮೂಲ ಕಾಂಗ್ರೆಸ್ ಮಂದಿ, ಈಗ ಬಿಜೆಪಿ ಜೊತೆ ಗುರುತಿಸಿಕೊಂಡಿದ್ದಾರೆ ಎಂಬ ವರದಿಯನ್ನು ಇತ್ತೀಚೆಗೆ ಎಲ್ಲೋ ಓದಿದ್ದೆ. ಈ ಚುನಾವಣೆಯಲ್ಲಿ, ಬಿಜೆಪಿಯಿಂದ ಸ್ಪರ್ಧಿಸಿರುವ 417 ಅಭ್ಯರ್ಥಿಗಳಲ್ಲಿ 116 ಮಂದಿ (28%) ಬೇರೆ ರಾಜಕೀಯ ಪಕ್ಷಗಳಿಂದ ಬಿಜೆಪಿಗೆ ಬಂದಿರುವವರು! ನೆನಪಿಡಿ: ಬಿಜೆಪಿಯಲ್ಲಿ ಈಗ ಮೂಲ ಪರಿವಾರದ ಬಿಜೆಪಿ ಮತ್ತು ಪಕ್ಷಾಂತರಿ ಬಿಜೆಪಿ ಎರಡೂ ಬಲಾಢ್ಯ!!

ಮೇ 25, 2024ಕ್ಕೆ ಪ್ರಕಟಿತ

ಸೂರ್ಯಂಗೇ ಟಾರ್ಚ್ ಹಿಡಿದ 'ಡಿಯರ್ ಮೀಡಿಯಾ'

ಚುನಾವಣಾ ಆಯೋಗವು 2024ರ ಮಾರ್ಚ್ ಕೊನೆಯ ವಾರದ ಹೊತ್ತಿಗೆ, ತನ್ನ ಚುನಾವಣೆ ತಯಾರಿಗಳ ಭಾಗವಾಗಿ, ಸರ್ಕಾರಿ ಚಾನೆಲ್ ದೂರದರ್ಶನ (DD), ಆಕಾಶವಾಣಿ (AIR)ಗಳಲ್ಲಿ, ಮತ್ತು ಅವುಗಳ ಪ್ರಾದೇಶಿಕ ಅವತರಣಿಕೆಗಳಲ್ಲಿ, ಚುನಾವಣಾ ಪ್ರಚಾರಕ್ಕಾಗಿ ಆರು ರಾಷ್ಟ್ರೀಯ ಪಕ್ಷಗಳಿಗೆ ಸಮಯ ಸ್ಲಾಟ್ ನಿಗದಿ ಮಾಡಿ ನಿರ್ದೇಶನ ಹೊರಡಿಸಿತ್ತು. 2019ರ ತನಕವೂ ಈ ಸ್ಲಾಟ್ ಬಗೆ, ಅಲ್ಲಿ ಆಗಿರುವ ತಾರತಮ್ಯಗಳ ಬಗ್ಗೆ ಭಾರೀ ರಾಜಕೀಯ ಚರ್ಚೆ ನಡೆಯುತ್ತಿತ್ತು. ಈ ಬಾರಿ ಅದರ ಸದ್ದೇ ಇಲ್ಲ.

ತನ್ನ ಮೂರನೇ ಅವಧಿಗೆ ಹಾದಿ ತೆರೆಯಲಿರುವ ಚುನಾವಣೆಗೆ, ಪ್ರಧಾನಮಂತ್ರಿ ನರೇಂದ್ರ ಮೋದಿಯವರು, ಪ್ರಚಾರದ ಹೊಸದೊಂದು ಹಾದಿಯ ಪ್ರಯೋಗ ಮಾಡಿದ್ದಾರೆ. ಇದರ ಫಲವಾಗಿ, ದೂರದರ್ಶನ–AIRಗಳಲ್ಲಿ ಈ ಬಾರಿ, ರಾಜಕೀಯ

ರಾಜಾರಾಂ ತಲ್ಲೂರು

ಪಕ್ಷಗಳ ಚುನಾವಣಾ ಪ್ರಚಾರವೇನಾದರೂ ನಡೆದಿತ್ತೇ ಎಂದು ಬ್ಯಾಟರಿ ಹಿಡಿದು ಹುಡುಕಬೇಕಾದ ಸ್ಥಿತಿ ಬಂದಿದೆ. ಭಾರತದ ಖಾಸಗಿ ಚಾನೆಲ್‌ಗಳು ಸೂರ್ಯನಿಗೇ ಟಾರ್ಚ್ ಹಿಡಿದುಬಿಟ್ಟಿವೆ!

ದೇಶದ ಬಹುತೇಕ ಮೇನ್‌ಸ್ಟ್ರೀಮ್ ಮಾಧ್ಯಮಗಳು ಇಂದು ದೇಶದ ಬೃಹತ್ ಉದ್ಯಮಪತಿಗಳ ಕೈಗೊಂಬೆಗಳಾಗಿವೆ ಮತ್ತು ಸರ್ಕಾರಿ ಟೆಲಿವಿಷನ್/ರೇಡಿಯೊ ಚಾನೆಲ್‌ಗಳೂ ನಾಚುವ ಮಟ್ಟಕ್ಕೆ ಸರ್ಕಾರದ ತುತ್ತೂರಿಗಳಾಗಿ ವರ್ತಿಸುತ್ತಿವೆ ಎಂಬುದೀಗ ಗುಟ್ಟಿನ ಸಂಗತಿಯೇ ಅಲ್ಲ. ಅದಕ್ಕಿಂತ ಹೆಚ್ಚಾಗಿ, ಅಲ್ಲಿನ ಬಹುತೇಕ ಪತ್ರಕರ್ತ ಗಢಣ ಇಂದು ಪ್ರಧಾನಮಂತ್ರಿಗಳ "ಅಭಿಮಾನೀ ಬಳಗ" ಆಗಿ ಕುಳಿತುಬಿಟ್ಟಿದೆ. ಇಂತಹದೊಂದು ಅಭಿಮಾನಿಗಳ ಪಡೆ, ಈ ಬಾರಿ ಪ್ರಧಾನಮಂತ್ರಿಗಳ ಚುನಾವಣಾ ಪ್ರಚಾರದ ಜವಾಬ್ದಾರಿಯನ್ನು ಹೇಗೆ ಶಿರಸಾವಹಿಸಿ ನೆರವೇರಿಸಿಕೊಟ್ಟವು ಎಂಬುದನ್ನು ನೋಡುವ ಪ್ರಯತ್ನವಿದು.

ವಿದೇಶೀ ಪತ್ರಿಕಾಸಂಸ್ಥೆ ನ್ಯೂಸ್‌ವೀಕ್‌ಗೆ ಇದೇ ಎಪ್ರಿಲ್ ತಿಂಗಳಿನಲ್ಲಿ ನೀಡಿದ ಸಂದರ್ಶನದ ವೇಳೆ, ಪ್ರಧಾನಮಂತ್ರಿಯವರು "ಭಾರತದಲ್ಲಿ ಫೀಡ್‌ಬ್ಯಾಕ್ ಮೆಕ್ಯಾನಿಸಂ ಬಲಿಷ್ಟವಾಗಿರುವುದರಿಂದ, ಪ್ರಜಾತಂತ್ರ ಜೀವಂತವಾಗಿ ಮುನ್ನಡೆಯುತ್ತಿದೆ. ಇದರಲ್ಲಿ ಭಾರತದ ಮಾಧ್ಯಮಗಳ ಪಾತ್ರ ಬಲುದೊಡ್ಡದು. ಹಾಗಾಗಿ ಭಾರತದಲ್ಲಿ ಪತ್ರಿಕಾ ಸ್ವಾತಂತ್ರ್ಯ ಕುಗ್ಗುತ್ತಿದೆ ಎಂಬ ವರದಿಗಳೆಲ್ಲ ನಂಬಲರ್ಹವಲ್ಲ" ಎಂಬ ಅಭಿಪ್ರಾಯ ವ್ಯಕ್ತಪಡಿಸಿದ್ದರು. ಪ್ರಧಾನಮಂತ್ರಿ ಸರಿಯಾಗಿಯೇ ಹೇಳಿದ್ದಾರೆ. ಭಾರತದ ಮೇನ್‌ಸ್ಟ್ರೀಮ್ ಮಾಧ್ಯಮಗಳು ಪ್ರಧಾನಮಂತ್ರಿಯವರ "ಫೀಡ್‌ಬ್ಯಾಕ್" ವ್ಯವಸ್ಥೆ ಮಾತ್ರವಲ್ಲದೇ "ರಕ್ಷಣಾ ವ್ಯವಸ್ಥೆ" ಆಗಿಯೂ ಕಾರ್ಯ ನಿರ್ವಹಿಸುತ್ತಿವೆ. ಪತ್ರಿಕಾ ಸ್ವಾತಂತ್ರ್ಯವೇನಾದರೂ ಕುಗ್ಗಿದ್ದಿದ್ದರೆ, ಅದು ಭಾರತದ ಪರ್ಯಾಯ ಮಾಧ್ಯಮಗಳದ್ದು. ಸದ್ಯಕ್ಕೆ ಅವು ಆಟಕ್ಕುಂಟು–ಲೆಕ್ಕಕ್ಕಿಲ್ಲ. ಪರ್ಯಾಯ ಮಾಧ್ಯಮಗಳ ಸತ್ವ ಪರೀಕ್ಷೆಯ ಫಲಿತಾಂಶ ಇನ್ನೆರಡು ದಿನಗಳಲ್ಲಿ (ಜೂನ್ 4) ಹೊರಬೀಳಲಿದೆ.

ಈ ಬಾರಿ ಆಡಳಿತ ಪಕ್ಷಕ್ಕಿಂತಲೂ ಹೆಚ್ಚು ಮುತುವರ್ಜಿಯಿಂದ ಮೋದಿಯವರ ಚುನಾವಣಾ ಪ್ರಚಾರ ನಡೆಸಿದ್ದು ಮೇನ್‌ಸ್ಟ್ರೀಮ್ ಮಾಧ್ಯಮಗಳು. ಈ ಚುನಾವಣೆಗೆ 20 ರಾಜ್ಯಗಳಲ್ಲಿ 150ಕ್ಕೂ ಮಿಕ್ಕಿ ಚುನಾವಣಾ ಪ್ರಚಾರ ಸಭೆಗಳನ್ನು, ರೋಡ್ ಶೋಗಳನ್ನು ನಡೆಸಿರುವ ನರೇಂದ್ರ ಮೋದಿಯವರು, ಕಳೆದ ಇಪ್ಪತ್ತೈದೂ ಚಿಲ್ಲರೆ ವರ್ಷಗಳ ತಮ್ಮ ರಾಜಕೀಯ ಜೀವನದಲ್ಲಿ ಮೇನ್‌ಸ್ಟ್ರೀಮ್ ಮಾಧ್ಯಮಗಳಿಗೆ ಕೊಟ್ಟಿರಬಹುದಾದ ಒಟ್ಟು ಸಂದರ್ಶನಗಳಿಗಿಂತ ಹೆಚ್ಚು ಸಂದರ್ಶನಗಳನ್ನು ಕಳೆದ 60 ದಿನಗಳಲ್ಲಿ ಕೊಟ್ಟಂತಿದೆ. ಬಹುತೇಕ ಸರ್ಕಾರದ ಪರ ಪ್ರಚಾರವೇ ಆಗಿರುವ ಈ ಎಲ್ಲ ಸಂದರ್ಶನಗಳ ಟೈಮಿಂಗ್ ಮತ್ತು ಕಂಟೆಂಟ್ ಗಮನಿಸಿದರೆ, ಇದು "ಸುಯೋಜಿತ" ಎಂಬುದು ಸ್ಪಷ್ಟ. ಪ್ರಧಾನಿ ಅವರನ್ನು ಹೊರತುಪಡಿಸಿದರೆ, ಇಂತಹ ಸಂದರ್ಶನಗಳನ್ನು ಸರ್ಕಾರದ ಪರವಾಗಿ ನೀಡಿದವರ ಕಿರುಪಟ್ಟಿಯಲ್ಲಿ ಗೃಹಸಚಿವ ಅಮಿತ್ ಷಾ, ರಕ್ಷಣಾ ಸಚಿವ ರಾಜ್‌ನಾಥ್

ಸಿಂಗ್, ಹಣಕಾಸು ಸಚಿವೆ ನಿರ್ಮಲಾ ಸೀತಾರಾಮನ್, ವಿದೇಶಾಂಗ ಸಚಿವ ಎಸ್. ಜೈಶಂಕರ್ ಹೆಸರುಗಳು ಕಾಣಿಸುತ್ತವೆ. ಆದರೆ, ಈ ಬಾರಿ ಆಡಳಿತ ಪಕ್ಷದ ಮಟ್ಟಿಗೆ ಇದು, ಪ್ರಧಾನಿ ಮೋದಿ ಅವರ ಹೆಸರಲ್ಲೇ ನಡೆದ ಚುನಾವಣೆ ಆಗಿರುವುದರಿಂದ, ಈ ಬೆರಳೆಣಿಕೆಯ ಸಚಿವರ ಯಾವುದೇ ಸಂದರ್ಶನ ಎದ್ದು ಕಾಣಿಸಲಿಲ್ಲ. ಪ್ರಧಾನಿಯವರ ಮ್ಯಾರಥಾನ್ ಸಂದರ್ಶನಗಳ ಸರಣಿಯತ್ತ ಒಮ್ಮೆ ಗಮನ ಹರಿಸಿ:

ಚುನಾವಣೆ ಘೋಷಣೆಗೆ ಮುನ್ನ

ಫೆಬ್ರವರಿ 02: ನ್ಯೂಸ್ 9 ಗ್ಲೋಬಲ್ ಸಮಿಟ್
ಮಾರ್ಚ್ 16: ಇಂಡಿಯಾ ಟುಡೇ ಕಾನ್‌ಕ್ಲೇವ್

ಚುನಾವಣೆ ಘೋಷಣೆಯ ಬಳಿಕ

ಎಪ್ರಿಲ್ 15: ANI ಸುದ್ದಿಸಂಸ್ಥೆ

ಚುನಾವಣೆ ಮೊದಲ ಹಂತ (ಎಪ್ರಿಲ್ 19)

ಎಪ್ರಿಲ್ 20: ಏಷ್ಯಾನೆಟ್ ಸಮೂಹ

ಚುನಾವಣೆ ಎರಡನೇ ಹಂತ (ಎಪ್ರಿಲ್ 26)

ಎಪ್ರಿಲ್ 29: ನ್ಯೂಸ್ 18
ಮೇ 02: ಟಿವಿ 9 ನೆಟ್‌ವರ್ಕ್
ಮೇ 06: ಟೈಮ್ಸ್ ನೌ

ಚುನಾವಣೆ ಮೂರನೇ ಹಂತ (ಮೇ 07)

ಮೇ 10: ರಿಪಬ್ಲಿಕ್ ಟಿವಿ
ಮೇ 12: ಹಿಂದೂಸ್ಥಾನ್ ಟೈಮ್ಸ್/ಲೋಕಮತ್

ಚುನಾವಣೆ ನಾಲ್ಕನೇ ಹಂತ (ಮೇ 13)

ಮೇ 13: ನ್ಯೂಸ್18/ಇಂಡಿಯಾ ಟಿವಿ/ ಆಜ್ ತಕ್/NTV/ದೈನಿಕ್ ಭಾಸ್ಕರ್
ಮೇ 15: TV9 ನೆಟ್‌ವರ್ಕ್
ಮೇ 16: ಆಜ್‌ತಕ್/ಪುಡಾರಿ ಟಿವಿ
ಮೇ 19: NDTV/ಭಾರತ್ ಟಿವಿ/ನ್ಯೂಸ್ ನೇಷನ್

ರಾಜಾರಾಂ ತಲ್ಲೂರು

ಚುನಾವಣೆ ಐದನೇ ಹಂತ (ಮೇ 20)

ಮೇ 20: PTI ಸುದ್ದಿಸಂಸ್ಥೆ/ಭಾರತ್24
ಮೇ 21: ನ್ಯೂಸ್ X/ ನ್ಯೂಸ್ 24
ಮೇ 22: ಎಕನಾಮಿಕ್ ಟೈಮ್ಸ್/ ಭಾರತ್ ಸಮಾಚಾರ್/ಪಂಜಾಬ್ ಕೇಸರಿ/ಸಂವಾದ್
ಮೇ 23: NBT/ಇಂಡಿಯಾ ಟಿವಿ/ದಿ ನ್ಯೂ ಇಂಡಿಯನ್
ಮೇ 24: NDTV ಇಂಡಿಯಾ/ಸ್ಟೇಟ್ಸ್‌ಮನ್

ಚುನಾವಣೆ ಆರನೇ ಹಂತ (ಮೇ 25)

ಮೇ 25: DD ನ್ಯೂಸ್/ ನ್ಯೂಸ್ 18
ಮೇ 27: IANS ಸುದ್ದಿಸಂಸ್ಥೆ/ ದೈನಿಕ್ ಜಾಗರಣ್/ ಟ್ರಿಬ್ಯೂನ್
ಮೇ 28: ANI ಸುದ್ದಿಸಂಸ್ಥೆ/ ನ್ಯೂಸ್ ನೇಷನ್/ ABP ನ್ಯೂಸ್/ ಅಜಿತ್ ಸಮಾಚಾರ್
ಮೇ 29: OPEN ಮ್ಯಾಗಜೀನ್

ಚುನಾವಣೆ ಏಳನೇ ಹಂತ (ಜೂನ್ 01)

(ಗಮನಿಸಿ: ಈ ಪಟ್ಟಿಯಲ್ಲಿ ರೋಡ್ ಷೋ ವೇಳೆ ಕೊಟ್ಟ ಸ್ಪಾಟ್ ಸಂದರ್ಶನಗಳಿಲ್ಲ. ಎಲ್ಲವೂ ಸ್ಟುಡಿಯೊ ಸಂದರ್ಶನಗಳೇ)

ಈ ಸಂದರ್ಶನಗಳ ಮ್ಯಾರಾಥಾನ್‌ಅನ್ನು ಸೂಕ್ಷ್ಮವಾಗಿ ಗಮನಿಸಿದರೆ, ಇದು ಎಲ್ಲಿ ತಕ್ಷಣ ಚುನಾವಣೆಗಳಿವೆಯೋ, ಆ ಪ್ರದೇಶದಲ್ಲಿ ಅಲ್ಲಿಗೆ ತಟ್ಟುವ ಸಂಗತಿಗಳನ್ನು ಎತ್ತಿಕೊಡುವ "ಕಾರ್ಪೆಟ್ ಬಾಂಬಿಂಗ್" ಪ್ರಚಾರದ ಭಾಗ ಎಂಬುದು ಸ್ಪಷ್ಟವಾಗಿ ಕಾಣಿಸುತ್ತದೆ. ದಕ್ಷಿಣದ ಚುನಾವಣೆಗಳಿರುವಾಗ ಇಂಗ್ಲಿಷ್ ಚಾನೆಲ್‌ಗಳಾದರೆ, ಉತ್ತರದ ಚುನಾವಣೆಗಳಿಗೆ ಹಿಂದಿ ಪ್ರಾದೇಶಿಕ ಚಾನೆಲ್‌ಗಳು.

ಭಾರತದ ಚುನಾವಣಾ ಆಯೋಗ ಈ ರೀತಿಯ ಪ್ರಚಾರವನ್ನು ಹೇಗೆ ಪರಿಗಣಿಸಬಹುದು ಎಂಬುದು, ಈ ಚುನಾವಣೆಯಲ್ಲಿ ಆಯೋಗದ ನಡೆವಳಿಕೆಯ ಕಾರಣದಿಂದಾಗಿ, ಈಗ ಆಸಕ್ತಿಯ ಸರಕಾಗಿ ಉಳಿದಿಲ್ಲ. ಆದರೆ, ಇಂತಹದೊಂದು ಪೂರ್ವೋದಾಹರಣೆ, ಮುಂದಿನ ದಿನಗಳಲ್ಲಿ ರಾಜ್ಯಗಳಲ್ಲಿ ಮತ್ತು ಕೇಂದ್ರದಲ್ಲಿ "ಕಾಸಿಗಾಗಿ/ಲೇಸಿಗಾಗಿ ಸುದ್ದಿ"ಯ ಸ್ಥಿತಿಯನ್ನು ಇನ್ನಷ್ಟು ಬಿಗಡಾಯಿಸುವುದು ನಿಶ್ಚಿತ. ಪತ್ರಿಕಾ "ಉದ್ಯಮ"ಕ್ಕೆ ಇದರಿಂದ ಹೊಸತೊಂದು ಮಾರುಕಟ್ಟೆ ಸಿಕ್ಕಿದಂತಾಗಿದೆ!

ಪ್ರಧಾನಿಯವರ ಈ ಎಲ್ಲ ಸಂದರ್ಶನಗಳ ಗುಣಮಟ್ಟದ ಬಗ್ಗೆ ಸಾಮಾಜಿಕ ಮಾಧ್ಯಮಗಳಲ್ಲಿ ಹರಿದಾಡುತ್ತಿರುವ ಮೀಮ್‌ಗಳು, ರೀಲ್‌ಗಳು ಬಹಳಷ್ಟು ಹೇಳುತ್ತಿವೆ. 2007ರಲ್ಲಿ ಮೋದಿಯವರು ಗುಜರಾತ್ ಮುಖ್ಯಮಂತ್ರಿ ಆಗಿದ್ದಾಗ, ಅವರ (ಈಗ ಪ್ರಸಿದ್ಧವಾಗಿರುವ) ಸಂದರ್ಶನ ನಡೆಸಿದ್ದ ಕರಣ್ ಥಾಪರ್, ತಾನು ಪ್ರಧಾನಮಂತ್ರಿಗಳ

ಸಂದರ್ಶನ ನಡೆಸಿದರೆ ಯಾವ ಪ್ರಶ್ನೆಗಳನ್ನು ಕೇಳುವೆನೆಂದು ಬಹಿರಂಗಪಡಿಸಿದ್ದೂ ಆಯಿತು. ಇನ್ನು ನೋಡಲು ಬಾಕಿ ಇರುವುದು, ಈ ಕಾರ್ಪೆಟ್ ಬಾಂಬಿಂಗ್ ಪ್ರಚಾರ, ಎಷ್ಟು ಸಂಸತ್ ಸ್ಥಾನಗಳನ್ನು ಗೆದ್ದು ಕೊಡಲಿದೆ ಎಂದು.

ಒಟ್ಟಿನಲ್ಲಿ, ಇಷ್ಟೆಲ್ಲ ಸಂದರ್ಶನಗಳ ಹೊರತಾಗಿಯೂ, ತನ್ನ ಎರಡು ಅವಧಿಗಳ ಆಡಳಿತದ ಉದ್ದಕ್ಕೂ, ಪ್ರಧಾನಿ ನರೇಂದ್ರ ಮೋದಿಯವರು ಒಂದೇ ಒಂದು ಪತ್ರಿಕಾಗೋಷ್ಠಿ ನಡೆಸಿ, ಹಾಜರಿರುವ ಪತ್ರಕರ್ತರ ಪ್ರಶ್ನೆಗಳಿಗೆ ಮುಕ್ತವಾಗಿ ಉತ್ತರಿಸಲಿಲ್ಲ ಎಂಬುದು ಈಗ ಚರಿತ್ರೆಯ ಭಾಗ.

ಜೂನ್ 01, 2024ಕ್ಕೆ ಪ್ರಕಟಿತ

EVM ಮತ್ತದರ "ಲೇಟೆಂಟ್" ಪರಿಣಾಮಗಳು

ಈ ಚುನಾವಣೆಯಲ್ಲಿ INDI ಅಲಯನ್ಸ್‌ಗೆ ಒಂದಿಷ್ಟು ಗಮನಾರ್ಹ ಸಂಖ್ಯೆಯ ಸೀಟುಗಳು ಬಂದದ್ದೇ ತಡ – ಚುನಾವಣಾ ಆಯೋಗ ಮತ್ತು ಸರ್ಕಾರದ ಸಮರ್ಥಕರ ಕಡೆಯಿಂದ, ಇನ್ನು ಮುಂದಾದರೂ ಇಲೆಕ್ಟ್ರಾನಿಕ್ ಮತದಾನ ಯಂತ್ರ (EVM)ದ ಮೇಲೆ ದೂರು ಹಾಕುವುದನ್ನು ಬಿಡಿ ಎಂಬ "ಹಕ್ಕೊತ್ತಾಯ" ಶುರು ಆಗಿದೆ!

ಇದು ಹೇಗಾಗಿದೆ ಎಂದರೆ, EVMಗಳ ಬಗ್ಗೆ ತಗಾದೆ ಎತ್ತುತ್ತಿರುವವರು BJP ನೇತೃತ್ವದ ಸರ್ಕಾರವನ್ನು ದೂರುತ್ತಿದ್ದಾರೆಯೇ ಹೊರತು ಮೂಲ ಸಮಸ್ಯೆಗಳ ಕುರಿತು ಅಲ್ಲ–ಎಂದು ಅವರೆಲ್ಲ ತೀರ್ಮಾನಿಸಿಕೊಂಡಂತಿದೆ. "ಪ್ರತಿಪಕ್ಷಗಳು ಗೆದ್ದ ಕಡೆಯಲ್ಲೆಲ್ಲ EVM ಸರಿ ಇರುತ್ತದೆ; BJP ಗೆದ್ದಾಗ ಮಾತ್ರ EVM ಸರಿ ಇಲ್ಲ ಎಂದು ದೂರು ಬರುತ್ತದೆ"

ಎಂದು ಬಿಂಬಿಸುವ ಈ ರೀತಿಯ ಪ್ರಯತ್ನಗಳು, EVM ವ್ಯವಸ್ಥೆಯಲ್ಲಿ ವಿಶ್ವಾಸ ಮೂಡಿಸುವುದರ ಬದಲು, ಇನ್ನಷ್ಟು ಸಂದೇಹಗಳನ್ನು ಬಿತ್ತುತ್ತಿವೆ.

EVMಗಳು ತಾಂತ್ರಿಕವಾಗಿ ನಿಷ್ಪಕ್ಷಪಾತಿ ಎಂಬುದನ್ನು ಕಟ್ಟಕಡೆಯ ಮತದಾರರಿಗೂ ಅರ್ಥ ಆಗುವಂತೆ ತಿಳಿಹೇಳಬೇಕಾಗಿರುವುದು ಚುನಾವಣಾ ಆಯೋಗ. ಈ ಪ್ರಯತ್ನ ವಿಫಲವಾಗಿದ್ದರೆ, ಅದಕ್ಕೆ ಆಯೋಗವೇ ಹೊಣೆ ಹೊರಬೇಕು. ಈ ರೀತಿಯ ಸಾಂವಿಧಾನಿಕ ಜವಾಬ್ದಾರಿಗಳನ್ನು ನಿರ್ವಹಿಸಲು ವಿಫಲರಾದವರು, ಆ ಆಯಕಟ್ಟಿನ ಜಾಗಗಳಲ್ಲಿ ಇರಲು ಅರ್ಹರಲ್ಲ ಎಂದೇ ಪರಿಗಣಿಸಬೇಕಾಗುತ್ತದೆ.

EVM-VVPAT ವ್ಯವಸ್ಥೆಯನ್ನು ಬಳಸಿಕೊಂಡು ನಡೆಯುವ ಚುನಾವಣೆಗಳ ಕುರಿತು ಇರುವ ತಾಂತ್ರಿಕ ತಗಾದೆಗಳನ್ನು ಸದ್ಯಕ್ಕೆ ಬದಿಗಿಟ್ಟು, ಅದು ಸಾಂವಿಧಾನಿಕ ವ್ಯವಸ್ಥೆಗೆ ತಂದಿತ್ತಿರುವ ಹೊಸದೊಂದು ಅಪಾಯದತ್ತ ಗಮನ ಸೆಳೆಯುವುದು ಈ ಬರೆಹದ ಉದ್ದೇಶ,

ಈಗ ಗುಪ್ತ ಮತದಾನ ಎಲ್ಲುಳಿದಿದೆ?

ಜನಪ್ರಾತಿನಿಧ್ಯ ಕಾಯಿದೆ 1951ರ ಸೆಕ್ಷನ್ 94, ಭಾರತದ ಚುನಾವಣಾ ವ್ಯವಸ್ಥೆಯಲ್ಲಿ ಗುಪ್ತ ಮತದಾನದ ಬಗ್ಗೆ ಹೇಳುತ್ತದೆ. 'Secrecy of voting not to be infringed.' ಎಂಬುದು ಈ ನೆಲದ ಕಾನೂನು. ಇದನ್ನು ಸುಪ್ರೀಂಕೋರ್ಟು ಕೂಡ ಖಚಿತಪಡಿಸಿದೆ. 'It is an important postulate of constitutional democracy.' ಎಂದು ಅದು ತನ್ನ ಒಂದು ತೀರ್ಪಿನಲ್ಲಿ ಹೇಳಿದೆ. (ಉತ್ತರಪ್ರದೇಶದ ಒಂದು ಜಿಲ್ಲಾ ಪಂಚಾಯತ್‌ನಲ್ಲಿ ಅವಿಶ್ವಾಸ ಗೊತ್ತುವಳಿ ಪ್ರಕರಣಕ್ಕೆ ಸಂಬಂಧಿಸಿದಂತೆ ಅಲಹಾಬಾದ್ ಹೈಕೋರ್ಟ್ ನೀಡಿದ ತೀರ್ಪನ್ನು ಬದಿಗೆ ಸರಿಸಿ, 2022ರ ಜೂನ್ 21ರಂದು ಸುಪ್ರೀಂಕೋರ್ಟು ನೀಡಿದ ತೀರ್ಪು ಇದು.)

ಆದರೆ ಈಗ, EVM ವ್ಯವಸ್ಥೆಯು ಟೆಕ್ನಾಲಜಿ ಬಳಕೆಯಲ್ಲಿ ಸುಧಾರಿಸುತ್ತಾ ಬಂದಂತೆಲ್ಲ, ಗುಪ್ತ ಮತದಾನವು ನಾಪತ್ತೆಯಾಗಿದೆ. ಚುನಾವಣೆಗಳನ್ನು ಮುಕ್ತವಾತಾವರಣದಲ್ಲಿ ನಡೆಸಬೇಕಾದ ಸಾಂವಿಧಾನಿಕ ಹೊಣೆ ಹೊತ್ತಿರುವ ಚುನಾವಣಾ ಆಯೋಗದ ಕಣ್ಗಾವಲಿನ ಅಡಿಯಲ್ಲೇ ಆ ಕಾನೂನು ಉಲ್ಲಂಘನೆ ಆಗುತ್ತಿದೆ.

2004ರಲ್ಲಿ EVMಗಳನ್ನು ಚುನಾವಣೆಗಳಿಗೆ ವ್ಯಾಪಕವಾಗಿ ಬಳಕೆ ಮಾಡಲು ಆರಂಭಿಸುವುದಕ್ಕೆ ಮೊದಲು, ಮತಪತ್ರಗಳನ್ನು ಬಳಸಿ (ಬ್ಯಾಲಟ್ ಪೇಪರ್) ಚುನಾವಣೆ ನಡೆಯುತ್ತಿದ್ದಾಗ, ಮತ ಎಣಿಕೆಯ ವೇಳೆ, ಒಂದು ಕ್ಷೇತ್ರದ ಎಲ್ಲ ಮತಪತ್ರಗಳನ್ನು ಮಿಶ್ರಣ ಮಾಡಿ ಮತ ಎಣಿಕೆ ಮಾಡಿಸಲಾಗುತ್ತಿತ್ತು. ಆಗ ಯಾರಿಗೂ, ಯಾವ ವಾರ್ಡಿನಲ್ಲಿ ಯಾವ ಮತದಾರರು ಯಾವ ಅಭ್ಯರ್ಥಿಗೆ ಮತ ಹಾಕಿದರೆಂಬುದನ್ನು ನಿಖರವಾಗಿ ಪತ್ತೆ ಹಚ್ಚುವುದು ಕಷ್ಟವಿತ್ತು. ಅಕ್ಷರ ಮಟ್ಟಿಗೆ ಗುಪ್ತ ಮತದಾನದ ಕಲ್ಪನೆ

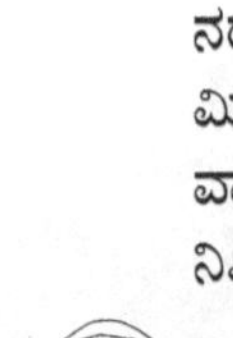

ಯಶಸ್ವಿಯಾಗಿ ಕಾರ್ಯರೂಪಕ್ಕೆ ಬಂದಿತ್ತು. ಇದರಿಂದಾಗಿ, ತಮಗೆ ಮತ ನೀಡಿಲ್ಲ ಎಂಬ ಕಾರಣಕ್ಕೆ ಬಡಪಾಯಿ ಮತದಾರರ ಮೇಲೆ ರಾಜಕೀಯಸ್ಥರು ದಬ್ಬಾಳಿಕೆ ನಡೆಸಲು ಸಾಧ್ಯ ಆಗುತ್ತಿರಲಿಲ್ಲ. ಆದರೆ ಈಗ, EVM-VVPAT ಯಂತ್ರಗಳ ಬಳಕೆಯ ಕಾರಣದಿಂದಾಗಿ ಎಲ್ಲವೂ "ಪಾರದರ್ಶಕ" ಆಗಿಬಿಟ್ಟಿವೆ. 2021ರಲ್ಲಿ ಚುನಾವಣಾ (ತಿದ್ದುಪಡಿ) ಕಾಯಿದೆ 2021 ತಂದು, ಮತದಾರ ಪಟ್ಟಿಗೆ ಆಧಾರ್ ಲಿಂಕ್ ಕೂಡ ಮಾಡಲಾಗಿದೆ.

ನಾಮ ಮಾತ್ರಕ್ಕೆ ಚುನಾವಣೆಗಳನ್ನು ಇನ್ನೂ Conduct of Election Rules 1961 ಅನ್ವಯವೇ ನಡೆಸಲಾಗುತ್ತಿದೆ. ಅದರ ಸೆಕ್ಷನ್ 59A ಅನ್ವಯ ಮತಪತ್ರಗಳನ್ನು ಮಿಶ್ರಣ ಮಾಡಿ ಮತ ಎಣಿಕೆ ಮಾಡಬೇಕು. ಆದರೆ, EVMಗಳ ಮೂಲಕ ಹಾಗೆ ಮಾಡುವುದು ಸಾಧ್ಯವಿಲ್ಲದ ಸ್ಥಿತಿ ಬಂದಿದೆ. (ಇದಕ್ಕೆ EVMಗಳ ಮೇಲೆ ನಂಬಿಕೆ ಇಲ್ಲದಿರುವುದರ ಪಾತ್ರವೂ ದೊಡ್ಡದಿದೆ!) ಹಾಗಾಗಿ, ಮತದಾರರ ವಿವರಗಳು ಫಾರ್ಮ್ 20ರ ಮೂಲಕ ರಾಜಕೀಯ ಪಕ್ಷಗಳಿಗೆ ಬಹಿರಂಗವಾಗಿ ಲಭ್ಯವಾಗುತ್ತಿವೆ; ವಾಟ್ಸಾಪ್ ವಿವಿ ಮೂಲಕ ಹರಿದಾಡುತ್ತಿವೆ! ಈ ಫಾರ್ಮ್ 20ರಲ್ಲಿ, ಪ್ರತೀ ಮತಗಟ್ಟೆಯಲ್ಲಿ ಪ್ರತಿಯೊಬ್ಬ ಅಭ್ಯರ್ಥಿಗೆ ಬಿದ್ದಿರುವ ಮತಗಳ ಖಚಿತ ಲೆಕ್ಕಾಚಾರ ಲಭ್ಯ.

ಮತ ಎಣಿಕೆ ಕೇಂದ್ರದಲ್ಲಿ, ಎಣಿಕೆಗೆ ಮುನ್ನ ಜನಪ್ರಾತಿನಿಧ್ಯ ಕಾಯಿದೆಯ ಸೆಕ್ಷನ್ 128ನ್ನು ಸ್ತೋತ್ರದಂತೆ ಪಠಿಸಿ, "ಮತ ಎಣಿಕೆ ಪ್ರಕ್ರಿಯೆಯ ಗೌಪ್ಯತೆ ಕಾಪಾಡಬೇಕು" ಎಂದು ಎಚ್ಚರಿಸುವ ಸಂಪ್ರದಾಯ ಅನುಸರಿಸುವುದನ್ನು ಹೊರತುಪಡಿಸಿದರೆ, ಬೇರಾವ ರೀತಿಯಲ್ಲೂ ಈಗ ಚುನಾವಣೆಗಳು ಕಿಂಚಿತ್ತೂ "ಗುಪ್ತ ಮತದಾನ" ಆಗಿ ಉಳಿದಿಲ್ಲ.

ಖಾಸಗಿತನದ ಇನ್ನೊಂದು ಮಗ್ಗುಲು

ಚುನಾವಣಾ ಆಯೋಗದ ಕಡೆಯಿಂದ ತೆರೆದಿರುವ ಮೇಲೆ ವಿವರಿಸಿದ ಕಳ್ಳಗಿಂಡಿ ಒಂದೆಡೆಯಾದರೆ, ಇನ್ನೊಂದೆಡೆ ಕೃತಕ ಬುದ್ಧಿಮತ್ತೆ (AI) ತಂತ್ರಜ್ಞಾನ ಸೇರಿದಂತೆ ಹಲವು ಪರಿಕರಗಳನ್ನು ಬಳಸಿಕೊಂಡು, ಈ ಕಳ್ಳಗಿಂಡಿಯ ಭರಪೂರ ಉಪಯೋಗ ಪಡೆದುಕೊಳ್ಳುತ್ತಿರುವ ರಾಜಕೀಯ ಪಕ್ಷಗಳು, ಪವಿತ್ರವಾದ ಚುನಾವಣಾ ಪ್ರಕ್ರಿಯೆಯನ್ನು ತಮ್ಮ ಅಂಗೈ ಬುಗುರಿ ಮಾಡಿಕೊಂಡಿವೆ.

ಈಗ 10 ವರ್ಷಗಳಿಂದ ಭಾರತ ಸರ್ಕಾರವನ್ನು ನಡೆಸುತ್ತಿರುವ ಜಗತ್ತಿನ ಅತಿದೊಡ್ಡ ರಾಜಕೀಯ ಪಕ್ಷಕ್ಕೆ, ತನ್ನ ಬೂತ್ ಮಟ್ಟಕ್ಕಿಂತಲೂ ಕೆಳಗೆ "ಪನ್ನಾ ಪ್ರಮುಖ್" ಕಾರ್ಯಕರ್ತರಿದ್ದಾರೆ ಎಂಬುದು ಹೆಮ್ಮೆಯ ಸಂಗತಿ. ಅವರ ಬಳಿ ಮತದಾರ ಪಟ್ಟಿಯ ಪುಟವಾರು ವಿವರಗಳಿರುತ್ತವೆ. ಚುನಾವಣಾ ಪ್ರಚಾರದ ವೇಳೆಯಲ್ಲೇ ಹಳೆಯ ಮಾಹಿತಿಗಳನ್ನಾಧರಿಸಿದ ಡೇಟಾ, ಆ ಬಳಿಕ ಮತದಾನಕ್ಕೆ ಬಂದವರ ಕುರಿತು ಬೂತ್ ಏಜಂಟ್ ನೀಡುವ ವಿವರ, ಚುನಾವಣಾಧಿಕಾರಿಗಳು ಕೊಡುವ

ಫಾರ್ಮ್ 20 – ಇವನ್ನೆಲ್ಲ ಆಧರಿಸಿ, ಅವರು ಬಹಳ ಸುಲಭವಾಗಿ, ಪ್ರತೀ ಬೂತಿನ ಯಾವಯಾವ ಮತದಾರರು ಯಾರಿಗೆ ಮತ ಹಾಕಿದ್ದಾರೆಂಬುದನ್ನು ನಿಖರವಾಗಿ ಗುರುತಿಸುವುದು ಈಗ ಲಭ್ಯ ಇರುವ ತಂತ್ರಜ್ಞಾನಗಳಿಂದ ಸಾಧ್ಯವಿದೆ. ರಾಜಕೀಯ ಪಕ್ಷಗಳ ಬಳಿ ಇರುವ ಈ ಡೇಟಾ ಸಾಂವಿಧಾನಿಕವಾಗಿಯೂ, ಶಾಸನಾತ್ಮಕವಾಗಿಯೂ ಸೂಕ್ಷ್ಮ ಸ್ವರೂಪದ ಡೇಟಾ ಎಂದು ಪರಿಗಣಿತ ಆಗಬೇಕಿತ್ತು.

ಆದರೆ, ಭಾರತದಲ್ಲಿ 2023ರ ಸೆಪ್ಟೆಂಬರ್ 01ರಿಂದ ಕಾಯಿದೆ ಆಗಿ ಜಾರಿಯಲ್ಲಿರುವ ಡಿಜಿಟಲ್ ಡೇಟಾ ಸಂರಕ್ಷಣಾ ಕಾಯಿದೆ 2023, ತಾನು ಬರುವಾಗಲೇ, ದೇಶದ ಬಲುದೊಡ್ಡ ಡೇಟಾ ಫಿಡೂಷರಿಗಳಾದ ಸರ್ಕಾರಗಳು ಮತ್ತು ರಾಜಕೀಯ ಪಕ್ಷಗಳನ್ನು ಈ ಕಾಯ್ದೆಯ ವ್ಯಾಪ್ತಿಯಿಂದ ಹೊರಗಿರಿಸಿಕೊಂಡಿದೆ! ಒಂದು ವೇಳೆ, ಈ ಕಾಯಿದೆಯ ಅಡಿಯಲ್ಲಿ ರಾಜಕೀಯ ಪಕ್ಷಗಳು ಬಂದಿದ್ದರೆ, ಅವರಿಗೆ ಮತದಾರರ ಸೂಕ್ಷ್ಮ ಡೇಟಾ ಬಳಸುವಲ್ಲಿ ಕಡಿವಾಣ ಹಾಕುವುದು, ಉತ್ತರದಾಯಿತ್ವ ತರುವುದು ಸಾಧ್ಯವಿತ್ತು. ಈಗ ಹಾಗಿಲ್ಲದಿರುವುದರಿಂದ, ಭಾರತ ಸರ್ಕಾರದ ಚುನಾವಣಾ ಡೇಟಾಗಳಿಗೆ ಸ್ಪಷ್ಟ ನಿಯಂತ್ರಣ ಇಲ್ಲದಾಗಿದೆ. ತಂತ್ರಜ್ಞಾನ ಬಳಸಿ ರಾಜಕೀಯ ಪಕ್ಷಗಳು ತಮ್ಮ ಮತದಾರರನ್ನು ನಿಖರವಾಗಿ ಗುರುತಿಸಲು ಅವಕಾಶ ಆಗುತ್ತಿದೆ.

ಪವಿತ್ರವಾದ ಚುನಾವಣಾ ಪ್ರಕ್ರಿಯೆಗೆ EVM ಕಡೆಯಿಂದ ಆಗುತ್ತಿರುವ ಅಪಚಾರ ಇದು. ಎಲ್ಲರನ್ನು ಒಳಗೊಳ್ಳಬಲ್ಲ ದೇಶವಾಗಿ ಮುಂದೆ ಸಾಗುವುದಕ್ಕೆ EVM ಹೀಗೆ ತೊಡಕಾಗಬಲ್ಲುದು ಎಂದಾದರೆ, ಅದು ಬೇಕೇ ಎಂಬ ಬಗ್ಗೆ ಮರುಚಿಂತನೆ ಅಗತ್ಯವಿದೆ. EVMನ ತಾಂತ್ರಿಕ ಅಂಶಗಳನ್ನು ಮತದಾರರಿಗೆ ಅರ್ಥ ಮಾಡಿಸಲು ಶ್ರಮ ಹಾಕುವ ಬದಲು ಚುನಾವಣಾ ಆಯೋಗ, ತಾನೂ ರಾಜಕಾರಣಿಗಳಂತೆ ವರ್ತಿಸುತ್ತಾ, EVM ಬಗ್ಗೆ ಸಂಶಯ ತಳೆದವರಿಗೆಲ್ಲ "ಸಾಕ್ಷ್ಯ ತನ್ನಿ" ಎಂದು ಕೇಳುವುದು ಒಳ್ಳೆಯ ಮೇಲ್ಪಂಕ್ತಿ ಅಲ್ಲ. ನಿಜಕ್ಕೆಂದರೆ, ಅವರು ಸುಪ್ರೀಂಕೋರ್ಟ್ ನಿರಾಕರಿಸಿದ ಹೊರತಾಗಿಯೂ, ಸ್ವಯಂಸ್ಫೂರ್ತಿಯಿಂದ ಈ ಬಾರಿಯ ಎಲ್ಲ VVPAT ಮತಗಳನ್ನು EVM ಫಲಿತಾಂಶಗಳ ಜೊತೆ ತಾಳೆ ಮಾಡಿ ನೋಡುವ ಮೂಲಕ ಜನರಲ್ಲಿ ವಿಶ್ವಾಸ ಮೂಡಿಸುವ ಕೆಲಸಕ್ಕೆ ಕೈ ಹಾಕಬೇಕಿತ್ತು. ವಿರೋಧಪಕ್ಷಕ್ಕೆ ಜಾಸ್ತಿ ಮತ ಬಂತು ಎಂಬುದು EVM ಪಾರದರ್ಶಕ, ಪ್ರಾಮಾಣಿಕ ಆಗಿರುವುದಕ್ಕೆ ಸಾಕ್ಷಿ ಆಗದು.

ಜೂನ್ 08, 2024ಕ್ಕೆ ಪ್ರಕಟಿತ

ರಾಜಾರಾಂ ತಲ್ಲೂರು

ಆಯಿತಲ್ಲ... ಹೊರಡಿ ಖಾನೇಶುಮಾರಿಗೆ

"ನಿಯತ್ ಸಹೀ ತೋ ನತೀಜೇ ಭೀ ಸಹೀ" (ನಿಯತ್ತು ಸರಿಯಾಗಿದ್ದರೆ ಫಲಿತಾಂಶಗಳೂ ಸರಿಯಾಗಿರುತ್ತವೆ) ಎಂಬುದು ಈ ಬಾರಿ ಚುನಾವಣೆ ಪ್ರಚಾರದ ವೇಳೆ ಪ್ರಧಾನಮಂತ್ರಿಯವರ ಬಾಯಿಯಿಂದ ಹಲವು ಬಾರಿ ಕೇಳಿಸಿತ್ತು. ಈಗ ಫಲಿತಾಂಶ ಬಂದಿದೆ. ಹೊಸ ಸರ್ಕಾರ ತನ್ನ ಆದ್ಯತೆಗಳನ್ನು ಈಗಾಗಲೇ ಪ್ರಕಟಿಸಿದೆ, ತಾನು ಮೊದಲ 125 ದಿನಗಳ ಕಾರ್ಯಕ್ರಮ ಪಟ್ಟಿಯೊಂದಿಗೆ ಸನ್ನದ್ಧ ಎಂದು ಹೇಳಿಕೊಂಡಿದೆ.

ಯಾವುದೇ ನೀತ್ಯಾತ್ಮಕ ತೀರ್ಮಾನಗಳನ್ನು ಸರ್ಕಾರ ತೆಗೆದುಕೊಳ್ಳುವಾಗ, ಅದರ ಹಿನ್ನೆಲೆಯಲ್ಲಿ ಆ ನೀತಿಗಳು ಯಾರಿಗೆ ತಲುಪಬೇಕೆಂಬ ಸ್ಪಷ್ಟ ಕಲ್ಪನೆ ಇರಬೇಕಾಗುತ್ತದೆ. ಅಂತಹದೊಂದು ಕಲ್ಪನೆ ಕೊಡಬೇಕಾದುದು, ದೇಶದ ಜನಗಣತಿ.

ಭಾರತದಲ್ಲಿ ಜನಗಣತಿ ಈಗಾಗಲೇ ಮೂರು ವರ್ಷ ವಿಳಂಬವಾಗಿದೆ ಮತ್ತು ಸರ್ಕಾರ ಎಲ್ಲ ತೀರ್ಮಾನಗಳನ್ನು ಇನ್ನೂ 2011ರ ಜನಗಣತಿ ಫಲಿತಾಂಶಗಳನ್ನು ಆಧರಿಸಿ ತೆಗೆದುಕೊಳ್ಳುವುದು ಅನಿವಾರ್ಯವಾಗಿದೆ. ಡಿಜಿಟಲ್ ಇಂಡಿಯಾ ಎಂಬ ಕಿರೀಟಕ್ಕೆ ಇದು ಅಪಮಾನ ಎಂದು ಯಾರಿಗೂ ಇಲ್ಲಿಯ ತನಕ ಅನ್ನಿಸಿದಂತಿಲ್ಲ.

ನಿಯತ್ತಿನ ಮಾತು ಬಂದಾಗ, ಭಾರತ ಸರ್ಕಾರಕ್ಕೆ ಅದು ಜಾರಿಗೆ ತಂದಿರುವ 128ನೇ ಸಂವಿಧಾನ ತಿದ್ದುಪಡಿ ಕಾಯಿದೆಯನ್ನು ನೆನಪು ಮಾಡಿಕೊಡಬೇಕಿದೆ. 2023 ಸೆಪ್ಟೆಂಬರಿನಲ್ಲಿ ಸಂಸತ್ತಿನ ವಿಶೇಷ ಅಧಿವೇಶನ ಕರೆದು ಮಂಡಿಸಲಾಗಿದ್ದ ನಾರೀಶಕ್ತಿ ವಂದನ ಅಧಿನಿಯಮ್–2023 ಅನ್ವಯ ದೇಶದ ಸಂಸತ್ತು ಮತ್ತು ವಿಧಾನಮಂಡಲಗಳಲ್ಲಿ 33% ಸ್ಥಾನಗಳನ್ನು ಮಹಿಳೆಯರಿಗೆ ಮೀಸಲಿಡಬೇಕು. 2023 ಸೆಪ್ಟೆಂಬರ್ 29ರಂದು ರಾಷ್ಟ್ರಪತಿಗಳ ಅಂಕಿತ ಬಿದ್ದಿರುವ ಕಾಯಿದೆ ಇದು. ಈ ಕಾಯಿದೆ ಜಾರಿಗೆ ಬರಬೇಕಿದ್ದರೆ ಖಾನೇಶುಮಾರಿ (ಜನಗಣತಿ) ಮುಗಿಯಬೇಕು ಮತ್ತು ಹೊಸದಾಗಿ ಸಿಗಲಿರುವ ಜನಸಂಖ್ಯಾ ಲೆಕ್ಕಾಚಾರಗಳ ಅನ್ವಯ ಮಹಿಳಾ ಮೀಸಲು ಕ್ಷೇತ್ರಗಳ ನಿಗದಿಗೆ ಡೀಲಿಮಿಟೇಶನ್ ಪ್ರಕ್ರಿಯೆ ಆಗಬೇಕು. ಸರಿ, ಸಂಸತ್ತಿನಲ್ಲಿ "ಚರ್ಚಿಸಿ," ಇಂತಹದೊಂದು ಮಹತ್ವದ ಕಾಯಿದೆ ಜಾರಿಗೆ ತಂದ ರಾಜಕೀಯ ಪಕ್ಷಗಳು ಚುನಾವಣೆ ಬಂದಾಗ, "ಇನ್ ಲೆಟರ್–ಇನ್ ಸ್ಪಿರಿಟ್" ಈ ಕಾಯಿದೆಯ ತತ್ವವನ್ನಾದರೂ ಅನುಸರಿಸಿದವೇ?

2024ರ ಸಾರ್ವತ್ರಿಕ ಚುನಾವಣೆಯಲ್ಲಿ ಇದ್ದ ಮಹಿಳಾ ಅಭ್ಯರ್ಥಿಗಳ ಒಟ್ಟು ಸಂಖ್ಯೆ 797. ಅದರಲ್ಲಿ ಬಿಜೆಪಿ 300 ಸೀಟುಗಳಿಗೆ ಸ್ಪರ್ಧಿಸಿದ್ದು, 69 ಮಂದಿ ಮಹಿಳಾ ಅಭ್ಯರ್ಥಿಗಳು. ಅವರಲ್ಲಿ ಗೆದ್ದವರು 31 ಮಂದಿ. ಕಾಂಗ್ರೆಸ್ 328 ಸೀಟುಗಳಿಗೆ ಸ್ಪರ್ಧಿಸಿದ್ದು, 41 ಮಹಿಳಾ ಅಭ್ಯರ್ಥಿಗಳು. ಅವರಲ್ಲಿ ಗೆದ್ದವರು 13. ಕಳೆದ ಲೋಕಸಭೆಯಲ್ಲಿ 78 (14.4%) ಮಹಿಳಾ ಸಂಸದರಿದ್ದರೆ, ಈ ಬಾರಿ ಅವರ ಸಂಖ್ಯೆ 74 (13.6%)ಕ್ಕೆ ಇಳಿದಿದೆ.

ಕರ್ನಾಟಕದಲ್ಲಿ, ಈ ಸ್ಥಿತಿ ಇನ್ನಷ್ಟು ಕೆಟ್ಟದಿದೆ. ಇಲ್ಲಿ 2023ರ ವಿಧಾನಸಭಾ ಚುನಾವಣೆಗೆ ಸ್ಪರ್ಧಿಸಿದ ಮಹಿಳೆಯರ ಒಟ್ಟು ಸಂಖ್ಯೆ 186 (ಒಟ್ಟು ಸ್ಪರ್ಧಿಗಳ 7%). ಅವರಲ್ಲಿ ಗೆದ್ದವರು ಕೇವಲ 10 (4.5%) ಮಂದಿ ಮಾತ್ರ.

ಈ ಎಲ್ಲ ಅಂಕಿಸಂಖ್ಯೆಗಳು "ಪುರಾಣ ಹೇಳೋಕೆ; ಬದನೆಕಾಯಿ ತಿನ್ನೋಕೆ" ಎಂಬುದು ಎಲ್ಲ ರಾಜಕೀಯ ಪಕ್ಷಗಳ ನಿಲುವು ಎಂಬುದನ್ನು ಸ್ಪಷ್ಟಪಡಿಸುತ್ತವೆ. ಇನ್ನು ಖಾನೇಶುಮಾರಿ ನಡೆದು, ಅದರ ಫಲಿತಾಂಶಗಳು ಪ್ರಕಟಗೊಂಡು, ಕ್ಷೇತ್ರಗಳ ಮರುವಿಂಗಡಣೆ ಆಗಿ, ಮಹಿಳಾ ಮೀಸಲು ಕ್ಷೇತ್ರಗಳು ಪ್ರಕಟಗೊಳ್ಳುವ ಹೊತ್ತಿಗೆ ಇನ್ನೆಷ್ಟು ಚುನಾವಣೆಗಳು ಮುಗಿದಿರುತ್ತವೆಯೋ ಗೊತ್ತಿಲ್ಲ. ಸರ್ಕಾರಗಳ ಇಂತಹ ಮನಸ್ಥಿತಿಗೆ ಪೂರ್ವೋದಾಹರಣೆಗಳೂ ದಂಡಿಯಾಗಿವೆ. 1951ರಿಂದಲೂ ಇಂತಹ

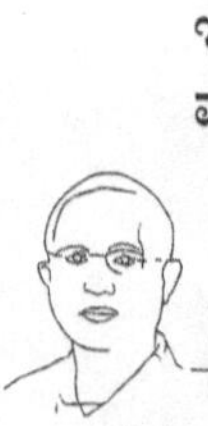

ರಾಜಾರಾಂ ತಲ್ಲೂರು

ಹಲವು ವಿಳಂಬಗಳತ್ತ ಬೊಟ್ಟು ಮಾಡಬಹುದು. 2011ರ ಧರ್ಮ-ಭಾಷೆಗಳಿಗೆ ಸಂಬಂಧಿಸಿದ ಡೇಟಾ ಬಿಡುಗಡೆ ಆದುದು ಕ್ರಮವಾಗಿ 2015, 2018ರಲ್ಲಿ. 2011ರ ಸೋಷಿಯೊಎಕನಾಮಿಕ್ ಮತ್ತು ಜಾತಿ ಸೆನ್ಸಸ್ ಡೇಟಾಗಳು ಇನ್ನೂ ಬಿಡುಗಡೆ ಆಗಿಲ್ಲ; 2021, 22, 23ರ ಜನನ ಮರಣ ವರದಿಗಳು ಇನ್ನೂ ಪ್ರಕಟಗೊಂಡಿಲ್ಲ.

ಖಾನೇಶುಮಾರಿಗೆ ಅಸಹಜ ವಿಳಂಬ

28 ಮಾರ್ಚ್ 2019ರಂದು 2021ರ ದಶವಾರ್ಷಿಕ ಜನಗಣತಿಗೆ ಪ್ರಕಟಣೆ ಹೊರಬಿದ್ದಿತ್ತು. 2020 ಏಪ್ರಿಲ್-ಸೆಪ್ಟೆಂಬರ್ ನಡುವೆ ಮೊದಲ ಹಂತದ ಮನೆ ಪಟ್ಟಿ ತಯಾರಿ ಮತ್ತು ಫೆಬ್ರವರಿ 2021ರ ಹೊತ್ತಿಗೆ ಎರಡನೇ ಹಂತದ ಜನಗಣತಿ ನಡೆಯಬೇಕಿತ್ತು. ಅದಕ್ಕಾಗಿ 8754.23 ಕೋಟಿ ರೂ.ಗಳ ಆರ್ಥಿಕ ಅನುದಾನವನ್ನೂ ಸಂಸತ್ತು ಮಂಜೂರು ಮಾಡಿತ್ತು. ಅಂದಾಜು 30 ಲಕ್ಷ ಮಂದಿ ವಿವಿಧ ಹಂತದ ಅಧಿಕಾರಿಗಳು ಜನಗಣತಿ ಪ್ರಕ್ರಿಯೆಯಲ್ಲಿ ಪಾಲ್ಗೊಳ್ಳಬೇಕಿತ್ತು.

ಆದರೆ, ಕೋವಿಡ್ ಬಂದೆರಗಿತು. ಸರ್ಕಾರ ಸೆನ್ಸಸ್ ಪ್ರಕ್ರಿಯೆಯನ್ನು ಮುಂದೂಡಿತು. ಕೋವಿಡ್ ಹಿಂದಾದ ಬಳಿಕವೂ ಸರ್ಕಾರ ಜನಗಣತಿಗೆ ಮನ ಮಾಡಿಲ್ಲ. 2023ರ ಡಿಸೆಂಬರ್ 30ರಂದು ಭಾರತದ ಹೆಚ್ಚುವರಿ ರೆಜಿಸ್ಟ್ರಾರ್ ಜನರಲ್ ಅವರು ಪ್ರಕಟಣೆ ಹೊರಡಿಸಿ, ಜಿಲ್ಲೆ, ತೆಹಶೀಲ್, ನಗರಪಾಲಿಕೆ ಇತ್ಯಾದಿಗಳ ಆಡಳಿತ ಬೌಂಡರಿಯನ್ನು ನಿಗದಿ, ಮಾಡುವ ದಿನಾಂಕವನ್ನು 30 ಜೂನ್ 2024ರ ತನಕ ವಿಸ್ತರಿಸಿದರು. ಇದರ ಅರ್ಥ, 2024ರ ಅಕ್ಟೋಬರ್ ತನಕವೂ ಜನಗಣತಿ ಪ್ರಕ್ರಿಯೆ ಪ್ರಾರಂಭಗೊಳ್ಳುವುದು ಸಾಧ್ಯವಾಗುವುದಿಲ್ಲ ಎನ್ನಲಾಗುತ್ತಿದೆ. ಅದಕ್ಕಿಂತ ಹೆಚ್ಚಾಗಿ, ಈ ರೀತಿ, ಈ ಬಾರಿಯ ಜನಗಣತಿಯನ್ನು ಸರ್ಕಾರ ಮುಂದೂಡಿದ್ದು ಇದು ಒಂಭತ್ತನೇ ಬಾರಿಗಂತೆ! ಈ ನಡುವೆ, 2022ರಲ್ಲಿ ಜನಗಣತಿ ನಿಯಮಗಳಿಗೆ ತಿದ್ದುಪಡಿ ಮಾಡಿ, ನಾಗರಿಕರು ಪ್ರಕ್ರಿಯೆ ಆರಂಭಗೊಂಡ ಬಳಿಕ ಸ್ವಯಂ ಅನ್ಯೂಮರೇಟ್ ಮಾಡಿಕೊಳ್ಳಲು ಅವಕಾಶ ಕಲ್ಪಿಸಲಾಗಿದೆ.

1881ರಿಂದ ಪ್ರತೀ 10 ವರ್ಷಕ್ಕೊಮ್ಮೆ ತಪ್ಪದೇ ನಡೆದುಕೊಂಡು ಬಂದಿರುವ ಜನಗಣತಿ ಪ್ರಕ್ರಿಯೆಯು ದೇಶದ ಇತಿಹಾಸದಲ್ಲೇ ಮೊದಲ ಬಾರಿಗೆ ಹಾದಿ ತಪ್ಪಿದೆ. ಇದರಿಂದ ದೇಶದ ನೀತ್ಯಾತ್ಮಕ ರಂಗದಲ್ಲಿ ಆಗಲಿರುವ ಅನಾಹುತಗಳು ಒಂದೆರಡಲ್ಲ. ಬರೆಹದ ಆರಂಭದಲ್ಲಿ ವಿವರಿಸಿದಂತೆ, ಸರ್ಕಾರವೇ ತಾನು ರೂಪಿಸಿರುವ ಕಾನೂನನ್ನು ಕಡೆಗಣಿಸಿರುವುದು ಒಂದೆಡೆಯಾದರೆ, ಇನ್ನೊಂದೆಡೆ ದೇಶದ ಜನಸಂಖ್ಯೆಯ ಬಗ್ಗೆ ಸರಿಯಾದ ಕಲ್ಪನೆ ಇಲ್ಲ. 2011ರ ಲೆಕ್ಕಾಚಾರದಂತೆ ದೇಶದ ಜನಸಂಖ್ಯೆಯಾಗಿರುವ 120 ಕೋಟಿಯನ್ನೇ ಆಧರಿಸಿ ಸರ್ಕಾರ ಬಡವರು-ಶ್ರೀಮಂತರ ಲೆಕ್ಕ ಕೊಡುತ್ತಿದೆ. ಅಂದಾಜುಗಳ ಪ್ರಕಾರ, ದೇಶದ ಜನಸಂಖ್ಯೆ ಈಗ 140 ಕೋಟಿ ದಾಟಿದೆ (ಈ

ನಡುವೆ ಕೋವಿಡ್ ಎಷ್ಟು ಜನರನ್ನು ನುಂಗಿದೆ, ಆ ಬಳಿಕದ ಆರ್ಥಿಕ ಸಂಕಷ್ಟದ ಸಾವುಗಳು–ಕುಸಿದು ಸಾವಿನ ಪ್ರಕರಣಗಳು ಎಷ್ಟು ಜೀವಗಳನ್ನು ನುಂಗಿವೆ– ಅದೆಲ್ಲ ಕಳೆದು ಹಾಲೀ ದೇಶದ ಜನಸಂಖ್ಯೆ ಎಷ್ಟು ಎಂಬುದು ಯಾರಿಗೂ ಗೊತ್ತಿಲ್ಲ. ಡಿಜಿಟಲ್ ಇಂಡಿಯಾ ತನ್ನ ನೀತಿಗಳನ್ನೆಲ್ಲ ಕಣ್ಣಂದಾಜಿನ ಮೇಲೇ ರೂಪಿಸುತ್ತಿದೆ. ಸಾರ್ವಜನಿಕ ವಿತರಣಾ ವ್ಯವಸ್ಥೆಯಿಂದ ಸುಮಾರು 10 ಕೋಟಿ ಅರ್ಹ ಬಡಜನರು ಈ ಕಾರಣಕ್ಕೆ ಹೊರಗುಳಿದಿದ್ದಾರೆ ಎಂದು ಹೇಳಲಾಗುತ್ತಿದೆ. ಜೊತೆಗೆ ಸಂಸತ್ ಕ್ಷೇತ್ರಗಳ ಮರುವಿಂಗಡಣೆ ಪ್ರಕ್ರಿಯೆ ವಿಳಂಬವಾಗಿದೆ.

ತನ್ನ ಇಚ್ಛಾಶಕ್ತಿ ಕೊರತೆಯ ಕಾರಣಕ್ಕೆ ಈಗಾಗಲೇ ಸಂಭವಿಸಿರುವ ಈ ಅನ್ಯಾಯದ ವಿಳಂಬವನ್ನು ಇನ್ನಷ್ಟು ಲಂಬಿಸುವ ಮೂಲಕ ಸರ್ಕಾರ, ಎಲ್ಲರನ್ನು ಒಳಗೊಂಡು ಮುನ್ನಡೆಯಬೇಕೆಂಬ ಸಾಂವಿಧಾನಿಕ ಆಶಯಕ್ಕೆ ತಿಲಾಂಜಲಿ ನೀಡದಂತೆ ಹಕ್ಕೊತ್ತಾಯ ಮಾಡಬೇಕಿದೆ.

ಜೂನ್ 15, 2024ಕ್ಕೆ ಪ್ರಕಟಿತ

ರಾಜಾರಾಂ ತಲ್ಲೂರು

18ನೇ ಲೋಕಸಭೆ ಮತ್ತು ಮೋದಿ ಕೀ ಗ್ಯಾರಂಟಿ

ಸೋಮವಾರ (ಜೂನ್ 24) ಬೆಳಗ್ಗೆ 11.00ಗಂಟೆಗೆ 18ನೇ ಲೋಕಸಭೆ ಸಮಾವೇಶಗೊಳ್ಳಬೇಕು ಎಂದು ಭಾರತದ ರಾಷ್ಟ್ರಪತಿಗಳು ಆದೇಶ ನೀಡಿದ್ದಾರೆ. ಅಧಿವೇಶನದ ಮೊದಲ ಮೂರು ದಿನಗಳ ಕಾಲ ಹೊಸ ಸಂಸದರು ಪ್ರಮಾಣವಚನ ಸ್ವೀಕರಿಸಲಿದ್ದಾರೆ. ಜೂನ್ 26ಕ್ಕೆ ಲೋಕಸಭೆ ಸ್ಪೀಕರ್ ಚುನಾವಣೆ ನಿಗದಿಯಾಗಿದೆ. ಜೂನ್ 27ರಂದು ರಾಷ್ಟ್ರಪತಿಗಳು ಸಂಸತ್ತಿನ ಉಭಯ ಸದನಗಳನ್ನು ಉದ್ದೇಶಿಸಿ ಮಾಡುವ ಸಾಂಪ್ರದಾಯಿಕ ಭಾಷಣದ ವೇಳೆ, ಹೊಸ ಸರ್ಕಾರದ ಕಾರ್ಯಯೋಜನೆಗಳನ್ನು ಬಿಚ್ಚಿಡುವುದರೊಂದಿಗೆ ಮೋದಿ 3.0 ಸರ್ಕಾರ ತನ್ನ ಹನಿಮೂನ್ ಅವಧಿ ಆರಂಭಿಸಲಿದೆ. ರಾಷ್ಟ್ರಪತಿಗಳ ಭಾಷಣಕ್ಕೆ ವಂದನಾ ನಿರ್ಣಯದ ಬಗ್ಗೆ ಚರ್ಚೆ ನಡೆದು, ಕೊನೆಯಲ್ಲಿ ಪ್ರಧಾನಮಂತ್ರಿಗಳು ಅದಕ್ಕೆ ಉತ್ತರಿಸಲಿದ್ದಾರೆ. ಜುಲೈ 03ಕ್ಕೆ 18ನೇ ಲೋಕಸಭೆಯ ಚೊಚ್ಚಲ

ಅಧಿವೇಶನ ಮುಕ್ತಾಯಗೊಳ್ಳಲಿದೆ ಎಂದು ಲೋಕಸಭೆಯ ಸೆಕ್ರೆಟರಿಯೇಟ್ ಪ್ರಕಟಣೆ ಹೇಳಿದೆ.

ಸದನದಲ್ಲಿ 240 ಸೀಟುಗಳನ್ನು ಹೊಂದಿರುವ ಬಿಜೆಪಿ ಸೇರಿದಂತೆ NDA ಒಟ್ಟು 293ಸ್ಥಾನಗಳ ಬಲವನ್ನು ಹೊಂದಿದ್ದರೆ, 99 ಸೀಟುಗಳನ್ನು ಹೊಂದಿರುವ ಕಾಂಗ್ರೆಸ್ ಸೇರಿದಂತೆ, INDI ಅಲಯನ್ಸ್ ಒಟ್ಟು 234 ಸ್ಥಾನಗಳ ಬಲ ಹೊಂದಿದೆ. 17ನೇ ಲೋಕಸಭೆಯಲ್ಲಿ ಇದ್ದ ಸದಸ್ಯರ ಪೈಕಿ 216 ಮಂದಿ ಈ ಬಾರಿ ಮರು ಆಯ್ಕೆ ಆಗಿದ್ದು, ಅವರಲ್ಲಿ 5ಕ್ಕಿಂತ ಹೆಚ್ಚು ಅವಧಿಗೆ ಸಂಸತ್ ಸದಸ್ಯರಾಗಿ ಅನುಭವವಿರುವವರ ಸಂಖ್ಯೆ 19. ಈ ಸಂಸತ್ತಿನಲ್ಲಿ ರಾಷ್ಟ್ರೀಯ ಪಕ್ಷಗಳನ್ನು ಪ್ರತಿನಿಧಿಸುತ್ತಿರುವ ಸಂಸದರ ಸಂಖ್ಯೆ 346 (64%) ಮತ್ತು ಪ್ರಾದೇಶಿಕ ಪಕ್ಷಗಳನ್ನು ಪ್ರತಿನಿಧಿಸುವ ಸದಸ್ಯರ ಸಂಖ್ಯೆ 179 (33%); ಉಳಿದ 11 ಮಂದಿ ಸಣ್ಣ–ಪುಟ್ಟ ಪಕ್ಷಗಳವರು ಅಥವಾ ಪಕ್ಷೇತರರು. 18ನೇ ಲೋಕಸಭೆಯ ಸದಸ್ಯರ ಸರಾಸರಿ ಪ್ರಾಯ 56. ಹಿಂದಿನ ಲೋಕಸಭೆಯಲ್ಲಿ ಇದು 59 ಇತ್ತು. 74 ಮಂದಿ ಮಹಿಳಾ ಸಂಸದರು.

ಬಿಜೆಪಿಯ ಸಂಕಲ್ಪ ಪತ್ರ

ಚುನಾವಣೆಗೆ ಮುನ್ನ ಬಿಜೆಪಿ ಪ್ರಕಟಿಸಿದ್ದ ತನ್ನ ಸಂಕಲ್ಪ ಪತ್ರದಲ್ಲಿ, ಮುಂದಿನ ಐದು ವರ್ಷಗಳಲ್ಲಿ ದೇಶವನ್ನು ಜಗತ್ತಿನ ಅತಿದೊಡ್ಡ 3 ಆರ್ಥಿಕತೆಗಳಲ್ಲಿ ಒಂದನ್ನಾಗಿಸುವ ಬಗ್ಗೆ, ಬಡತನ–ಭ್ರಷ್ಟಾಚಾರಗಳ ವಿರುದ್ಧ ನಿರ್ಣಾಯಕ ಹೋರಾಟ ನಡೆಸುವ ಬಗ್ಗೆ, ಆರ್ಥಿಕ ಸುಧಾರಣೆಯ ಮುಂದಿನ ಹಂತಗಳನ್ನು ಆರಂಭಿಸುವ ಬಗ್ಗೆ ಹೇಳಿತ್ತು.

"ಮೋದಿ ಕೀ ಗ್ಯಾರಂಟಿ" ಎಂಬ ಹೆಸರಿನ ಈ ಚುನಾವಣಾ ಪ್ರಣಾಳಿಕೆಯಲ್ಲಿ, CAA (ಪೌರತ್ವ ಕಾಯಿದೆ ಅನುಷ್ಠಾನ), UCC (ಸಮಾನ ನಾಗರಿಕ ಸಂಹಿತೆ), ಒಂದು ದೇಶ–ಒಂದು ಚುನಾವಣೆಯಂತಹ ವಿವಾದಾತ್ಮಕ ಸಂಗತಿಗಳ ಜೊತೆಗೆ, ಈಗ ಚರ್ಚೆಯಾಗುತ್ತಿರುವ ಪರೀಕ್ಷಾ ವ್ಯವಸ್ಥೆ ಸುಧಾರಣೆ–ಪ್ರಶ್ನೆಪತ್ರಿಕೆಗಳು ಸೋರಿ ಹೋಗದಂತೆ ಬಿಗಿ ಕಾನೂನು, ಖಾಸಗಿಯವರ ಸಹಾಯದಿಂದ ಸ್ಲಂಗಳ ರೀಡೆವಲಪ್ಮೆಂಟ್ ಮೊದಲಾದ ಚರ್ಚಾಸ್ಪದ ಸಂಗತಿಗಳಿವೆ. ಜೊತೆಗೆ ತಾನು ಕಳೆದ 10 ವರ್ಷಗಳಲ್ಲಿ ಪ್ರೋತ್ಸಾಹಿಸುತ್ತಾ ಬಂದಿರುವ ಆಹಾರ ಸಂಸ್ಕರಣೆ, ಕೋರ್ ಇಂಡಸ್ಟ್ರಿಗಳು, ರಕ್ಷಣಾ ಉತ್ಪಾದನೆ, ರೈಲ್ವೇ ಉತ್ಪಾದನೆ, ಹಡಗು ಉತ್ಪಾದನೆ, ಫಾರ್ಮಸಿ, ಮೈಕ್ರೊಚಿಪ್, ವಿದ್ಯುತ್ ವಾಹನ, ಟೆಕ್ಸ್ಟೈಲ್ ಹಾಗೂ ಮಿನರಲ್ ಉದ್ಯಮಗಳಿಗೆ ಪ್ರೋತ್ಸಾಹ ನೀಡುವ ಮಾತುಗಳನ್ನು ಪ್ರಣಾಳಿಕೆಯಲ್ಲಿ ಹೇಳಲಾಗಿದೆ. ಇಲ್ಲಿ ಹೇಳದೇ ಉಳಿದಿರುವ, ಆದರೆ ಚರ್ಚೆಯಾಗುತ್ತಿರುವ ಒಂದು ಮಹತ್ವದ ಸಂಗತಿ ಎಂದರೆ ಕೇಂದ್ರ–ರಾಜ್ಯಗಳ ನಡುವಿನ ಸಂಬಂಧಗಳು. ಇವುಗಳಲ್ಲಿ ಯಾವೆಲ್ಲ ಸಂಗತಿಗಳು ರಾಷ್ಟ್ರಪತಿಗಳ ಭಾಷಣದಲ್ಲಿ ಕಾಣಿಸಿಕೊಳ್ಳಲಿವೆ ಎಂಬುದು ಕುತೂಹಲಕರ.

ರಾಜಾರಾಂ ತಲ್ಲೂರು

17ನೇ ಲೋಕಸಭೆಯ ಅವಧಿಯಲ್ಲಿ ಸಂಸತ್ತು 42 ಬಜೆಟ್ ಸಂಬಂಧಿ ಮಸೂದೆಗಳ ಸಹಿತ, 221 ಮಸೂದೆಗಳನ್ನು ಅಂಗೀಕರಿಸಿತ್ತು. ಸದನದ ಅವಧಿ ಮುಗಿಯುವ ಹೊತ್ತಿಗೆ, ಲೋಕಸಭೆಯಲ್ಲಿ ಅಂಗೀಕಾರವಾಗಿದ್ದು, ರಾಜ್ಯಸಭೆಯ ಅಂಗೀಕಾರ ಬಾಕಿ ಇರುವ 20 ಮಸೂದೆಗಳಿದ್ದವು. ನಾಲ್ಕು ಮಸೂದೆಗಳು ಸದನದಲ್ಲಿ ಮಂಡನೆ ಆದರೂ, ಚರ್ಚೆ–ಅಂಗೀಕಾರ ದೊರೆಯದೇ ವಾಯಿದೆ ತೀರಿವೆ.

ಹೀಗೆ ವಾಯಿದೆ ತೀರಿಹೋಗಿರುವ ಮಸೂದೆಗಳಲ್ಲಿ ವಿದ್ಯುತ್ (ತಿದ್ದುಪಡಿ) ಮಸೂದೆ– 2022 ಅಥವಾ ವಿದ್ಯುತ್ ಖಾಸಗೀಕರಣ ಮಸೂದೆ ಕೂಡ ಸೇರಿದೆ. 18ನೇ ಲೋಕಸಭೆಯಲ್ಲಿ ಈ ಮಸೂದೆ ಮತ್ತೆ ಸದನಕ್ಕೆ ಬರಲಿದೆಯೇ ಎಂದು ಕಾದು ನೋಡಬೇಕಿದೆ. ಜೊತೆಗೆ, ಈಗಾಗಲೇ ಅಂಗೀಕಾರಗೊಂಡಿರುವ ಭಾರತೀಯ ನ್ಯಾಯಸಂಹಿತೆ, ಭಾರತೀಯ ನಾಗರಿಕ ಸುರಕ್ಷಾ ಸಂಹಿತೆ, ಭಾರತೀಯ ಸಾಕ್ಷ್ಯ ಕಾಯಿದೆಗಳ ಅನುಷ್ಠಾನದ ಸವಾಲು ಕೂಡ ಹೊಸ ಸರ್ಕಾರದ ಮುಂದಿದೆ.

ಹಾದಿ ಸಲೀಸಿಲ್ಲ

ಕಳೆದ ಎರಡು ಅವಧಿಗಳನ್ನು ವಿರೋಧ ಪಕ್ಷಗಳ ಹಂಗಿಲ್ಲದೆ ಕಳೆದಿರುವ ನರೇಂದ್ರ ಮೋದಿ ಅವರ ಸರ್ಕಾರಕ್ಕೆ ಈಗ ಮೂರನೇ ಅವಧಿ ಅಷ್ಟು ಸಲೀಸಿಲ್ಲ. ಚಂದ್ರಬಾಬು ನಾಯ್ಡು ಮತ್ತು ನಿತೀಶ್ ಕುಮಾರ್ ಎಂಬೆರಡು ಊರುಗೋಲುಗಳ ಸಹಾಯದಿಂದ ನಡೆಯಬೇಕಿರುವ ಈ ಸರ್ಕಾರಕ್ಕೆ, ಜೂನ್ 26ರಂದು ನಡೆಯಲಿರುವ ಸ್ಪೀಕರ್ ಹುದ್ದೆಯ ಚುನಾವಣೆಯಿಂದಲೇ ಕತ್ತಿಯ ಮೇಲಿನ ನಡಿಗೆ ಆರಂಭಗೊಳ್ಳಲಿದೆ.

ಕಳೆದ ಐದು ವರ್ಷಗಳಲ್ಲಿ ಲೋಕಸಭೆಗೆ ಉಪ ಸ್ಪೀಕರ್ ಸ್ಥಾನವನ್ನು–ಅದು ಸಾಂವಿಧಾನಿಕ ಆವಶ್ಯಕತೆಯೇ ಆಗಿದ್ದರೂ–ಭರ್ತಿ ಮಾಡಿರಲಿಲ್ಲ. ಏಕೆಂದರೆ, ಆ ಸ್ಥಾನವನ್ನು ವಿರೋಧ ಪಕ್ಷಕ್ಕೆ ವಹಿಸಿಕೊಡುವುದು ಸತ್ಸಂಪ್ರದಾಯ! ಸಂಖ್ಯೆ ಕಡಿಮೆ ಇದ್ದ ಕಾರಣಕ್ಕೆ, ಅಧಿಕೃತ ವಿರೋಧ ಪಕ್ಷದ ಸ್ಥಾನವನ್ನೂ ಕಾಂಗ್ರೆಸ್ಸಿಗೆ ಕೊಟ್ಟಿರಲಿಲ್ಲ. 10 ವರ್ಷಗಳಿಂದ ಸಂಸತ್ತಿನ ಸಾರ್ವಜನಿಕ ಲೆಕ್ಕಪತ್ರ ಸಮಿತಿ (PAC)ಗೆ ಕಾಂಗ್ರೆಸ್ಸಿನ ಅಧ್ಯಕ್ಷತೆ ಇದ್ದರೂ, ಅದರ ಮಹತ್ವವನ್ನು ಸಂಪೂರ್ಣವಾಗಿ ಕಡೆಗಣಿಸಲಾಗಿತ್ತು, ದಾಖಲೆ ಸಂಖ್ಯೆಯಲ್ಲಿ ವಿರೋಧ ಪಕ್ಷಗಳ ಸಂಸದರನ್ನು ಸಣ್ಣಪುಟ್ಟ ಕಾರಣಗಳಿಗಾಗಿ ಸದನದಿಂದ ಅಮಾನತು ಮಾಡಲಾಗಿತ್ತು. ಇದೆಲ್ಲ ಎಲ್ಲಿಯ ತನಕ ಹೋಗಿತ್ತೆಂದರೆ, ಕಡೆಗೆ ಸಂಸತ್ ಕಲಾಪಗಳನ್ನು ಸರ್ಕಾರಿ ಟೆಲಿವಿಷನ್ ಚಾನೆಲ್‌ಗಳಲ್ಲಿ ತೋರಿಸುವಾಗಲೂ ವಿರೋಧಪಕ್ಷಗಳ ನಾಯಕರ ಭಾಷಣಗಳ ವೇಳೆ, ಅವರ ಮುಖದರ್ಶನಕ್ಕೆ ಅವಕಾಶ ಕಡಿಮೆ ಇತ್ತೆಂಬುದು ಪ್ರಮುಖ ಪ್ರತಿಪಕ್ಷ ಕಾಂಗ್ರೆಸ್‌ನ ಆಪಾದನೆ ಆಗಿತ್ತು... ಹೀಗೆ, ಸಂಸದೀಯ ವ್ಯವಸ್ಥೆಯ ಒಳಗೆ ಎಲ್ಲೆಲ್ಲಿ ಸಾಧ್ಯವೋ ಅಲ್ಲೆಲ್ಲ, ಆಡಳಿತ ಪಕ್ಷದ ಬಹುಮತದ ಏಕಸ್ವಾಮ್ಯ ನಡೆಯುತ್ತಿತ್ತು. ಆದರೆ ಈ ಬಾರಿ ಅಂತಹ ಬುಲ್ಡೋಜಿಂಗ್ ಸುಲಭ ಸಾಧ್ಯವಿಲ್ಲ.

ನಾಡಿದ್ದು ರಾಷ್ಟ್ರಪತಿಗಳು ಜಂಟಿ ಸದನಕ್ಕೆ ತಮ್ಮ ಹೊಸ ಸರ್ಕಾರದ ಕಾರ್ಯಕ್ರಮಗಳ ಬಗ್ಗೆ ವಿವರಿಸಿದ ಬೆನ್ನಿಗೇ ಸಂಸತ್ತಿನಲ್ಲಿ ಚರ್ಚೆಗೆ ಒಂದು ಚೌಕಟ್ಟು ದೊರಕಲಿದೆ. ಈಗ ಎದ್ದಿರುವ ನೀಟ್ ಪರೀಕ್ಷೆಗಳ ಕುರಿತ ವಿವಾದ, EVM ಬಗ್ಗೆ ಸಂಶಯಗಳು, ಹಳೆಯ ಎರಡು ಅವಧಿಗಳಲ್ಲಿನ ಸರ್ಕಾರದ ಆಡಳಿತ ವೈಖರಿಯ ಸಂಗತಿಗಳೆಲ್ಲವೂ ರಾಷ್ಟ್ರಪತಿಗಳ ಭಾಷಣಕ್ಕೆ ವಂದನಾ ನಿರ್ಣಯದ ಚರ್ಚೆಯ ವೇಳೆ ಕಿಡಿ ಮೂಡಿಸಲಿವೆ ಎಂಬುದರಲ್ಲಿ ಸಂಶಯವಿಲ್ಲ. ಹಾಗಾಗಿ, ಮೋದಿ 3.0 ಸರ್ಕಾರದ ಹನಿಮೂನ್ ಅವಧಿ, ಸದನದ ಮೂರೇ ದಿನಗಳಲ್ಲಿ ಮುಗಿದು, "ಸಂಸಾರ ತಾಪತ್ರಯಗಳು" ಕಾಣಿಸಿಕೊಳ್ಳತೊಡಗಿದರೆ ಅಚ್ಚರಿ ಇಲ್ಲ!

ಸ್ವತಃ ಪ್ರಧಾನಿ ನರೇಂದ್ರ ಮೋದಿ ಅವರಿಗೇ ಈ ಕುರಿತು ಕಲ್ಪನೆ ಇರುವಂತಿದೆ. ಇಲ್ಲದಿದ್ದರೆ, ಚುನಾವಣೆಗೆ ಮುನ್ನವೇ 125 ದಿನಗಳ ಯೋಜನೆ ಸಿದ್ಧಪಡಿಸಿ, ಅಧಿಕಾರ ಸ್ವೀಕರಿಸಿದ ತಕ್ಷಣ ಏನೆಲ್ಲ ಪ್ರಕಟಣೆ ಮಾಡಬೇಕು ಎಂಬ ತನಕವೂ ಆಗಿದ್ದ ಯೋಜನೆಗಳು ಸಂಪೂರ್ಣ ನೆನೆಗುದಿಗೆ ಬಿದ್ದಂತಿವೆ. ಯಾಕೆಂದರೆ ಆ ನೂರು ದಿನಗಳಲ್ಲಿ ಎರಡು ವಾರಗಳು ಈಗಾಗಲೇ ಕಳೆದುಹೋಗಿವೆ. ಚುನಾವಣೆಯ ಕಾರಣಕ್ಕೆ ವಿಳಂಬವಾಗಿದ್ದ ಕೆಲವು ರುಟೀನ್ ಪ್ರಕಟಣೆಗಳನ್ನು ಹೊರತುಪಡಿಸಿದರೆ, "125 ದಿನಗಳ ವಿಶೇಷ ಪ್ಯಾಕೇಜ್" ಯಾವುದನ್ನೂ ಹೊಸ ಸರ್ಕಾರ ಎಂದಿನಂತೆ ಬಿಚ್ಚಿ ಮಾರ್ಕೆಟಿಂಗ್ ಮಾಡಿದಂತಿಲ್ಲ.

ಈ ಎಲ್ಲ ಕಾರಣಗಳಿಗಾಗಿ ಮತ್ತು ಹೊಸ "ಊರುಗೋಲು ಬಹುಮತದ" ಸರ್ಕಾರವನ್ನು ಪ್ರಧಾನಮಂತ್ರಿಗಳು ಹೇಗೆ ಸಂಭಾಳಿಸಲಿದ್ದಾರೆ ಎಂಬುದನ್ನು ಗಮನಿಸುವುದಕ್ಕಾಗಿ, ಈ ಚೊಚ್ಚಲ ಅಧಿವೇಶನ ಮಹತ್ವದ್ದೆನ್ನಿಸಲಿದೆ.

ಜೂನ್ 22, 2024ಕ್ಕೆ ಪ್ರಕಟಿತ

ರಾಜಾರಾಂ ತಲ್ಲೂರು

ಹೀಗೆ... ತಿಪ್ಪರಲಾಗ ಹಾಕಿದರೂ ಅದು "ನೀಟ್" ಆಗಲು ಸಾಧ್ಯವಿಲ್ಲ

ಇರೋದು ಒಂದು ಮೀಟರ್ ಬಟ್ಟೆ. ಹತ್ತು ಅಂಗಿ ಹೊಲಿಯಬೇಕು. ಅದನ್ನು ಯಾವ ಸ್ಟೈಲಿನಲ್ಲಿ ಹೊಲಿಯಬೇಕು ಎಂಬ ಚರ್ಚೆಯಷ್ಟೇ ಅರ್ಥಪೂರ್ಣ – ಈಗ NEET ಸುಧಾರಣೆಯ ಬಗ್ಗೆ ನಡೆಯುತ್ತಿರುವ ಚರ್ಚೆ. ಕಡೆಗೂ ಅಂಗಿ ಹೊಲಿಯಲು ಸಾಧ್ಯವಾಗುವುದು, ಅಬ್ಬಬ್ಬಾ ಎಂದರೆ ಹತ್ತು ಕೈ ಬೆರಳುಗಳಿಗೇ ಹೊರತು ಹತ್ತು ದೇಹಗಳಿಗಲ್ಲ!

ಕರ್ನಾಟಕದಲ್ಲಿರುವ 58 ವೈದ್ಯಕೀಯ ಕಾಲೇಜುಗಳಲ್ಲಿ, 23–24ನೇ ಸಾಲಿಗೆ ಲಭ್ಯವಿದ್ದದ್ದು 11,595 ಸೀಟುಗಳು. ಆ ಸೀಟುಗಳಿಗಾಗಿ ಕರ್ನಾಟಕದಿಂದ NEET ಪರೀಕ್ಷೆಗೆ ಅರ್ಜಿ ಹಾಕಿದವರು 1,55,148 ಮಂದಿ. ಅವರಲ್ಲಿ, 1,50, 171 ಮಂದಿ ಪರೀಕ್ಷೆಗೆ ಹಾಜರಾಗಿ, ಕೊನೆಗೆ, 89,088 ಮಂದಿ ವೈದ್ಯಕೀಯ ಸೀಟಿಗೆ ಅರ್ಹತೆ ಪಡೆದುಕೊಂಡಿದ್ದಾರೆ. ಅಂದರೆ ಈ ವರ್ಷ,

ಒಂದು ಮೆಡಿಕಲ್ ಸೀಟಿಗೆ 13 ಮಂದಿ ಆಸಕ್ತರು; ಎಂಟು ಮಂದಿ ಸ್ಪರ್ಧಾಳುಗಳು! ಇಡಿಯ ಭಾರತವನ್ನು ಪರಿಗಣನೆಗೆ ತೆಗೆದುಕೊಂಡರೂ ಸ್ಥಿತಿ ಇದೇ ರೀತಿ ಇದೆ.

ಕರ್ನಾಟಕದಲ್ಲಿ ಮೆಡಿಕಲ್ ಸೀಟುಗಳ ಅಂಕಿ-ಸಂಖ್ಯೆಗಳು (2023-24)	
ರಾಜ್ಯದಲ್ಲಿ ಒಟ್ಟು ವೈದ್ಯಕೀಯ ಕಾಲೇಜುಗಳು	58 ಕಾಲೇಜುಗಳು; (11,595 ಸೀಟುಗಳು)
ಸರ್ಕಾರಿ ಕಾಲೇಜುಗಳು	19 ಕಾಲೇಜುಗಳು; (4982 ಸೀಟುಗಳು)
ಖಾಸಗಿ ಆಡಳಿತದ ಕಾಲೇಜುಗಳು	30 ಕಾಲೇಜುಗಳು; (2512 ಸೀಟುಗಳು)
ಡೀಮ್ಡ್ ವಿವಿ ಕಾಲೇಜುಗಳು	9 ಕಾಲೇಜುಗಳು; (2501 ಸೀಟುಗಳು)
NRI ಕೋಟಾದ ಸೀಟುಗಳು	767 ಸೀಟುಗಳು
ಸಂಪೂರ್ಣ ಪಾವತಿ ಸೀಟುಗಳು	261 ಸೀಟುಗಳು
ಆಲ್ ಇಂಡಿಯಾ ಕೋಟಾದ ಸೀಟುಗಳು	572 ಸೀಟುಗಳು

ಕೋಷ್ಟಕದಲ್ಲಿ ಕೊಟ್ಟಿರುವ ಅಂಕಿ-ಅಂಶಗಳಲ್ಲಿರುವ ಸರ್ಕಾರಿ ಸೀಟುಗಳಲ್ಲಿ, 313 ವಿಶೇಷ ಕೆಟಗರಿಯವರಿಗೆ (ಸೇನೆ, ಕ್ರೀಡೆ, NCC ಇತ್ಯಾದಿ) ಮೀಸಲಾದರೆ, 963 ಸೀಟುಗಳು ಹೈದರಾಬಾದ್ ಕರ್ನಾಟಕಕ್ಕೆ ಮೀಸಲು. ಉಳಿದ 3704 ಮೆರಿಟ್ ಸೀಟುಗಳು ಮೀಸಲಾತಿಯ ನಿಯಮಗಳಿಗೆ, ಭಾಷೆ ಮತ್ತು ಧರ್ಮ ಆಧರಿತ ಅಲ್ಪಸಂಖ್ಯಾತರ ಕಾಲೇಜುಗಳಲ್ಲಿರುವ ನಿಯಮಗಳಿಗೆ ಅನುಗುಣವಾಗಿ ಹಂಚಿಕೆ ಆಗಬೇಕಾಗುತ್ತವೆ. ಇವುಗಳಲ್ಲಿ ಅಸಹಜತೆಯೇನಿಲ್ಲ.

ಗಮನಿಸಬೇಕಾದ ಸಂಗತಿ ಎಂದರೆ, ರಾಜ್ಯದಲ್ಲಿ ಕೇವಲ 4982 ಸೀಟುಗಳು ಸರ್ಕಾರಿ ಮೆರಿಟ್ ಸೀಟುಗಳು. ಅವಕ್ಕೆ ಸೇರ್ಪಡೆಯಾದಾಗ, ವಿದ್ಯಾರ್ಥಿಗಳಿಗೆ ವಾರ್ಷಿಕ 4-5ಲಕ್ಷ ರೂ. ವೆಚ್ಚ ಬರುತ್ತದೆ. ಬಡ ಆಸಕ್ತ ವಿದ್ಯಾರ್ಥಿಗಳಿಗೆ ಆಯ್ಕೆಯ ಬಾಗಿಲು ಈ ಹಂತದಲ್ಲೇ ಮುಚ್ಚಿರುತ್ತದೆ.

ಉಳಿದ ಖಾಸಗಿ ಕಾಲೇಜಿನ ಸೀಟುಗಳು, ವರ್ಷಕ್ಕೆ 10-20 ಲಕ್ಷ ರೂ. ಬೆಲೆ ಬಾಳುತ್ತವೆ; ಡೀಮ್ಡ್ ಕಾಲೇಜಿನ ಸೀಟುಗಳು, ವಾರ್ಷಿಕ ಅಂದಾಜು 25-30 ಲಕ್ಷ ರೂ. ಬೆಲೆಬಾಳುತ್ತವೆ; ಮತ್ತು NRI - ಪಾವತಿ ಕೋಟಾದ ಸೀಟುಗಳು, ವಾರ್ಷಿಕ 40 ಲಕ್ಷ ರೂ.ಕ್ಕಿಂತ ಹೆಚ್ಚಿನ ಬೆಲೆ ಹೊಂದಿರುತ್ತವೆ. ಇದರ ಅರ್ಥ, ಪ್ರತೀ ವರ್ಷ ರಾಜ್ಯದ 11,595 ವೈದ್ಯಕೀಯ ಸೀಟುಗಳಲ್ಲಿ 6613 ಸೀಟುಗಳು (57%) ಶ್ರೀಮಂತ ವರ್ಗಗಳಿಗೆ ಮೀಸಲಾಗಿರುತ್ತವೆ.

ಪರಿಹಾರ ಸಾಧ್ಯತೆಗಳು

ವೈದ್ಯಕೀಯ ಶಿಕ್ಷಣದ ಸಮಸ್ಯೆಗಳಿಗೆ ನೀತ್ಯಾತ್ಮಕವಾದ ಬದಲಾವಣೆಗಳಾಗದೇ ಪರಿಹಾರ ಸಾಧ್ಯವಿಲ್ಲ. ನೀಟ್ ವ್ಯವಸ್ಥೆ ಸುಧಾರಣೆ, ರದ್ದತಿಗಳೆಲ್ಲವೂ ಮೇಲ್ಪದರದ

ತೇಪೆಗಳೇ ಹೊರತು, ಸಮಸ್ಯೆಯನ್ನು ಪರಿಹರಿಸಲಾರವು. ಅಂತಹ ಕೆಲವು ಪರಿಹಾರ ಸಾಧ್ಯತೆಗಳನ್ನು ಕೆಳಗೆ ನೀಡಲಾಗಿದೆ. ವಾಸ್ತವ ಹೀಗಿರುವಾಗ, NEET ಪರೀಕ್ಷೆಯಲ್ಲಿ ಯಾವುದೇ ಸುಧಾರಣೆ ಅಥವಾ NEET ವ್ಯವಸ್ಥೆಯ ರದ್ಧತಿಯಿಂದ ಅರ್ಹ, ಆಸಕ್ತ, ಬಡ ವಿದ್ಯಾರ್ಥಿಗಳನ್ನು ವೈದ್ಯಕೀಯ ಶಿಕ್ಷಣದಲ್ಲಿ ಒಳಗೊಳ್ಳುವುದು ಸಾಧ್ಯವಾಗುವುದಿಲ್ಲ. ಒಂದು ಸೀಟಿಗೆ ಎಂಟಕ್ಕಿಂತ ಹೆಚ್ಚು ಜನ ಸ್ಪರ್ಧಿಸುವ ಸ್ಥಿತಿ ಬದಲಾಗುವುದಿಲ್ಲ. ಇದು ರಾಜ್ಯಕ್ಕೆ ಮಾತ್ರವಲ್ಲ, ದೇಶಕ್ಕೇ ಸತ್ಯ. ಹಾಗಾದರೆ ಪರಿಹಾರ ಏನು?

1. ಭಾರತ ಸರ್ಕಾರವು ದೇಶದ ಪ್ರತಿಯೊಂದು ಜಿಲ್ಲಾ ಮಟ್ಟದ ಸರ್ಕಾರಿ ಆಸ್ಪತ್ರೆಗಳನ್ನು ವೈದ್ಯಕೀಯ ಕಾಲೇಜು ಆಸ್ಪತ್ರೆಗಳಾಗಿ ಪರಿವರ್ತಿಸಿ, ಮೇಲ್ದರ್ಜೆಗೆ ಏರಿಸುವ ಬಯಕೆ ಹೊಂದಿದೆ. ದುರದೃಷ್ಟವಶಾತ್, ಇದನ್ನವರು ಪಬ್ಲಿಕ್ ಪ್ರೈವೇಟ್ ಪಾಲುದಾರಿಕೆಯಲ್ಲಿ (PPP) ಮಾಡಿಸಲು ಹೊರಟಿದ್ದಾರೆ. ಹಾಗಾದಾಗ, ಸರ್ಕಾರದ ಕೈಯಲ್ಲಿರುವ ಜಿಲ್ಲಾಸ್ಪತ್ರೆಗಳ ಮೂಲಸೌಕರ್ಯ ಖಾಸಗಿಯವರ ಪಾಲಾಗಲಿದೆಯೇ ಹೊರತು, ಬಡ ವಿದ್ಯಾರ್ಥಿಗಳಿಗೆ ಇದರಿಂದ ಲಾಭವಿಲ್ಲ. ಹಾಗಾಗಿ, ರಾಜ್ಯದ ಪ್ರತಿಯೊಂದು ಜಿಲ್ಲೆಗಳಲ್ಲಿ ಜಿಲ್ಲಾಸ್ಪತ್ರೆ ಶುದ್ಧ ಸರ್ಕಾರಿ ವೈದ್ಯಕೀಯ ಕಾಲೇಜು ಆಗುವಂತೆ ರಾಜ್ಯ ಸರ್ಕಾರ ನೀತ್ಯಾತ್ಮಕ ನಿರ್ಧಾರ ಕೈಗೊಳ್ಳಬೇಕು.

2. ವೈದ್ಯಕೀಯ ಶಿಕ್ಷಣಕ್ಕೆ ಸದ್ಯ ಉಂಟಾಗಿರುವ ಒತ್ತಡ, ಬೇಡಿಕೆಯ ಬಾಟಲ್‌ನೆಕ್ ಸ್ಥಿತಿ ಸುಧಾರಿಸಬೇಕೆಂದರೆ, ಕನಿಷ್ಠ ಇನ್ನೂ 100 ಹೆಚ್ಚುವರಿ ವೈದ್ಯಕೀಯ ಕಾಲೇಜುಗಳು (ತಲಾ 250 ಸೀಟುಗಳೆಂದರೆ ಒಟ್ಟು 25,000 ಸೀಟುಗಳು) ಬೇಕಾಗಬಹುದು. ಆಗ ಒಂದು ಸೀಟಿಗೆ 2–3 ಮಂದಿ ಸ್ಪರ್ಧಿಸುವ ಸ್ಥಿತಿ ಬರುತ್ತದೆ. ಅದು ಸಹನೀಯ. ಇಂತಹದೊಂದು ಸನ್ನಿವೇಶಕ್ಕೆ, ಪ್ರತೀ ಕಾಲೇಜು ಸ್ಥಾಪನೆಗೆ ಬೇಕಾಗುವ ತಲಾ 300–400ಕೋಟಿ ರೂ.ಗಳ ಆರ್ಥಿಕ ಸಂಪನ್ಮೂಲವನ್ನು ವ್ಯಯ ಮಾಡಿದ ಬಳಿಕವೂ, ಶಿಕ್ಷಕ ವೃಂದ, ಬೇರೆ ಮೂಲಸೌಕರ್ಯಗಳನ್ನೆಲ್ಲ ಒದಗಿಸಲು ಹರಸಾಹಸ ಮಾಡಬೇಕಾಗುತ್ತದೆ. ಇದೆಲ್ಲ ಎಷ್ಟರ ಮಟ್ಟಿಗೆ ಕಾರ್ಯಸಾಧ್ಯ?

3. ವೈದ್ಯಕೀಯ ಶಿಕ್ಷಣಕ್ಕೆ ಉಂಟಾಗಿರುವ ಒತ್ತಡದಲ್ಲಿ ಬಲುದೊಡ್ಡ ಪಾಲು 4–5 ವರ್ಷಗಳ ಕಾಲ ಎಡೆ ಬಿಡದೆ ಮರಳಿ ಯತ್ನವ ಮಾಡುವ ವಿದ್ಯಾರ್ಥಿಗಳದು. ಪ್ರತೀ ವರ್ಷ ದೇಶದಲ್ಲಿ ಲಕ್ಷಗಳ ಪ್ರಮಾಣದಲ್ಲಿ ಅವರ ಸಂಖ್ಯೆ ಹೆಚ್ಚುತ್ತಿದೆ. 4–5 ವರ್ಷ NEET ಬರೆಯಲು ತರಬೇತಿ ಪಡೆದಿರುವ ಈ ಹಳಬರ ಎದುರು ಸ್ಪರ್ಧಿಸಲು, ಹೊಸದಾಗಿ ಪಿಯುಸಿ ಮುಗಿಸಿದ ಮಕ್ಕಳು ಹೆಣಗಾಡಬೇಕಾಗುತ್ತದೆ. ಅವರ ಸ್ಪರ್ಧೆಯ ಪ್ರಮಾಣವನ್ನು ಸೀಮಿತಗೊಳಿಸಲು ನೀತ್ಯಾತ್ಮಕ ಕ್ರಮಗಳನ್ನು ತೆಗೆದುಕೊಳ್ಳದಿದ್ದಲ್ಲಿ, ಈ ಸನ್ನಿವೇಶ ಇನ್ನಷ್ಟು ಹದಗೆಡಲಿದೆ.

4. NEET ಪರೀಕ್ಷೆಗೆ ಹಾಜರಾಗುವ ವಿದ್ಯಾರ್ಥಿಯು 3ಗಂಟೆ 20 ನಿಮಿಷಗಳಲ್ಲಿ, 720 ಅಂಕಗಳಿಗೆ ಭೌತಶಾಸ್ತ್ರ, ರಸಾಯನ ಶಾಸ್ತ್ರ, ಪ್ರಾಣಿಶಾಸ್ತ್ರ ಮತ್ತು ಸಸ್ಯಶಾಸ್ತ್ರಗಳ

ಒಟ್ಟು 180 (200ರಲ್ಲಿ) ಪ್ರಶ್ನೆಗಳನ್ನು ಉತ್ತರಿಸಬೇಕಿರುತ್ತದೆ. ಸರಿ ಉತ್ತರಕ್ಕೆ 4 ಅಂಕವಾದರೆ, ತಪ್ಪು ಉತ್ತರಕ್ಕೆ 1 ಅಂಕ ಕಡಿತ. ವೇಗ ಮತ್ತು ಜ್ಞಾಪಕಶಕ್ತಿಗಳನ್ನೇ ಆಧರಿಸಿದ, ಈ MCQ ಮಾದರಿಯ ಪ್ರಶ್ನೆಗಳಿಗೆ ಉತ್ತರಿಸುವ ಕೌಶಲ ಕಲಿಸುವುದಕ್ಕಾಗಿಯೇ ಹುಟ್ಟಿಕೊಂಡಿರುವ NEET ಕೋಚಿಂಗ್ ತರಗತಿಗಳೆಂಬ "ಕೋಟಾ ಫ್ಯಾಕ್ಟರಿಗಳು" ವಿದ್ಯಾರ್ಥಿಗಳ ದೈಹಿಕ–ಮಾನಸಿಕ ಸ್ವಾಸ್ಥ್ಯಕ್ಕೆ ಎರವಾಗಿ, ಜೀವ ತಿನ್ನುತ್ತಿವೆ. ಈ ವ್ಯವಸ್ಥೆ ರದ್ದಾಗಲೇಬೇಕು.

5. ಸಾಧ್ಯವಾದಷ್ಟೂ ಜನರನ್ನು ಸ್ಪರ್ಧೆಯಿಂದ ಹೊರತಳ್ಳುವುದೇ ಉದ್ದೇಶ ಆಗಿರುವ NEET ಪರೀಕ್ಷೆಯು ಒಬ್ಬ ವಿದ್ಯಾರ್ಥಿಯ ವೈದ್ಯಕೀಯ ಅರಿವು, ಆಸಕ್ತಿ, ಕೌಶಲ, ಸಹನೆ, ಜ್ಞಾನ ಇತ್ಯಾದಿಗಳತ್ತ ಕಿಂಚಿತ್ತೂ ಗಮನ ಹರಿಸುವುದಿಲ್ಲ. ವೈದ್ಯಕೀಯ ಪ್ರವೇಶ ಪರೀಕ್ಷೆಗಳೇನಾದರೂ ಸುಧಾರಣೆಯಾಗುವುದಿದ್ದರೆ, ಅದು ಆ ವಿದ್ಯಾರ್ಥಿ ಮುಂದೆ ವೈದ್ಯನಾ/ಳಾಗಲು ಅಗತ್ಯವಿರುವ ಬೌದ್ಧಿಕ–ದೈಹಿಕ ಕೌಶಲಗಳನ್ನು ಹೊಂದಿರುವರೇ ಎಂಬುದನ್ನು ಪರೀಕ್ಷಿಸಿ ಆಯ್ಕೆ ಮಾಡುವ ವಿಧಾನಗಳನ್ನು ಅನುಸರಿಸಬೇಕು. ಅದಕ್ಕೆ ಅಗತ್ಯವಿದ್ದರೆ ಹೊಸ ಹಾದಿಗಳನ್ನು ಕಂಡುಕೊಳ್ಳಬೇಕು.

6. ರಾಜಕಾರಣಿಗಳೇ ಹೆಚ್ಚಿನ ಖಾಸಗಿ ವೈದ್ಯಕೀಯ ಕಾಲೇಜುಗಳ ಮಾಲಕರೂ ಆಗಿರುವ ಕಾರಣಕ್ಕೆ, ನೀತ್ಯಾತ್ಮಕ ನಿರ್ಧಾರಗಳ ವೇಳೆ ಹಲವು ಬಾರಿ, ಹಿತಾಸಕ್ತಿ ಸಂಘರ್ಷಗಳು ವೈದ್ಯಕೀಯ ಶಿಕ್ಷಣದ ಹಾದಿ ತಪ್ಪಿಸಿವೆ. ಮೀಸಲಾತಿಯಂತಹ ಸವಲತ್ತುಗಳ ಹೊರತಾಗಿಯೂ ವೈದ್ಯಕೀಯ ಶಿಕ್ಷಣಕ್ಕೆ ಎಲ್ಲರನ್ನೂ ಒಳಗೊಳ್ಳುವುದು ಸಾಧ್ಯವಾಗಿಲ್ಲ; ಅರ್ಹರು ವೈದ್ಯಕೀಯ ಕ್ಷೇತ್ರ ಪ್ರವೇಶಿಸದಿರುವುದು ಈಗಾಗಲೇ ತನ್ನ ಪರಿಣಾಮಗಳನ್ನು ಸಾಮಾಜಿಕವಾಗಿ ಬೀರಲಾರಂಭಿಸಿದೆ.

ಈ ಎಲ್ಲ ಮೂಲಭೂತ ಸಂಗತಿಗಳನ್ನು ಕಾರ್ಪೆಟ್ ಅಡಿ ತೂರಿ, ಕೇವಲ NEET ಸುಧಾರಣೆ/ರದ್ಧತಿ ಬಗ್ಗೆ ಚರ್ಚೆ ಮಾಡಿದರೆ, ಅದು ಖಾಸಗಿ ವೈದ್ಯಕೀಯ ಕಾಲೇಜು ಲಾಬಿಗಳು ಹರಡಿರುವ ಬಲೆಗೆ ಎಲ್ಲರೂ ಒಟ್ಟಾಗಿ ಬಿದ್ದಂತೆಯೇ ಸರಿ.

ಜೂನ್ 29, 2024ಕ್ಕೆ ಪ್ರಕಟಿತ

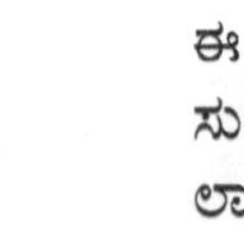

ರಾಜಾರಾಂ ತಲ್ಲೂರು

"ಹಿರಿಯರ" ಸದನದ "ದೊಡ್ಡವರು"

ಸಂಸತ್ತಿನ ರಾಜ್ಯಸಭೆಯಲ್ಲಿ ಬುಧವಾರ (ಜುಲೈ 03) ರಾಷ್ಟ್ರಪತಿಗಳ ಭಾಷಣಕ್ಕೆ ವಂದನಾ ನಿರ್ಣಯವನ್ನು ಸ್ವೀಕರಿಸುವ ಕಲಾಪಗಳು ನಡೆದವು. ಕೊನೆಯಲ್ಲಿ, ಪ್ರಧಾನಮಂತ್ರಿ ನರೇಂದ್ರ ಮೋದಿಯವರು ಈ ಚರ್ಚೆಗೆ ಉತ್ತರಿಸಿದ ಬಳಿಕ, ಸಭಾತ್ಯಾಗ ಮಾಡಿದ ಪ್ರತಿಪಕ್ಷಗಳ ಅನುಪಸ್ಥಿತಿಯಲ್ಲೇ ವಂದನಾ ನಿರ್ಣಯ ಅಂಗೀಕಾರವಾಯಿತು. ಈ ಪ್ರಕ್ರಿಯೆಯ ವೇಳೆ ರಾಜ್ಯಸಭೆಯ ಸುಮಾರು 70ಮಂದಿ ಸದಸ್ಯರು ವಂದನಾ ನಿರ್ಣಯದ ಪರ–ವಿರುದ್ಧ ತಮ್ಮ ಅಭಿಪ್ರಾಯಗಳನ್ನು ಮಂಡಿಸಿದ್ದರು. ಅದಕ್ಕೆ ಮುನ್ನ, ಮಂಗಳವಾರ, ಈ ಪ್ರಕ್ರಿಯೆ ಲೋಕಸಭೆಯಲ್ಲೂ ನಡೆದು, ಅಲ್ಲೂ 68 ಮಂದಿ ಸಂಸದರು ನಿರ್ಣಯದ ಪರ–ವಿರುದ್ಧ ತಮ್ಮ ಅಭಿಪ್ರಾಯಗಳನ್ನು ಮಂಡಿಸಿದ್ದರು. ಲೋಕಸಭೆಯಲ್ಲಂತೂ 280ಮಂದಿ ಮೊದಲ ಬಾರಿಗೆ ಸಂಸತ್ ಪ್ರವೇಶಿಸಿದವರು. ಅವರಲ್ಲೂ ಹಲವರು

ಈ ಸಂದರ್ಭದಲ್ಲಿ ಚೊಚ್ಚಲ ಭಾಷಣ ಮಾಡಿದರು. ದುರದೃಷ್ಟವಶಾತ್, ಸ್ಟಾರ್ ಪರ್ಫಾರ್ಮರ್‌ಗಳನ್ನು ಹೊರತುಪಡಿಸಿದರೆ, ಉಳಿದವರ ಮಾತುಗಳು ಅದೆಷ್ಟೇ ಗಹನವಾದ ಸಂಗತಿಗಳನ್ನು ಒಳಗೊಂಡಿದ್ದರೂ, ಅವನ್ನು ಕೇಳಿಸಿಕೊಂಡವರು ಆ ಹೊತ್ತಿಗೆ ಸದನದಲ್ಲಿ ಹಾಜರಿದ್ದ ಬೆರಳೆಣಿಕೆಯ ಮಂದಿ ಮತ್ತು ಆ ಮಾತುಗಳನ್ನು ದಾಖಲಿಸಿಕೊಳ್ಳುವ ಕರ್ತವ್ಯ ಮಾಡುತ್ತಿದ್ದ ಸದನ ಸಿಬ್ಬಂದಿ ಮಾತ್ರ.

ಆದರೆ, ಒಂದು ಭಾಷಣ ಮಾತ್ರ ಇದಕ್ಕೆ ಹೊರತಾಗಿತ್ತು. ಆ ಭಾಷಣವನ್ನು ಸ್ವತಃ ಪ್ರಧಾನಮಂತ್ರಿಗಳು ರಾಜ್ಯಸಭೆಯಲ್ಲಿ ತಮ್ಮ ಭಾಷಣದ ವೇಳೆ, ಉಲ್ಲೇಖಿಸಿ ಪ್ರಶಂಸಿಸಿದರು. ಮಾತ್ರವಲ್ಲದೇ, ಮರುದಿನ ಮಾಧ್ಯಮಗಳಂತೂ "ಕಡ್ಡಾಯವೆಂಬಂತೆ" ಆ ಭಾಷಣದ ಸುದ್ದಿಯನ್ನು ಆದ್ಯತೆ ನೀಡಿ ಪ್ರಕಟಿಸಿ ಕೃತಾರ್ಥರಾದರು.

ಹೌದು, ನಾನು ಹೇಳುತ್ತಿರುವುದು, ಭಾರತದ ಮೊತ್ತಮೊದಲ ಬೃಹತ್ ಐಟಿ ಕಂಪನಿ ಇನ್ಫೋಸಿಸ್‌ನ ಸ್ಥಾಪಕರ ಪತ್ನಿ, ಇಂಗ್ಲಂಡಿನ (ಹೆಚ್ಚಿನಂಶ) ನಿರ್ಗಮನ ಪ್ರಧಾನಿ ರಿಷಿ ಸುನಾಕ್ ಅವರ ಅತ್ತೆಮ್ಮ ಮತ್ತು ಭಾರತದ ಅತ್ಯಂತ ಪ್ರಸಿದ್ಧ ಲೇಖಕಿ, ಚಿಂತಕಿ, ಶಿಕ್ಷಣ ತಜ್ಞೆ, ಉಪನ್ಯಾಸಕಿ, ಕೊಡುಗೈ ದಾನಿ, ಸಮಾಜ ಸೇವಕಿ... ಇತ್ಯಾದಿ ಇತ್ಯಾದಿ ಆಗಿರುವ ಶ್ರೀಮತಿ ಸುಧಾಮೂರ್ತಿ ಎಂಬ ಸರಳ ರಾಜ್ಯಸಭಾ ಸದಸ್ಯರ ಬಗ್ಗೆ.

ಈ ವರ್ಷದ ಆದಿಯಲ್ಲಿ ಮಹಿಳಾ ದಿನಾಚರಣೆಯಂದು (ಮಾರ್ಚ್ 08) ಭಾರತದ ರಾಷ್ಟ್ರಪತಿಗಳು ಶ್ರೀಮತಿ ಸುಧಾಮೂರ್ತಿ (73) ಅವರನ್ನು ರಾಜ್ಯಸಭೆಯ ಸದಸ್ಯರಾಗಿ ನಾಮನಿರ್ದೇಶನ ಮಾಡಿದ್ದರು. ಸಂಸತ್ತಿನ ಸದಸ್ಯರಾದ ಬಳಿಕ ಅವರು, ಮೊನ್ನೆ ಬುಧವಾರ, ರಾಜ್ಯಸಭೆಯಲ್ಲಿ ರಾಷ್ಟ್ರಪತಿಗಳ ಭಾಷಣಕ್ಕೆ ವಂದನಾ ನಿರ್ಣಯದ ಕುರಿತ ಚರ್ಚೆಯಲ್ಲಿ ಪಾಲ್ಗೊಂಡು ತಮ್ಮ ಚೊಚ್ಚಲ ಭಾಷಣ ಮಾಡಿದರು. ಅವರು ತಮ್ಮ ಭಾಷಣದಲ್ಲಿ ಭಾರತದ "ಅತ್ಯಂತ ಗಂಭೀರ" ಸಮಸ್ಯೆಯಾಗಿರುವ ಗರ್ಭಕೋಶದ ಕತ್ತಿನ (ಸರ್ವಿಕ್ಸ್) ಕ್ಯಾನ್ಸರ್‌ಗೆ ಲಸಿಕೆಗಳನ್ನು ಒದಗಿಸಬೇಕೆಂದು ಸರ್ಕಾರವನ್ನು ಕೋರಿಕೊಂಡರು. ದೇಶದಲ್ಲಿ ಅಂದಾಜು 35 ಕೋಟಿ ಮಹಿಳೆಯರು ಈ ಅಪಾಯಕ್ಕೆ ಒಳಗಾಗುವ ಸಾಧ್ಯತೆಗಳಿದ್ದು, ಪ್ರತೀ ವರ್ಷ 1.32 ಲಕ್ಷ ಗರ್ಭಕೋಶ ಕ್ಯಾನ್ಸರಿನ ಹೊಸ ಪ್ರಕರಣಗಳು ವರದಿ ಆಗುತ್ತಿವೆ ಹಾಗೂ ಪ್ರತೀ ವರ್ಷ 75,000ದಷ್ಟು ಮಂದಿ ಈ ರೋಗಕ್ಕೆ ಜೀವ ಕಳೆದುಕೊಳ್ಳುತ್ತಿದ್ದಾರೆ.

ದೇಶದಲ್ಲಿ 6%ಕ್ಕಿಂತಲೂ ಹೆಚ್ಚಿನ ಮಹಿಳೆಯರಿಗೆ ಮತ್ತು 26% ಪುರುಷರಿಗೆ, ಮಹಿಳೆಯರಲ್ಲಿ ಈ ಸರ್ವೈಕಲ್ ಕ್ಯಾನ್ಸರ್ ತರಬಲ್ಲ ಮಾನವ ಪ್ಯಾಪಿಲ್ಲೋಮಾ ವೈರಸ್ (HPV) ಸೋಂಕು ಈಗಾಗಲೇ ಇದೆ ಎನ್ನಲಾಗುತ್ತಿದ್ದು, ಕ್ಯಾನ್ಸರ್‌ಗಳನ್ನು ಆರಂಭದ ಹಂತದಲ್ಲೇ ಗುರುತಿಸುವ ಸ್ಕ್ರೀನಿಂಗ್ ಪ್ರಕ್ರಿಯೆ ಭಾರತದಲ್ಲಿ ಪರಿಣಾಮಕಾರಿಯಾಗಿಲ್ಲ. ಜಾಗತಿಕ ಆರೋಗ್ಯ ವ್ಯವಸ್ಥೆ ಈ ರೋಗಕ್ಕೆ ಲಸಿಕೆಯನ್ನು ಶಿಫಾರಸು ಮಾಡುತ್ತಿದೆ. ಈಗಾಗಲೇ ಸೋಂಕು ಇರುವವರ ಪ್ರಮಾಣ ಗಮನಾರ್ಹವಾಗಿದೆ ಎಂದಾದರೆ,

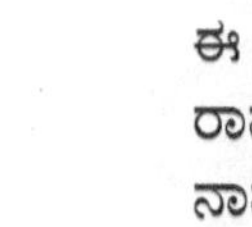

ಅವರಿಗೆ ಪುನಃ ಈ ಲಸಿಕೆ ನೀಡಿಕೆ ಎಷ್ಟು ಪರಿಣಾಮಕಾರಿ? ಭಾರತದಲ್ಲಿ HPV ಲಸಿಕೆ ನೀಡಿಕೆ ಕಾರ್ಯಕ್ರಮ ಸರ್ಕಾರದ ಕಡೆಯಿಂದ ನಡೆಯಬೇಕೇ? ಎಂಬುದೆಲ್ಲ ವೈದ್ಯಕೀಯ ಚರ್ಚೆ.

ಆದರೆ, ಏಕಾಏಕಿ "ದೊಡ್ಡವರು" ಈ ಬಗ್ಗೆ ಮಾತು ಎತ್ತಿದಾಗ, ಅದು ಎಲ್ಲರ ಗಮನ ಸೆಳೆಯುವುದು ಸಹಜ. ಇಂತಹ ದೊಡ್ಡವರು ವ್ಯವಹಾರಸ್ಥರಾಗಿರುವಾಗ, ದೊಡ್ಡ ದೊಡ್ಡ ಹೂಡಿಕೆ ಕಂಪನಿಗಳಲ್ಲಿ ಹಿತಾಸಕ್ತಿಗಳನ್ನು ಹೊಂದಿರುವಾಗ ಅವರು ಇಂತಹ ಸಂಗತಿಗಳ ಬಗ್ಗೆ ಏಕಾಏಕಿ ಮಾತನಾಡಿದರೆ, ಹುಬ್ಬುಗಳು ಸಹಜವಾಗಿಯೇ ಏರಬೇಕು. ಏಕೆಂದರೆ, ಸದ್ರಿಯವರ ಮಗಳು, ಇಂಗ್ಲಂಡ್ ಪ್ರಧಾನಿ ರಿಷಿ ಸುನಾಕ್ ಅವರ ಪತ್ನಿ ಅಕ್ಷತಾ ಮೂರ್ತಿ ಅವರು ಕೂಡ ಒಂದು ಹೂಡಿಕೆ ಸಂಸ್ಥೆಯನ್ನು ಹೊಂದಿದ್ದು, ಈ ಕಾರಣದಿಂದಾಗಿ ಬ್ರಿಟಿಷ್ ಸರ್ಕಾರದ ನಿರ್ಧಾರಗಳಲ್ಲಿ ಹಿತಾಸಕ್ತಿ ಸಂಘರ್ಷ ಏರ್ಪಟ್ಟ ಬಗ್ಗೆ ಇಂಗ್ಲಂಡಿನಲ್ಲಿ ಕೆಲ ಸಮಯಗಳ ಹಿಂದೆ ಗದ್ದಲವಾಗಿತ್ತು.

ಭಾರತದ ಸಂದರ್ಭದಲ್ಲಿ, ಮಹಿಳೆಯರ ಆದ್ಯತೆಗಳು ಯಾವುದಿರಬೇಕು? ಲಿಂಗ ಅನುಪಾತಕ್ಕೇ ಧಕ್ಕೆ ತರುವಷ್ಟು ಭ್ರೂಣಹತ್ಯೆಗಳು, ಶಿಕ್ಷಣ, ಪೌಷ್ಟಿಕ ಆಹಾರ, ಆತಂಕ ಮುಕ್ತ ಬದುಕು, ಸಮಾನ ಅವಕಾಶಗಳು–ಇಂತಹ ಹಲವು ಮೂಲಭೂತ ಸಂಗತಿಗಳೇ ಅಪಾಯದಲ್ಲಿರುವಾಗ, ಏಕಾಏಕಿ HPV ಲಸಿಕೆ ಆದ್ಯತೆ ಪಡೆದರೆ, ಅಚ್ಚರಿ ಅನ್ನಿಸದಿರುವುದು ಹೇಗೆ?

ಸುಧಾಮೂರ್ತಿಯವರು ಭಾಷಣ ಮಾಡುತ್ತಿದ್ದಾಗ ಸಭಾಧ್ಯಕ್ಷ ಪೀಠದಲ್ಲಿದ್ದ ರಾಜೀವ್ ಶುಕ್ಲಾ ಅವರು, ಸದನದಲ್ಲಿದ್ದ ಸಚಿವರೊಬ್ಬರಿಗೆ, ಸದನ ನಾಯಕರೂ, ಆರೋಗ್ಯ ಸಚಿವರೂ ಆದ ಶ್ರೀ ನಡ್ಡಾ ಅವರ ಗಮನಕ್ಕೆ ಈ ವಿಚಾರವನ್ನು ತರಲು ಸೂಚಿಸಿದರು. ದೊಡ್ಡವರು ಹೇಳಿದ್ದರಿಂದ ಮತ್ತು ಸ್ವತಃ ಪ್ರಧಾನಮಂತ್ರಿಗಳೇ ಈ ಭಾಷಣದ ಕಾಳಜಿಯ ಕುರಿತು ಪ್ರಶಂಸೆ ವ್ಯಕ್ತಪಡಿಸಿರುವುದರಿಂದ, ಸುಧಾಮೂರ್ತಿಯವರ ಈ ಕೋರಿಕೆ ತಕ್ಷಣ ಈಡೇರಿದರೂ ಅಚ್ಚರಿ ಇಲ್ಲ.

ಇದರ ಜೊತೆ ಸುಧಾಮೂರ್ತಿ ಅವರು ಎತ್ತಿದ ಇನ್ನೊಂದು ಸಂಗತಿ, ಪ್ರವಾಸೋದ್ಯಮಕ್ಕೆ ಸಂಬಂಧಿಸಿದ್ದು. ಇನ್ನೂ 57 ಸ್ಥಳಗಳನ್ನು ಹೆರಿಟೇಜ್ ಸೈಟ್‌ಗಳಾಗಿ ಗುರುತಿಸಿ, ಪ್ರವಾಸೋದ್ಯಮಕ್ಕೆ ಅನುವುಗೊಳಿಸಬೇಕೆಂಬ ಬೇಡಿಕೆ ಅದು. ಬೇರೆ ಸದಸ್ಯರೆಲ್ಲರಿಗೆ 3–5 ನಿಮಿಷಗಳ ಅವಕಾಶ ನೀಡಿದ ಅಧ್ಯಕ್ಷಪೀಠ, ಚೊಚ್ಚಲ ಭಾಷಣ ಮಾಡುತ್ತಿರುವ ಸುಧಾಮೂರ್ತಿ ಅವರಿಗೆ ಈ ಅವಧಿಯನ್ನು 12+ನಿಮಿಷಗಳಿಗೆ ವಿಸ್ತರಿಸಲು ಅವಕಾಶ ನೀಡಿತು.

ದಿನ ಕಳೆದಂತೆ ಸಂಸತ್ತಿನ ಉಭಯ ಸದನಗಳೂ ಹಣವಂತರ, ಪ್ರಭಾವಿಗಳ ಅರ್ಥಾತ್ ದೇಶದ 10% ಜನರ ಆಡೊಂಬಲ ಆಗುತ್ತಿದೆ. ಅಲ್ಲಿ ಚರ್ಚೆಯಾಗುವ ಸಂಗತಿಗಳೂ ಆ 10% ಜನರ ಹಿತಾಸಕ್ತಿಗಳನ್ನು ಕಾಪಾಡುವಂತಹವೇ ಆಗಿರುತ್ತವೆ.

ಅವರು ಹೇಳುತ್ತಿರುವುದು ಮಹತ್ವದ ಸಂಗತಿ ಎಂದು ಬಿಂಬಿಸಿ, ಅದನ್ನೆಲ್ಲ ಸಮರ್ಥಿಸುವ ಮಾಧ್ಯಮಗಳೂ ಅವರವೇ ಆಗಿರುತ್ತವೆ. ದೇಶದ ಉಳಿದ 90% ಜನರ ಹಿತಾಸಕ್ತಿಗಳನ್ನು ಸಂಸತ್ತಿನಲ್ಲಿ ಪ್ರತಿನಿಧಿಸುತ್ತಿರುವವರು ಕಾಣಿಸುತ್ತಿಲ್ಲ; ಅಕಸ್ಮಾತ್ ಇದ್ದರೂ ಅವರಿಗೆ ಧ್ವನಿ ಇಲ್ಲ. ಸುಧಾಮೂರ್ತಿ ಅವರ "ಫ್ಯಾನ್ಸಿ" ಭಾಷಣಕ್ಕಿಂತ ಕರಾವಳಿಯ ಅನುಭವಿ, ಕೋಟದ "ಸಿಂಪಲ್" ಶ್ರೀನಿವಾಸ ಪೂಜಾರಿಯವರಿಗೆ, (ಚುನಾವಣೆಗಿಂತ ಮೊದಲು ಅವರೇ ಸ್ವತಃ ಹೇಳಿಕೊಂಡಂತೆ, ಹಿಂದಿ-ಇಂಗ್ಲೀಷ್ ಕಲಿಯುವ ಮೊದಲೇ, ಕನ್ನಡದಲ್ಲಿಯೇ) ಚೊಚ್ಚಲ ಭಾಷಣಕ್ಕೆ ಅವಕಾಶ ನೀಡಿದ್ದರೆ, ಅದಕ್ಕೆ ನೆಲದ ಪರಿಮಳ ಹೆಚ್ಚಿರುತ್ತಿತ್ತು.

ಜುಲೈ 06, 2024ಕ್ಕೆ ಪ್ರಕಟಿತ

ರಾಜಾರಾಂ ತಲ್ಲೂರು

ತಳಪಾಯವೇ ಇಲ್ಲದ "ಪ್ಲಾಟ್‌ಫಾರಂ" ಇದು...

ಮೊದಲು ನೀರಿಗೆ ಧುಮುಕುವುದು ಮತ್ತು ಆ ಬಳಿಕ, ಈಜು ಕಲಿಯುವುದು ಹೇಗೆಂದು ಯೋಚಿಸುವುದು ಹಾಲೀ ಭಾರತ ಸರಕಾರದ ಹಾಲ್‌ಮಾರ್ಕ್ ಆಗಿಬಿಟ್ಟಿದೆ. ಕೃತಕ ಬುದ್ಧಿಮತ್ತೆ (AI) ಜಗತ್ತಿನಾದ್ಯಂತ ಸದ್ದು ಮಾಡುತ್ತಿದೆ. ಅದರ ಸಾಧಕ–ಬಾಧಕಗಳ ಕುರಿತು ಚರ್ಚೆ ನಡೆದಿದೆ. ಖಾಸಗಿತನದ ಬಗ್ಗೆ ಬಲವಾದ ಕಾನೂನುಗಳನ್ನು ಹೊಂದಿರುವ ಅಮೆರಿಕ, ಯುರೋಪುಗಳು ಎಚ್ಚರಿಕೆಯ ಹೆಜ್ಜೆ ಇಡುತ್ತಿವೆ. ಆದರೆ ಭಾರತ ಏಕಾಏಕಿ ನೀರಿಗೆ ಧುಮುಕಿಬಿಟ್ಟಿದೆ.

ಕಳೆದ ವಾರ (ಜುಲೈ 03) ದಿಲ್ಲಿಯಲ್ಲಿ ಗ್ಲೋಬಲ್ ಇಂಡಿಯಾ AI ಸಮಿಟ್–2024ನಲ್ಲಿ ಮಾತನಾಡಿದ ಭಾರತದ ಮಾಹಿತಿ ತಂತ್ರಜ್ಞಾನ ಇಲಾಖೆಯ ನೂತನ ಸಚಿವ ಅಶ್ವಿನಿ ವೈಷ್ಣವ್ ಅವರು, ಸಾರ್ವಜನಿಕ AI ಪ್ಲಾಟ್‌ಫಾರ್ಮ್ ಒಂದನ್ನು ಸರ್ಕಾರ ಸ್ಥಾಪಿಸಲಿದೆ ಎಂದು ಪ್ರಕಟಿಸಿದರು. ಈ ಮಹತ್ವದ

ಸುದ್ದಿಯು ಮಾಧ್ಯಮಗಳಲ್ಲಿ ಹೆಚ್ಚು ಪ್ರಚಾರ ಪಡೆಯಲಿಲ್ಲ. ಭಾರತ ಎದುರಿಸುತ್ತಿರುವ ಆರ್ಥಿಕ, ಸಾಮಾಜಿಕ ಸವಾಲುಗಳನ್ನು ನಿಭಾಯಿಸಲು AI ಬಳಕೆ ಮಾಡುವುದಕ್ಕಾಗಿ, ಈ ಪ್ಲಾಟ್‌ಫಾರಂ ಮೂಲಕ ಕಂಪ್ಯೂಟಿಂಗ್ ಪವರ್, ಉನ್ನತ ಗುಣಮಟ್ಟದ ಡೇಟಾಸೆಟ್‌ಗಳನ್ನು, ಮತ್ತು ಎಲ್ಲರಿಗೆ ಸಮಾನವಾದ ತಂತ್ರಜ್ಞಾನ-ಲೀಗಲ್ ಚೌಕಟ್ಟನ್ನು ಒದಗಿಸಲಾಗುವುದು. ಸ್ಟಾರ್ಟಪ್‌ಗಳು, ಉದ್ಯಮಿಗಳು ಮತ್ತು ಸಂಶೋಧಕರಿಗೆ ಇದು ಅನುಕೂಲ ಮಾಡಿಕೊಡಲಿದೆ ಎಂಬುದು ಅವರ ಅಭಿಪ್ರಾಯವಾಗಿತ್ತು.

AI ಹೊಸ ಅವಕಾಶಗಳನ್ನು ಸೃಷ್ಟಿಸಲಿದೆ ಎಂಬುದರಲ್ಲಿ ಸಂಶಯ ಇಲ್ಲ. ಆದರೆ, ದೇಶದ ಪ್ರಜೆಗಳ ಸ್ವಾತಂತ್ರ್ಯಕ್ಕೆ ಧಕ್ಕೆ ಬರದಂತೆ ಈ ಅವಕಾಶಗಳನ್ನು ಬಳಸಿಕೊಳ್ಳಲು ದೇಶ ಎಷ್ಟು ಸನ್ನದ್ಧವಾಗಿದೆ ಎಂಬ ಪ್ರಶ್ನೆಯನ್ನು ಕೇಳಿಕೊಳ್ಳಲು ಸಕಾಲ ಇದು. AI ಸಾಧ್ಯತೆಗಳು, ಅದರ ಅಪಾಯಗಳು ಮತ್ತು ಅದರ ಜವಾಬ್ದಾರಿಯುತ ಬಳಕೆಯ ಬಗ್ಗೆ ಎಚ್ಚೆತ್ತ G7 ದೇಶಗಳು 2023ರ ಮೇ ತಿಂಗಳಿನಲ್ಲಿ, ಜಪಾನಿನ ಅಧ್ಯಕ್ಷತೆಯಲ್ಲಿ ಹಿರೋಷಿಮಾದಲ್ಲಿ ಸಭೆಸೇರಿ, ಈ ವಿಚಾರದಲ್ಲಿ ಜಗತ್ತಿನ ಎಲ್ಲ ದೇಶಗಳು ಕೈಜೋಡಿಸಿ, ಎಚ್ಚರದಿಂದ ವ್ಯವಹರಿಸಲು "ಹಿರೋಷಿಮಾ ಪ್ರಕ್ರಿಯೆ" ಹೇಳಿಕೆ ಹೊರಡಿಸಿದ್ದವು. ಅದರ ಆಸುಪಾಸಿನಲ್ಲೇ, ಅಂದರೆ 2023ರ ಅಕ್ಟೋಬರಿನಲ್ಲಿ ಅಮೆರಿಕ ಅಧ್ಯಕ್ಷರು ಈ ಕುರಿತು ಎಕ್ಸಿಕ್ಯುಟಿವ್ ಆದೇಶ ಹೊರಡಿಸಿದ್ದರು, ಮತ್ತು ಯುರೋಪಿಯನ್ ಯೂನಿಯನ್, 2024ರ ಮೇ ತಿಂಗಳಿನಲ್ಲಿ EU AI Act ಜಾರಿಗೊಳಿಸಿತ್ತು. ಭಾರತವೂ ಹಿಂದುಳಿಯಲಿಲ್ಲ. 2023, ಡಿಸೆಂಬರ್ 12ರಂದು ದಿಲ್ಲಿಯಲ್ಲಿ ನಡೆದ ಗ್ಲೋಬಲ್ ಪಾರ್ಟ್‌ನರ್‌ಶಿಪ್ ಆನ್ ಎಐ (GPAI) ಸಮಾವೇಶದಲ್ಲಿ ಭಾರತದ ಪ್ರಧಾನಮಂತ್ರಿಗಳು "ಇಂಡಿಯಾ AI ಮಿಷನ್" ಸ್ಥಾಪನೆಯನ್ನು ಪ್ರಕಟಿಸಿಯೇ ಬಿಟ್ಟರು. ಅಮೆರಿಕ-ಯುರೋಪು AIಗೆ ಸಂಬಂಧಿಸಿದಂತೆ ಮೊದಲು ತಮ್ಮ ಕಾನೂನು ತಳಪಾಯಗಳನ್ನು ಬಲಪಡಿಸಿಕೊಂಡರೆ, ಭಾರತ ತಳಪಾಯ ಇಲ್ಲದೆ, ಮೊದಲಿಗೇ AI ಮಿಷನ್ ಸ್ಥಾಪಿಸಲು ಹೊರಟಿತು. ಹಿರೋಷಿಮಾ ಪ್ರಕ್ರಿಯೆ ಪ್ರಕಟಗೊಂಡು ಕೇವಲ ಮೂರು ತಿಂಗಳ ಬಳಿಕ ಭಾರತ ಡಿಜಿಟಲ್ ಪರ್ಸನಲ್ ಡೇಟಾ ಪ್ರೊಟೆಕ್ಷನ್ ಕಾಯಿದೆ- 2023 (DPDP Act) ಅಂಗೀಕರಿಸಿದೆ. ಆದರೆ, ಅದರಲ್ಲಿ AI ಬಗ್ಗೆ ನಿರ್ದಿಷ್ಟವಾಗಿ ಏನನ್ನೂ ಹೇಳಿಲ್ಲ!

AI ಮತ್ತು ಮಷೀನ್ ಲರ್ನಿಂಗ್ (ML) ಪ್ರಕ್ರಿಯೆಗಳಲ್ಲಿ ಮೂಲಧಾತುವೇ ಅಗಾಧ ಗಾತ್ರದ ಡೇಟಾ. ಆದರೆ, ಭಾರತದ DPDP ಕಾನೂನಿನ ಪೀಠಿಕೆಯಲ್ಲಿ ವ್ಯಕ್ತಿಗಳ ವೈಯಕ್ತಿಕ ಡೇಟಾ ಕಾನೂನುಬದ್ಧ ಉದ್ದೇಶಗಳಿಗೆ ಮಾತ್ರ ಬಳಕೆ ಆಗಬೇಕೆಂಬ ಆಶಯ ವ್ಯಕ್ತವಾಗಿರುವುದು ಬಿಟ್ಟರೆ, ಜವಾಬ್ದಾರಿಯುತ ಡೇಟಾ ನಿರ್ವಹಣೆಯ ಬಗ್ಗೆ ಹೆಚ್ಚೇನೂ ಹೇಳಿಲ್ಲ. ವೈಯಕ್ತಿಕ ಡೇಟಾಗಳ AI ಬಳಕೆಗೆ "ಒಪ್ಪಿಗೆ" ಪಡೆಯುವ ಪ್ರಕ್ರಿಯೆ, ಸಾರ್ವಜನಿಕವಾಗಿ ಈಗಾಗಲೇ ಲಭ್ಯ ಇರುವ ಡೇಟಾಗಳ "ಮುಕ್ತ" ಬಳಕೆಯಲ್ಲಿ ನಿಯಂತ್ರಣ, ಸರ್ಕಾರದ ಕೈಯಲ್ಲಿರುವ ಡೇಟಾಗಳು DPDP ಕಾಯಿದೆಯ

ರಾಜಾರಾಂ ತಲ್ಲೂರು

ವ್ಯಾಪ್ತಿಯಿಂದ ಹೊರಗಿರುವುದರಿಂದ ಉಂಟಾಗಬಹುದಾದ ಪರಿಣಾಮಗಳು... ಇವನ್ನೆಲ್ಲ ಕಾಯಿದೆಯು AI ದೃಷ್ಟಿಕೋನದಿಂದ ಪರಿಗಣಿಸಿದಂತಿಲ್ಲ.

AI ಟೂಲ್‌ಗಳಿಗೆ (ಉದಾ: ಚಾಟ್GPT, ಮೆಟಾ AI) ನಾವು ಕೇಳುವ ಪ್ರಶ್ನೆಗಳ (ಪ್ರಾಂಪ್ಟ್ಸ್) ಖಾಸಗಿತನಕ್ಕೆ DPDP ಕಾಯಿದೆಯಲ್ಲಿ ನಿಯಂತ್ರಣ ಇಲ್ಲ. ಈ ಪ್ರಶ್ನೆಗಳು DPDP ಕಾಯಿದೆಯ 6(1) ವಿಧಿಯ ಸ್ಪಷ್ಟ ಉಲ್ಲಂಘನೆ ಎನ್ನುತ್ತಾರೆ, ಕಾನೂನು ಪರಿಣತರು. ಈ ಕಂಪನಿಗಳು, ತಮ್ಮ AI ಟೂಲ್ ನೀವು ಕೊಟ್ಟ ಮಾಹಿತಿಗಳನ್ನು ನೆನಪಿಟ್ಟುಕೊಳ್ಳುವುದಿಲ್ಲ ಎನ್ನುತ್ತಾವಾದರೂ, ತಾಂತ್ರಿಕವಾಗಿ "ಹೀಗೆ ನೆನಪು ಬಿಡುವುದು ಸದ್ಯಕ್ಕೆ ಅಸಾಧ್ಯ" ಎಂಬುದು ಪರಿಣತರ ನಿಲುವು. ಮೇಲಾಗಿ, DPDP ಕಾಯಿದೆಯ ಅನ್ವಯ ಡೇಟಾ ಒದಗಿಸಿದ ವ್ಯಕ್ತಿಗೆ, ತನ್ನ ಡೇಟಾಕ್ಕೆ ಪ್ರವೇಶದ ಹಕ್ಕು, ತಿದ್ದುಪಡಿಯ ಹಕ್ಕು, ತನ್ನ ದೂರುಗಳನ್ನು ದಾಖಲಿಸುವ ಹಕ್ಕುಗಳೆಲ್ಲ ಇವೆ. ಇವೆಲ್ಲ AI ಸಂದರ್ಭದಲ್ಲಿ ಹೇಗೆ ಕೆಲಸ ಮಾಡಲಿವೆ ಎಂಬುದು ಸದ್ಯಕ್ಕೆ ಸ್ಪಷ್ಟವಿಲ್ಲ. ಮಾಹಿತಿ ಒದಗಿಸುವಾಗ ಈ AI ಟೂಲ್‌ಗಳು ತಳೆಯಬಹುದಾದ ಪಕ್ಷಪಾತದ ನಿಲುವುಗಳು, ತಪ್ಪು ಮಾಹಿತಿಗಳಿಗೂ ನಿಯಂತ್ರಣ ಇಲ್ಲ.

ಹೀಗೆಂದ ಮಾತ್ರಕ್ಕೆ ಭಾರತ ತಯಾರಿಯೇ ಮಾಡಿಲ್ಲ ಎಂದಲ್ಲ. ಭಾರತದ ತಯಾರಿಗಳು, ಭದ್ರ ತಳಪಾಯದ ಮೇಲೆ AI ಅವಕಾಶಗಳ ಸೌಧವನ್ನು ಕಟ್ಟುವ ಬದಲು, ಅದರ ಲಾಭದ ಫಲ ಉಣ್ಣಲು ಸಿದ್ಧರಿರುವ ಖಾಸಗಿ ವಾಣಿಜ್ಯೋದ್ಯಮಿಗಳ ಹೆಗಲೇರಲು ಹೊರಟಂತಿದೆ. ನಮ್ಮ ತಯಾರಿಗಳು ಆಡ್‌ಹಾಕ್ ಸ್ವರೂಪದವಾಗಿದ್ದು, ಚೀನಾ-ಅಮೆರಿಕ ವಾಣಿಜ್ಯ ಸಂಘರ್ಷದ ಕ್ಷಿಪ್ರ ಲಾಭ ಪಡೆಯಲು ಮುಂದಾಗಿರುವಂತಿದೆ. ಹಾಗಾಗಿ ನೈತಿಕ, ಜವಾಬ್ದಾರಿಯುತ ಹೆಜ್ಜೆಗಳ ಬದಲು ಡೇಟಾ ಪ್ಲಾಟ್‌ಫಾರಂಗಳು, ಸಾಮಾಜಿಕ-ಆರ್ಥಿಕ ಅಭಿವೃದ್ಧಿಗೆ AI ಅಪ್ಲಿಕೇಷನ್‌ಗಳತ್ತ ಗಮನ ಹರಿಸಲಾಗುತ್ತಿದೆ ಎಂಬುದು ಇಂಡಸ್ಟ್ರಿ ಪರಿಣತರ ವಿಶ್ಲೇಷಣೆ.

ಭಾರತದ ನೀತಿ ಆಯೋಗ 2018ರಲ್ಲೇ "ನ್ಯಾಷನಲ್ ಸ್ಟ್ರಾಟಜಿ ಫಾರ್ AI" ಪ್ರಕಟಿಸಿತ್ತು, ಆ ಬಳಿಕ 2021ರ ಫೆಬ್ರವರಿಯಲ್ಲಿ "ಪ್ರಿನ್ಸಿಪಲ್ಸ್ ಆಫ್ ರೆಸ್ಪಾನ್ಸಿಬಲ್ AI" ಹಾಗೂ "ಆಪರೇಷನಲೈಸಿಂಗ್ ಪ್ರಿನ್ಸಿಪಲ್ಸ್ ಆಫ್ ರೆಸ್ಪಾನ್ಸಿಬಲ್ AI" ಪ್ರಕಟಿಸಿದೆ. ಆದರೆ, ಈ ಆಶಯಗಳು ಕಾನೂನಿನ ಚೌಕಟ್ಟನ್ನು ಪ್ರವೇಶಿಸಿಲ್ಲ. 2024ರ ಮಾರ್ಚ್ 07ರಂದು ಭಾರತ ಸರ್ಕಾರದ ಸಚಿವ ಸಂಪುಟವು ಇಂಡಿಯಾ AI ಮಿಷನ್‌ಅನ್ನು ಅನುಮೋದಿಸಿದೆ. ಬ್ಯೂರೊ ಆಫ್ ಇಂಡಿಯನ್ ಸ್ಟಾಂಡರ್ಡ್ಸ್ (BIS) ಮತ್ತು ತಂತ್ರಜ್ಞಾನ ಸಚಿವಾಲಯಗಳು AI ಕುರಿತು ಉನ್ನತ ಮಟ್ಟದ ಸಮಿತಿಗಳನ್ನು ರಚಿಸಿವೆ. ಆದರೆ, ತಳಪಾಯ ಸರಿ ಇಲ್ಲದೆ ನಿರ್ಮಿಸಿದ ಸೌಧಗಳು ಯಾವತ್ತೂ ಅಪಾಯಕಾರಿ. ಭಾರತ AI ಕ್ಷೇತ್ರಕ್ಕೆ ಧುಮುಕುತ್ತಿದೆ ಎಂಬ ಪ್ರಚಾರವೇನೋ ಸರಿ. ಆದರೆ, ನಮ್ಮ ಸಾಮರ್ಥ್ಯ/ದೌರ್ಬಲ್ಯಗಳ ಬಗ್ಗೆಯೂ ನಮಗೆ ಅರಿವಿರಬೇಕು.

ಅಂತಾರಾಷ್ಟ್ರೀಯವಾಗಿ ಸ್ಪರ್ಧಿಸುವ ಸಾಮರ್ಥ್ಯ, ದೇಶದ ಒಳಗೆ ಸ್ಟಾರ್ಟಪ್‌ಗಳಿಗೆ ಅಗತ್ಯವಿರುವ ಮೂಲಸೌಕರ್ಯ–ಎರಡೂ ಇಲ್ಲದೆ, ಕೇವಲ ಮೇಲುಪದರದ ಪ್ರಚಾರ ದೇಶವನ್ನು ಎಲ್ಲಿಗೂ ತಲುಪಿಸುವುದಿಲ್ಲ. ಸರ್ಕಾರ ಕಂಪ್ಯೂಟಿಂಗ್ ಮೂಲಸೌಕರ್ಯಕ್ಕಾಗಿ ಜಪಾನ್ ಮಾದರಿಯಲ್ಲಿ ಸ್ಥಾಪಿಸಿರುವ AI Research Analytics and Knowledge Dissemination Platform (AIRAWAT) ಸಾಮರ್ಥ್ಯ 656GPUಗಳಾದರೆ, ಮೆಟಾ, ಮೈಕ್ರೊಸಾಫ್ಟ್‌ನಂತಹ ಖಾಸಗಿ ಸಂಸ್ಥೆಗಳೂ 10,000GPUಗಿಂತ ಹೆಚ್ಚಿನ ಸಾಮರ್ಥ್ಯದ ಘಟಕಗಳನ್ನು ಹೊಂದಿವೆಯಂತೆ. ಈಗ ಭಾರತ ಸರ್ಕಾರ ಖಾಸಗಿ ಸಹಭಾಗಿತ್ವದಲ್ಲಿ 25,000GPU ಸಾಮರ್ಥ್ಯದ ಕ್ಲಸ್ಟರ್ ಸ್ಥಾಪಿಸುವ ಪ್ರಯತ್ನದಲ್ಲಿದೆ.

ಒಟ್ಟಿನಲ್ಲಿ, ವಿಷಯ ಇಷ್ಟೇ – ನಮ್ಮ ಸಾಮರ್ಥ್ಯ, ದೌರ್ಬಲ್ಯ ಅರಿತು, "Y2K" ಬಬಲ್ ಕಾಲದಲ್ಲಿ ಶ್ರಮದಿಂದಲೇ ಐಟಿ ಇಂಡಸ್ಟ್ರಿಯನ್ನು ಜಗತ್ತಿನ ಮುಂಚೂಣಿಗೆ ತಂದದ್ದನ್ನು ನೆನಪು ಮಾಡಿಕೊಳ್ಳಬೇಕು. ಕೈಕೆಸರಾದರೆ ಮಾತ್ರ ಬಾಯಿ ಮೊಸರಾದೀತು ಹೊರತು, ಬಾಯಿ ಬಡಾಯಿ ಉಪಯೋಗದ್ದಲ್ಲ. ತಳಪಾಯವಿಲ್ಲದೇ ಸೌಧಕಟ್ಟಿ ಅವಕಾಶಗಳಿಗಾಗಿ ತಡಕಾಡತೊಡಗಿದರೆ ಪ್ರಯೋಜನವಾಗದು. ಈಗಿನ ಸನ್ನಿವೇಶದಲ್ಲಿ ವಿಳಂಬವಾದರೆ ಅಥವಾ ದಿಕ್ಕು ತಪ್ಪಿದರೆ, ಮಾರುಕಟ್ಟೆ ನಮಗಾಗಿ ಕಾಯುವುದಿಲ್ಲ. ಈ ಕುರಿತು ಎಚ್ಚರ ಅಗತ್ಯ.

ಜುಲೈ 13, 2024ಕ್ಕೆ ಪ್ರಕಟಿತ

ರಾಜಾರಾಂ ತಲ್ಲೂರು

ಕೊಟ್ಟವರು ಕೋಡಂಗಿ- ಇಸ್ಕೊಂಡವರು ಈರಭದ್ರರು!

ರಾಜ್ಯದ ಖಾಸಗಿ ಕೈಗಾರಿಕೆಗಳು ಹಾಗೂ ಇತರೆ ಸಂಸ್ಥೆಗಳಲ್ಲಿ ಕನ್ನಡಿಗರಿಗೆ ಆಡಳಿತಾತ್ಮಕ ಹುದ್ದೆಗಳಿಗೆ ಶೇ.50 ಹಾಗೂ ಆಡಳಿತಾತ್ಮಕವಲ್ಲದ ಹುದ್ದೆಗಳಿಗೆ ಶೇ.75 ಮೀಸಲಾತಿ ನಿಗದಿಪಡಿಸುವ ವಿಧೇಯಕವನ್ನು ಕರ್ನಾಟಕ ಸರ್ಕಾರ ನೆನೆಗುದಿಗೆ ಹಾಕಿದೆ. ಸಚಿವ ಸಂಪುಟದಲ್ಲಿ ಸಮಗ್ರವಾದ ಚರ್ಚೆ ಇನ್ನೂ ನಡೆದಿಲ್ಲ. ಮತ್ತೆ ಸಂಪುಟದ ಮುಂದಿಟ್ಟು ಕೂಲಂಕಷವಾಗಿ ಚರ್ಚಿಸಿ, ಈ ಬಗ್ಗೆ ನಿರ್ಣಯ ಕೈಗೊಳ್ಳಲಾಗುವುದು. ಈ ಹಿನ್ನೆಲೆಯಲ್ಲಿ ಕೊಂಚ ಗೊಂದಲ ಉಂಟಾಗಿತ್ತು, ಮುಂದಿನ ದಿನಗಳಲ್ಲಿ ಈ ಗೊಂದಲಗಳನ್ನು ನಿವಾರಣೆ ಮಾಡಲಾಗುವುದು ಎಂದು ಮುಖ್ಯಮಂತ್ರಿಗಳು ಇಂದು (ಜುಲೈ 18) ಸದನದಲ್ಲಿ ಪ್ರಕಟಿಸಿದ್ದಾರೆ.

ಕರ್ನಾಟಕದ ಐಟಿ–ಬಿಟಿ ಕಂಪನಿಗಳು ಇದು "ಡ್ರಕೋನಿಯನ್ ಕಾನೂನು" ಎಂದು ಗದ್ದಲ ಎಬ್ಬಿಸಿರುವ ಹಿನ್ನೆಲೆಯಲ್ಲಿ ಈ

ಬೆಳವಣಿಗೆ ನಡೆದಿದೆ. ಕನ್ನಡಿಗರಿಗೆ ಉದ್ಯೋಗ ಕೊಡುವ ಈ ವಿಧೇಯಕವನ್ನು ದಿಢೀರ್ ತಡೆಹಿಡಿದಿರುವುದನ್ನು ಖಂಡಿಸಿರುವ ರಾಜ್ಯದ ಪ್ರಮುಖ ಪ್ರತಿಪಕ್ಷ, 'ಈ ನೆಲದಲ್ಲಿ ಬದುಕು ಮಾಡುತ್ತ ಕನ್ನಡ ಕಲಿತವರೆಲ್ಲ ಕನ್ನಡಿಗರೇ' ಎಂದು ಪರಿಗಣಿಸಿ. ಈ ನೆಲದ ಮಕ್ಕಳ ಉದ್ಯೋಗದ ಹಕ್ಕನ್ನು ರಕ್ಷಿಸುವ ನಿಟ್ಟಿನಲ್ಲಿ ಕನ್ನಡಪರ ಹೋರಾಟಗಾರರ ಬಹುದಿನಗಳ ಹೋರಾಟದ ಬೇಡಿಕೆಗೆ ನಿನ್ನೆಯಷ್ಟೇ 'ಅಸ್ತು' ಎಂದು ಹೆಜ್ಜೆ ಇಟ್ಟಿದ್ದ ಸರ್ಕಾರ, ದಿನ ಕಳೆಯುವುದರೊಳಗೇ 'ಸುಸ್ತು' ಹೊಡೆದಿರುವುದೇಕೆ? ಎಂದು ಪ್ರಶ್ನಿಸಿದೆ.

ನಾಡಿನ ಐಟಿ ಉದ್ದಿಮೆಯ ಮುಖವಾಣಿಗಳಲ್ಲಿ ಒಬ್ಬರಾಗಿರುವ ಟಿ.ವಿ.ಮೋಹನದಾಸ ಪೈಯವರಂತೂ, ಇದು ಸಂವಿಧಾನದ 19ನೇ ವಿಧಿಗೆ ವಿರುದ್ಧವಾದ ನಿರ್ಧಾರವಾಗಿದ್ದು, ಹರ್ಯಾಣ ಸರ್ಕಾರ ಇಂತಹದೇ ತೀರ್ಮಾನ ತೆಗೆದುಕೊಂಡಾಗ, ಅದನ್ನು ಅಲ್ಲಿನ ಹೈಕೋರ್ಟು ರದ್ದುಪಡಿಸಿದೆ. ಕರ್ನಾಟಕ ಸರ್ಕಾರದ ಈ ರೀತಿಯ ನಿರ್ಧಾರಗಳಿಂದಾಗಿ ತಮಗೆ ಒಂದೇ ದಿನದಲ್ಲಿ ಹಲವು ಮಂದಿ ಜಗತ್ತಿನಾದ್ಯಂತದಿಂದ "ಕರ್ನಾಟಕದಲ್ಲಿ ಏನಾಗುತ್ತಿದೆ?" ಎಂದು ಕೇಳಿರುವುದಾಗಿಯೂ, "ಬ್ರ್ಯಾಂಡ್ ಕರ್ನಾಟಕ"ಕ್ಕೆ ಇದೊಂದು ಕಪ್ಪು ದಿನ ಎಂದೂ ಕಿಡಿ ಕಾರಿದ್ದಾರೆ.

ಇದೇ ಅವಕಾಶವನ್ನು ಬಳಸಿಕೊಂಡು, ತೆಲಂಗಾಣದಂತಹ ಆಸುಪಾಸಿನ ರಾಜ್ಯಗಳು ಕರ್ನಾಟಕದ ಕೈಗಾರಿಕೆಗಳಿಗೆ ತಮ್ಮಲ್ಲಿ ಕೆಂಪುಗಂಬಳಿ ಹಾಸಿ ಸ್ವಾಗತಿಸಲು ತಾವು ಸಿದ್ಧರಿರುವುದಾಗಿ ಹೇಳಿಕೆ ನೀಡಿದ್ದಾರಂತೆ.

ಇವಿಷ್ಟು ಸದ್ಯದ ಬೆಳವಣಿಗೆಗಳು.

ರಾಜಕೀಯ ಎಂದರೆ ಏನೆಂಬುದನ್ನು ಈಗೀಗ ಈ ಐಟಿ-ಬಿಟಿ ಕಂಪನಿಗಳಿಂದ ನಮ್ಮ ರಾಜಕಾರಣಿಗಳು ಕಲಿಯಬೇಕಾಗಿ ಬಂದಿರುವ ದುರಂತದ ಸ್ಥಿತಿ ಇದು. ಯಾಕೆಂದು ವಿವರಿಸುತ್ತೇನೆ.

ಉದಾರೀಕರಣಗೊಂಡ ವ್ಯವಸ್ಥೆಯಲ್ಲಿ, ಯಾವುದೇ ಉದ್ಯಮ ಅಥವಾ ಕೈಗಾರಿಕೆಯನ್ನು ಆರಂಭಿಸಲು ಅದಕ್ಕೆ ಭೂಮಿಯನ್ನು, ವಿದ್ಯುತ್-ನೀರು ಮತ್ತಿತರ ಸವಲತ್ತುಗಳನ್ನು ಒದಗಿಸುವಾಗ, ವಿವಿಧ ಸಬ್ಸಿಡಿಗಳು-ಇನ್ಸೆಂಟಿವ್‌ಗಳನ್ನು ರಾಜ್ಯದ ಜನರ ತೆರಿಗೆ ದುಡ್ಡಿನಿಂದ ನೀಡುವಾಗ-ಭೂಮಿ ಕಳೆದುಕೊಂಡವರಿಗೆ ಮತ್ತು ಸ್ಥಳೀಯರಿಗೆ ಉದ್ಯೋಗ ಒದಗಿಸಬೇಕು ಎಂಬ ಷರತ್ತು ಇರುವುದು ಹೊಸದೇನಲ್ಲ. ಸ್ವತಃ ಮೋಹನದಾಸ ಪೈ ಅವರು ಕರ್ನಾಟಕದಲ್ಲಿ ದುಡಿದು "ಸಾಧನೆಗೈದ" ಸಂಸ್ಥೆಗಳೂ ಸೇರಿದಂತೆ ಎಲ್ಲ ಕೈಗಾರಿಕೆಗಳು, ಐಟಿ-ಬಿಟಿ ಉದ್ಯಮಗಳೂ ಇದೇ ಷರತ್ತಿನ ಮೇಲೆ ಇಲ್ಲಿ ಬೀಡು ಬಿಟ್ಟಂತಹವು. ಸರ್ಕಾರಗಳ ಸಡಿಲಿನ ಕಾರಣದಿಂದಾಗಿ ಇವರು ಈ ನಿಯಮವನ್ನು ಪಾಲಿಸದಿದ್ದಾಗಲೂ ಕಡೆಗಣಿಸಿದ್ದೇ, ಇಂದು ಕೊಟ್ಟವರು ಕೋಡಂಗಿಗಳು-ಇಸ್ಕೊಂಡವರು ಈರಭದ್ರರು ಆಗಿರುವುದಕ್ಕೆ ಕಾರಣ.

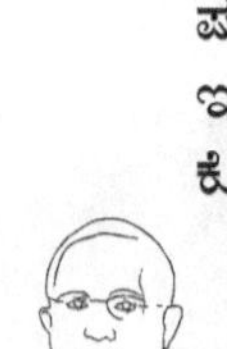

ರಾಜಾರಾಂ ತಲ್ಲೂರು

ಕರ್ನಾಟಕ ಸರ್ಕಾರ ತಕ್ಷಣ ಮಾಡಬೇಕಾಗಿರುವ ಕೆಲಸ ಏನೆಂದರೆ, ಈ ಎಲ್ಲ ಉದ್ಯಮಗಳು ತಮಗೆ ಅಪಾರ ಗಾತ್ರದ ಭೂಮಿ ಪಡೆಯುವಾಗ, ಬೇರೆ ಹತ್ತಾರು ಸವಲತ್ತುಗಳನ್ನು ಪಡೆದಾಗ ಏನೆಲ್ಲ ಒಪ್ಪಂದಗಳಿಗೆ ಸಹಿ ಹಾಕಿದ್ದರು ಎಂಬುದನ್ನು ಶ್ವೇತಪತ್ರವೊಂದರ ಮೂಲಕ ಬಹಿರಂಗಪಡಿಸಬೇಕು.

1978ರಲ್ಲಿ ಕಿಯಾನಿಕ್ಸ್ ಮತ್ತು ಕೆಐಎಡಿಬಿಗಳು ಜೊತೆಯಾಗಿ ಬೆಂಗಳೂರಿನಲ್ಲಿ ಸ್ಥಾಪಿಸಿದ 332 ಎಕರೆ ಗಾತ್ರದ ಇಲೆಕ್ಟ್ರಾನಿಕ್ ಸಿಟಿ, 1992ರಲ್ಲಿ STPI ವ್ಯವಸ್ಥೆಯ ಮೂಲಕ ಐಟಿ ಉದ್ಯಮ ಕಾಲಿಟ್ಟಾಗ, ಕೇವಲ 13 ಕಂಪನಿಗಳನ್ನು ಹೊಂದಿತ್ತು. ಇಂದು ಅಲ್ಲಿ 5000ಕ್ಕೂ ಮಿಕ್ಕಿ ಐಟಿ ಕಂಪನಿಗಳು ಕೆಲಸ ಮಾಡುತ್ತಿವೆ. ಸ್ಥಳೀಯವಾಗಿ ಉದ್ಯೋಗ ಸೃಷ್ಟಿ ಮಾಡುವುದು ಮಾತ್ರವಲ್ಲದೇ, ಅಲ್ಲಿಗೆ ಅಗತ್ಯವಿರುವ ಉದ್ಯೋಗ ಯೋಗ್ಯ ಕೌಶಲವುಳ್ಳ ಯುವಕರನ್ನು ಸಿದ್ಧಗೊಳಿಸುವುದು ಕೂಡ ಈ ಸಂಸ್ಥೆಗಳಿಗೆ ವಿಧಿಸಲಾಗಿರುವ ಷರತ್ತುಗಳ ಭಾಗವಾಗಿತ್ತು. ಅಲ್ಲೇ ಎಲೆಕ್ಟ್ರಾನಿಕ್ ಸಿಟಿಯಲ್ಲಿರುವ IIIT-B ಅದೇ ಉದ್ದೇಶದ ಭಾಗ. ಬರಬರುತ್ತಾ, ಭಾರತದ IT ರಾಜಧಾನಿ ಎಂಬ ಕೊಂಬು, ಅತಿದೊಡ್ಡ ಸಾಫ್ಟ್‌ವೇರ್ ರಫ್ತು ಮಾಡುವ ರಾಜ್ಯ ಎಂಬ ಹಮ್ಮುಗಳೆಲ್ಲದರ ದೊಡ್ಡ ಪಾಲು ಕಸಿದುಕೊಂಡ ಈ ಐಟಿ ಕಂಪನಿಗಳು ತಾವೇ "ಬ್ರ್ಯಾಂಡ್ ಬೆಂಗಳೂರು" ಎಂದು ಹೊರಟಲ್ಲಿಂದಲೇ, ಸರ್ಕಾರಗಳಿಗಿಂತ ಇವರ ಹೇಳಿಕೆಗಳು "ದೊಡ್ಡದಾಗ" ತೊಡಗಿದವು. ನೀತ್ಯಾತ್ಮಕ ನಿರ್ಧಾರಗಳಲ್ಲಿ ಇವರ "ಬುಲ್ಲೀಯಿಂಗ್" ಶುರುವಾಯಿತು; ಸರ್ಕಾರಗಳಿಗೆ– ಸರ್ಕಾರದ ನಿರ್ಧಾರಗಳಿಗೆ (ಅದು ಯಾವುದೇ ರಾಜಕೀಯ ಪಕ್ಷದ್ದಿರಲಿ!) ತಾವೇ ಪ್ರಾಕ್ಸಿಗಳೆಂಬ ಮಟ್ಟಕ್ಕೆ ಇವರೆಲ್ಲ ಬೆಳೆದುನಿಂತರು. ರಾಜ್ಯದ ನೆಲ, ನೀರು, ವಿದ್ಯುತ್, ತೆರಿಗೆ ಹಣ ಎಲ್ಲವನ್ನೂ ಗರಿಷ್ಠ ಪ್ರಮಾಣದಲ್ಲಿ ಗೋರಿಕೊಂಡ ಬಳಿಕ ಈಗ, ರಾಜ್ಯದ ಜನರಿಗೆ ಕೆಲಸ ಕೊಡಿ ಎಂದರೆ, ಇದು "ಸಂವಿಧಾನ ಬಾಹಿರ" ಎಂಬ ವರಾತ ತೆಗೆಯುತ್ತಿದ್ದಾರೆ.

ಈಗಾಗಲೇ ನಿಯಮ ಇದೆಯಲ್ಲ?

ಕರ್ನಾಟಕ ಸರ್ಕಾರ ತರಲು ಉದ್ದೇಶಿಸಿರುವ ವಿಧೇಯಕ ಏಕಾಏಕಿ ಹುಟ್ಟಿಕೊಂಡದ್ದಲ್ಲ. ಅದು ಈಗಾಗಲೇ ಇರುವ ಸರ್ಕಾರಿ ಆದೇಶವೊಂದನ್ನು ಶಾಸನಾತ್ಮಕವಾಗಿ ಜಾರಿಗೆ ತರುವ ನಿರ್ಧಾರ ಅಷ್ಟೇ. 2020ರಲ್ಲಿ, ಅಂದಿನ ಮುಖ್ಯಮಂತ್ರಿಗಳಾಗಿದ್ದ ಯಡಿಯೂರಪ್ಪನವರ ಸರ್ಕಾರವು ಕರ್ನಾಟಕ ಕೈಗಾರಿಕಾ ನೀತಿ: 2020–2025 [GOVERNMENT ORDER No. CI 199 SPI 2018, BENGALURU, DATED 13.08.2020] ಹಾಗೂ ಕರ್ನಾಟಕ ಕರ್ನಾಟಕ ಮಾಹಿತಿ ತಂತ್ರಜ್ಞಾನ ನೀತಿ: 2020–2025 [Government Order no: ITBT 07 ADM 2019 dated 7th September, 2020] ಗಳನ್ನು ಜಾರಿಗೆ ತಂದಿತ್ತು. ಅದರಲ್ಲಿ, ಈ 2020–2025ರ ಅವಧಿಯಲ್ಲಿ, ಕೈಗಾರಿಕೆಗಳ ಮೂಲಕ 20 ಲಕ್ಷ ಹಾಗೂ ಐಟಿ–ಬಿಟಿ ಉದ್ಯಮಗಳ ಮೂಲಕ 60ಲಕ್ಷ ಉದ್ಯೋಗ ಸೃಷ್ಟಿ ಮಾಡುವ

ಉದ್ದೇಶ ವ್ಯಕ್ತಪಡಿಸಲಾಗಿತ್ತು. ಅದಕ್ಕಾಗಿ ಈ ಉದ್ದಿಮೆಗಳಿಗೆ ಯಾವರೀತಿಯ ರತ್ನಗಂಬಳಿ ಹಾಸಲಾಗುತ್ತದೆ, ಏನೆಲ್ಲ ಪ್ರೋತ್ಸಾಹ ನೀಡಲಾಗುತ್ತದೆ ಎಂಬುದನ್ನು ವಿವರಿಸಲಾಗಿತ್ತು.

ಈ ಎಲ್ಲ ನಿಯಮ–ಷರತ್ತುಗಳಿಗೆ ಒಳಪಟ್ಟೇ ಕಳೆದ ನಾಲ್ಕು ವರ್ಷಗಳಲ್ಲಿ ಕರ್ನಾಟಕಕ್ಕೆ ಬಂದಿಳಿದಿರುವ ಕೈಗಾರಿಕೆಗಳಿಗೆ, ಐಟಿ–ಬಿಟಿ ಕಂಪನಿಗಳಿಗೆ, ನೀವು ಒಪ್ಪಿ ಬಂದಿರುವ ನಿಯಮಗಳಿಗೆ ಶಾಸನಾತ್ಮಕ ಚೌಕಟ್ಟು ತರುತ್ತೇವೆ ಎಂದಾಕ್ಷಣ ಉರಿ ಹತ್ತಿಕೊಂಡಿರುವುದು ಯಾಕೆ? ಕೈಗಾರಿಕಾ ನೀತಿ–ಐಟಿಬಿಟಿ ನೀತಿಗಳಿಗಾಗಿ ಪರಿಣತರ ಜೊತೆ ಸಮಾಲೋಚನೆಗಳು ನಡೆದಿಲ್ಲವೇ? ನಡೆಯುತ್ತಿದ್ದಾಗ ಇವರೆಲ್ಲ ಏಕೆ ಮೌನವಾಗಿದ್ದರು? ಈಗ ಇನ್ನೊಂದು ಸರ್ಕಾರ ಇದೇ ನೀತಿಗೆ ಶಾಸನಾತ್ಮಕ ಬಲ ತುಂಬಲು ಹೊರಟಾಗ, ಅದರ ವಿರುದ್ಧ ಜನಾಭಿಪ್ರಾಯ ರೂಪಿಸುವ–ಬೇರೆ ರಾಜ್ಯಗಳಿಗೆ ಚುಚ್ಚಿಕೊಡುವ ಹುನ್ನಾರ ಯಾಕೆ?

ಅಂದಹಾಗೆ, ಸದ್ರಿ ಕೈಗಾರಿಕಾ ನೀತಿಯಲ್ಲಿ ಈ ಮಾತುಗಳನ್ನು ಬಹಳ ಸ್ಪಷ್ಟವಾಗಿ ದಾಖಲಿಸಲಾಗಿದೆ:

Employment Criteria for enterprises availing incentives and concessions under Industrial Policy 2020-25 are as follows: All new industrial investment projects shall create maximum possible direct employment opportunities with a minimum employment of 70% to Kannadigas on an overall basis and 100% in case of Group D employees. District Industries Centres will monitor the compliance of employment to Kannadigas for a period of initial 5 years. Failure of the industries to provide employment to Kannadigas as stipulated above will be reported to the concerned DLSWCC/ SLSWCC/ SHLCC which may recommend for recovery of incentives and concessions sanctioned to the units.

ರಾಜ್ಯದಲ್ಲಿ ಕೈಗಾರಿಕೆ ಸ್ಥಾಪಿಸಲು ಬಂದಿಳಿದಿರುವ ಕೈಗಾರಿಕೆಗಳು ಈ ನಿಯಮಗಳನ್ನು ಗಮನಿಸಿಲ್ಲವೆ?

ಕರ್ನಾಟಕ ಸರ್ಕಾರ ಈ ರೀತಿಯ ಬುಲ್ಲೀಯಿಂಗ್‌ಗೆ ಅವಕಾಶ ನೀಡಬಾರದು. ಯಾವುದೇ ಮುಲಾಜಿಲ್ಲದೇ ತನ್ನ ಉದ್ದೇಶಿತ ವಿಧೇಯಕವನ್ನು ಜಾರಿಗೊಳಿಸಬೇಕು ಮತ್ತು ರಾಜ್ಯದ ಸಂಪನ್ಮೂಲಗಳ ಲಾಭ ಪಡೆದು ರಾಜ್ಯದಲ್ಲಿ ನೆಲೆ ನಿಂತಿರುವ ಎಲ್ಲ ಕೈಗಾರಿಕೆಗಳು, ತಮ್ಮ ಸಂಸ್ಥೆಗಳಲ್ಲಿ ಉದ್ಯೋಗಾವಕಾಶ ಸೃಷ್ಟಿ ನಿಯಮಗಳನ್ನು ಎಷ್ಟರ ಮಟ್ಟಿಗೆ ಪಾಲಿಸಿವೆ ಎಂಬುದರ ಅಂಕಿ–ಸಂಖ್ಯೆಗಳನ್ನು ತೆರಿಗೆದಾರರಿಗೆ ಸಾರ್ವಜನಿಕಪಡಿಸಬೇಕು.

ಜುಲೈ 20, 2024ಕ್ಕೆ ಪ್ರಕಟಿತ

ರಾಜಾರಾಂ ತಲ್ಲೂರು

‘ಭಾರತ್‌ನೆಟ್’- ಗೋಲಾಗದಿದ್ದದ್ದಕ್ಕೆ ಗೋಲ್‌ಪೋಸ್ಟ್ ಖಾಸಗೀಕರಣ?!

ಕಳೆದ ಶುಕ್ರವಾರ (ಆಗಸ್ಟ್ 04) ಭಾರತ ಸರ್ಕಾರವು ದೇಶದಾದ್ಯಂತ ಇರುವ ಸುಮಾರು 6.4ಲಕ್ಷ ಹಳ್ಳಿಗಳಿಗೆ ಇಂಟರ್‌ನೆಟ್ ಸಂಪರ್ಕ ಒದಗಿಸುವುದಕ್ಕಾಗಿ, 1.39 ಲಕ್ಷ ಕೋಟಿ ರೂ.ಗಳ ವೆಚ್ಚದಲ್ಲಿ ತನ್ನ ಭಾರತ್‌ನೆಟ್ ಯೋಜನೆಯನ್ನು ಮೇಲ್ದರ್ಜೆಗೆ ಏರಿಸಲಿದೆ ಎಂಬ ಸುದ್ದಿಯನ್ನು ಬಹುತೇಕ ಎಲ್ಲ ಮಾಧ್ಯಮಗಳೂ ಆದ್ಯತೆ ನೀಡಿ ಪ್ರಕಟಿಸಿದ್ದವು. ಇಲ್ಲಿಯ ತನಕ ಕೇವಲ 1.94 ಲಕ್ಷ ಗ್ರಾಮಗಳಿಗೆ ಮಾತ್ರ ಇಂಟರ್ನೆಟ್ ಸೌಲಭ್ಯ ತಲುಪಿದೆ. ಇನ್ನುಳಿದ ಗ್ರಾಮಗಳಿಗೆ ಮುಂದಿನ ಎರಡೂವರೆ ವರ್ಷಗಳಲ್ಲಿ ಖಾಸಗಿ ಸಹಯೋಗದೊಂದಿಗೆ ಇಂಟರ್ನೆಟ್ ಸೌಲಭ್ಯ ತಲುಪಿಸಲಾಗುವುದು ಎಂದು ಸರ್ಕಾರ ಹೇಳಿದೆ. ಮೇಲ್ನೋಟಕ್ಕೆ, ಡಿಜಿಟಲ್ ಇಂಡಿಯಾ ಆಗುವ ನಿಟ್ಟಿನಲ್ಲಿ ಅದ್ಭುತ ತೀರ್ಮಾನ ಇದು.

ಬಹಳ ಎಚ್ಚರಿಕೆಯಿಂದ ಶಬ್ದಗಳನ್ನು ಬಳಸಿ, ಗೋಲ್‌ಪೋಸ್ಟನ್ನೇ ಬದಲಾಯಿಸುವ ಮೂಲಕ,

ಆಗದಿರುವ ಗೋಲನ್ನು ಸಮರ್ಥಿಸಿಕೊಳ್ಳುವ ಭಾರತ ಸರ್ಕಾರದ ನೈಪುಣ್ಯಕ್ಕೆ ಇದು ಮಗದೊಂದು ಉದಾಹರಣೆ. ಈ ರೀತಿ ಗೋಲ್‌ಪೋಸ್ಟ್ ಬದಲಾವಣೆಗಳಲ್ಲಿ ಈಗವರು ಬಹುತೇಕ ಒಂದು ದಶಕದ ಅನುಭವಿಗಳು. ಖಾಸಗಿಯವರ ಪರವಾಗಿ ನಡೆಯುತ್ತಿರುವ ಈ ಆಟವನ್ನು ಗ್ರಹಿಸಲು, ಈ ಯೋಜನೆ ಆರಂಭದಿಂದ ಸಾಗಿಬಂದ ಹಾದಿಯನ್ನೊಮ್ಮೆ ನೋಡಬೇಕು.

ಭಾರತ್‌ನೆಟ್ ಹಂತ 1

ಈ ಯೋಜನೆ ಆರಂಭಗೊಂಡದ್ದು UPA–2 ಸರ್ಕಾರದ ಅವಧಿಯಲ್ಲಿ. 2011ರಲ್ಲಿ ನ್ಯಾಷನಲ್ ಆಪ್ಟಿಕಲ್ ಫೈಬರ್ ನೆಟ್‌ವರ್ಕ್ ಎಂಬ ಹೆಸರಿನಲ್ಲಿ ಅದು ಆರಂಭಗೊಂಡಿತು. 2012ರಲ್ಲಿ ಇದರ ಅನುಷ್ಠಾನಕ್ಕಾಗಿ BBNL ಎಂಬ ವಿಶೇಷೋದ್ದೇಶ ಸಂಸ್ಥೆ (SPV) ಸ್ಥಾಪನೆ ಆಯಿತು. ಆದರೆ, 2014ರ ತನಕ ಈ ಯೋಜನೆಯಲ್ಲಿ ಆದ ಕೆಲಸ ಎಂದರೆ ಕೇವಲ 350 ಕಿಮೀ. ಆಪ್ಟಿಕಲ್ ಫೈಬರ್ ಜಾಲವನ್ನು ಹರಡಿದ್ದು. 2014ರಲ್ಲಿ NDA ಸರ್ಕಾರವು ಅಧಿಕಾರಕ್ಕೆ ಬಂದ ತಕ್ಷಣ, ಈ ಯೋಜನೆಯನ್ನು "ಭಾರತ್‌ನೆಟ್" ಎಂಬ ಹೆಸರಿನಲ್ಲಿ ಭರ್ಜರಿಯಾಗಿ ಮಾರುಕಟ್ಟೆ ಮಾಡಿತು. ಭಾರತ್‌ನೆಟ್ ಯೋಜನೆಯ ಮೊದಲ ಹಂತದಲ್ಲಿ, ಸಾರ್ವಜನಿಕ ವಲಯದ BSNL, RailTel, ಪವರ್‌ಗ್ರಿಡ್ ಕಾರ್ಪೊರೇಷನ್ (PGCIL) ಸಂಸ್ಥೆಗಳು ಈಗಾಗಲೇ ಹೊಂದಿರುವ ಆಪ್ಟಿಕಲ್ ಫೈಬರ್ ಜಾಲದ ಮೂಲಕವೇ ದೇಶದ 2,38,054 ಗ್ರಾಮ ಪಂಚಾಯತ್‌ಗಳ ಪೈಕಿ 1,25,000 ಪಂಚಾಯತ್‌ಗಳಿಗೆ ಇಂಟರ್ನೆಟ್ ಸಂಪರ್ಕ ಒದಗಿಸುವ ಉದ್ದೇಶ ಹೊಂದಲಾಗಿತ್ತು. 2017ರ ಡಿಸೆಂಬರ್ ಹೊತ್ತಿಗೆ ಈ ಗುರಿ ತಲುಪಲಾಯಿತು.

ಭಾರತ್‌ನೆಟ್ ಹಂತ 2

NDA ಸರ್ಕಾರ 2018ರ ಹೊತ್ತಿಗೆ ತನ್ನ ಎರಡನೇ ಅವಧಿಗಾಗಿ ತಯಾರಿ ಆರಂಭಿಸುವಾಗ, ಭಾರತ ಸ್ವಾತಂತ್ರ್ಯದ 75ನೇ ವರ್ಷಾಚರಣೆಯ ಹೊತ್ತಿಗೆ, ಅಂದರೆ, 2022ರ ಹೊತ್ತಿಗೆ ತಾನು ಏನೇನು ಸಾಧಿಸಿರಬೇಕೆಂದು ಮಾಡಿಕೊಂಡ ಪಟ್ಟಿಯಲ್ಲಿ, 2022–23ರ ಹೊತ್ತಿಗೆ ಭಾರತದ ಎಲ್ಲ 2,38,054 ಗ್ರಾಮ ಪಂಚಾಯತ್‌ಗಳ ವ್ಯಾಪ್ತಿಯಲ್ಲಿ OFC ಅಥವಾ ಉಪಗ್ರಹ ಆಧರಿತ ಇಂಟರ್ನೆಟ್ ಸಂಪರ್ಕ ತಲುಪಬೇಕು ಎಂದು ನಿರ್ಧರಿಸಿಕೊಂಡಿತ್ತು. ಈ ಯೋಜನೆ ಎಷ್ಟು ವಿಸ್ತೃತವಾಗಿತ್ತೆಂದರೆ, 12 ರಾಜ್ಯಗಳಲ್ಲಿ ರಾಜ್ಯ ಸರ್ಕಾರಗಳ ಸಹಯೋಗದಲ್ಲಿ, ನಾಲ್ಕು ರಾಜ್ಯಗಳಲ್ಲಿ BSNL ಮೂಲಕ, ಎರಡು ರಾಜ್ಯಗಳಲ್ಲಿ ಖಾಸಗಿ ಸಹಕಾರದಲ್ಲಿ ಮತ್ತು ಸಂಪರ್ಕ ಕಷ್ಟವಿರುವ 3753 ಗ್ರಾ.ಪಂ.ಗಳಿಗೆ BBNL ಮೂಲಕ ಹಾಗೂ 1408 ಗ್ರಾ.ಪಂ.ಗಳಿಗೆ BSNL ಮೂಲಕ ಉಪಗ್ರಹ ಆಧರಿತ

ಇಂಟರ್ನೆಟ್ ಸಂಪರ್ಕ ನೀಡುವುದೆಂದು ತೀರ್ಮಾನಿಸಿ, ಅದಕ್ಕೆ 42,068 ಕೋಟಿ ರೂ. ಮೀಸಲಿರಿಸಲಾಗಿತ್ತು.

ಆದರೆ, ಈಗ 2023 ಜುಲೈ ಅಂತ್ಯಕ್ಕೆ, ದೇಶದಲ್ಲಿ ಇನ್ನೂ 42,434 ಗ್ರಾಮಗಳಿಗೆ ಇಂಟರ್ನೆಟ್ ಸಂಪರ್ಕ ತಲುಪುವುದು ಬಾಕಿ ಇದೆ. ತನ್ನ ಎರಡನೇ ಅವಧಿಯಲ್ಲಿ NDA ಸರ್ಕಾರ, ಬಹಳ ಹೆಣಗಾಡಿ ಸಂಪರ್ಕ ಪೂರೈಸಿದ್ದು ಕೇವಲ 70,620 ಗ್ರಾಮಗಳಿಗೆ.

ಗೋಲ್‌ಪೋಸ್ಟ್ ಬದಲಾಯಿಸಿದ್ದು

ತಾನು ಗುರಿ ತಲುಪದಿರುವುದನ್ನು ಮನಗಂಡಿರುವ ಸರ್ಕಾರ, ಈಗ ತನ್ನ ಗೋಲ್‌ಪೋಸ್ಟನ್ನೇ ಬದಲಾಯಿಸಿಕೊಂಡಿದೆ. 2,38,054 ಗ್ರಾಮಪಂಚಾಯತ್‌ಗಳ ಬದಲು, ದೇಶದ 6.4ಲಕ್ಷ ಹಳ್ಳಿಗಳಲ್ಲಿ ಏಳು ಲಕ್ಷ ವೈಫೈ ಹಾಟ್‌ಸ್ಪಾಟ್‌ಗಳನ್ನು ಸ್ಥಾಪಿಸಲು ಈಗ 1.39ಲಕ್ಷ ಕೋಟಿ ರೂ.ಗಳ ಬೃಹತ್ ಯೋಜನೆಗೆ ಕೇಂದ್ರ ಸಚಿವ ಸಂಪುಟವು ಕಳೆದ ವಾರ ಅನುಮೋದನೆ ನೀಡಿದೆ. ಗ್ರಾಮಮಟ್ಟದ ಕೇಬಲ್ ಆಪರೇಟರ್‌ಗಳನ್ನು (VLE) ಬಳಸಿಕೊಂಡು, ಅವರ ಮೂಲಕ ಮುಂದಿನ ಎರಡೂವರೆ ವರ್ಷಗಳಲ್ಲಿ ಪ್ರತೀ ಮನೆಗೆ ತಲುಪುವ ಉದ್ದೇಶ ಈ ಹೊಸ ಗೋಲ್‌ಪೋಸ್ಟಿನದು.

ಹೀಗೆ ಗೋಲ್‌ಪೋಸ್ಟ್ ಬದಲಾದದ್ದರಿಂದ ಎರಡು ಲಾಭಗಳು.

ಮೊದಲನೆಯದಾಗಿ, ಗುರಿ ತಲುಪವಲ್ಲಿ ವೈಫಲ್ಯ ಈಗ ಅಡಿಗೆ ಬಿತ್ತು.

ಎರಡನೆಯದಾಗಿ, ತನಗೆ ಪ್ರಿಯರಾದ ಖಾಸಗಿ ವಲಯದವರಿಗೆ ತಾನು ಸಿದ್ಧಪಡಿಸಿರುವ ಕೇಬಲ್ ಜಾಲ ವ್ಯವಸ್ಥೆಯನ್ನು ತಟ್ಟೆಯಲ್ಲಿಟ್ಟು ನೀಡಲು ಇದು ಸದವಕಾಶ.

ಇದು ಅರ್ಥ ಆಗಬೇಕಿದ್ದರೆ, ಹಿಂದಿನ ಕೆಲವು ಬೆಳವಣಿಗೆಗಳನ್ನು ಗಮನಿಸಬೇಕು. 2021ರಲ್ಲಿ BBNL ಮೂವತ್ತು ವರ್ಷಗಳ ಅವಧಿಗೆ 16 ರಾಜ್ಯಗಳಲ್ಲಿ OFC ಜಾಲ ಅಳವಡಿಸಲು ಜಾಗತಿಕ ಟೆಂಡರ್ ಕರೆದಿತ್ತು ಮತ್ತು ಅದಕ್ಕಾಗಿ ಭಾರತ ಸರ್ಕಾರ 19,041 ಕೋಟಿ ರೂ.ಗಳ ನಷ್ಟ ಭರ್ತಿ (ವಯಬಲಿಟಿ ಗ್ಯಾಪ್ ಫಂಡಿಂಗ್) ಮಾಡಿಕೊಡಲು ಒಪ್ಪಿತ್ತು. ವಿನ್ಯಾಸ, ರಚನೆ, ಹೂಡಿಕೆ, ನಿರ್ವಹಣೆ ಮತ್ತು ವರ್ಗಾವಣೆ (DBFOT) ತತ್ವದ ಈ ಟೆಂಡರ್, ಲಾಭದಾಯಕ ಅಲ್ಲ ಎಂಬ ಕಾರಣಕ್ಕೆ, 2022ರ ಫೆಬ್ರವರಿಯಲ್ಲಿ ಅರ್ಹ ಬಿಡ್ಡುದಾರರಿಲ್ಲದೆ ರದ್ದುಗೊಂಡಿತ್ತು.

ಬ್ರಾಡ್‌ಬ್ಯಾಂಡ್ ಮಾರುಕಟ್ಟೆಯಲ್ಲಿ ಈಗಾಗಲೇ 50% ಮೇಲೆ ಹಿಡಿತ ಹೊಂದಿರುವ ಅಂಬಾನಿ ಬಳಗ (Jio) ಮತ್ತು ಇತ್ತೀಚೆಗಷ್ಟೇ ಮಾರುಕಟ್ಟೆ ಪ್ರವೇಶಿಸಲು ತುದಿಗಾಲಿನಲ್ಲಿ ನಿಂತಿರುವ ಅದಾನಿ ಬಳಗ (ADNL) ಮತ್ತಿತರ ಕಾರ್ಪೋರೇಟ್‌ಗಳು ಈಗಾಗಲೇ ತಳಮಟ್ಟದಲ್ಲಿ ಅಸ್ತಿತ್ವದಲ್ಲಿರುವ ಸಣ್ಣಮಟ್ಟ ಕೇಬಲ್ ಆಪರೇಟರ್ ಜಾಲಗಳ ಮೇಲೆ

ಮಾರುಕಟ್ಟೆ ಹಿಡಿತ ಸಾಧಿಸುವ ಪ್ರಯತ್ನದಲ್ಲಿವೆ. ಹಾಗಾಗಿ, BBNL ಈಗ ಸಾರ್ವಜನಿಕ ತೆರಿಗೆ ದುಡ್ಡಿನಲ್ಲಿ ದೇಶಾದ್ಯಂತ ಹಾಕಿರುವ 6,47,759 ಕಿಮೀ ಉದ್ದದ OFC ಜಾಲ, ಇನ್ನು ಈ ಹೊಸ ಯೋಜನೆಯಡಿ VLEಗಳ ಮೂಲಕ, ನಿಜಕ್ಕೂ ಯಾರ ಹಿಡಿತಕ್ಕೆ ಹೋಗಲಿದೆ? ಎಂಬುದನ್ನು ಕಾದು ನೋಡಬೇಕಿದೆ.

ಸೆಪ್ಟೆಂಬರ್ 09, 2024ಕ್ಕೆ ಪ್ರಕಟಿತ

ರಾಜಾರಾಂ ತಲ್ಲೂರು

ರಾಜ ದಾರಿಯಲ್ಲಿ ಕಳೆದು ಹೋದವರಿಗಾಗಿ...

ಮುಖ್ಯವಾಹಿನಿಗಳೆಂದು ಕರೆಸಿಕೊಂಡ ಮಾಧ್ಯಮಗಳು ವ್ಯವಸ್ಥೆಯೊಂದಿಗೆ ವಿಲೀನಗೊಂಡ ಸಂಕಷ್ಟದ ಕಾಲಘಟ್ಟದಲ್ಲಿ, ಅಭಿವ್ಯಕ್ತಿಗೆ ಸ್ವತಂತ್ರವಾದ ತನ್ನದೇ ದಾರಿಯನ್ನು ಕಂಡುಕೊಂಡವರು ರಾಜಾರಾಂ ತಲ್ಲೂರು. ಸೃಜನಶೀಲ ಮತ್ತು ಸೃಜನೇತರವಾದ ವಿಷಯಗಳಲ್ಲಿ ಹೊಸ ಪ್ರಯೋಗಗಳನ್ನು ಮಾಡುತ್ತಾ, ನಾಡು ನುಡಿಯ ಕಟ್ಟೋಣದಲ್ಲಿ ಸಕ್ರಿಯವಾಗಿ ಪಾತ್ರವಹಿಸುತ್ತಿರುವವರು. ಕಳೆದ ಒಂದು ದಶಕದ ನೋಟು ನಿಷೇಧ, ಕೊರೋನ, ಲಾಕ್‌ಡೌನ್ ಸಂದರ್ಭಗಳಲ್ಲಿ ಯಾವುದೇ ವೃತ್ತಿಪರ ಪತ್ರಕರ್ತ ಮಾಡುವುದಕ್ಕಿಂತಲೂ

ಪರಿಣಾಮಕಾರಿಯಾಗಿ ತಮ್ಮ ಹೊಣೆಗಾರಿಕೆಯನ್ನು ನಿಭಾಯಿಸಿದವರು. ಈ ಹಿಂದಿನ 'ನುಣ್ಣನ್ನ ಬೆಟ್ಟ' 'ಕರಿ ಡಬ್ಬಿ' ಕೃತಿಗಳು ದೇಶದ ಆರ್ಥಿಕ, ರಾಜಕೀಯ ಮತ್ತು ಸಾಮಾಜಿಕ ಏಳು–ಬೀಳುಗಳನ್ನು ಎಚ್ಚರದಿಂದ ಕಟ್ಟಿಕೊಟ್ಟಿವೆ. 'ಕರಿಡಬ್ಬಿ' ಈ ದೇಶದ ಆರೋಗ್ಯ ವ್ಯವಸ್ಥೆಯ ಕರಾಳ ಮುಖವನ್ನು ತೆರೆದಿಟ್ಟಿದೆ. ಭವಿಷ್ಯದ ಭಾರತದ ಬಗ್ಗೆ ಮಾತನಾಡುವವರಿಗೆ ಕೈಮರವಾಗಬಲ್ಲ ದಾಖಲಾರ್ಹ ಕೃತಿ ಇದು. 'ಪಿಟ್ಕಾಯಣ' 2023–24ರ ಒಂದು ವರ್ಷ ಅವಧಿಯ ಬರಹಗಳ ಸಂಗ್ರಹ. 'ವಾರ್ತಾಭಾರತಿ' ದಿನಪತ್ರಿಕೆಯಲ್ಲಿ ಅತಿಹೆಚ್ಚು ಓದುಗರನ್ನು ತನ್ನದಾಗಿಸಿಕೊಂಡಿರುವ ವಾರದ ಅಂಕಣ ಬರಹಗಳಿವು.

'ದೂರದ ಬೆಟ್ಟ ಕಣ್ಣಿಗೆ ನುಣ್ಣಗೆ' ಎನ್ನುವಂತೆ, ದೂರದ ಬೆಟ್ಟವನ್ನು ತೋರಿಸಿ ರಾಜಕಾರಣಿಗಳು ದೇಶವನ್ನು ಏಮಾರಿಸುತ್ತಿರುವ ಕಾಲ ಇದು. 'ಪಿಟ್ಕಾಯಣ' ಆ ದೂರದ ಬೆಟ್ಟಕ್ಕೆ ಹಿಡಿದ ಭೂತಕನ್ನಡಿ. ಆ ಬೆಟ್ಟದ ಹಳ್ಳ, ಕೊಳ್ಳಗಳನ್ನು, ಕಲ್ಲು ಕೋರೆಗಳನ್ನು ಬಿಡಿ ಬಿಡಿಯಾಗಿ ಎತ್ತಿ ತೋರಿಸುವ ಕೆಲಸವನ್ನು 'ಪಿಟ್ಕಾಯಣ' ಮಾಡಿದೆ. ಹೆಸರೇ ಹೇಳುವಂತೆ ಇವುಗಳು ರಾಮಾಯಣದ ನಡುವಿನ ಪಿಟ್ಕಾಯಣಗಳು. ನೋಟು ನಿಷೇಧ, ಕೊರೋನ, ಲಾಕ್‌ಡೌನ್ ಚಂಡಮಾರುತಗಳ ಆನಂತರದ 'ಮಹಾ' ಭಾರತದ ಶ್ರೀಸಾಮಾನ್ಯರ ಉಪಕತೆಗಳನ್ನು ಈ 'ಪಿಟ್ಕಾಯಣ' ಕಟ್ಟಿಕೊಡುತ್ತದೆ. ರಾಜಕಾರಣಿಗಳು ಮತ್ತು ಮಾಧ್ಯಮಗಳ ಅತಿರಂಜಿತ ಮಾತುಗಳಿಂದ ಕಟ್ಟಿ ನಿಲ್ಲಿಸಲ್ಪಟ್ಟ ವರ್ತಮಾನದ ವಾಸ್ತವವನ್ನು ಬಟಾಬಯಲುಗೊಳಿಸಿ, ಸುಳ್ಳಿನ ಕಟ್ಟಡಗಳನ್ನು ಬುಡಸಮೇತ ಉರುಳಿಸುವ ಶಕ್ತಿ ಇಲ್ಲಿರುವ ಪಿಟ್ಕಾಯಣಗಳಿಗಿವೆ. ದೇಶದ ರಾಜಕೀಯವನ್ನು ಹಿಂದೆ ನಿಂತು ನಿಯಂತ್ರಿಸುತ್ತಿದ್ದ ಕಾರ್ಪೊರೇಟ್ ಶಕ್ತಿಗಳು ಕಳೆದ ಒಂದು ದಶಕದಿಂದ ಯಾವ ಅಂಜಿಕೆ, ಮುಜುಗರವೂ ಇಲ್ಲದೆ ಮುನ್ನೆಲೆಗೆ ಬಂದು ಚುಕ್ಕಾಣಿಯನ್ನು ಕೈಗೆ ತೆಗೆದುಕೊಂಡಿದೆ. ಈ

ರಾಜಾರಾಂ ತಲ್ಲೂರು

ಸಂದರ್ಭದಲ್ಲಿ ಒಬ್ಬ ಅತ್ಯುತ್ತಮ ರಾಜಕೀಯ ವಿಶ್ಲೇಷಕ ಒಳಗಿನಿಂದ ಅತ್ಯುತ್ತಮ ಆರ್ಥಿಕ ವಿಶ್ಲೇಷಕನೂ ಆಗಿರಬೇಕಾಗುತ್ತದೆ. ಅಂಕಿಸಂಕಿಗಳ ಸಿಕ್ಕುಗಳಲ್ಲಿ ತನ್ನ ವೈಫಲ್ಯಗಳನ್ನು ಮುಚ್ಚಿಕೊಳ್ಳಲು ಹವಣಿಸುವ ವ್ಯವಸ್ಥೆಯ ತಂತ್ರಗಾರಿಕೆಯನ್ನು ತಲ್ಲೂರು ಅವರು ಎಚ್ಚರಿಕೆಯಿಂದ, ಜಾಗರೂಕತೆಯಿಂದ ಎಳೆಎಳೆಯಾಗಿ ಕಿರು ವಿಶ್ಲೇಷಣೆಗಳ ಮೂಲಕ ಬಿಡಿಸಿಡುತ್ತಾರೆ.

ನಾಡಿಮಿಡಿತ ಬಲ್ಲ ವೈದ್ಯನಂತೆ, ಸಮಾಜದ ಮಿಡಿತಗಳನ್ನು ಆಲಿಸಿ ಕಾಯಿಲೆಯ ಮೂಲವನ್ನು ಹೇಳುವ ಪರಿ ತಲ್ಲೂರು ಅವರಿಗೆ ಸ್ವಂತವಾದದ್ದು. ಹಠಾತ್ ಸಾವು, ವಿದ್ಯುತ್ ಖಾಸಗೀಕರಣ, ಸೆಮಿ ಕಂಡಕ್ಟರ್ ಅವಕಾಶಗಳು, ಡೇಟಾ ಮಾರುಕಟ್ಟೆ, ಮಾಹಿತಿ ಹಕ್ಕು ಕಾಯಿದೆ, ಎಪ್ಟಿಒ, ಇವಿಎಂ, ಲಸಿಕೆ ಪರಿಣಾಮ, ಡಿಜಿಟಲ್ ಭಾರತ...ಹೀಗೆ ಯಾವುದೇ ವಿಷಯವನ್ನು ಎತ್ತಿಕೊಂಡರೂ ಅಲ್ಲಿ ನಾವು ಸ್ಪಷ್ಟವಾಗಿ ಮೂರು ಅಂಶಗಳನ್ನು ಕಾಣಬಹುದು. ಒಂದು ಆಳ ಅಧ್ಯಯನ, ವಿಶ್ಲೇಷಣೆ ಮತ್ತು ಪರಿಹಾರ. ಯಾವುದನ್ನೂ ಅವರು ಪೂರ್ಣವಾಗಿ ನಿರಾಕರಿಸುವುದಿಲ್ಲ. ಇಂದಿನ ಸ್ಥಿತಿಗೆ ಕಾರಣವಾದ 'ಹಿಂದು'ಗಳನ್ನು ಗುರುತಿಸುತ್ತಾ, ಸರಕಾರದ ಇಂದಿನ ನಡೆ ಈ ದೇಶವನ್ನು ತಲುಪಿಸಲಿರುವ 'ಮುಂದು' ಏನು ಎನ್ನುವುದನ್ನು ಮನಗಾಣಿಸುತ್ತಾರೆ. ವೈಫಲ್ಯಗಳ ಕಡೆಗೆ ಬೆರಳು ತೋರಿಸುವಾಗ ಅದರ ಕಾರ್ಯ ಕಾರಣಗಳನ್ನು ವಿವರಿಸುತ್ತಾ ದೇಶ ಸಾಗಬೇಕಾಗಿರುವ ಸರಿ ದಿಕ್ಕನ್ನು ತೋರಿಸಿಕೊಡುತ್ತಾರೆ. ಲೇಖನಗಳಲ್ಲಿ ತಣ್ಣಗೆ ಇರಿಯುವ ವ್ಯಂಗ್ಯ ಪರಿಣಾಮಕಾರಿ. ಇಳಿಯಬೇಕಾದ ಜಾಗಕ್ಕೆ ಔಷಧಿ ಇಳಿಯುತ್ತದೆ.

'ಪಿಟ್ಕಾಯಣ' ವರ್ತಮಾನ, ಭವಿಷ್ಯದ ಕೈಪಿಡಿ. ರಾಜ ಹೆದ್ದಾರಿಯಲ್ಲಿ ಕಳೆದು ಹೋದವರಿಗೆ ನೆರವಾಗುವ ಒಳ ದಾರಿ.

–ಬಿ. ಎಂ. ಬಶೀರ್

ಬಹುರೂಪಿ

ಸದಾ ಹೊಸ ದಾರಿ

ಬಹುರೂಪಿ | Bahuroopi

R P Regency, F-1, 2nd Floor, 2nd Cross, P&T Colony,
R T Nagar, Bangalore - 560 032

bahuroopi.official/ editor.bahuroopi@gmail.com
online book store: bahuroopi.in 70191 82729

www.ingramcontent.com/pod-product-compliance
Lightning Source LLC
LaVergne TN
LVHW090325051026
849518LV00005B/1877
9788197736711